प्रश्नप्रदेशापलीकडे...

दिनकर जोषी

अनुवाद

अनघा प्रभुदेसाई

मेहता पब्लिशिंग हाऊस

Please contact us at **Mehta Publishing House Pvt. Ltd.**
✆ +91 020-24476924 / 24460313 / Mob. No. 9545000513
Email : production@mehtapublishinghouse.com
Website : www.mehtapublishinghouse.com

- *या पुस्तकातील लेखकाची मते, घटना, वर्णने ही त्या लेखकाची असून त्याच्याशी प्रकाशक सहमत असतीलच असे नाही.*

PRASHNAPRADESHNI PELE PAAR... by DINKAR JOSHI

Originally Published in Gujrati
Translated into Marathi Language by Anagha Prabhudesai

प्रश्नप्रदेशापलीकडे... / अनुवादित कादंबरी

अनुवाद : अनघा प्रभुदेसाई

author@mehtapublishinghouse.com

मराठी अनुवादाचे व प्रकाशनाचे हक्क : मेहता पब्लिशिंग हाऊस प्रा. लि.

संस्थापक : अनिल मेहता आणि सुनील मेहता

प्रकाशक : मेहता पब्लिशिंग हाऊस प्रा. लि.
१९४१, सदाशिव पेठ, माडीवाले कॉलनी, पुणे - ४११०३०.

मुद्रक : ट्रिनिटी अ‍ॅकॅडमी फॉर कॉर्पोरेट ट्रेनिंग लिमिटेड, नऱ्हे, पुणे - ४१

मुखपृष्ठ : चंद्रमोहन कुलकर्णी

प्रकाशनकाल : सप्टेंबर, २००८ /
मेहता पब्लिशिंग हाऊस प्रा. लि.ची दुसरी आवृत्ती : जून, २०२२

किंमत : ₹ ३४०

P Book ISBN 9789394258334
E Book ISBN 9789394258341
E Books available on : amazonkindle Apple Books Google Play Books

भगवंत,
ज्या भूमीवर आपण जन्म घेतला
त्या भूमीच्या अपत्यांनीच
आपणावर अन्याय केला आहे,
या अपराधभावाने
आपल्या श्रीचरणांत
हे श्रद्धासुमन
समर्पित करतो.

– दिनकर जोषी

मनोगत

'एक टुकडो आकाशनो' ही कवी नर्मद यांच्या जीवनावर आधारित असलेली माझी कादंबरी १९८४ मध्ये प्रकाशित झाली. नंतर चरित्रात्मक कादंबरी म्हणता येईल,अशा माझ्या काही कादंबऱ्या प्रकाशित झाल्या. महात्मा गांधींचा ज्येष्ठ पुत्र हरिलाल याच्या जीवनावर आधारित 'प्रकाशनो पडछायो' (१९८८), मोहम्मद अली झीणा (जीना वा जिन्नाह) यांच्या जीवनावर आधारित 'प्रतिनायक' (२००२) आणि गुरुदेव टागोरांच्या जीवनावर आधारित 'अ-मृत पंथनो यात्री' (२००३) या कादंबऱ्या प्रकाशित झाल्या. या कादंबऱ्या हिंदी आणि मराठी या भगिनी भाषांत अनुवादित झाल्या. आता 'एक टुकडो आकाशनो' प्रकाशनाच्या सुमारे दोन दशकांनंतर भगवान तथागत बुद्धांच्या जीवनावर आधारित ही कादंबरी प्रकाशित होत आहे, याचा आनंद आहे.

पण असा आनंद निखळ नसतो. चरित्रात्मक कादंबरीकाराकडून जागरूकतेची अपेक्षा मोठ्या प्रमाणात ठेवली जाते. इतिहासाच्या पानांवरून पात्रे आणि घटना उचलल्या असल्या, तरी या प्रकारच्या कादंबऱ्या म्हणजे इतिहास नसतो.ही पळवाट शोधून प्रकाशकाने इतिहासाशी अमर्याद झटापटही केलेली नसते-नसावी. ती झटापट केंद्रस्थानी असलेल्या व्यक्तीच्या व्यक्तिमत्त्वाशी नव्हे, तर समग्र समाजाशी केलेला द्रोह ठरू शकते. घटनांवर चढलेली काळाची पुटे धुताना कित्येक परस्परविरोधी नोंदी प्राप्त होतात. कशावर विश्वास ठेवावा आणि कशावर ठेवू नये, हा प्रश्न साधा वा सरळ नसतो. कधी हा विरोधाभास सर्जकाची अग्निपरीक्षा घेणाराही वाटतो. माहितीच्या निबिड जंगलातून कादंबरीस पोषक व योग्य वाटणारी माहिती, घटनांची जंत्री वाटणार नाही, अशा रसाळ कडीबद्ध रचनेत गुंफून ती वाचकांसमक्ष ठेवणे हे काम जबाबदारीचे असते. त्याच वेळी केवळ घटना नव्हे, तर त्या घटनांशी निगडित असणारे सत्य वाचकांपर्यंत पोहोचवण्याचा आनंद अजोडही असतो. अशा परमसत्याच्या प्रगटीकरणासाठी काही कटू घटना वाचकांसमक्ष ठेवण्यास पर्याय उरत नाही. तरी कादंबरीच्या माध्यमाच्या मर्यादांना अनुलक्षून सह्य ठरेल तेवढेच सत्यदर्शन करवणेही चुकत नाही. म्हणजे, अशा कादंबरीची निर्मिती ही सत्यावरची पकड घट्ट ठेवून केलेला कल्पनाविष्कार असतो. कलाक्षेत्रातील हा भाग समजून घेऊ न शकणारे

वाचकच नव्हे, तर काही समीक्षकही अशा निर्मितीवर अन्याय करण्याची शक्यता असते.

वास्तविक, कादंबरी प्रकाशित होत असताना तिच्या संदर्भात लेखकाने फारसे काही सांगण्याची गरज उरू नये, ही आदर्श परिस्थिती. म्हणजे, सारे कादंबरीतच सामावणे योग्य असते. पण कादंबरीच्या समाप्तीनंतर सांगण्याजोगे काही उरते, तेव्हा कोणत्याही कारणाने अमुक माहिती लेखक कथानकाच्या प्रवाहात सोडू शकलेला नाही, असा अर्थ त्यातून स्पष्ट होतो. तथागत बुद्धांच्या चरित्रावर आधारित कादंबरी प्रकाशित होत असताना कादंबरी लेखनानंतर माझ्याजवळही सांगण्यासारखे उरले आहे. कारण बुद्धांच्या संदर्भात आपल्या समाजात जी माहिती प्रचलित आहे, ती अपूर्ण आणि गैरसमज पसरवणारी आहे. म्हणून सत्यस्थिती जाणून घेण्यासाठी अक्षरांवर नजर ठेवून नव्हे, तर नजरेला नजर भिडवून काही जाणून घेण्याची गरज आहे, असे मला वाटते. म्हणून तसा प्रयत्न मी करणार आहे.

जगप्रसिद्ध इतिहासकार अर्नोल्ड टॉयेम्बाने आपल्या 'A Study of History' या महाग्रंथात तथागत बुद्धांच्या संदर्भात लिहिले आहे, 'Gautam the Buddha Is one of the dozen or so greatest benefactors of the living generations.' ओशो-रजनीशांनी एका व्याख्यानात हिंदी महाकवी सुमित्रानंदन पंत यांच्याशी झालेल्या चर्चेचा उल्लेख केला आहे. ओशोंना सुमित्रानंदनांनी विचारले, "सांस्कृतिक जगतात ज्यांचा उल्लेख अटळ आहे, अशा बारा महानुभावांची नावे विचारली, तर तुम्ही कुणाची नावे द्याल?" कृष्ण, पतंजली, बुद्ध, महावीर, नागार्जुन, शंकर, गोरख, कबीर, नानक, मीरा, रामकृष्ण आणि कृष्णमूर्ती यांची नावे ओशोंनी सांगितली. यावर, यातील चार नावे कमी करायची झाली, तर कोणाची कराल असे विचारले तेव्हा ओशोंनी विचार करून आठ नावे सादर केली. त्यांतूनही चार नावे कमी करायची झाली, तर कोणाची नावे शिल्लक ठेवाल, असा प्रश्न विचारून सुमित्रानंदनांनी त्यांना, केवळ सांस्कृतिक क्षेत्राचा पाया रचणाऱ्यांची भलावण करण्यास सांगितले.

अत्यंत गंभीरपणे विचार करून चार नावे सांगत ओशो स्पष्ट म्हणाले, की आता यातील एकही नाव कमी करायला सांगू नका. ते होणार नाही. अंतिम यादीत ओशोंनी कृष्ण, पतंजली, बुद्ध आणि गोरख यांची नावे घेतली. ही निवड कोणत्या निकषांवर झाली वा ती करण्यासाठी त्यांनी कोणता मापदंड वापरला, याची चर्चा मला करायची नाही. पण 'महावीर' आणि 'राम' यांच्यासारख्या अजोड प्रतिभावान व्यक्तिमत्त्वांना बाजूस ठेवून त्यांनी बुद्धांना प्राधान्य दिले, हे स्पष्ट आहे. रामजीवनात मौलिक म्हणण्याजोगे दर्शन फारसे नाही. महावीरांचे जीवनही श्रमण परंपरेच्या तेवीस पूर्वसूरींच्या खांद्यावर स्वार झाले आहे. हे विचारात घेऊन त्यांनी

बुद्धांना दार्शनिकाचा दर्जा दिला असणार.

बुद्ध हा इतिहास आहे, पुराण नव्हे. बुद्ध इ.स.पू. ५०० मध्ये होऊन गेले, यावर इतिहासात दुमत नाही. फार तर तारीख-वारांची किचकट चर्चा करणाऱ्यांनी काही वर्षे आगे-मागे करत वाद घातला तरी त्यात शतकांचा फरक पडत नाही. पण त्यांच्याच एका ऐतिहासिक परमपुरुषावर त्यांच्याकडून अन्याय झालेला आहे. वैदिक परंपरा त्यांना संतुष्ट करत नसल्याने त्यांनी वेगळा मार्ग शोधला. म्हणून वैदिक परंपरेने त्यांचा अस्वीकार केला, असे त्यांना सांगण्यात येत असे. वैदिक परंपरेने त्यांच्या विचारांना नास्तिक ठरवून त्यांच्यावर टीकास्त्र परजले. इतकेच नव्हे, तर प्रसंगी त्यांना हिंदुविरोधी म्हणून जणू वाळीत टाकले. अनेक शतकांनंतर विष्णूचा नववा अवतार म्हणून त्यांचा स्वीकारही झाला. हा स्वीकार प्रथम कोणी नि केव्हा केला, याची निश्चित माहिती आपल्यापाशी नाही. पण विष्णूच्या दशावतारांत नवव्या स्थानी बुद्ध स्थापित झाले, हे खरे. हे होण्यासाठी एक विशिष्ट श्लोक साह्यभूत झाला असावा.

"मत्स्य कुरमो वराहस्का नरसिंहोधा वामहा:
रामो रामसा कृष्णस्का बुद्ध कल्कि इति काक्रमत ।"
(मत्स्य पुराण- २८५ । ६-७ आणि वराह पुराण ४।२)

श्रीमद्‌भागवतातही भविष्यकथन करताना सांगितले होते, की भगवान पुढे बुद्धस्वरूपात अवतार घेतील आणि अनधिकारी प्रजेस यज्ञ करण्यापासून रोखण्यासाठी तर्क-वितर्क सादर करून मोहित करतील. ('श्रीमद्‌भागवत'- ११।४।२१) एका दृष्टीने विचार केल्यास, भागवतकथित बुद्धाच्या अवताराचा किंचित निषेध वा विरोध केल्याचे येथे जाणवते. कारण बुद्ध हिंसक यज्ञाचा विरोध करतील, या भाकितात बुद्धांचे जीवनकर्म यज्ञाचे समर्थन करण्याऱ्यास मोहित करण्याचे असल्याचे सांगून थोडी नापसंती व्यक्त केल्यासारखे वाटते.

पण असा निसटता निषेध जाणवला तरी बुद्धांना हिंदू परंपरेने कधी आपले म्हटले नाही. याचे कारण सापडत नाही. भारतातून बौद्ध धर्म नाश पावला, ही घटना अनेक शतके जुनी झाली. थेट विसाव्या शतकात, कदाचित राजकारणासाठी, डॉ. बाबासाहेब आंबेडकरांनी दलितांच्या पुनरुत्थानाच्या संदर्भात या धर्माची पुनर्स्थापना केली. पण नवबुद्ध बनलेल्या कोणालाही धर्म या संकल्पनेविषयी तीळमात्र आस्था दिसत नाही की धर्माची माहिती! राजकारणाच्या दृष्टीने आवश्यक असलेली माहितीच डॉ. आंबेडकरांनी त्यांच्यापुढे धरली. कदाचित म्हणून, नवबुद्धांच्या नजरेत डॉ. आंबेडकर प्रत्यक्ष बुद्धांहून अधिक महत्त्वाचे ठरले. सांप्रदायिक प्रवाह विचारात घेता,

असे घडणे ही बाब नवलाची ठरत नाही. स्वामिनारायण संप्रदायातही आताशा पूजनीय ठरणाऱ्या घन:श्यामस्वरूप परमात्म्याहून अधिक सहजानंद स्वामी आणि नंतरचे सारे प्रमुख स्वामी प्रस्थापित झाले आहेत. जागतिक स्तर विचारात घेता अद्वितीय ठरलेल्या परम दार्शनिक बुद्धांना त्यांच्या जन्मभूमीत अवतार मालिकेत उतरते स्थान मिळाले, इथवर ठीक; पण पुनरुज्जीवित होताना, त्यांना केवळ दलितांच्या देवाचे स्थान लाभले ही क्रूर विटंबना म्हणायला हवी.

बुद्धांचे सलग चरित्र 'ललित विस्तार' या ग्रंथात प्रथम प्राप्त झाले. हे कथानक पुराणातील कथांसारखे आहे. लेखकाने बुद्धांची जीवनकथा जशी होती तशीच्या तशी नव्हे, तर लेखकास हवीशी वाटली तशी विशद केलेली दिसते. प्रत्येक धर्माचे अनुयायी इतरांना प्रभावित करण्यासाठी अतिरंजित चमत्कारांची मदत घेतात. श्रेष्ठत्वाचा दावा करण्यासाठी सादर केलेले चमत्कारच, समग्र चरित्र कपोलकल्पित असल्याचा आरोप ओढवून घेतात. त्यामुळे पुराणालाही कपोलकल्पित स्वरूप प्राप्त झाले आहे.

'ललित विस्तार' या ग्रंथाचा लेखनकाल समजत नाही. लेखनकाल निश्चितपणे ठाऊक असलेल्या चरित्राचा विचार करायचा झाला, तर अश्वघोषलिखित 'बुद्धचरित्रा'चा निर्देश करावा लागेल. इसवी सनाच्या पहिल्या शतकाच्या उत्तरार्धात सम्राट कनिष्काने बौद्ध धर्मियांची दुसरी संगीति (धर्मसभा) भरवली होती. या संगीतिचे अश्वघोष हे उपाध्यक्ष होते. 'बुद्धचरितम्' या त्यांच्या ग्रंथात 'बुद्धचरित्र' समग्रतेने काव्यरूपात सादर झाले आहे. मुळात, ब्राह्मण कुलोत्पन्न असणाऱ्या अश्वघोषाने बुद्ध धर्माचा अंगीकार केला असला, तरी त्यांनी लिहिलेल्या चरित्रांवर अनेक ब्राह्मण ग्रंथांचा प्रभाव स्पष्ट दिसतो. मूळ संस्कृत भाषेतला हा ग्रंथ उपलब्ध नाही. तिबेटी, सिंहली व चिनी भाषांतील अनुवादित ग्रंथच उपलब्ध आहेत. इंग्रजी ग्रंथावरून केलेला हिंदी अनुवाद १९४२ साली प्रथम प्रकाशात आला.

पाश्चात्त्य प्रजेस विसाव्या शतकाच्या आरंभकाळात तथागत बुद्धांचा परिचय झाला.ॲडविन अर्नाल्ड या लेखकाने १८८९ मध्ये 'Light of Asia' या काव्यग्रंथाच्या माध्यमातून तथागतांचा पाश्चिमात्त्यांस परिचय करून दिला. तत्पूर्वी पाश्चात्त्यांस बुद्धांविषयी काहीही माहिती नव्हती. आपल्या समाजात, बाल्यावस्थेतील देवदत्त आणि सिद्धार्थ उद्यानात खेळत असताना पक्ष्याच्या पिलांविषयी झालेल्या भांडणाचा प्रसंग प्रचलित आहे. मैथिलीशरण गुप्त यांनी 'मा कह एक कहानी' व 'न्याय दया का दानी' अशा पंक्ती लिहून हे कथानक कवितेत सादर केले आहे. ही कविता वास्तवाऐवजी ॲडविन अर्नाल्ड यांच्या कवितेवर बेतलेली आहे. आपल्या पाठ्यपुस्तकात; बरीच वर्षे बुद्धांच्या वास्तविक जीवनात न घडलेल्या या प्रसंगाचे वर्णन करणारा धडा होता. तो शिकवलाही जात होता.

ज्या मातीने बुद्धत्वाचा प्रकाश सर्वांत आधी बघितला त्या मातीतून बौद्धधर्म आणि खुद्द बुद्ध यांचे जणू उच्चाटन झाले; ही आपली ऐतिहासिक करुण बाब! असे का घडले, याचा तटस्थपणे अभ्यास केला तर हे रहस्य उलगडेलही. आपल्याकडे वारंवार सांगण्यात येते, की आठव्या शतकात धार्मिक दिग्विजयाच्या माध्यमातून आदिगुरू शंकराचार्यांनी बौद्धधर्माची देशातून हकालपट्टी केली. हे कपोलकल्पित विधान शंकराचार्यांची वाखाणणी करण्यासाठी केले की टीका करण्यासाठी, हे खात्रीपूर्वक सांगता येत नाही. शंकरविरोधी प्रजा; त्यांचा प्रच्छन्न बुद्ध असा परिचय देते, हे विसरता येत नाही. ऐतिहासिक अभ्यासकांच्या मते, शंकराचार्यांचा कालखंड आठव्या शतकातला आहे, तर शंकराचार्यांचे काही अनुयायी त्यांना बुद्धांच्या आधीच्या कालखंडात समाविष्ट करतात. ऐतिहासिक शंकरावर विश्वास ठेवायचा, तर थेट तेराव्या-चौदाव्या शतकांत नालंदा विद्यापीठ आणि अनेक बौद्ध विहार असल्याची खात्रीलायक माहिती मिळते, ते कसे? या विद्यापीठ व विहारांचा नाश मुस्लीम आक्रमकांनी केला,असे भक्कम पुरावे आहेत. तुर्क इतिहासकार मीन हझब याने आपल्या 'Takikata - I - Nasiri' या ग्रंथात मुस्लीम आक्रमकांनी नालंदा विद्यापीठाची नासधूस केली, त्याची चित्ररूप माहिती सादर केली आहे. तो लिहितो, 'विजयी मुस्लीम आक्रमकांनी विद्यापीठाच्या दहा हजार बौद्ध भिक्खूंना जिवंत जाळले. दोन हजार भिक्खूंचा शिरच्छेद केला. विद्यापीठाच्या ग्रंथालयास आग लावली. ती कित्येक महिने धुमसत राहिली होती.' असे संदर्भ उपलब्ध असताना शंकर-शंकराचार्यांनी आठव्या शतकात बौद्ध धर्म व धर्मीयांची हकालपट्टी केली, यावर विश्वास कसा ठेवणार? आठव्या शतकात बौद्ध धर्माचा विलय झाला असेल, तर तेराव्या शतकात इथे तुरळक संख्येत कोणी उरणे इथवर ठीक, पण या ग्रंथात दिलेले आकडे आणि चित्रमय पुरावे काय सुचवतात? भिक्खूंच्या हत्या मोठ्या संख्येत होतात, तेव्हा धर्माच्या उपासक व अनुयायांची संख्या कैक पटींनी अधिक असणे अभिप्रेत असते. राहुल सांकृत्यायन लिखित 'बौद्धचर्यात' या ग्रंथात, शंकरानंतर जन्मलेल्या पिढ्यांनी लिहिलेल्या ग्रंथांच्या आधारे, बौद्ध धर्माचा प्रसार कुठे व कसा झाला, याची यादी दिली आहे; त्या काळातील स्तूप, शिल्प, स्थापत्य आणि नाण्यांचा विचार केला, तर शंकरोत्तर काळातच नव्हे, तर त्यानंतरही चार-पाच शतके या देशात बौद्ध धर्माचे अस्तित्व होते, हे सिद्ध होते.

मुस्लीम आक्रमकांच्या हस्ते बौद्ध धर्म जर नाश पावला, तर हिंदू, तसेच जैनधर्म कसा वाचला, असा प्रश्न उपस्थित होतो. हिंदूंनी जैन धर्मीयांचा सहोदर म्हणून स्वीकार केला होता. ते बौद्धांना मात्र त्यांचे प्रतिस्पर्धी समजत. संख्येने अधिक असलेल्या हिंदूंनी मुस्लीम आक्रमकांचा प्रत्येक ठिकाणी विरोध केला.

स्वधर्माबरोबर त्यांनी जैन धर्मासही संरक्षण दिले. पण बौद्ध धर्माचे संरक्षण करण्यात त्यांनी उत्साह नव्हे, तर औदासीन्य सिद्ध केले. शिवाय, शासकीय कार्यात बौद्ध धर्मीयांचा सहभाग नगण्य होता आणि उर्वरित धर्मानुयायांत कुठल्याही प्रकारची सैन्यसुसज्जता नव्हती. एवढेच नव्हे, तर बौद्ध धर्मीयांचे वास्तव्य विहारात-समुदायात असे. त्यामुळे एका वेळी त्यांच्या हत्या मोठ्या प्रमाणावर करणे मुस्लीम धर्मांधांना सहज जमले. या हत्याकांडातून जे वाचले त्यांनी; जमतील ते धर्मग्रंथ जिवापाड जपत शेजारच्या देशात निघून जाणे हिताचे मानले. म्हणून बौद्ध धर्माच्या मूळ पाली भाषेतील ग्रंथाचे त्यांच्याबरोबर चीन,तिबेट, बर्मा आणि श्रीलंकेत स्थलांतर झाले आणि बुद्धांची जन्मभूमी मूळ ग्रंथास मुकली,हीसुद्धा इतिहासाची घोर विटंबनाच आहे. ए. के. वॉर्डर या पाश्चिमात्य पंडिताने 'Indian Buddhism' नावाच्या ग्रंथात हिंदुस्तानावरील मुस्लीम विजयास सांस्कृतिक दुर्घटना असे म्हटले आहे. त्यात असंख्य बौद्ध विहार आणि बौद्ध ग्रंथांचा नाश झाला आणि समाज अनेक शतके बुद्धांच्या विचारांपासून वंचित राहिला.

बुद्ध आणि देवदत्त यांच्या बालपणाचा मूळ संहितेत नसलेला प्रसंग ॲडविन अर्नाल्डमुळे लोकप्रिय झाला, तसेच कुमार सिद्धार्थच्या महाभिनिष्क्रमणाच्या (सर्वसंगपरित्याग) संदर्भात दिले जाणारे तीन प्रसंगही मूळ संहितेत नाहीत. पत्नी यशोधरा, माता गौतमी, पिता शुद्धोधन यांना पूर्णपणे अंधारात ठेवून सिद्धार्थाने अचानक गृहत्याग केला, असे आपण समजतो. राजकुमार सिद्धार्थ नगरात फिरत असताना एक वृद्ध, एक रोगी आणि एक मृतदेह त्याच्या नजरेस पडला. परिणामी, त्याच्या मनात विरक्तीच नव्हे, तर गंभीर समस्या निर्माण झाली आणि या समस्येचे निराकरण करण्यासाठी त्याने गृहत्याग केला, असे आपल्या पाठ्यपुस्तकात आपण वाचले होते. पण ते खरे कसे असू शकेल? एकोणतीस वर्षे वयापर्यंत वृद्ध, रोगी वा मृतदेह कोणाच्या बघण्यात न येणे कसे शक्य आहे? तसे असल्याची कल्पना केली तर राजकुमार सिद्धार्थ समज नसलेलाच नव्हे, तर मंतमतीही ठरेल. 'ललित विस्तार' आणि 'बुद्ध चरितम'सारख्या अनुवर्ती (प्राचीन) ग्रंथांच्या आधारेच या घटनाही प्रसारित झाल्या आहेत. पर्णकुटीच्या आसपास लक्ष्मणाने जशी लक्ष्मणरेषा काढली वा निषादाने गंगा पार करताना रामाचे पाय धुतल्याची घटना 'वाल्मीकी रामायणा'त नसूनही समाजात प्रचलित आहे, तसे हे आहे! तुलसीदासाच्या 'रामचरितमानस' या ग्रंथात या घटना भावपूर्ण भाषेत सादर झाल्या आहेत. ठिकठिकाणी रामकथांची पारायणे होत, ती वाल्मीकी रामायणाच्या आधाराने नव्हे; तर सोप्या व लोकभाषेत असलेल्या रामकथांच्या आधारे. त्यामुळे 'वाल्मीकी रामायण' दुर्लक्षित राहिले व तुलसीदासाचे 'रामचरितमानस' सर्वमान्य झाले. बुद्धांच्या गृहत्यागाच्या संदर्भातही तसे घडले असावे. अश्वघोषाचे 'बुद्धचरितम' लोकप्रिय झाले होते. बुद्ध

धर्माची मूळ ग्रंथसंपदा बहुतांशी अप्राप्य होती. जे प्राप्य होते त्यांतील क्लिष्ट वा किचकट भाषा सामान्य प्रजेस आवडेल अशी नव्हे, तर मनात नावड निर्माण करील अशी होती. उलट, अश्वघोषाचे लेखन व 'ललित विस्तार' रसाळ भाषेत होते. त्यातील चमत्कार व पौराणिक कथा सामान्य प्रजेस आकर्षित करणाऱ्या होत्या. म्हणून मूळ ग्रंथापेक्षा हे ग्रंथ अधिक रोचक ठरले व त्यांचा प्रसार झाला. म्हणून त्यातील रोचक बाबीच सत्य म्हणून स्वीकारल्या गेल्या.

त्रिपिटकाच्या 'सुत्त पिटक' या मूळ ग्रंथात बुद्ध आणि इतर भिक्खू यांतील संवाद विषद केला आहे. त्यात बुद्धांनी स्वमुखाने सांगितलेली गृहत्यागाची घटना सकारण उद्धृत केली आहे. त्या कथनात समाजात प्रचलित असलेल्या वरील प्रसंगाचे अस्तित्व नाही. मज्झिमनिकायलिखित 'अरियपरियेसन सुत्त' आणि 'महासच्चक सुत्त' यांतही बुद्धांनी 'ओझावेस्सन' नावाच्या एका निर्ग्रंथात (मौखिक ग्रंथ) स्वचरित्र स्वमुखे सांगितल्याचे नमूद केले आहे. यास कदाचित वैश्विक साहित्यातील सर्वप्रथम आत्मचरित्र म्हणता येईल. त्या विस्तृत कथानकात गृहत्यागाचे कारण म्हणून प्रचलित ठरलेल्या प्रसंगांचा उल्लेख नाही. उलट, माता-पिता व पत्नीशी या विषयावर वरचे वर चर्चा केल्याचा उल्लेख यात आहे. बुद्धांनी गृहत्याग केला, त्या क्षणी मात्र त्यांची पत्नी अनभिज्ञ असल्याची व जन्मदात्यांनी साश्रुनयनाने निरोप दिल्याची स्पष्ट कबुली त्यात आहे.

कोणत्याही संप्रदायाचा विचार केल्यास, संप्रदाय निर्माण करणाऱ्या निर्मात्याच्या जीवनात चमत्कृतीपूर्ण घटना घडल्या,हे सिद्ध करणे साऱ्यांच्या अनुयायांना आवडते. उदाहरणार्थ, कृष्ण कारागृहात प्रगट झाला तेव्हा त्याने जन्मदात्यांना चतुर्भुज स्वरूपात दर्शन दिले. नवजात अवस्थेत गोकुळात केलेला पुतनावध वगैरे कथानकांचे वर्णन भागवतात भक्तिभावाने केले आहे. तसेच राजकुमार सिद्धार्थचा जन्म पित्याच्या सहयोगाविना मातेच्या कुशीतून झाला. अशा कथानकात अनुवर्ती बौद्ध ग्रंथांत मानवसहज वा अनुयायीसुलभ प्रकृतीचे दर्शन वारंवार घडते. कुमारी मरियमच्या पोटी येशूचा जन्म होणे हीसुद्धा अशीच कपोलकल्पित कथा आहे. बौद्ध धर्माच्या परिभाषेत अशा बालकाचा उल्लेख 'उपपादुक' असा होतो. जसे, राम वा कृष्ण यांच्या जन्मापूर्वी स्वर्गात ब्रह्मा आणि इतर देव-देवता भगवान विष्णूंची प्रार्थना करून त्यांना अवतार घेण्याची विनंती करतात, तसा प्रकार बुद्धजन्मापूर्वी झाल्याचे आणि ब्रह्मदेवांनी विष्णूस राजकुमार सिद्धार्थच्या रूपात अवतार घेण्यास सांगितल्याचे कथानक 'ललित विस्तार'मध्ये रसाळ भाषेत आढळते. वास्तविक, स्वतः बुद्ध असोत, की त्यांचे समकालीन बौद्ध भिक्खू. सारे ब्राह्मण वा क्षत्रिय कुलोत्पन्न होते. त्यांचे संगोपन ब्राह्मण संस्कृतीनुसार झाले होते. त्यात उपालिसारखे काही भिक्खू शूद्र कुलोत्पन्न होते; पण त्यांची संख्या अगदी नगण्य होती. बौद्ध धर्माचा अंगीकार

करणारे अधिकतर ब्राह्मण होते. बुद्धांनी यज्ञातील हिंसा व ब्राह्मणी क्रियाकांडांना कंटाळून वेगळी चूल मांडल्यागत नवा धर्म स्थापन केला, असे म्हणण्यातही अर्थ नाही. बुद्धांचे समग्र जीवन बघता, ते अत्यंत विचारी व भावनाप्रधान असल्याची प्रचिती येते. त्यांनी स्वमुखाने सांगितलेले त्यांचे पूर्वायुष्य वाचताना यथार्थतेने जाणवते, की गृहत्याग हे बुद्धजीवनात अचानक घडलेले अपघाती कृत्य नाही. एकोणतीस वर्षांच्या जीवनात त्यांना जे दिसले आणि जाणवले त्याचे ते फलित आहे. ते सांसारिक घटमाळेचे रहस्य जाणून घेण्यासाठी अत्यंत व्याकूळ झाले होते.

बुद्धजीवनाचा बारकाईने अभ्यास करणाऱ्यास, त्यांनी हिंदू धर्माच्या विरोधात गृहत्याग केला असेल असे वाटत नाही. त्यांच्या उपदेशात हिंदू धर्म वा परंपरेविषयी कटुता कुठेही प्रतीत होत नाही. गृहत्याग केल्यावर सुरुवातीस त्यांनी गुरू आलार कालाम यांच्या उपदेशानुसार वैदिक परंपरेस अनुसरून मुक्तिमार्गाचा शोध आरंभला. वैदिक परंपरेचा ते विरोध वा तिटकारा करत नव्हते, हे यावरून सिद्ध होते. तसा त्यांना तिटकारा असता तर आलार कालाम आणि नंतर उद्रक रामपुत्र यांना भेटून त्यांनी वैदिक परंपरेनुसार मुक्तिमार्गाचा शोध घेतला नसता. येनकेन प्रकारेन त्यांना समस्येचे समाधानकारक निराकरण हवे होते. ब्राह्मण परंपरेच्या मदतीने हवे होते ते साध्य झाले नाही, म्हणून त्यांनी निर्ग्रंथ, म्हणजे श्रमण परंपरेनुसार देहदमनाचा कठीण मार्ग स्वीकारला. हे देहदमन किती उग्र होते, हे तथागतांनी आपला शिष्य सारिपुत्र यास सांगितलेल्या 'महासीहनादसुत्त' या ग्रंथात जाणवते. ते म्हणतात,

"मी पूर्णपणे नग्नावस्थेत राहत होतो. एकाच घरातून प्राप्त होणाऱ्या एक घास भिक्षेवर जगत होतो. मग तेवढेच मी एक दिवसाआड जेवू लागलो. एक दिवस पूर्ण उपास! मग दोन दिवसांच्या, सात दिवसांच्या आणि शेवटी पंधरा दिवसांच्या अंतराने मी तेवढे अन्न घेऊ लागलो. पुढचा टप्पा होता गवत वा गाईच्या शेणावर जगण्याचा! दाढी-मिशा हाताने खेचून काढण्याचा! काट्याच्या पथारीवर झोपण्याचा! देहावर अनेक वर्षांची धूळ साचली. स्वमलमूत्रावर मी उदरनिर्वाह करत असे. हिवाळ्यात हिमवर्षाव होत असे, तिथे मी स्मशानातील माणसांची हाडे उशाला घेऊन निजत असे. लोक माझ्यावर थुंकत, मुतत, धूळ फेकत..."

यावरून स्पष्ट जाणवते, की ब्राह्मण परंपरेने समाधान होऊ शकले नाही म्हणून बुद्धांनी 'श्रमण परंपरे'चा आश्रय घेतला. पण या कठीण देहदमनानेही त्यांना समाधान प्राप्त झाले नाही. म्हणून त्यांनी नव्या तिसऱ्या मार्गाचा शोध घ्यायचे ठरवले. या मार्गास त्यांनी 'मध्यममार्ग' असे म्हटले आहे. त्यात त्यांनी मध्यममार्गीय ध्यानधारित तपश्चर्येस प्राधान्य दिले. शेवटी या मार्गावर त्यांना चार आर्य सत्ये सापडली, असे म्हणता येईल.

नंतरही त्यांनी कुठे ठाम वेदविरोध केल्याचे दिसत नाही. फक्त बुद्धिप्रामाण्यावर

भर देऊन त्यांनी इतकेच सांगितले, की कोणी कितीही महान असले वा कोणताही धर्मग्रंथ कितीही पवित्र मानला जात असला, तरी कोणाचे सांगणे वा कोणत्याही धर्मग्रंथाच्या बाबींवर बुद्धिनिष्ठ तपासणीशिवाय विश्वास ठेवू नये. यात त्यांनी 'धर्मग्रंथ' या शब्दाचा उल्लेख केलेला आहे; वेदांचा नाही. म्हणजे ही टीका केवळ वेदधर्मावर नाही. ते यज्ञाच्या विरोधात होते, हे मात्र खरे. पण प्रसेनजितसारखे त्यांचे क्षत्रिय अनुयायी यज्ञ करत, त्याला त्यांचा विरोध नसे, हेही तितकेच खरे आहे. बौद्ध परंपरेत यज्ञ नसला, तरी 'अंगुत्तनिकाय' या ग्रंथात श्रावस्तीच्या काही भिक्खूंनी विविध गाथांच्या माध्यमातून यज्ञ या संकल्पनेचा स्पष्ट उल्लेख केला आहे. त्यात यज्ञ ही अत्यंत खर्चिक बाब असून, त्या मानाने त्याचे फळ नगण्य असते, असे म्हटले आहे. ज्या यज्ञात हिंसा होते, त्या यज्ञप्रसंगी साधुपुरुष उपस्थित राहत नाहीत. पण ज्या यज्ञात विशेष खर्च करण्यात येत नाही व बळीच्या रूपाने हिंसा होत नाही, तसा यज्ञ करणाऱ्या यजमानाचे कल्याण होते; त्यास देव-देवता प्रसन्न होतात, असेही त्यात म्हटले आहे. अशा विधानांवरून हे स्पष्ट होते, की त्यांचा विरोध वैदिक परंपरेतील यज्ञास नसून, त्यात होणाऱ्या बेफाम खर्च आणि हिंसेस होता.

वैदिक परंपरेनुसार बुद्धांनी आत्म्याच्या अस्तित्वाचा स्वीकार केला नसला तरी धम्मपद या ग्रंथात बौद्ध धर्माची अत्यंत लोकप्रिय उक्ती नमूद केलेली आहे - 'अत्ता हि अत्तनो नाथो.' (आत्माच आत्म्याचा नाथ आहे.) दहाव्या गाथेत 'अत्तदत्थं परत्थेन बहुनाऽपि न हापये', म्हणजे आत्म्याची हानी होईल असे काहीही करू नये, असे म्हटले आहे. हा विचार 'आत्मार्थे पृथिवीं त्यजेत' या शब्दांत दोनदा महाभारतात - एकदा विदुराच्या आणि एकदा कृष्णाच्या तोंडी सादर झाला आहे. तृष्णा हे सर्व दु:खांचे मूळ असल्याचे परम आर्यसत्य बुद्धांनी विशद केले आहे. पण महाभारताच्या 'शांतिपर्वा'त हेच भीष्म युधिष्ठिरास सांगतात (२७६६), त्यानुसार जेव्हा सर्व आशा आणि आकांक्षा नाहीशा होतात, तेव्हा तृष्णेचा अंत होतो आणि नंतरच मानवास खरे सुख प्राप्त होते. बुद्धदर्शनात चार प्रकारच्या वाचिक, तीन प्रकारच्या मानसिक आणि तीन प्रकारच्या कायिक पापांचे 'अकुशल कर्म' असे वर्णन करून ते त्याज्य ठरवले आहे. या दहाही प्रकारच्या पापांचा उल्लेख 'मनुस्मृती'च्या बाराव्या अध्यायात आढळतो. शिवाय, आयुर्वेदाचार्य वाग्भट्ट यांच्या अष्टांग संहितेच्या दुसऱ्या अध्यायात आयुर्वेदाच्या दृष्टिकोनातून या दहा कर्मांचा उल्लेख त्याज्य कर्म म्हणून केला आहे. अशी अनेक उदाहरणे सादर करून धर्माच्या मूलभूत संकल्पनेत काही मात्रांचा फरक आहे, इतकेच म्हणता येईल.

बौद्ध धर्मात 'प्रतीत्यसमुत्पाद' (कार्यकारणभाव) मूलभूत ठरवण्यात येते. प्रतीत्यसमुत्पादात तथागतांनी कार्यकारणाच्या संदर्भात चर्चा केली आहे. त्यांच्या

गृहत्यागाच्या दृष्टीने वृद्धत्व आणि मरण यांचे महत्त्व अपार होते. म्हणून या कार्यकारण परंपरेची सुरुवात वृद्धत्व आणि मरणापासूनच केली आहे. वृद्धत्व आणि मरणाचे कारण जन्म आहे, असे म्हणत पुढे वेगवेगळ्या बारा संबंधांविषयी चर्चा करून शेवटी ते म्हणतात,

"या साऱ्याचे कारण विद्येचा अभाव आहे. ज्ञानप्राप्ती करून अविद्येचा नाश करता येतो. हे चार आर्य सत्यांचे ज्ञान आहे. या कारणपरंपरेत आणि 'भगवद्गीते'च्या दुसऱ्या अध्यायातील ६२-६३ व्या श्लोकांत विलक्षण साम्य आहे. 'गीता' म्हणते, "इंद्रियांच्या विषयांचे चिंतन करणाऱ्या मानवास विषयांविषयी आसक्ती निर्माण होते. आसक्तीमुळे ती प्राप्त करण्याची तीव्र इच्छा होते. ती इच्छा पूर्ण झाली नाही तर क्रोधाचा जन्म होतो. क्रोधापोटी संमोह, संमोहापोटी स्मृतिनाश,स्मृतिनाशापासून बुद्धिनाश आणि बुद्धिनाशामुळे सर्वनाश होतो." कार्यकारणसंबंधांची ही महती सांख्यशास्त्रातही आहे.'सर्प कार्यमदृष्टङयम्' म्हणजे प्रत्येक कार्य कोणत्या ना कोणत्या अज्ञात कारणापासून उत्पन्न होते. 'संयुत्तनिकाय' या ग्रंथात कार्यकारणपरंपरा समजण्यासाठी बुद्धीचाच उपयोग सांगितला आहे. 'गीते'चा बुद्धियोगही सर्वविदित आहे. प्रतीत्यसमुत्पाद शेवटी अयथार्थ आणि यथार्थ विद्येचे प्रतिपादन करतो. ईशावास्य उपनिषदात विद्या आणि अविद्येच्या संदर्भातील मंत्रात तेच सारे ध्वनित होते."

इच्छांचा त्याग कोणीही पूर्णत: करू शकत नाही. मनात इच्छा असल्याविना मानव कर्मप्रेरित होऊ शकत नाही. केल्या कर्माचे फळ मिळतेच. ते फळ इच्छित असू शकते आणि अनिच्छितही! इच्छित आणि इच्छेविरुद्ध प्राप्त होणाऱ्या फळाची चर्चा टाळण्यासाठी इच्छेचा मुळापासून त्याग करण्याची भलावण तथागत करतात. 'गीते'त श्रीकृष्णाने हाच भाव अनासक्तीची संकल्पना मांडून प्रगट केला आहे. इच्छेस मुळापासून उपटून काढता येत नाही, म्हणून तिच्या शमनासाठी कर्म केलेच पाहिजे. पण इच्छित आणि इच्छेविरुद्ध प्राप्त होणाऱ्या फळामुळे कार्यकारणपरंपरा निर्माण होते. ती रोखणे हाच सुखप्राप्तीचा मार्ग आहे. यासाठी एखाद्या नाणावलेल्या डॉक्टरप्रमाणे श्रीकृष्णाने कर्माचे आचरण अनासक्त भावनेने करावे, असे सांगितले आहे. हे येऱ्यागबाळ्याचे काम नसले, तरी तृष्णात्यागाहून अनासक्ती कमी अवघड आहे, हे निर्विवाद. पण इथे दोन धर्मांची तुलना करण्याचा उद्देश नाही.

कोणताही धर्म, दर्शन वा संप्रदायाचे संस्थापक स्वत:चे मनोगत निर्मळ स्वरूपात व्यक्त करतात. यात कोणी कोणाचे अनुसरण करण्याचा प्रश्न नसतो. बुद्ध हे आर्यपरंपरेचे अपत्य होते. इतकेच नव्हे, तर त्याच संस्कारांत त्यांचे संगोपन झाले होत, हे लक्षात ठेवले तर त्यांच्या दर्शनात - तत्त्वज्ञानात मूलभूत शिक्षण डोकावणे ही अत्यंत सहज घटना आहे. पण ज्या त्या धर्माचे अनुयायी; आपले धर्मसंस्थापक

वा ते ज्यांना ईश्वराचा दर्जा देतात ते कसे अद्वितीय, अजोड,अनुपम वगैरे वगैरे आहेत, हे सिद्ध करायला कपोलकल्पित कथा रचतात. इतकेच नव्हे, तर स्वत:च्या देव वा संस्थापकाने 'हे' सर्वांच्या आधी सांगितले, असा दावा करतात. येशू ख्रिस्ताने चार हजार वर्षांपूर्वी सृष्टी निर्माण केली, असे 'बायबल'मध्ये नमूद केले. ख्रिस्ती संस्कार असलेल्या सामान्य प्रजेत येशूचे कथन ठाम असणे स्वाभाविक समजले, तरी वैज्ञानिक व संशोधकही ख्रिस्ताच्या एखादे सहस्त्रकच मागे जाऊ शकतात व त्याहून अधिक वर्षे जुने काही असेल, ही शक्यताच नाकारतात. याचे नवल वाटल्याविना राहत नाही. कोणत्याही संस्कृती, ग्रंथ वा प्राचीन अवशेषाचे आयुष्य चार ते पाच हजार वर्षे जुने असणेच ते कल्पू शकतात. कारण येशूच्या मतानुसार सर्वांत जुनी प्रजा यहुदीच असते.

म्हणजे बुद्धांच्या तत्त्वज्ञानात जे आहे, त्याची मुळे जर 'गीते'त वा उपनिषदांशी जोडली, तर बुद्धांचे असे अनुयायी 'गीता' आणि उपनिषदांचे लेखन बुद्धकाळानंतर झाले असा तर्क मांडण्यातही कसर करत नाहीत. धर्मानंद कोसंबींसारखे प्रकांड पंडितही 'भगवान बुद्ध : जीवन और दर्शन' या ग्रंथात 'गीते'ची निर्मिती बुद्धानंतर सुमारे हजार वर्षांनी झाली, असे म्हणतात. इतकेच नव्हे, तर उपनिषदे व आरण्यकांचा निर्मितिकाळ बुद्धांनंतर शेकडो वर्षे असल्याचा दावा ते करतात. हे खरे मानले, तर 'उपनिषदे' व 'गीते'च्या भाषेस पाणिनीनंतरच्या काळात ठेवावे लागेल. कसलेही समर्थन करण्यासाठी अनेक शब्दसमूह वा मंत्र सहजपणे मागे-पुढे करण्यात येतात आणि त्यावरून सोयीचा अर्थ काढण्यात येतो. पण ते विवेकपूर्ण असेलच असे नाही, इतकेच इथे दर्शवायचे आहे.

बुद्धांच्या आधीचा वैश्विक इतिहास उपलब्ध आहे, इतके नि:शंकपणे सांगता येते. पण बुद्धांनाच मानव जातीच्या दुःखाचे निराकरण आणि निवारण करण्यासाठी सृष्टीची रहस्ये प्राप्त करण्याची गरज प्रथम भासली आणि त्यासाठी त्यांनी स्वत:चे जीवन समर्पित केले, हे निर्विवाद! कृष्ण जीवनदर्शन, जीवनकर्म आणि त्याचा भारतीय समाजावरील प्रभाव परिणामकारक आणि सखोल आहे, असेही नि:शंकपणे म्हणता येते. पण स्वपरंपरा तळागाळाच्या प्रजेत उतरवण्याचा प्रयास करून त्यांनाही प्रश्न विचारते करणे, हे बुद्धकर्म काळजात उतरणारे आहे. एखाद्या निष्णात वैद्याने दुर्धर रोगाचे निदान करून त्यासाठी 'पुडी' द्यावी, तसे त्यांनी जन्म, मृत्यू, आत्मा, मोक्ष, पाप, पुण्य... हे सारे अनाकलनीय आहे, त्यापाठी लागण्यापेक्षा हाती आलेले जीवन शक्य तितके दुःखमुक्त करून शांत मनाने जगण्याचा प्रयास करावा, हे समाजास शिकविले. कृष्णाने अर्जुनाशी संवाद साधला तसा बुद्धांनी दार्शनिकाची कक्षा प्राप्त करू शकतील, अशा सुबुद्ध प्रजेशी संवाद साधला. कर्म नव्हे, तर कर्मापाठचा हेतू महत्त्वाचा असल्याची जाणीव ठेवल्यास ते अधिक

परिणामकारक होते, हे त्यांनी समाजाच्या गळी उतरवले. पाप करू नका, असे त्यांनी कधी सांगितले नाही. प्रत्येक कर्म करताना जागृत राहण्यावर (awareness) त्यांचा भर होता. चोराने चोरी करताना आपण चोरी करत आहोत आणि चोरी हे कुकर्म आहे, याची जाणीव ठेवली पाहिजे असे ते सांगत. तसे झाल्यास तो हळूहळू चोरी करणे बंद करील, याची हमी ते देत. बुद्ध तत्त्वज्ञानाचा हा विचार निःसंशय मौलिक-नवा वा स्वतंत्र आहे.

बौद्ध धर्म व बुद्धजीवनाचा अभ्यास करून कादंबरी लिहिण्याची प्रेरणा देणारा प्रसंग नमूद करावासा वाटतो. काही वर्षांपूर्वी मराठी भाषेतील एका दलित लेखकाने भगवान बुद्धांविषयी लिहिलेल्या ग्रंथाच्या प्रकाशन समारोहास मला निमंत्रित केले होते. तिथे डॉ. बाबासाहेब आंबेडकरांचा पूर्णाकृती ठरण्याजोगा मोठा फोटो लावला होता. समारंभाचा भाग म्हणून कोपऱ्यात दीप प्रज्वलित करण्याची व्यवस्था जिथे असते तिथे भगवान बुद्धांची छोटी मूर्ती होती. समारंभ बुद्धांच्या संदर्भात असला, तरी प्राधान्य आंबेडकरांनाच दिले होते. इतकेच नव्हे, तर ज्या बुद्धांनी मूर्तिपूजेचा सातत्याने विरोध केला, त्या बुद्धांच्या मूर्तीस वंदन करून व्यासपीठावरील सारे महानुभाव नतमस्तक झाले. नंतर झालेल्या अनेक भाषणांत जे विचार बुद्धांचे असल्याचे सांगण्यात आले त्यांत माहिती आणि समंजसपणाचा अभाव जाणवला. आंबेडकरांचे विचार अत्यंत आक्रोशपूर्ण रीतीने सतत कथन होत राहिले, ते वेगळेच! राम, कृष्ण, ब्रह्मा, विष्णू, महेश... वगैरे देवतांविषयी श्रद्धा बाळगू नये, त्यांची पूजा करू नये, बुद्ध हे विष्णूचा अवतार होते हा प्रचार खुळा आहे. जगात बौद्ध धर्मच संपन्न धर्म आहे, वगैरे वगैरे सांगण्यात आले. समारंभ संपल्यावर श्रोत्यांतले एक सवर्ण परिचित भेटले. ते म्हणाले, "शंकराचार्यांनी बौद्ध धर्माची देशातून हकालपट्टी केली; ते बरे झाले. नाहीतर देशाला एका अधिक सांप्रदायिक समस्येचा सामना करावा लागला असता." त्यांच्या स्वरात माहितीचा अभाव नि कडवटपणाच्या जोडीला बुद्धांविषयी तीव्र नापसंतीही जाणवली.

माझ्या मनात वैचारिक वादळ उठले. बुद्धांविषयी थोडे-फार वाचले होते. त्यावर विचारही केला होता. म्हणून मनात बुद्धांची धूसर प्रतिमा तयार झाली होती. ती प्रतिमा स्पष्ट होणे दूर राहिले, आणि या समारंभाने ती मलिन केल्याची जाणीव मीच अपराध केला असावा असा भाव जागृत करू लागली. बुद्ध आणि त्यांचे तत्त्वज्ञान समग्र मानवजातीसाठी आहे, असे मी समजत होतो. या समारंभानंतर वाटले, की ज्या मानवजातीसाठी बुद्धांनी जीवनातील एकावन्न वर्षे अपार कष्ट घेतले ती मानवजात-प्रामुख्याने ज्या भूमीत ते जन्मले त्या भूमीचे पुत्र त्यांना आणि त्यांच्या तत्त्वज्ञानाला नास्तिक ठरवून फार अन्याय करत आहेत. बुद्धांनी भल्याभल्या

नास्तिकांना आस्तिक केले, असे मला वाटत होते. अशा परमद्रष्ट्याला त्याच्या जन्मभूमीने हिंदुविरोधी वा दलितांचा देव समजावे, ही अन्यायाची चरमसीमा आहे. गुजराती भाषेत बुद्धांच्या संदर्भात फार कमी साहित्य प्रकाशित झाले आहे. म्हणून इतर भाषांत - इंग्रजी आणि हिंदी भाषांत प्रगट झालेले साहित्य अभ्यासून बुद्ध आणि बुद्ध तत्त्वज्ञानाविषयी लिहिण्याचा विचार मनात रुजला. त्याचेच हे फलित! माझा पिंड कादंबरीकाराचा! कादंबरीकाराने मूलभूत अभ्यास वा मनातील भावनेस शब्ददेह दिला तर ते कथन भिंत फोडून उगवणाऱ्या पिंपळासारखे कादंबरीरूपानेच प्रगट होणार! त्यामुळे तत्त्वत: ही कादंबरी असूनही ती बुद्धजीवन आणि बुद्धदर्शन - तत्त्वज्ञान सामावून घेण्याच्या उद्देशाने लिहिली आहे. अनुवर्ती ग्रंथांत बुद्ध जीवनाच्या संदर्भातील खूप चमत्कारांचे वर्णन आहे. त्यातील जे फार प्रचलित आहेत त्यांना मूळ कथानकाच्या भावनेशी जोडण्याचा प्रयत्न करून शक्य तितके सहज वाटतील अशा रीतीने सादर केले आहेत. हे करण्यात मी किती यशस्वी झालो आहे, ते तर सहृदय गुजराती वाचकांनी आणि समीक्षकांनीच ठरवायचे आहे. मी फक्त इतकेच म्हणेन, धारावाहिक रूपाने प्रकाशित करणे अवघड ठरावे, अशा रीतीने या कादंबरीचे कलेवर तयार झाले आहे. पण 'नवनीत-समर्पण'चे संपादक दीपकभाई दोशी यांना; मी बोलण्याच्या ओघात बुद्धजीवनावर चरित्रात्मक कादंबरी लिहीत असल्याचे सांगितले. त्यांनी ते लेखन मी आधी त्यांना दाखवावे, असे म्हटले. त्यानुसार मी त्यांना आठपैकी दोन अंश पाठवले. ते वाचून ते उत्साहाने म्हणाले, "मला आठही अध्याय हवे आहेत. हे वाचणे हा 'नवनीत-समर्पण'च्या वाचकांसाठी आनंदसोहळा ठरेल."

अशा प्रकारे ही कादंबरी, 'नवनीत-समर्पण' या मासिकात धारावाहिक रूपात प्रकाशित झाली. आता ती ग्रंथरूप धारण करत आहे. तेव्हा आभार कोणा कोणाचे मानू? मी इतकेच म्हणेन, की गोपाळभाई, प्रवीणभाई आणि चि. पल्लवी तुम्हाला मी नेहमीप्रमाणे तेच तेच वारंवार सांगण्याची गरजच नाही !

या गुजराती कादंबरीच्या मराठी प्रकाशनाचे श्रेय, 'मॅजेस्टिक प्रकाशन'चे श्री.अशोक कोठावळे यांना जाते. ही कादंबरी मराठीप्रमाणेच हिंदीतही एकाच वेळेला प्रकाशित होत आहे, ही आनंदाची घटना आहे.

– दिनकर जोषी

अनुवादकाचे दोन शब्द

बुद्धांच्या जीवनावर आधारित असलेल्या या चरित्रात्मक कादंबरीचे प्रकाशन हा माझ्यासाठी अत्यंत आनंदप्रद प्रसंग आहे. दिनकरभाईंची अभ्यासात्मक शैली मला नेहमी आवडत आली आहे. त्यांनी अनेक ग्रंथांचे मंथन करून प्राप्त केलेला प्रसाद एकाच पुस्तकाचे वाचन करून प्राप्त होतो, हा माझा अनुभव आहे. त्यांनी प्रस्तावनेत जे म्हटले आहे, ते अगदी खरे आहे. शालेय जीवनात बुद्धांच्या संदर्भात पाठ्यपुस्तकात शिकल्यानंतर सामान्य भारतीयांच्या ज्ञानात क्वचितच विश्वसनीय माहितीची भर पडते. इतरांच्या बाबतीत हे खरे असो वा नसो, माझ्या बाबतीत तरी ते निश्चितच खरे आहे.

मी अनुवादित केलेले त्यांचे हे तिसरे पुस्तक. तरी हा आनंद मला अवर्णनीय वाटतो आहे. कारण या अनुवादाची निर्मिती यापूर्वी केलेल्या दोन पुस्तकांइतकी सहज नव्हती. एकतर मी भारतातील वास्तव्य संपवून कॅनडास जाणार होते. शिवाय, तोवर हे लेखन गुजराती भाषेत पुस्तकरूपाने प्रकाशित झाले नव्हते. कॅनडास जाण्याच्या आदल्या दिवशी त्यांनी पाठवलेली हस्तप्रत मला मिळाली. गुजराती भाषेत मी विपुल वाचन करत असले, तरी मी छापील अक्षरेच वाचत आले होते. हस्ताक्षरांशी माझा विशेष परिचय नव्हता. त्यामुळे वाचताना काही ठिकाणी माझा गोंधळ उडत होता. सामान्य परिस्थितीत एखादे अक्षर कळले नाही तरी आजूबाजूच्या शब्दांचा संदर्भ पाहून तर्क करणे जमते. पण या कथानकात काही शब्द अत्यंत अपरिचित – त्यास 'बुद्ध टर्मिनॉलॉजी' म्हणता येईल –असे होते. माझा अशा शब्दांशी परिचय नसणे स्वाभाविक होते. मी तसे म्हटले तेव्हा मी टोरांटोला होते. 'तुला शब्दांचा उमज पडत नसेल तर कठीण आहे. तू फार दूर राहतेस. आपण चर्चेसाठी एकमेकांस भेटू शकत नाही. म्हणून मी दुसऱ्या कुणाकडे अनुवादाचे काम सोपवतो,' असे दिनकरभाई म्हणतील, हे भय माझ्या मनात नक्की होते. पण कथानकावर अन्याय करण्यापेक्षा वस्तुस्थिती कबूल करणे मला योग्य वाटले; पण त्यांनी तसे केले नाही, हा त्यांचा मोठेपणा.

मी त्यांचा उल्लेख दिनकरभाई असा केला असला, तरी ते माझ्याहूनच नव्हे, तर माझ्या जन्मदात्यांहूनही सर्वार्थाने ज्येष्ठ आहेत. त्यांचा मोठेपणा मी कित्येकदा

अनुभवला आहे. आता त्यांच्याशी कौटुंबिक संबंध प्रस्थापित झाले असले तरी आधी; गुजराती भाषेत सातत्याने लेखन करणाऱ्या माझ्या आईच्या ते परिचयात आले. आमच्या घरी ते प्रथम आले, ती भेट माझ्या स्मरणातून कधी पुसली जाणार नाही. कारणही तसेच आहे. सर्व भारतीय भाषांत 'मामा' या शब्दाचा विपर्यास होण्याची शक्यता असते, ते लक्षात ठेवून मी त्यांना 'दिनकरकाका' म्हणाले. त्या वेळी त्यांनी हसत माझी चूक दुरुस्त केली. त्यांचे माझ्या आईशी मित्रत्वाचे नाते असल्याने मी त्यांना 'दिनकरमामा' म्हणायला हवे, असे त्यांनी सांगितले. त्यांनी 'मामा' या शब्दाचा खरा अर्थ महत्त्वाचा ठरवण्याचा मोठेपणा दाखवला. त्याच अर्थाने मीही त्यांना 'मामा' म्हणत असल्याने त्यांना 'मामा बनवून' अनुवादाचे काम करणे मला पसंत नव्हते. म्हणून मी हस्ताक्षराच्या संदर्भातील माझी समस्या आणि बुद्धांच्या जीवनाविषयीचे माझे अज्ञान ओठी आणणे टाळले नाही. एक उत्तम साहित्यकृती हातातून निसटणार, हे भय मनात होतेच. पण ते भय त्यांनी खोटे ठरवले, यासाठी मनात कृतज्ञता आहे. ती व्यक्त करायला माझ्यापाशी शब्द नाहीत. मी सातासमुद्रापलीकडे आहे, त्यांचा संपर्क माझ्यासाठी सहज उरलेला नाही, मी मराठी साहित्यातील प्रस्थापित लेखिका नाही वा बुद्धसाहित्य अधिकाराने हाती घ्यावे अशी सर्वथैव जाणकार नाही, यांपैकी कसलाही बागुलबुवा न करता त्यांनी अनुवादाचे काम माझ्यावर सोपवले. मला हा ज्येष्ठ साहित्यिकाने मागून येणाऱ्या भाषापुजाऱ्यास (पुजारीण म्हणू का?) दिलेला आशीर्वाद वाटतो. त्यासाठी मी त्यांची सदैव ऋणी राहीन.

कादंबरीच्या संदर्भात लेखकाने प्रस्तावनेत ऊहापोह केलेला आहे. त्याची पुनरावृत्ती करण्याची आवश्यकता मला वाटत नाही. मराठी साहित्यात या पुस्तकाच्या प्रकाशनाने केवळ एका पुस्तकाची भर पडणार नसून हे पुस्तक चोखंदळ मराठी वाचकांना अभ्यासात्मक आनंद देईल, अशी आशा मला वाटते. अनुवादात ज्या त्रुटी आढळतील त्या लेखक आणि अनुवादकात पडलेल्या हजारो मैलांच्या अंतरास (शारीरिक. मानसिक नव्हे.) विचारात घेऊन सहृदय वाचकांनी क्षमापात्र ठरवाव्यात, अशी विनंती करण्याचा मोह मला होत आहे. या पुस्तकाच्या प्रकाशनकार्यात सहभागी होऊन ज्यांनी आंतरभारती तत्त्वाविषयी आदर व्यक्त केला आहे, त्या सर्वांचे मनःपूर्वक आभार. तसेच श्री. अशोक कोठावळे व मॅजेस्टिक प्रकाशन यांचे मनःपूर्वक आभार.

– अनघा प्रभुदेसाई

१ श्रावस्ती

रात्रीचा तिसरा प्रहर संपून चौथा प्रहर सुरू होतो त्या संधिकाळाच्या क्षणी 'अचिरवती नदी'चा प्रवाह क्षणभर थांबतो, असे म्हणतात. श्रावस्ती नगराच्या प्रजेतील अविरत वाहणारा हा प्रवाह अशा विशिष्ट क्षणी थांबल्याचे कोणीही बघितले नव्हते. तरी या मान्यतेस विरोध असणारे कोणी श्रावस्तीतच नव्हे, तर समग्र कोसल देशात सापडणे शक्य नव्हते. राजा प्रसेनजिताचाही यास अपवाद नव्हता. राजप्रासादाच्या प्रवेशद्वाराशी पहारा बदलणाऱ्या पहारेकऱ्याचे टोल देणे एकवेळ एखाद-दुसरा क्षण मागे-पुढे होईल; पण 'अचिरवती'चा प्रवाह कधीही चूक करणार नाही. तिसऱ्या आणि चौथ्या प्रहराच्या संधिकाळात तो नक्की थांबणार, या विषयी कुणाच्याही मनात संदेह नव्हता. तरीही, 'जेतवन विहारा'त वास्तव्य असलेल्या तथागत बुद्धांना 'अचिरवती नदी'च्या प्रवाहाच्या संदर्भात श्रामणेर* चूळपंथक मनाचा हिय्या करून हा प्रश्न विचारून मोकळा झाला होता.

"भगवंत, हा जलप्रवाह कधी थांबतो का?" तथागत नुकतेच आसनस्थ झाले होते. उद्यानात फुललेल्या फुलांवरून वाहात येणाऱ्या वायुलहरींमुळे वातावरण प्रसन्नताप्रेरक बनले होते. सूर्यकिरणे अजून पृथ्वीवर पोहोचली नव्हती. चूळपंथकाचा प्रश्न ऐकून तथागतांच्या डाव्या बाजूस उभ्या असलेल्या आनंदच्या चेहऱ्यावर प्रथम विस्मय आणि नंतर प्रसन्नता झळकली. आनंद अजून अर्हत* झाला नसल्याने त्याचे भाव त्याच्या मनासारखेच पारदर्शक होते.

पण सारिपुत्राचे तसे नव्हते. वास्तविक, त्यानेही चूळपंथकाचा प्रश्न ऐकला होता; पण त्याच्या मुद्रेवरचा भाव बदलला नाही. कारण तो फार पूर्वीच अर्हतपदास पोहोचला होता. तटस्थ, करुणामय व निश्चल भाव भगवान बुद्धांच्या मुद्रेचे अंग बनले होते. जणू त्याची सावली सारिपुत्राच्या मुद्रेवर उमटली होती.

आनंदची प्रसन्नता उचित होती. चूळपंथकाने भिक्खूसंघात श्रामणेर म्हणून प्रवेश केला, त्या घटनेस चार महिने झाले होते. या काळात त्याने धम्माची एकही गाथा मुखोद्गत केली नव्हती. त्या चूळपंथकाच्या मनात असा प्रश्न उमटला, ही

महत्त्वाची सिद्धी होती. त्याचा प्रश्न ऐकून तथागतांनी त्याच्याकडे स्थिर नजरेने बघितले व ते गंभीर स्वरात बोलू लागले.

"आवुस*, त्या उद्यानात फुललेल्या फुलांना तू बघू शकतोस का?"

"होय भदंत*!" चूळपंथक मान वळवून फुलांकडे बघत उत्तरला.

"ही फुले कळीच्या रूपात असलेली काल तू बघितली होतीस, आवुस?" तथागतांनी दुसरा प्रश्न विचारला.

"होय भदंत, त्या कळ्या मी बघितल्या होत्या."

"आणि त्याच कळ्या उमलून आता फुले बनली आहेत, यात तुला शंका आहे का?"

"नाही भगवंत!"

"आणि आता मला सांग, तो समोर उभा असलेला वृक्ष तुला दिसतोय का, आवुस?" तथागतांनी चूळपंथकाचे लक्ष दुसरीकडे वेधले.

तिथे उभे असलेले सारिपुत्र, आनंद, महाकात्यायन आणि इतर भिक्खू हा संवाद ऐकत होते.

"होय", चूळपंथक हळूच उत्तरला, "त्या विशाल वृक्षाची छाया मध्यान्हकाळी भिक्खूंना शीतल वाटते, भगवंत."

"हा विशाल वृक्ष एका सूक्ष्म बीजातून निर्माण झाला आहे, हे तू जाणतोस का?"

"होय भगवंत!"

"तर मग मला सांग श्रामणेर, ज्या कळीतून फूल बनले, हे तू स्वीकारतोस आणि ज्या बीजातून वृक्ष निर्माण झाला, हे तुला कळते; या प्रक्रिया-म्हणजे कळीतून फूल होताना वा बीजातून वृक्षाची निर्मिती होताना तू बघितलं आहेस का?"

तिथे उपस्थित असलेल्या सर्वांनी कान टवकारले.

"नाही भगवंत, मी या प्रक्रिया माझ्या डोळ्यांनी कधीच बघितलेल्या नाहीत." चूळपंथकाने कबूल केले.

"आणि तरी त्या प्रक्रिया खऱ्या असतील की नाही, याविषयी तुझ्या मनात शंका नाही. खरे ना?"

"होय भगवंत."

"श्रामणेर," चहू बाजूंस वलयं उठावीत अशा गंभीर स्वरात तथागत म्हणाले, "भविष्यास वर्तमान बनत असताना आणि वर्तमानास अतीत बनत असताना कुणीही बघितलेलं नाही. तरी हे असंच असण्याविषयी कुणाच्या मनात संशय नाही. जे दिसतं ते आणि तेवढंच सत्य आहे, असं कधी म्हणता येत नाही." चर्चेचा समारोप सूचित केल्यागत बुद्धांनी शेवटचे वाक्य उच्चारले.

श्रावस्ती नगरीच्या उत्तर दिशेस वाहात असणारी 'अचिरवती नदी' हिमालयाची कन्या होती. श्रावस्ती नगरीच्या मस्तकावरून हात फिरवत असावी, अशा रीतीने काही मैलांचा मार्ग क्रमून ती 'भागीरथी'च्या प्रवाहात आत्मसमर्पण करत असे. श्रावस्तीच्या समृद्धीत 'अचिरवती'चा सिंहाचा वाटा होता. तिच्या जलप्रवाहात ये-जा करणाऱ्या जहाजांमुळे श्रावस्तीचा व्यापार-उद्योग जोमात होता. कोसल देशाच्या पश्चिमेस असलेल्या अंधावनास शत्रू आणि चोरांपासून संरक्षण पुरवण्यासाठी राजा प्रसेनजितास जागरण करावे लागत असे. पण उत्तरेस व तिथून पश्चिमेस वाहणारी 'अचिरवती' स्वत:च प्रसेनजिताच्या सीमेचे रक्षण करत असे. तक्षशिलेच्या राजगृहास जोडणारा राजमार्ग श्रावस्तीच्या दक्षिणेस होता. या राजमार्गाचाही श्रावस्तीच्या संपन्नतेत महत्त्वाचा वाटा होता. दक्षिणेचा एक मार्ग तक्षशिलेस, तर त्यास फुटणारा दुसरा फाटा कुशीनारामार्गे राजगृहापर्यंत पोहोचत होता. सरळ जाणाऱ्या मार्गाचा विस्तार काशी नगरीस भिडत होता. उत्तर आर्यावर्ताच्या या भूखंडात-विशेषकरून पर्वतीय प्रदेश असूनही अन्न आणि वस्त्रापासून, शस्त्र आणि समृद्धीपर्यंत श्रावस्तीत उपलब्ध नसणारे काहीही नव्हते. स्थानिक भाषेत त्यासाठी सतत दोन शब्द बोलले जात. 'सबं अस्थि' - सारे उपलब्ध आहे, असे सुचवणारे हे शब्द साऱ्या प्रजेच्या इतके ओठी चढले होते, की त्यावरून नाव प्रचलित झाले - सबं अस्थि! पुढे त्याचे 'सावत्थी' झाले आणि शेवटी पंडित आणि विद्वानांनी त्यास 'श्रावस्ती' नामक मोहक परिचय दिला. तरी सामान्य प्रजेच्या तोंडी 'सावत्थी' होतेच.

आजही रात्रीचा चौथा प्रहर सुरू झाल्याचे सुचवणारा टोल वाजला,तेव्हा गंधकुटीच्या प्रांगणात भगवान तथागत बुद्ध चंक्रमण* करत होते. हा त्यांचा रोजचा परिपाठ होता. झुंजूमुंजूची वेळ दूर असताना तथागत चंक्रमणाचा प्रारंभ करत. चंक्रमण अवस्थेतच त्यांना ध्यानाच्या परम उपलब्धीचा क्षण प्राप्त होत असतो, असे सारे भिक्खू म्हणत. जेतवनात विहार करणारे इतर भिक्खू प्रातर्विधी संपवत होते. त्याच परिसरात थोड्या अंतरावर राजा प्रसेनजिताने भिक्खूणींसाठी तयार केलेल्या राजकाराम*मध्ये प्रातर्विधींचा मंगलप्रारंभ झाला होता. ही धावपळ केवळ श्वासाची उसंत घेणाऱ्यासच जाणवेल, अशी होती. बाकी, पावलांचा आवाज होऊ न देता हे नित्यनेमाने आणि नीरव शांततेचा भंग होऊ न देता चालू असे. तथागत 'जेतवन विहारा'त वास्तव्यास असतील तेव्हा श्रावस्तीचे उपासक, उपासिका आणि कधी राजवंशीही तथागतांचे दर्शन आणि त्यांची अमृतवाणी ऐकण्याचा लाभ घेण्यासाठी येत.

हळूहळू, प्रभातकाळचा प्रकाश पसरू लागला आणि तथागतांच्या निवासस्थानी गंधकुटीच्या प्रांगणातील वृक्षाच्या छायेत भिक्खू, भिक्खूणी, उपासक आणि उपासिका शांत मुद्रेने आसनस्थ होऊ लागले. धम्म सेनापती सारिपुत्र आणि

महाकाश्यप व्यवस्थापनाची जबाबदारी चोखपणे पेलत होते.

ठरल्या वेळी चंक्रमण संपवून तथागत प्रतीक्षेत असलेल्या या समुदायापाशी आले. आनंदने ठेवलेल्या आसनावर स्थानापन्न होऊन त्यांनी साऱ्यावरून नजर फिरवली. मांडी घालून मौन धारण केलेल्या नतमस्तक समुदायाच्या तोंडून लगेच मंत्रोच्चार झाला, 'नमो तस्स भगवतो अर्हतो!'

''भिक्खूंनो,'' नीरव शांततेत कंपने उत्पन्न व्हावीत अशा घनगंभीर स्वरात तथागतांनी सुरुवात केली, ''जे आहे असे आपल्याला वाटते, अशा कसल्याही विश्वात अस्तित्वच नाही. समोर वृक्ष आहे असे आपणास वाटते, ते खरे नाही. वास्तवात, हा वृक्ष तयार होण्याची प्रक्रिया चालू आहे. अशी गतिशील प्रक्रिया विश्वातील प्रत्येक पदार्थात सातत्याने चालू असते. म्हणून पूर्णत्वास पोहोचलेले असे काही असत नाही. जे या क्षणी दिसते तेच दुसऱ्या क्षणी नसते. त्यात काही ना काही परिवर्तन झालेले असते. ज्या नदीत तुम्ही आज स्नान केले त्याच नदीत तुम्ही पुन्हा कधीही स्नान करू शकत नाही. कारण ज्या जलात तुम्ही स्नान केले ते तिथून लगेच पुढे सरकलेले असते.

बुद्धवाणी क्षणभर मौनात हरवली. सगळीकडे स्तब्धता पसरली होती. इतक्या लोकांच्या उपस्थितीतही जेतवन विहारातील वनस्पती आणि माणसे यांतील फरक जाणवू नये, अशी शांतता होती.

''माणूस इतिहासात जगत असतो किंवा भविष्यात! पण अतीत पुढे सरकलेला असतो. तो कधी परतणार नसतो. भविष्याचा वेध कुणी घेऊ शकत नाही. जे परतणार नाही वा जे आपणास ठाऊक नाही त्यात जगण्यात अर्थ नसतो. वर्तमान आपल्या समक्ष असतो. जे समक्ष आहे आणि ज्यावर आपले अधिपत्य आहे त्याकडे दुर्लक्ष करून, जे आपले नाही त्याचे चिंतन करणे हा दुःखाचा मार्ग आहे. वर्तमानाचा साक्षात्कार म्हणजे समाधिवस्थेचा आरंभ! पूर्ण जागृती आणि पूर्ण प्रबुद्धतेसह वर्तमानाचा स्वीकार करणे हा दुःखमुक्तीच्या मार्गाचा पहिला सोपान आहे.''

तथागत क्षणभर थांबले. आसनापाशी असलेले एक कमळ हातात घेऊन समाधिवस्था धारण केल्यागत त्यांनी डोळे मिटले. प्रभातकाळची कोवळी सूर्यकिरणे त्यांच्या मुखावर पसरली होती. सकाळचा प्रकाश आता सर्व दिशा उजळू लागला होता. तथागतांच्या वृद्ध देहावरील चीवर* सूर्यकिरणांनी झळझळत होते.

''तथागत.'' उजवीकडे बसलेल्या भिक्खूणींच्या समुदायातून एक आवाज उमटला.

हे असाधारण होते. नवलाईचे होते. यापूर्वी असे कधीही घडले नव्हते. भगवान बुद्धांच्या अमृतवाणीचा वर्षाव होत असताना सारे एकचित्ताने श्रवण

करत. उपदेशवाणीत मधेच कोणाचा एकही शब्द ऐकू येणे, ही आश्चर्यप्रद घटना होती. नतमस्तक बसलेले सारे भिक्खूणींच्या दिशेस बघू लागले.

"भदंत!" एक स्त्री उभी राहिली. हात जोडून तथागत बुद्धांना म्हणाली, "भविष्यावर आपले अधिपत्य नाही, हे सत्य स्वीकारले तरी एक प्रश्न यथावत उरतोच."

सर्वांच्या मुद्रेवर अनाकलनीय प्रश्न उमटला. मनातील संशयाच्या निवारणासाठी तथागतांसमक्ष प्रश्न उपस्थित करणे ही काही नवी घटना नव्हती. पण उपदेशवाणी चालू असताना या भिक्खूणीने मधेच प्रश्न विचारणे, ही औचित्यपूर्ण घटना नव्हती. हे वर्तन भिक्खू संघात स्थापित झालेल्या परंपरेच्या विरुद्ध होते. उद्धटपणाचे होते. भिक्खू संघात ज्या विवेकाची अपेक्षा ठेवण्यात येत असे, त्या विवेकाची उपेक्षा घडली होती, बहुतेक भिक्खू आणि सर्व भिक्खूणींना प्रश्नकर्तीची ओळख पटली होती. या स्त्रीचे नाव 'सुंदरी परिव्राजिका' असे होते. सुमारे सहा महिन्यांपूर्वी ती उपसंपदा* बनली होती. भिक्खूणीसंघात तिची गणना नव्या भिक्खूणींतच होत असे.

महाकाश्यपाने आनंदकडे नजर वळवली. आनंदची नजर क्षणभर सुंदरीकडे वळली, आणि त्याने त्वरित खाली मान घातली.

"अतीत आपला वर्तमान असतो आणि आपणच भविष्याला वर्तमानात सुरक्षित करायचं असतं, तथागत!" अनिमिष नजरेने तथागतांकडे बघत सुंदरीने विचारले, "माझ्या उदरात वाढणारं मूल हा तुमचा अतीत आहे भन्ते*! आणि त्याच्या कल्याणाची योग्य व्यवस्था करणे, हे तुमचं भविष्य! म्हणून माझी तुम्हाला विनंती आहे, की आपल्या मुलाच्या भविष्यासाठी तुम्ही काही व्यवस्था करावी."

निरभ्र आकाशातून एकाएकी वीज कोसळली असती वा अनपेक्षितपणे भूकंपाचा प्रचंड धक्का बसला असता, तरी निर्माण झाला नसता अशा प्रक्षोभाने जेतवन विहारास हादरा बसला. सारिपुत्रासह सर्वांचे चेहरे पांढरे फटफटीत पडले. समस्त श्रोतृवृंदात हाहाकार उडाला. पण भगवान तथागत बुद्धांच्या मुद्रेवर व्याकूळतेची पुसट रेषाही उमटली नाही.

"सुंदरी," तथागत उद्‌गारले, "ज्या अतीताच्या संदर्भात तू बोलते आहेस आणि ज्या वर्तमानाच्या सन्मुख तू उभी आहेस, त्याचं रहस्य तू नीट जाणून आहेस."

"फक्त मीच नव्हे, तर तुम्हीही ते नीट जाणून आहात, भगवंत!" मर्यादांच्या सर्व किनाऱ्यांचे उल्लंघन करत सुंदरी म्हणाली. सभेत बसलेले भिक्खू अस्वस्थ झाले. काही तर आपले स्थान सोडून उठून उभे राहिले. भिक्खूणीवृंदांतही चलबिचल माजली. जणू, स्वस्थ बसणे साऱ्यांना अशक्य वाटू लागले होते.

"होय भद्रे, सत्य आपण दोघंही नीट जाणून आहोत आणि उपस्थितांत आपल्या दोघांव्यतिरिक्त कुणालाही हे सत्य ठाऊक नाही," बुद्ध शांत स्वरात म्हणाले. "आणि म्हणून या सत्याच्या नावानेच मी आपल्या बाळाच्या कल्याणासाठी तुमची प्रार्थना करतो आहे."

चहू बाजूंनी 'धिक्कार! धिक्कार!!' अशा आरोळ्या उठल्या. स्वस्थ बसवत नसूनही तोवर बसून राहिलेल्या भिक्खू-भिक्खूणी उठल्या. उपासक आणि उपासिकांच्या मुद्रेवर तीव्र नापसंती व अस्वस्थता पसरली. जणू, तिथे बसणे त्यांनाही नकोसे वाटले. राजवंशी श्रोत्यांनी उठून चालू लागण्याचे साहस प्रथम केले. सुंदरी परिव्राजिकेच्या वर्तनाहूनही; श्रोत्यांचे असे उठून जाणे ही अपूर्व घटना होती. तथागत उठण्यापूर्वी कोणी कधी उठत नसे. सुंदरी अजूनही ताठ उभी होती. तिचा डावा हात तथागतांच्या दिशेस होता, तर उजवा हात तिने तिच्या उदरावर ठेवला होता.

* * *

आनंदच्या नजरेसमोर अतीतातील एक प्रसंग तरळू लागला.

स्त्रियांना भिक्खूसंघात प्रवेश देण्याचा प्रस्ताव ठेवण्यात आला तेव्हा तथागतांनी त्यास विरोध केला होता. माता महाप्रजापतींना संघात सामील होण्याची आणि दुःखमुक्तीचा मार्ग शोधण्याची इच्छा होती. पुत्राच्या पावलांवर पाऊल ठेवून निर्वाणाचा मार्ग त्या अनुसरू इच्छित होत्या. पण या प्रस्तावास तथागत मान्यता देत नव्हते. वैशालीच्या आम्रविहारात एका मध्यान्ह समयी आनंदने तथागतांची विनवणी केली.

आनंदला अपराध केल्यासारखे वाटले.

त्या वेळी तथागत म्हणाले होते, "भन्ते, तथागत बुद्धाचा दुःखमुक्तीचा हा धम्म एक हजार वर्षं प्रजेचं जीवन प्रज्वलित करू शकणार होता. तो आता फक्त पाचशे वर्षांत निस्तेज होईल."

"असं का, भगवंत?" आनंदने विचारले होते.

"ज्या घरात स्त्रियांची संख्या अधिक असते आणि पुरुष अल्पसंख्येत वा नगण्य असतात त्या घरात चोर, लुटारू आणि दरोडेखोर सहज प्रवेश करू शकतात. शेताच्या पिकात जंतूप्रवेश झाला, की शेत वाचवता येत नाही. भिक्खूसंघात स्त्रियांच्या प्रवेशाची बाब तू अशीच समज."

भविष्यवाणी म्हणण्याजोगे हे शब्द बुद्धांनी काही वर्षांपूर्वी उच्चारले होते. आनंदच्या मनात त्या शब्दांचे पडसाद उमटले.

"भन्ते," महाकाश्यपाच्या शब्दांनी आनंद तंद्रीतून उठले.

उद्यान रिकामे झाले होते. ज्या आसनावर भगवान बुद्ध बसले होते ते

स्थानही आता रिक्त होते. आनंदने चमकून महाकाश्यपाकडे नजर वळवली. त्याच्या मुद्रेवरही कठोर भाव दिसत होता.

''वंदन करतो, भदंत!'' किंचित मस्तक झुकवून आनंद म्हणाला.

''आठवतोय तो क्षण? मी तुला स्त्रियांच्या भिक्खू संघात प्रवेशाच्या संदर्भात तथागतांशी वाद घालू नकोस असे म्हणालो होतो, तो क्षण?''

आनंदचे मस्तक अधिकच झुकले. त्याने वाद घातला नाही. महाकाश्यपाचे म्हणणे खरे होते. माता, महाप्रजापती आणि अन्य काही स्त्रियांनी भिक्खू संघात प्रवेश व्हावा यासाठी भलावण करावी अशी विनंती आनंदला केली होती. त्या विनंतीस मान देऊन आनंद तथागतांना विनंती करण्यास जात होता. त्यावेळी महाकाश्यपाने त्याला चेतावणी दिल्यागत म्हटले होते,

''संघात स्त्रियांचा प्रवेश दुःखमुक्तीच्या मार्गात विघ्न निर्माण करणारी घटना ठरेल. अग्नी आणि घृत दोन्ही एका वेळी, एका ठिकाणी राहू शकत नाहीत. दोन्हींचा प्रकृतिधर्मच वेगळा आहे. आनंद, तुझा हा प्रयास प्रकृतीच्या विरोधात आहे.''

पण महाकाश्यपांची सूचना आनंदने कानाआड केली होती. त्या वेळी त्याच्या नजरेसमोर तथागतांच्या ऐंशी वर्षीय माता महाप्रजापती होत्या. कपिलवस्तूपासून वैशालीपर्यंतचा कठीण प्रवास करून तिथे पोहोचलेल्या! त्यांच्या देहावर पिवळे जीर्ण वस्त्र होते. मस्तकावरील सौभाग्यचिन्ह वा राजचिन्हासमान असलेले केस काढून त्यांनी मुंडण केले होते. ज्या पायांत सदैव मौल्यवान मोजड्या असत, त्या पावलांवर प्रवासाची धूळच नव्हे, तर सूजही दिसत होती. काही ठिकाणी तर मार्गातील काटे-कंकर टोचल्यामुळे रक्तबिंदू उमटले होते.

तथागतांनी बुद्धत्व प्राप्त केल्याची घटना तीन वर्षे जुनी झाली असताना, तथागत बुद्धांच्या पिताश्रींचे निधन झाल्याने तथागत कपिलवस्तुस गेले होते. त्या वेळी या मातेने पुत्रास विनंती केली होती,''भगवंत, आता ही शाक्य नगरी माझ्यासाठी नाही. मलाही तुमच्याबरोबर न्या आणि प्रव्रज्या* द्या. दुःखमुक्तीच्या मार्गाचा शोध घेण्याची मला संधी द्या.''

पण तथागतांनी, ''आता कुणी माता नाही आणि पुत्र नाही,'' असे सांगून नकार दिला होता. महाप्रजापतींनी पुन्हा एकदा तथागतांना सांगण्याचा प्रयत्न केला होता, ''भदंत, राजा शुद्धोदनांच्या मृत्यूनंतर शाक्य कुळांनी भद्दीयास नवा राजा म्हणून नियुक्त केले आहे. माझा पुत्र नंद भिक्खू बनून संघात सामील झाला आहे. पौत्र राहुलही श्रामणेर बनला आहे. आता माझ्यासाठी या संसारात राहण्यासारखे काही उरलेले नाही हे लक्षात घेऊन मला प्रव्रज्या द्या, भदंत!''

पण मातेच्या अशा करुण प्रार्थनेचाही तथागतांवर परिणाम झाला नाही.

त्यांनी तत्काळ कपिलवस्तूचा निरोप घेऊन वैशालीस प्रयाण करण्यासाठी संघास आदेश दिला होता.

वैशालीच्या आम्रवनातील विहारात भिक्खू संघाचे वास्तव्य असताना माता प्रजापती तिथे पोहोचल्या. त्या जराजर्जर मातेची दयनीय अवस्था पाहून आनंदचे काळीज इतके द्रवले होते, की महाकाश्यपाची चेतावणी त्याने नजरेआड केली. तथागतांची वामकुक्षी संपताच तो तथागतांना भेटायला गंधकुटीत गेला होता.

''भगवंत,'' उत्तरासंगास* उजव्या खांद्यावर ठीक करत जमिनीवर गुडघे टेकून आनंदने हळूच विचारले, ''तथागतांच्या बोधिधर्मात प्रत्येकासाठी निर्वाणमार्गाचा अधिकार आहे?''

''असं का विचारतोस आनंद?'' कूस न पालटता तथागतांनी प्रतिप्रश्न विचारला, ''बोधिधर्म प्रत्येकासाठी निर्वाणमार्ग आहे. जो त्याचं अनुसरण करील त्या प्रत्येकासाठी मुक्तीचा हा मार्ग आहे.''

''तर मग हे भदंत, आपल्या मार्गाने स्त्रियाही निर्वाणप्राप्ती करू शकतात, असं मला वाटतं.'' अत्यंत सावधपणे आनंद मानस व्यक्त करू लागला.

''नक्कीच,'' तथागत उत्तरले, ''स्त्रियांची गणना माणसांत होते आणि बोधिधर्म मानवमात्रासाठी आहे.''

''असं असेल तर मग भगवंत, माता महाप्रजापतींचा भिक्खू संघात समावेश करण्यास आपण नकार का देता? माता आणि त्यांच्यासोबत असलेल्या इच्छुक स्त्रिया भिक्खू संघाचे नियम आणि शिस्त पाळणार नाहीत, असं आपणास वाटतं का?''

क्षणभर बुद्ध यथावत बघत राहिले. दुसऱ्याच क्षणी त्यांनी नजर झुकवली. माता महाप्रजापती नियम आणि शिस्तीचे अनुसरण करू शकणार नाहीत, असे ते कसे म्हणू शकणार होते? शय्येवरून उठत ते म्हणाले, ''आनंद, भिक्खूंनी अनुसरण्याचे नियम सार्वत्रिक असल्याचं तू जाणतोस.''

''होय.''

''भिक्खूंनी अनुसरण्याचे नियम आहेत. त्याव्यतिरिक्त, भिक्खूणींना काही नियम पाळावे लागतील. ते पाळण्याची तयारी असेल त्या स्त्रियांना प्रव्रज्या देण्याची व्यवस्था करा.''

आनंदच्या मुद्रेवर कृतकृत्यता उमटली.

''नीट लक्ष देऊन ऐक, आवुस,'' तथागत पुढे म्हणाले होते, ''कोणतीही भिक्खूणी वयाने कितीही ज्येष्ठ असली तरी अत्यंत कनिष्ठ वयाच्या भिक्खूलाही तिने उच्चासनी बसवावं आणि त्याला प्रणाम करून उपदेशाचं ग्रहण करावं. त्याला कधीही उपदेश करू नये.''

भिक्खूणींना हा वेगळा नियम कशासाठी, याचे मर्म आनंदला समजले नाही. पण एक नियम अधिक पाळणे मान्य केल्याने स्त्रियांना जर प्रव्रज्या देता येणार असेल तर शुळाची शिक्षा सुईवर संपली असे समजावे, असे त्यास वाटले.

"आणि आनंद, यापुढे भिक्खूणी संघाची स्थापना झाल्यामुळे भिक्खूंनाही अधिक सावध राहण्याची गरज निर्माण होणार आहे. त्यांनी याचे भान ठेवावे. चराचरविश्वात स्त्रीपेक्षा अधिक मोह आणि आकर्षणाचे अस्तित्व नाही. स्त्रीपासून सर्वाधिक सावध राहण्याची गरज असते. कोणताही स्वर, सुगंध वा स्वाद स्त्रीहून मोहक असत नाही, हे भिख्खूंना सातत्याने लक्षात ठेवावं लागेल." तथागतांनी समारोप केला.

आणि वैशालीच्या त्या उद्यानात सायंकाळी महाप्रजापती भिक्खूणी बनल्या. त्यानंतर क्षेमा महाराणींनी दीक्षा घेतली. नगरश्रेष्ठींची उत्पलवर्णा नावाची कन्या कौमार्यावस्थेत भिक्खूणी बनली. दिवसेन्‌दिवस भिक्खूणींची संख्या वाढत राहिली.

ही सुंदरी परिव्राजिकाही त्यातलीच एक होती. सुमारे सहा महिन्यांपूर्वी तिला उपसंपदा प्रदान करण्यात आली होती. जिच्या सौंदर्य आणि यौवनाची समस्त श्रावस्ती नगरीतील श्रेष्ठी आणि शूर सैनिकांत सतत चर्चा होत असे, ती सुंदरी तथागतांना स्वेच्छेने शरण आली. भिक्खूणी संघात प्रवेश करून तिने तथागतांनी ठरवलेल्या सर्व नियमांचा स्वीकार केला होता.

पण आनंदला तथागतांनी भिक्खूणींसाठी अतिरिक्त नियम ठरवण्याचे कारण अजून उमगले नव्हते. माता महाप्रजापतींनी खुद्द तथागतांचे संगोपन केले होते. अशा वयस्क स्त्रीनेही बालवयातील श्रामणेर व्यक्तीस प्रणाम करणे, त्यास उच्चासनी बसवून वंदन करण्याच्या हेतूने त्याच्या चरणांशी बसणे आणि त्याने केलेला उपदेश ग्रहण करणे, हे आनंदला विचित्र वाटत असे. तथागत स्त्रियांवर अन्याय तर करत नाहीत, ही शंका त्याला सदैव कुरतडत असे. तथागतांचे धोरण पक्षपाताचे असणार नाही, अशी खात्री वाटत असताना त्याला वाटे, की कदाचित पूर्वायुष्यातील संस्कारांमुळे तथागतांच्या मनात स्त्रियांविषयी पूर्वग्रह असू शकेल. त्याच्या चित्तात चालू असलेल्या मंथनाचा वास धम्म सेनापती सारिपुत्रास न येता तरच नवल!

"आनंद," सारिपुत्राने विचारले, "तुझ्या मनात संक्षोभ निर्माण होऊन तुला काही अस्वस्थ करते आहे का?"

"होय, भदंत!" आनंदने त्वरित कबुली दिली आणि मनातील चलबिचल विवेकपूर्ण शब्दांत मांडली.

"भन्ते," आनंदच्या खांद्यावर आश्वासक हात ठेवून कानात गुणगुणल्यागत सारिपुत्र सांगू लागला, "तथागतांना मानवी मनातील जितकी रहस्यं उलगडली

आहेत, त्यांच्या शतांशाने ती आपल्याला उलगडलेली नाहीत. भिक्खू असो, की भिक्खूणी! तथागतांचा उपदेश ग्रहण केल्यावरही पुरुष नेहमी पुरुषच असतो, आणि स्त्री सदैव स्त्रीच राहते.''

''म्हणजे? मी समजलो नाही.'' आनंद म्हणाला.

''पुरुष आणि स्त्री जेव्हा एका ठिकाणी येतात, तेव्हा एक अत्यंत नाजूक आणि अनाकलनीय रसायन अनायासे तयार होतं. या रसायनाने दोघांपैकी कुणाच्याही चित्तास स्पर्श होऊ नये, यासाठी सतत सतर्क राहावं लागतं. त्या संदर्भात काळजी घेण्याच्या उद्देशाने तथागतांनी अशा नियमाची निर्मिती केली आहे. एकदा का स्त्रीने पुरुषाला उच्चस्थानी कल्पून सन्मान्य ठरवलं आणि त्याच्या चरणांशी बसून कनिष्ठ स्थान स्वीकारलं, की असं अनाकलनीय रसायन कुणाच्या चित्तास स्पर्श करण्याची शक्यता दुष्कर बनेल. दोघांतलं अंतर आपसूक सांभाळलं जाईल. विशेष करून पुरुष सावध आणि जागरूक राहू शकेल. हे सारं मुद्दाम करावं न लागता आपसूक घडेल.'' सारिपुत्राने आनंदला सविस्तर समजावले.

आनंद स्तब्ध झाला. एका छोट्याशा नियमाच्या पाठी मानवी मनाचे इतके विश्लेषण असू शकेल, असे त्याला वाटले नव्हते.

आणि आज...

आज जे घडले ते कल्पनातीत होते.

''आनंद, या भिक्खूणींचा संघात प्रवेश होण्यात जर तू निमित्त बनला नसतास तर आजच्या या दुर्घटनेचे अपयश तुला स्वीकारावे लागले नसते.'' प्रत्येक शब्दावर जोर देत बोलणाऱ्या महाकाश्यपाच्या शब्दांच्या रूपाने आनंदच्या कानांत जणू गरम तेल ओतले जात होते. ''आज आपल्या नजरेसमक्ष जे घडले त्याचा आपण स्वीकार केला नाही, तरी नगरजनांची तोंडं आपण बंद करू शकणार नाहीच.''

यावर काहीही बोलणे आनंदला जमले नाही.

भिक्खूणींचा संघ स्थापन होण्यापूर्वी एकदा आनंदने भगवान तथागतांना विचारले होते, ''भगवंत, भिक्खूंनी स्त्रियांच्या संदर्भात कोणत्या प्रकारची सावधगिरी बाळगायला हवी?''

''आनंद,'' तथागतांनी एका क्षणाचाही विलंब न लावता स्पष्ट शब्दांत सांगितले होते, ''भिक्खूंनी शक्यतो स्त्रियांकडे बघणंही टाळायला हवं.''

''पण स्त्रियांकडे बघण्यास पर्यायच नसेल तेव्हा मी काय करावं?'' आनंदने विचारले.

''बघावंच लागलं तर वाचेविना अशब्द व्यवहार करावा.'' तथागतांनी उपदेश केला.

"पण स्त्रीने संवाद सुरू केला तर? भिक्खूने त्यास कसं उत्तर द्यावं?"

"अशा प्रसंगी हे आनंद, भिक्खूने अत्यंत सावध राहावं. सतर्क मनानं आंतरजागृतीचं स्मरण करावं. बस, हा एकच मार्ग आहे."

बुद्धांनी दर्शवलेल्या जागृतीची सर्व लक्षणे आणि सर्व मार्गदर्शक रेषा जणू आज नष्टभ्रष्ट झाल्या होत्या. खुद्द तथागतांवर संघातील एका तरुण स्त्रीने असा आळ घेतला होता, की ज्याचा थांग लागू नये.

* * *

प्रातःकाळी जेतवन विहारात एक घटना घडली. पाहता पाहता ती समस्त श्रावस्ती नगरीस कळली. श्रावस्तीच्या प्रजेत तथागतांनी सुरू केलेले धर्म अभियान मुळातच पसंत नसलेले खूप लोक होते. कित्येकांचे पुत्र, पिता, वा पती भगवान बुद्धांच्या प्रतिभेवर लोभावून भिक्खू बनले होते. असे लोक स्वजनांचा कुटुंबत्याग पचवू न शकणे स्वाभाविक होते. त्यातही, शेवटी शेवटी संगमजींनी प्रव्रज्या ग्रहण करून कुटुंबाचा त्याग केला, तेव्हापासून तर बरेच लोक नाराज झाले होते.

कारणही तसेच होते.

संगमजी अत्यंत तरुण होता. तो अत्यंत आकर्षक व्यक्तिमत्त्वाचा आणि लोकप्रिय होता. बाल्यावस्थेत त्याचे पितृछत्र उडाले होते. मातेने कष्टमय जीवन जगून त्याचे संगोपन आणि शिक्षण केले. योग्य वेळी एका गरीब, पण सुसंस्कृत मुलीशी त्याचे लग्न लावून दिले. पुढील वर्षी तिने गोड पुत्रास जन्म दिला. म्हणून आता दुःखपर्व संपून सुखपर्व सुरू झाले आहे, असे समजून माता आनंदात होती. तसा, संगमजीचा संघर्षकाळ काही संपला नव्हता. आर्थिकदृष्ट्या संपन्न होण्यास अजून काही वर्षे लागणार होतीच. तरी तो मार्गी लागला होता. अशा वेळी माता मृत्युशय्येर आरूढ झाली. पण म्हातारीला त्याचे दुःख नव्हते. मुलगा, सून व पौत्र असलेल्या भरल्या घरात सुखाने शेवटचा श्वास घेण्याचे स्वप्न तिला मोहवत होते.

आणि एका सकाळी संगमजी त्याच्या मित्रांबरोबर जेतवन विहारात तथागतांच्या दर्शनास गेला. जेतवन विहारातील एका वृक्षाच्या छायेत ध्यानस्थ बसलेल्या तथागतांची करुणामयी मूर्ती त्याला दिसताच, कसलीही जाण होण्यापूर्वी अनाम शक्तीस वश होऊन तो नतमस्तक झाला. भारावल्या अवस्थेत तो नकळत त्यांच्या चरणांशी बसला. नंतर त्याने बुद्धांची अमृतवाणी ऐकली. ती ऐकत असताना त्याच्या अंतर्मनाच्या दरवाज्यावर टकटक सुरू झाली. नकळत त्याच्या तोंडून शब्द उमटले, "भगवान, मला प्रव्रज्या हवी आहे."

आणि संगमजी बौद्ध भिक्खू संघात सामील झाला. तो घरी गेलाच नाही.

त्याच्या पत्नीला तो भिक्खू झाल्याचे कळले, तेव्हा तिच्या अंतरात चित्कार उमटला. अंथरुणास खिळलेली सासू आणि अबोध बालक यांचा प्रतिपाळ ती कसा करणार होती? अवघ्या वीस वर्षांची ती पोर आक्रोश करू लागली. वार्धक्यात सुख लाभेल, या आशेवर जीवनभर कष्ट सोसलेली माता हतबल मनाने तिचा आक्रोश ऐकत होती. ती अशी स्तब्ध झाली, की तिच्या खोल उतरलेल्या डोळ्यांत अश्रूंचा थेंब तरळला नाही की तिच्या तोंडून चित्कार उमटला नाही.

संगमजीच्या पत्नीने पोर काखोटीस मारले आणि थेट जेतवन गाठले. संगमजी पीत वस्त्रे धारण करून, मस्तकाचे मुंडण करून ध्यानमग्न अवस्थेत एका वृक्षाखाली बसला होता. पत्नीने त्याचे लक्ष वेधण्याचा प्रयत्न केला. त्याने डोळे उघडून बघितलेही; पण कोणताही प्रतिभाव न दर्शवता परत डोळे मिटले. तो तसाच निश्चल बसून राहिला. आजूबाजूच्या भिक्खूंनी हे दृश्य बघितले. थोड्या अंतरावर असलेल्या तथागत बुद्धांनाही संगमजीच्या मुद्रेवर निर्विकार भाव दिसला. पत्नीने हातांतले बालक संगमजीच्या चरणांशी ठेवले. ती म्हणाली, "स्वामी, ज्या संसारात तुम्ही पडलात त्याला न्याय देणं तुमचं प्रथम कर्तव्य आहे-आत्मोन्नतीहूनही अधिक! घ्या. याला सांभाळा आणि सप्तपदीवेळी घेतलेली शपथ पूर्ण करा."

संगमजीने पुन्हा डोळे उघडले. पण त्याची मुद्रा अत्यंत निर्लेप होती. जणू, त्याच्या नजरेसमक्ष काहीही घडत नव्हते. काष्ठपुतळ्यागत तो स्थिर बसून होता.

पत्नीने पाठ फिरवली. मुलाला तिथेच सोडून ती दूर निघून गेली. संगमजीच्या मुद्रेवर मात्र कसलाही परिणाम उमटला नाही. त्याची पत्नी जेतवनातील दूरच्या वृक्षराजीत एका भिंतीस टेकून कितीतरी वेळ उभी राहिली; पण संगमजीने तिकडे ढुंकूनही बघितले नाही.

संगमजीने कितीतरी वेळ त्या मुलाकडेही लक्ष दिले नाही. जमिनीवर ठेवलेले ते मूल सतत रडत होते. दृढ निश्चय केला असूनही शेवटी मातेस हे रुदन ऐकवेना. ती बालकाकडे धावली. तिने बालकास संगमजीच्या चरणांवरून उचलून छातीशी धरले. पुन्हा पाठ फिरवून ती चालू लागली. बालकासह!

भगवान तथागत बुद्धांनी संगमजीची निर्लेप वृत्ती स्वतःच्या डोळ्यांनी बघितली. सर्व भिक्खू आणि संगमजीची पत्नीही ऐकू शकेल, अशा स्वरात त्यांनी एक गाथा ऐकवली, "हे श्रमण, तू धन्य आहेस. पूर्वजीवनातील पत्नी आणि पुत्र सन्मुख आले असूनही तू प्रफुल्लित झाला नाहीस, की पत्नी-पुत्रास घेऊन निघून जात असलेली पाहून तुला लेशमात्रही दुःख झालं नाही. सारी बंधनं तुटली आहेत, असा तू विजयी आहेस. तूच खरा ब्राह्मण आहेस आणि तूच खरा भिक्खू."

पाठ फिरवून चालू लागलेल्या संगमजीच्या पत्नीने ते ऐकले आणि ती अवाक् झाली. तिचे पाय अडखळले. मागे वळून तिने तीव्र नजरेने तथागतांकडे बघितले. जहाल स्वरात ती म्हणाली, "हे श्रमण, ज्यास तुम्ही खरा ब्राह्मण नि खरा भिक्खू म्हणालात, त्याच्या कुटुंबाची जबाबदारी कुणाची आहे? नवजात अर्भक वा घरी अंथरुणास खिळलेली, मृत्यूच्या प्रतीक्षेत असलेली माता यांची जबाबदारी कुणी घ्यायची?"

"भद्रे," बुद्ध शांत स्वरात म्हणाले, "कुटुंबातील कुणी आत्म-कल्याणाच्या मार्गावर प्रवासास निघाले तर त्याला सहकार्य देण्याचे पुण्यकर्म करण्यापासून इतरांनी वंचित राहू नये. समाज अशा पुण्यात्म्यांच्या कुटुंबास सांभाळू शकत नसला तर त्या कुटुंबाने स्वत:ची व्यवस्था स्वत: केली पाहिजे."

वाद घालण्याची किंचितही तमा न बाळगता ती तरुणी निघून गेली. तिने जे ऐकले, पाहिले आणि अनुभवले, ते सारे तिने श्रावस्तीच्या लोकांना सविस्तर सांगितले होते. त्यामुळे तोवर जनमानसात अप्रगट राहिलेली बुद्धांविषयीची नाराजी प्रगट होऊ लागली होती. त्यात सुंदरी परिव्राजिकेच्या वृत्तांताची भर पडली, आणि जणू वादळ उठले.

या साऱ्याचा परिणाम भिक्षाटनात मिळणाऱ्या भिक्षेवर झाला. भिक्खू रोजच्याप्रमाणे भिक्षेसाठी नगरात गेले; पण त्यांची भिक्षापात्रे अर्धीही भरली नाहीत. ज्यांनी भिक्षा घातली त्यांच्या मुद्रेवरही नापसंती होतीच. बहुतेकांनी मौनाने विरोध प्रगट केला, तर फटकळ नागरिकांनी भिक्षा देणे दूर, उलट 'शाक्यवंशीय श्रमणाचा आम्ही धिक्कार करतो,' या वा अशा शब्दांत शाब्दिक प्रहारही केले.

जेतवनात परतलेल्या भिक्खूंनी नगरजनांच्या वर्तनाचा वृत्तांत तथागतांना सांगितला तेव्हा ते शांतपणे म्हणाले, "भिक्खूंनो, हे फार काळ चालणार नाही. उद्याही तुम्ही भिक्षाटनास जा. उद्याही तुमच्याशी असंच वर्तन करण्यात आलं तर त्यांना सांगा, "जे अयथार्थवादी आहेत ते नरकात जातात आणि जे करायला हवं तेही करत नाहीत. त्यांनाही नरक प्राप्त होतो. ही दोन्ही नीच कर्म आहेत आणि मृत्यूनंतर ते एकाच गतीचे अधिकारी होणार आहेत."

दुसऱ्या दिवशी जेतवनात भरलेल्या प्रातःसभेत रोजच्या तुलनेत नगरजनांची - विशेषतः उपासक आणि उपासिकांची संख्या खूप कमी होती. तिसऱ्या दिवशी तिच्यात फार मोठ्या प्रमाणात घट झाली. सारिपुत्राने बघितले, तर उपस्थितांची ही संख्या नगण्य होती. त्या दिवशी रात्रीच्या सभेत तथागतांची नजर भिक्खूवृंदावर स्थिरावली. दोन दिवसांपासून संपूर्ण नगरात घरोघरी भिक्षा मागितली तरी पुरेशी भिक्षा जमत नव्हती. यावर बुद्धांनी फक्त एक वाक्य उच्चारले, "कुणाला किती कळतं वा कळत नाही, हे अजमावण्याची ही वेळ आहे. भिक्खूंनो, कोण बरोबर आहे आणि

कोण नाही, याचा साक्षात्कार घडवणारा हा दुर्लभ क्षण आहे.''

बुद्धांना वंदन करून निद्रेसाठी प्रस्थान करणाऱ्या भिक्खूंचा पदरव वगळता वातावरणात शांतता होती.

'राजकाराम'मध्ये राहणाऱ्या भिक्खूणी एकमेकींच्या कानी लागत होत्या. 'त्या' दिवशी स्फोटक विधान करून सुंदरी परिव्राजिका नगरात निघून गेली होती. कोणा भिक्खूणीने नगरात जाणे नवलाचे नव्हते; पण भिक्खूणी संघासाठी बुद्धांनी आचारसंहिता तयार केली होती. त्या स्थापित नियमांनुसार एकट्या भिक्खूणीने विहाराबाहेर जाणे निषिद्ध ठरत होते. विहाराबाहेर जायचे असेल तेव्हा निदान दोन भिक्खूणींनी बरोबर जावे, असा तथागतांचा आदेश होता. तरी त्या दिवशी जेतवनातील सकाळच्या सभेनंतर सुंदरी 'राजकाराम'मध्ये परतली नव्हती. इतकेच नव्हे, तर तीन दिवस झाले तरी ती परतली नव्हती. त्यामुळे एक विराट प्रश्न जेतवन विहाराच्या आभाळात दाटल्या मेघांसारखा भरून राहिला होता.

चौथ्या दिवशी भिक्षाटनासाठी नगरात गेलेल्या भिक्खूंना जे दिसले व ऐकायला मिळाले त्याने त्यांना स्तब्ध केले. हतप्रभ आणि निराशही केले. आदल्या दिवसापासून सुंदरी कोणाला कुठे दिसली नव्हती. भिक्खूणी बनण्यापूर्वी तिचे स्वजन असणाऱ्यांनी राजा प्रसेनजितासमक्ष तिचे गाऱ्हाणे मांडून तिचा शोध घेण्याची विनंती केली होती. राजाज्ञेनुसार सैनिक तिचा शोध घेत होते.

राजा प्रसेनजिताच्या मनात बुद्धांविषयी अत्यंत सद्भाव आणि सन्मानाची भावना होती. त्यांना जेव्हा जेतवन विहारातील घटनेविषयी सांगण्यात आले, तेव्हा त्यांच्या मनात क्षोभ व्यापला. गेल्या काही वर्षांपासून चातुर्मासाच्या काळात बुद्ध जेतवन विहारात निवास करत. या काळात राजकाजातून वेळ काढून शक्य तितका अधिक वेळ बुद्धांच्या सहवासात राहण्याचा राजा प्रसेनजिताचा प्रयत्न असे. राजाने तथागतांचा बौद्ध धर्म स्वीकारला नव्हता. पण बुद्ध-आदेशांचा आदर करून त्याने काही नियम आणि कायद्यांत बदल केले होते. 'अचिरवती' पार करणाऱ्या प्रवाशांसाठी जो नियम होता, त्यात कोणासाठीही फुकट प्रवासाची सोय नव्हती. तथागतांनी; हा प्रवास भिक्खू निःशुल्क करू शकतील अशी सोय करण्याची विनंती प्रसेनजितास केली. त्याच्या समर्थनार्थ अनेक वर्षांपूर्वी बोधिसत्त्वांनी बुद्धत्व प्राप्त केले, त्या वेळची एक घटना सांगितली.

उरुवेल ते सारनाथपर्यंतचा प्रवास करायला नदी ओलांडावी लागे. त्यासाठी अर्थातच होडीवाल्यास भाडे द्यावे लागे. तेव्हा बुद्धांजवळ एखादेही कार्षापण* नव्हते. एका उदार होडीवाल्याने त्यांचे भाडे भरले, म्हणून ते सारनाथास पोचू शकले. ती घटना विशद करून त्यांनी प्रसेनजितास भिक्खूंना प्रवास फुकट करता यावा, असे सुचवले. राजाने त्यास लगेच अनुमती दिली आणि तसे होत असल्याचे जातीने

बघितले. असे असले तरी तो वैदिक धर्म पाळत होता. तथागतांचा यज्ञपरंपरेस विरोध होता; पण त्याच्या राज्यात यज्ञपरंपरा चालू होती. मात्र बुद्धांविषयी आदर व्यक्त करण्याच्या हेतूने यज्ञात पशूंचा बळी देण्याची पद्धत त्याने बंद केली होती.

सुंदरीच्या संदर्भात राजाला जुजबी माहिती प्राप्त झाली होती. तिचा भूतकाळ उज्ज्वल वा प्रभावित करणारा नव्हता. ती तरुण, सुंदर व अत्यंत बडबडी असल्याचे राजाला कळले होते. निर्ग्रंथ परंपरेच्या तत्कालीन विशिष्ट व सन्मान्य अशा आचार्य नाथपुत्त यांच्या अनुयायी कुटुंबातील ती एक होती. स्वपरंपरेचा त्याग करून बौद्ध भिक्खूणींच्या संघात तिने आपणहून प्रवेश केला होता आणि आता ही दुर्घटना नगरात चर्चिली जात होती.

बुद्धांच्या विरोधात असलेल्या कोणा राजाकडे या प्रसंगाचा तपास करण्याची मागणी केली असती, तर राजाने तिकडे दुर्लक्ष केले असते. उत्तर आर्यावर्तातील बौद्ध धर्मीय नसलेल्या, पण इतर धर्मांत मानाचे स्थान असणाऱ्या तत्कालीन आचार्य मंडळींनीही या घटनेच्या मुळापर्यंत पोहोचण्याची गरज असल्याचे राजास सांगितले होते, नव्हे तसा आग्रह ते करत होते. त्यासाठी सुंदरीचा शोध घेणे अत्यावश्यक होते.

राजाला काही काळापूर्वी घडलेली एक घटना आठवली. निर्ग्रंथ परंपरेचा उपाली नावाचा अनुयायी काही काळापूर्वी नाथपुत्तांचा निरोप घेऊन बुद्धांना शरण गेला होता. निर्ग्रंथ परंपरेत तो उच्चस्थानी होता. नगरातील श्रीमंत कुटुंबात त्याचा रागावेश होता असे. मनातील काही प्रश्नांची उत्तरे निर्ग्रंथ परंपरेत न सापडल्याने, तो कुतूहलवश मनाने बुद्धभेटीसाठी जेतवन विहारात गेला. त्याने काही आध्यात्मिक मुद्द्यांवर तथागतांशी सविस्तर चर्चा केली. बुद्धांचे विचार ऐकून तो संतुष्ट झाला. बौद्ध उपासक होण्याचा निर्णय त्याने तत्काळ जाहीर केला.

उपालीच्या विनंतीचा स्वीकार करण्यापूर्वी बुद्धांनी त्याला धोक्याची सूचना देताना म्हटले होते, "आवुस, प्रभावित अवस्थेत कोणताही निर्णय घेण्याची घाई कधी करू नये. तुझ्यासारख्या प्रतिष्ठित आणि समंजस व्यक्तीच्या निर्णयाचे पडसाद केवळ तुझ्याच जीवनावर नव्हे, तर समाजावरही पडणार असतात. म्हणून तू अत्यंत विचारपूर्वक पाऊल उचलायला हवं."

तरी उपालीने निर्णय बदलला नाही. आपण विचारपूर्वक निर्णय घेतला असल्याचे त्याने बुद्धांसमक्ष सिद्ध केले आणि नंतरच तो बौद्ध उपासक बनला. त्याची विनंती मान्य करण्यापूर्वी बुद्धांनी फेरविचाराची संधी दिल्याने उलट तो अधिक प्रभावित झाला. श्रावस्तीच्या एका श्रेष्ठीसभेत त्याने तसे स्पष्ट सांगितलेही. इतर कोणत्याही धर्माचे आचार्य असते, तर त्यांनी अशा उपासकास उत्साहाने स्वधर्मात सामावून घेतले असते-नव्हे, तो विचार बदलेल या भयाने त्यास दीक्षा देण्याची घाई केली

असती. बुद्धांनी त्याऐवजी समाजावर पडू शकणाऱ्या प्रभावाचा विचार करण्याची सूचना दिली होती.स्वाभाविकच,उपालीला त्याचे फार महत्त्व वाटले होते.

बुद्धांच्या अपेक्षेप्रमाणे; उपालीचे बौद्ध उपासक होणे हे समाजात गंभीर पडसाद उमटण्यास निमंत्रण ठरले होते.

* * *

वैदिक परंपरेच्या ज्ञानमार्गाचा मध्यान्ही तळपणारा सूर्य आता पश्चिमाकाशात ढळू लागला होता. कारण ब्राह्म परंपरेने आता ज्ञानाची कास सोडून क्रियाकांडास टोकाचे प्राधान्य देणे सुरू केले होते. महाभारत काळाचा विलय झाल्यापासून सामान्य माणसास मुक्तीचा मार्ग शोधताना विश्वसनीय मार्गदर्शन प्राप्त होत नव्हते. वैदिक परंपरेच्या उच्च आदर्शांचा आदर करणाऱ्या ऋषी आणि आचार्यांचा अभाव तिथे स्पष्ट जाणवत होता. स्वतःस विद्वान म्हणवणाऱ्यांचे ज्ञान नव्हे, तर अज्ञान नजरेत भरत होते. खुजे लोक सावलीची उंची मोजून माणसाच्या उंचीचा अंदाज व्यक्त करत होते. परिणामी, ज्ञानमार्गाचा खऱ्या अर्थाने आग्रह धरणारे लोक कुतूहलवश मनाने दुसरा मार्ग शोधू लागले होते. अशा संशोधनाच्या प्रारंभकाळात कधी तलवारी उपसल्या जाणे आणि कधी अंधाराचे लचके तोडून वा प्रकाशाने डोळे दिपून त्यास बोचक्यात बांधण्याचा प्रयास होणेही स्वाभाविक होते. असे असंख्य प्रयास करणारे अनेक आचार्य आणि संन्यासी प्रजेत स्वसंप्रदायाचा पुरस्कार विविध स्तरांवर करत होते. त्यांच्यातील मतभेद एकमेकांना कधी पूरक असत, तर कधी मारक! पुरणकाश्यप नावाच्या एका आचार्याचे म्हणणे होते, की जगात पाप वा पुण्य असे काही नाहीच. कर्मात मानवी कौशल्य असतच नाही. मक्खलिगोसाल आणि निर्ग्रंथ नाथपुत्त यांच्यासारखे आचार्य चौऱ्यांशी लक्ष जन्मांतराच्या फेऱ्याचे तत्त्व समजावून, जीवनात सुख-दुःख अपरिहार्य असल्याचे सांगत. अजितकंबली नावाचा एक नास्तिक आचार्य; जगातील साऱ्या तत्त्वांचे रूपांतर रासायनिक संयोजनात आपसूक होते आणि ते विशिष्ट आकारात प्रगट होते, असे सांगत असे. तलवारीचा घाव करून तोडले तरी हे आकार यथावत राहतील, असे त्याचे म्हणणे होते. संजय बेलपुत्त नावाचा एक विद्वान तर अत्यंत गुंतागुंतीचे तत्त्वज्ञान सांगत असे. जे आहे ते नाही आणि जे नाही ते आहे, या त्याच्या कथनातून काय आहे याचे मर्मच मुळी उलगडत नसे.

या साऱ्या वैचारिक प्रवाहात सामान्य जन गोंधळत होते. सर्व आचार्यांच्या अभिप्रायाचे अनुसरण करणारेही काही लोक होते. सारे आचार्य आपल्या विचारांचे अनुसरण करणाऱ्यांची संख्या वाढवण्याच्या प्रयत्नांत असत.

या सर्व प्रवाहात जेव्हा भगवान तथागत बुद्धांनी प्रथमच परमज्ञान जनसामान्यांपर्यंत

पोहोचेल अशा सोप्या भाषेत सादर केले, तेव्हा स्वाभाविकच ते लोकमनास स्पर्शणारे ठरले. परिणामी, त्यांच्या अनुयायांची संख्या वेगाने वाढली. बुद्धांनी जीवनाची संकल्पना चार आर्यसत्यांत सादर केली, हे जग दुःखमय आहे. जीवनात जे प्रिय वाटते ते सारे प्राप्त होऊ शकत नाही. जे अप्रिय असते ते प्राप्त झाले तरी त्याबरोबर जगावेच लागते. या साऱ्या प्रपंचातून मुक्ती प्राप्त करणे हे जीवनाचे एकमेव ध्येय असायला हवे, असे त्यांनी समाजास जेव्हा समजावले तेव्हा अंधारात चाचपडणाऱ्या बऱ्याचशा लोकसमूहास ते पटले. इतर संप्रदायांच्या आचार्यांना यामुळे आनंद होणे शक्य नव्हते. कित्येकांच्या मनात गौतम बुद्धांचा वाढणारा प्रभाव पाहून असूया निर्माण होत असे. आचार्यांत आपापसांत मतभेद होते; पण समाजात गौतम बुद्धांचा वाढणारा प्रभाव रोखायला हवा, याविषयी मात्र सर्वांच्यात एकमत होते. श्रावस्तीच्या उपाली याने बौद्ध धर्माचे समर्थन केल्यावर तर, प्रभाव रोखण्यासाठी लवकरच काही केले पाहिजे, या विचारात साऱ्या आचार्यांचे मतैक्य होण्याचे आक्रित घडले.

श्रावस्तीच्या विविध संप्रदायांचे नेतृत्व करणाऱ्या ह्या आचार्यांनी राजा प्रसेनजिताची भेट घेतली. त्यांनी एक प्रस्ताव मांडला,'राजन, हा शाक्यमुनी लोकांना संभ्रमित करतो. समर्थन देण्याची तमा न बाळगता केवळ तर्काचे जाळे विणून आपल्या वाक्चातुर्याने अबोध प्रजेस प्रभावित करतो. तो जे सांगतो ते वैचारिक कसोटीवर अत्यंत भ्रामक सिद्ध होणारे आहे. जर असेच चालत राहिले, तर राज्यात धर्माच्या नावाने तर्कटांना ऊत येईल. बौद्ध भिक्खूंची सख्या अतोनात वाढेल. व्यापार आणि सीमारेषांचे रक्षण करणे अशक्यप्राय होईल. सैन्याची कामे छिन्नभिन्न होतील. असे होऊ नये, यासाठी आपण राजधानीच्या कौतुहशाळेत* बुद्ध आणि आम्हा सर्वांत शास्त्राच्या संदर्भात वादविवादाची व्यवस्था करावी.'

प्रसेनजितास हे पटले. काही वर्षांपासून राजा स्वतःही विविध संप्रदायांतील मतमतांतरांच्या जाळ्यामुळे गोंधळत होता. कोणत्याही संप्रदायाचे विचार त्याला पूर्णतः संतुष्ट करू शकत नव्हते. बुद्धांच्या विचारात त्याला काही अंशी सांत्वन प्राप्त होत असले, तरी तेही पुरेसे वाटत नव्हते. सर्व आचार्यांना सभेत एकत्र आणून वैचारिक देवाणघेवाण करण्याची व्यवस्था केली, तर ते हिताचे ठरू शकेल. सर्वांच्या ज्ञानाची गोळाबेरीज केल्यास पूर्णतः संतोष प्राप्त होणे शक्य होईलही, असे त्याला वाटले. या मागणीस त्याने त्वरित होकार दिला. त्यानुसार सभेचा दिवस नक्की करून त्याने तथागत बुद्धांना निमंत्रण पाठवले.

श्रावस्तीचे बहुसंख्य नागरिक या सभेसाठी कौतुहशाळेत उपस्थित राहिले. शास्त्रार्थ विशद करण्याच्या या प्रकारच्या आध्यात्मिक कार्यक्रमांसाठीच कौतुहशाळेची निर्मिती झाली होती. ही कौतुहशाळा श्रावस्ती नगरीचे वैशिष्ट्य होते. योग्य वेळी सभा

सुरू झाली. बुद्ध कार्यप्रवण नव्हते, ते कार्यविध्वंसक आहेत... वगैरे आरोप झाले. आरोपांच्या समर्थनार्थ जे विचार सादर झाले, त्यांचे बुद्धांनी नेमकेपणाने आणि शांतपणे खंडन केले. तपश्चर्येचा मार्ग सोडून बुद्ध ज्या मध्यममार्गाची भलावण करत आहेत, त्याने मुक्ती मिळणार नाही असे ठामपणे सांगून, सर्वांनी तपश्चर्येचा मार्गच उत्तम असल्याचे आग्रही स्वरात सांगितले. सारे शांतपणे ऐकून घेऊन बुद्धांनी विचारले, "सर्व आचार्यांकडून मला जाणून घ्यायचे आहे, की शरीरास कष्ट देण्याची प्रक्रिया सुखद असते की दुःखद?"

"सर्व प्रकारचे कष्ट दुःखदच असतात," बुद्धांच्या विरोधात असलेल्या एका आचार्याने उत्तर दिले, "पण तपश्चर्येचा मार्ग दुःखद असला तरी तोच सुखप्राप्तीचा एकमेव मार्ग आहे."

"या सुखाची प्राप्ती कधी होते, भन्ते?"

"येत्या जन्मी, कदाचित त्याहीनंतरच्या जन्मात वा जन्मजन्मांतरात होते, पण तपश्चर्येने केव्हा तरी ती होतेच, हे निर्विवाद!"

"जर तपश्चर्येने सुखप्राप्ती होत असेल तर या जन्मी जे दुःख भोगत आहेत, त्यांनी आदल्या जन्मी काहीही तपश्चर्या न करता फक्त पापाचरणच केले होते, असा याचा अर्थ होतो."

"होय. पुण्यकर्मेच सुख प्रदान करतात आणि पापाचरण दुःख."

"तर मग आपण या निष्कर्षावर येऊ शकतो, की तुम्हा साऱ्यांना सध्या तपश्चर्येचे कष्ट उपसावे लागत आहेत. या तुमच्या दुःखद अवस्थेस तुमच्या पूर्वजन्मातली पापं जबाबदार आहेत. तुम्ही जर वर्तमानात सुख भोगलंत तर पुनर्जन्मात तुम्हाला सुखाचा उपभोग घेता येणार नाही, असं तुम्हाला वाटतं. म्हणून तुम्ही सुखाला त्याज्य समजत आहात. भावी सुखांसाठी तुम्ही आत्ता दुःखं भोगता आहात. पूर्वजन्मात ज्यांनी केवळ पापाचरण केलं आहे, त्यांना सुख प्राप्त होऊ शकत नाही. या दोन्ही परिस्थितींचा अर्थ विचारात घेतला, तर पूर्वजन्मात तुम्ही फक्त पापं केलेली आहेत याचा तुम्ही स्वीकार करत आहात, असा होतो."

बुद्धांच्या तार्किक विचारांनी सारे प्रभावित होण्याची भयप्रद शक्यता विरोधी पक्षाच्या आचार्यांना दिसत होती, ती खरी ठरली. राजा प्रसेनजितही या तर्कशुद्ध विचाराशी संमत झाले. संमत झालेल्या सर्वांनी बुद्धांचा जयजयकार केला. जे संमत होऊ शकले नाहीत ते मौनात हरवले.

कौतुहशाळेतील ही सभा बुद्ध विजयाने संपली. पण निरुत्तर झालेल्या विरोधी पक्षांचे आचार्य आणि त्यांच्या अनुयायांची पराजय स्वीकारायची मानसिक तयारी नव्हती. त्यांच्यातील काही बेरक्या मंडळींनी सुंदरीच्या मदतीने बुद्धांना पराजित करायचे षड्‌यंत्र रचले. कारण सुंदरी सुंदरच नव्हे, तर बुद्धिप्रतिभेनेही अलौकिक

होती. योजनेतील प्रत्येक कृतीचे कार्यकारण समजून घेण्याची कुवत तिच्यात होती. तिच्यात योजना अमलात आणण्याचे धाडसही होते. या योजनेत तिला सामावून घेण्यात धन खर्च करावे लागणार नव्हते. केवळ तिचा अहंकार चेतवून ही मंडळी त्यांची मनीषा पूर्ण करून घेऊ शकणार होती. त्यानुसार त्यांनी सुंदरीला हरभऱ्याच्या झाडावर चढवायला सुरुवात केली.

''सुंदरी; सारं नगर, सारी प्रजा आणि समस्त राज्यावर भयानक संकटाची तलवार लटकलेली आहे. शाक्य मुनीच्या मायेचं जाळं अधिकाधिक घट्ट होत गेलं, तर त्यातून कुणाचाही बचाव होणार नाही. शाक्य प्रजा कोसल नरेश आणि श्रावस्ती नगरीच्या अधिपत्याखाली आहे. सामर्थ्याच्या बळावर ते या अधिपत्यातून सुटू शकत नाहीत. म्हणून या शाक्य मुनीस पुढे करून ते आपल्या प्रजेस संभ्रमित करत आहेत. तूच आपल्या प्रजेचं रक्षण करू शकशील. या योजनेस सहकार देऊन तू आपलं राज्य व प्रजेचं रक्षण कर.''

क्षमतेचा गौरव करणारा हा क्षण सुंदरीला सुवर्णक्षण वाटला. इतके महत्त्वाचे कार्य आपल्यावर सोपण्यात येईल, अशी अपेक्षा तिने स्वप्नातही बाळगली नव्हती. पण महत्त्वप्राप्तीची आस मात्र तिच्या मनात नेहमीच होती. म्हणून ती लगेच तयार झाली आणि या कारस्थानाचा प्रारंभ म्हणून ती बौद्ध भिक्खूणी संघात दाखल झाली. उपसंपदा प्राप्त करताच गृहत्याग करून ती जेतवन विहारात राहू लागली.

दोन दिवस उलटले तरी तिचा पत्ता कोणाला लागत नव्हता. पूर्ण श्रावस्ती नगरी सुंदरीच्या संदर्भातील घटनेचे चर्वण करण्यात मग्न होती. सारे बौद्ध भिक्खू ठिकठिकाणी अपमानित होत होते. इतकेच नव्हे, तर समाज प्रत्येकाकडे संशययुक्त नजरेने बघू लागला होता. राजा प्रसेनजिताच्या शूर सैनिकांनी श्रावस्ती नगरीची प्रत्येक गल्ली पिंजून काढली होती. पण सुंदरीचा पत्ता कुठेही लागला नव्हता. श्रावस्ती नगरीच्या एका बाजूस 'अंधावन' नावाचे व दुसऱ्या दिशेस 'जालिनी' नावाचे निबिड जंगल होते. तेही सैनिकांनी पिंजून काढले; पण सुंदरीचा मागमूस कुठेही लागला नाही.

... सुंदरीचा शोध लागला तेव्हा नगरात हाहाकार माजला. जेतवन विहारातील गंधकुटीच्या आसपास तथागत रोज प्रात:काळी चंक्रमण करत. ती फक्त फिरण्याची प्रक्रिया नसे. फिरत फिरत आत्मस्थ होण्याचा तो प्रकार होता. गंधकुटीच्या मागच्या भागात चंक्रमणासाठी खास मार्ग तयार केला होता. हा मार्ग जिथे संपत असे त्या भागातून एक छोटी पाऊलवाट एका तलावाकडे जात होती. या तलावाच्या आसपास 'जालिनी' जंगल होते. त्यात सर्प आणि इतर विषारी जिवाणूंची रेलचेल होती. त्या ठिकाणी जेतवन संपत होते.

सुंदरीचा शोध घेणारे सैनिक सामान्य परिस्थितीत जेतवन विहारात प्रवेश करण्याची शक्यता नव्हती. पण झाले असे, की 'जालिनी' जंगलाचा कोपरान्‌कोपरा धुंडाळून परतणाऱ्या काही घोडेस्वारांनी तलावाजवळच्या रस्त्याने श्रावस्तीस जायचा विचार केला. रहदारी नसलेला हा मार्ग पसंत करताना जेतवन विहारात जाऊन तथागतांचे दर्शन घडेल, हा विचारही त्यांच्या मनात होता. पण तलावाजवळच्या एका वृक्षाखाली दगडाच्या आधाराने काहीतरी ठेवलेले नजरेस पडले. ते बघण्यासाठी सैनिक पुढे जात असताना ते दुर्गंधीने हैराण झाले. जवळ जाताच ते दचकले. गाठोड्यासारख्या दिसणाऱ्या वस्त्रावर सुकलेल्या रक्ताचे डाग होते. त्यात एका स्त्रीचा देह बांधलेला सापडला. त्या देहास दुर्गंधी सुटली होती. जरा नीट बघताच ते सुंदरीचे प्रेत असल्याचे त्यांना जाणवले.

स्वाभाविकच, जेतवन विहारात जाऊ इच्छिणाऱ्या घोडेस्वारांना धक्का बसला. ही माहिती राजास देणे हे त्यांचे आद्य कर्तव्य होते. राजास हे कळताच खात्री करून घेण्यासाठी व प्रेताचा कब्जा घेण्यासाठी त्याने सैनिक पाठवले. त्यांच्यापाठोपाठ लोकही तलावाकडे धावले. साऱ्यांनी थक्क होऊन ते विपरीत प्रेत बघितले.

आता बौद्ध भिक्खूंना कोणी दाराशी उभे करणे शक्य नव्हते. त्यांच्यासाठी भिक्षेसाठी बाहेर पडणे अशक्य बनले. शास्त्रार्थात पराजित झालेले बुद्धांचे विरोधक आचार्य मात्र छाती फुगवून बढाया मारत होते. आपणास बुद्ध 'असे' असल्याची खात्री होती, असे ते सांगत सुटले. बुद्धांना वृषल* असे म्हणत. पाप प्रगट झाले, म्हणून त्याचा पुरावा नष्ट करण्याच्या उद्देशाने तथागतांनी सुंदरीची हत्या केली, असे ते म्हणू लागले.

जेतवनात विहार करणाऱ्या भिक्खूंनी हे ऐकले तेव्हा ते विलक्षण हतप्रभ झाले. पण गंधकुटीच्या अंगणातील वृक्षाशी आसनस्थ असलेल्या तथागतांच्या चेहऱ्यावरील आभा मात्र पूर्ववत झळाळत होती. समग्र व्यक्तिमत्त्वावर कुठे उद्वेग वा काळजीची रेषा नव्हती. हतप्रभ झालेल्या भिक्खूंना उद्देशून ते गंभीर आवाजात बोलू लागले ...

"भिक्खूंनो, जे नाही, ते आहे असे सांगणारे आणि जे आहे ते नसल्याचे सांगणारे मार्ग चुकलेले, भ्रमित वा मलिन मनाचे असतात. जे आहे ते आहेच आणि जे नाही ते कधीही होणार नसते. भ्रम आणि विवाद सत्यास काही काळ लपवू शकले, तरी ते सत्याचा लोप करू शकत नाहीत. जे आहे ते शेवटी सत्य म्हणून झळाळून उठेलच. जास्तीत जास्त एक आठवडा-सात दिवस असत्य सत्यास लपवू शकते."

* * *

सुंदरीची हत्या झाल्याची बातमी गूढ रहस्याच्या जाळ्यांचा गुंता निर्माण करणारी होती. कर्णोपकर्णी झालेली ही घटना शब्दांतून, तर कधी अशब्द तिरस्कारातून एकच शक्यता वर्तवत होती... या क्रूर कृत्यात तथागतांचा सहभाग असावा. राज्याच्या सैनिकांनी सुपूर्द केलेल्या अहवालातही राजास ही स्पष्ट शक्यता दिसली. इतर संप्रदायाचे आचार्य व अनुयायी या संदर्भात दोषी असलेल्या व्यक्तीस शासन व्हावे,यासाठी राजावर प्रचंड दबाव आणत होते. सुंदरी या पापकर्माची एकमेव साक्षीदार होती. तिला नाहीशी करून बुद्धांनी स्वप्रतिष्ठा निष्कलंक राखण्याचा प्रयत्न केला, असा त्यांचा आरोप होता. तो आरोप यथार्थ ठरवावा अशीच समग्र परिस्थिती होती. पण प्रसेनजिताचे मन हा आरोप खरा असेल, असा कौल देईना. कौतुहशाळेत बुद्धांनी सर्व आचार्यांच्या वैचारिक भूमिकेवर कडी केली, तो प्रसंग राजाने डोळस नजरेने बघितला होता. आचार्यांवर विजय मिळवण्याची बुद्धांना खुमखुमी नव्हती. या आचार्य मंडळींनीच या शास्त्रार्थासाठी त्यांना आव्हान दिले होते. उपाली निर्ग्रंथाचा त्याग करून बौद्ध उपासक बनला तेव्हाचा ऊहापोहही राजा जाणून होता. सुंदरी निर्ग्रंथ परंपरेच्या श्रमण कुटुंबातील स्त्री असल्याचेही त्यास ठाऊक होते. ती आपसूक बौद्ध भिक्खूणी झाली असेल, असे त्याला वाटेना. म्हणून त्याने कुशल विश्वासू गुप्तचरांवर हे काम सोपविले.

श्रावस्ती नगरी जशी व्यापार-उद्योगाचे केंद्र म्हणून प्रसिद्ध होती,तशीच रसिकांची नगरी म्हणूनही तिची ख्याती होती. मौजमजा आणि ऐषआरामाचे विविध रस्ते इथे उपलब्ध होते. इथे मध्यरात्रीपर्यंत नाच-गाण्याच्या मैफिली रंगत. अशा मैफिली होत तिथे आसपास मद्यपान केंद्रेही असत. ही केंद्रे मैफिली संपेतो उघडी असत. राजाच्या गुप्तचरांनी या सर्व केंद्रांपाशी जाळे विणले.

चार दिवसांनंतर एका रात्री एका मद्यपानगृहात एक भांडण पेटले. भांडणारे तिघे एकमेकांचे मित्र असावेत. त्या तिघांनी मद्यपानगृहात एकमेकांशी सलगीने बोलतच प्रवेश केला होता. त्यांच्यावर गुप्तचरांनी पाळत ठेवली नव्हती; पण मद्याच्या परिणामाने मैत्रीच्या शीतलतेत विवादाची उष्णता मिसळली. बाचाबाची सुरू होताच गुप्तचरांनी कान टवकारले. सुंदरीच्या संदर्भातच नव्हे, तर प्रत्येक अनिच्छनीय घटनेचा छडा लावणे हा त्यांच्या कार्याचा भाग होता. ते तिघे कुठल्याशा धनाच्या वाटणीच्या संदर्भात वाद घालत होते.

''या बुद्धिनिष्ठ कृत्यात माझा वाटा सिंहाचा आहे. त्या लोकांनी काटा काढायचे काम माझ्यावरच सोपवले होते. साऱ्या योजनेची आखणी माझी होती. त्यासाठी किती रक्कम घ्यायची, हे मी सांगितलेही होते. या कामात तुमचा सहभाग असला, तरी तो नंतर. मिळालेल्या रकमेचा अर्धा हिस्सा माझा, आणि बाकीची रक्कम तुम्ही आपसांत वाटून घ्यायची.''

"हे योग्य नाही," दुसऱ्याने डोळे वटारले, "तिघांचा हिस्सा सारखा असायला हवा. तसे पाहिल्यास तिला अंधारातून उचलून संपवण्याचे महत्त्वाचे आणि गुप्त कार्य मी केले. कुणी बघितलं असतं तर मीच मेलो असतो. योजनेचं यश जर तुझं, तर या जोखमीच्या कामाचं संपूर्ण यश माझं का नाही?"

"हे मी अजिबात चालू देणार नाही," तिसरा गुरगुरला, "सुंदरीची हत्या केल्यावर तिला जेतवन विहाराशी फेकण्याच्या कामाचं महत्त्व नाही? त्यात धाडस नव्हतं? ते सर्वाधिक अवघड काम मी केलं. म्हणून मिळालेल्या रकमेचा अर्धा हिस्सा माझा!"

'जेतवन' आणि 'सुंदरी' या दोन शब्दांनी गुप्तचरांना अधिक सावध केले. त्यांनी एकमेकांत नेत्रपल्लवी केली. रहस्य स्फुट बनत होते. ते तिघे भांडतच होते. त्यात सारे रहस्य प्रगट होईल, अशी खात्री गुप्तचरांना वाटली. तिघांना जिवंत पकडण्याची योजना तयार होईतो, त्यांचा वाटणीच्या संदर्भातला वाद उग्र बनला. परस्परांची नावे घेऊन ते दुगाण्या झाडू लागले. म्हणून षड्यंत्राच्या जनकाचे, हत्या करणाऱ्याचे आणि जेतवन विहाराच्या ठिकाणी पाडण्याचे काम करणाऱ्यांची नावे अनायासे प्राप्त झाली. आता वाट बघण्याची गरज उरली नव्हती. गुप्तचरांनी तिघांच्या मुसक्या बांधल्या.

सुंदरीच्या हत्येत सामील असलेले तिघे राजासमोर आले, तेव्हा त्यास फार बरे वाटले. अशा नीच कर्माचे जनक बुद्ध असू शकत नाहीत, हा अंदाज बरोबर सिद्ध झाल्याचा आनंद त्याला झाला, पण तो निर्भेळ नव्हता. कारागृहात टाकलेल्या तिघांची दारू उतरली, आणि सत्तेपुढे काही चालणार नाही, याची जाणीव त्यांना खऱ्या अर्थाने झाली. या षड्यंत्राची पूर्ण आणि क्रमबद्ध हकीकत त्यांनी विशद केली. हे षड्यंत्र रचले आणि ते अमलात आणले, ते लोभी असणे निर्विवाद असले तरी ते सारे भाडोत्री होते. सुंदरीचा साधन म्हणून उपयोग करून घेण्यात आला होता. पण बुद्धांचा पाणउतारा करून स्वत:चे वर्चस्व प्रस्थापित करू इच्छिणारे कपटी, कारस्थानी महानुभाव खरे दोषी होते. ते केवळ कोसल राज्यातील महानुभावच नव्हते. त्यात उत्तर आर्यावर्तातील प्रतिष्ठित आणि धर्मभास्कर म्हणून स्थापित झालेल्या तत्त्ववेत्त्यांचाही समावेश होता. जनतेसमक्ष त्यांची नावे जाहीर झाली, तर विविध सांप्रदायिक आचार्यांचे मतभेद विकोपास पोहोचण्याची शक्यता होती. ते लोण राज्याच्या सैनिकांत पसरून रक्ताच्या नद्या वाहू लागण्याचे भय प्रसेनजितास अलगद जाणवले. या घटनेपायी राज्याच्या सुरक्षा व्यवस्थेस हादरा बसणे राजास नको वाटले.

सुंदरी गर्भवती असून, तिच्या अवस्थेस बुद्ध जबाबदार असल्याचे तिने सांगितले, तोवर सारे योजनेत अनुरूप घडले. पण ती गर्भवती नसल्याचे

नगरजनांना कळले असते, तर त्यांनी गहजब केला असता. या आरोपातून बुद्ध आपसूक मोकळे होणार होते, ते वेगळेच! मग षड्यंत्राच्या यशावरून पाणी फिरले असते. म्हणून योजनेच्या उत्तरार्धाची अधिक काळजीपूर्वक आखणी करण्याची गरज होती. त्यानुसार सुंदरीची हत्या करून तो आळही बुद्धांवर यावा, अशी व्यवस्था करण्यात आली. त्यात त्यांना यश लाभलेही. सुंदरीच्या कथनाने बुद्धांची प्रतिमा डागाळली होती. त्यात हत्येच्या आरोपाची भर पडल्याने नागरिकांच्या मनात तिरस्कार दाटला. सारे व्यवस्थित झाले असल्याच्या खात्रीनंतर भाडोत्री खुन्यांना ठरलेली रक्कम देण्यात आली. हे यश साजरे करताना, मद्याच्या अमलाखाली वाटणीच्या संदर्भात बाचाबाची झाली आणि साऱ्या यशावरून पाणी फिरले.

राज्याच्या सुरक्षेच्या संदर्भात सारी हकीकत नगरजनांसमक्ष येणे राजास हिताचे वाटले नाही. तरी केवळ असुयेपोटी बुद्धांना गलिच्छ कलंक लागणेही अन्यायमूलक असल्याचे त्यास कळत होते. बुद्धधर्मीय नसला तरी राजा बुद्ध धर्माचा भोक्ता होता. शिवाय, कोणत्याही प्रकारच्या अन्यायाचे निर्मूलन करणे ही राजाची जबाबदारी असल्याची जाणीव त्यास होती. सुंदरीची हत्या करणाऱ्यांनी गुन्हा सकारण कबूल केला असून, ते कैदेत असल्याची घोषणा त्याने केली. त्यात राज्याचे न्यायतंत्र गुन्हेगारांना योग्य शासन करील, असे वचन दिले. सुंदरीच्या प्रेताच्या वैद्यकीय तपासणीत ती गर्भवती नसल्याचे सिद्ध झाले असून, गुन्हेगारांनी बुद्धांची प्रतिमा मलीन करण्यासाठी तिचा वापर केल्याची कबुली दिली असल्याचेही त्याने जाहीर केले

हे षड्यंत्र रचणाऱ्यांना गर्भित इशारा देताना राजाने सांगितले, ‘‘ही हत्या करणारे या षड्यंत्राचे जनक नाहीत. बुद्धांची प्रतिमा मलिन करण्याचा मूळ विचार ज्यांचा आहे, त्या विचारांच्या प्रणेत्यांना बुद्धविचारांस अनुसरून राज्य क्षमा करू इच्छिते, पण दोन दिवसांत ते आपणहून राज्याच्या धर्मसभेसमक्ष हजर झाले आणि क्षमायाचना करून त्यांनी दंडाची रक्कम राजकोषात जमा केली तरच! तसं घडलं तर त्यांची नावं गुप्त राखण्यात येतील आणि न घडलं तर तिसऱ्या दिवशी त्यांना मुसक्या बांधून कारागृहात ढकलण्यात येईल. कारागृहातील खुन्यांच्या संगतीत त्यांना शेष जीवन व्यतीत करावं लागेल.’’

प्रसेनजितास अपेक्षा होती, तसेच घडले. षड्यंत्राचे सारे जनक दोन दिवसांत राजास शरण गेले. त्यांनी कोट्यवधी कार्षापणाची रक्कम दंडाच्या रूपाने राजकोषात जमा केली. या धनाचा विनियोग जेतवन विहाराच्या आसपासच्या भूखंडाचा विकास करण्यासाठी वापरण्याची घोषणा प्रसेनजिताने केली.

आठवड्यापूर्वी बुद्धांनी आपल्या भिक्खू सभेत जी गाथा सांगितली होती, ती

आता अक्षरशः वास्तवात उतरली. सातव्या दिवसाचा सूर्य आकाशात हातभर उंच तळपू लागला तेव्हा भिक्खूंव्यतिरिक्त उपासक, उपासिका, सामान्य नगरजन आणि राजपरिवारातील मंडळींनी जेतवन विहार ओसंडून वाहत होता. भगवान बुद्धांना वंदन करण्याची आणि त्यांची अमृतवाणी कर्णसंपुटात सामावण्याची घाई प्रत्येकास झाली होती. भगवान आणि त्यांच्या भिक्खूंना आपल्या हवेलीत भोजनासाठी निमंत्रित करण्याबाबत साऱ्यांच्यात अहमहमिका लागली होती. कोणालाही ठाऊक नसले, तरी यातील कित्येकांचा षड्यंत्रात सहभाग असल्याची जाणीव राजास होतीच. म्हणून या सभेत वावरणाऱ्या प्रसेनजिताच्या मुद्रेवर गूढ स्मित विलसत होते.

तळटिपा

* श्रामणेर : ज्यांना प्रव्रज्या देण्यात आली आहे, असे पोक्त वयाचे भिक्खू.
* अर्हत : दुःखमुक्तीची सर्वोच्च मानसिक अवस्था प्राप्त केलेल्यांना प्राप्त होणारे बौद्ध परंपरेचे पद.
* आवुस : वय वा ज्ञानात कनिष्ठ असलेल्यांसाठी वापरण्यात येणारे संबोधन.
* भदन्त : बुद्ध वा बोधिसत्त्वांसाठी वापरण्यात येणारे संबोधन.
* चंक्रमण : पहाटे फिरण्याच्या माध्यमातून समाधिवस्था प्राप्त करण्याची प्रक्रिया.
* राजकाराम : जेतवनातील भिक्खूणींसाठी राजा प्रसेनजिताने बांधून घेतलेले निवासस्थान.
* चीवर : बौद्ध भिख्खू परिधान करतात त्या वस्त्रासाठी वापरला जाणारा पारिभाषिक शब्द.
* उपसंपदा : प्रव्रज्येसाठी आवश्यक ठरणारा विधी.
* भन्ते : बौद्ध भिक्खू संघात परस्परांसाठी वापरले जाणारे संबोधन.
* प्रव्रज्या : बौद्ध संघात प्रवेश करण्यासाठी घ्यावी लागणारी दीक्षा.
* उत्तरासंग : उपरण्यासारखे पांघरण्याचे वस्त्र.
* कार्षापण : कौशल प्रदेशाचे चलनी नाणे.
* कौतुहशाळा : चिकित्सालय
* वृषल : नीच तिरस्कारसूचक संबोधन.

२ कपिलवस्तु

हिमालयाचा बर्फाच्छादित प्रदेश संपत होता, तिथे सपाटीकडे जाण्यासाठी उतरण चालू होत होती. या पर्वतीय उतरणीच्या साधारण मध्यभागात वसलेली कपिलवस्तुनगरी हाताच्या मधल्या बोटात घातलेल्या अंगठीतील हिऱ्यासारखी नजरेत भरत असे. या नगरीच्या उत्तरेस शाक्य कुळाच्या राज्याची सीमा असलेला भाग म्हणजे जणू मानववस्तीने फुललेल्या आर्यावर्ताचीही सीमाच होती, म्हणूनही ही नगरी नजरेत भरत असे. दक्षिण दिशेस हिमालयाची शीतलता वाहून नेणारी आणि नगरीतील शेतांचे संगोपन करणारी रोहिणी नदी होती. नदीत वर्षभर मुबलक पाणी असे. पण कधीतरी गगनात विहार करणारे श्याममेघ न बरसता गिरिकंदरात उडून जात, तेव्हा मात्र रोहिणीचा पुष्ट प्रवाह क्षीण होत असे. पण हिमालयात बर्फ वितळू लागला, की त्यात पुनश्च जीव येत असे. रोहिणीच्या दक्षिण भागात कोलीय कुळाच्या प्रजेचे वास्तव्य असे. या प्रजेचे स्वत:चे वेगळे राज्य होते.

कपिलवस्तुचे शाक्य घराणे, स्वत:चे मूळ पुरुष म्हणून भारतीय न्यायसूत्रांचे निर्माते; पुण्य पुरुष गौतम ऋषी यांचा निर्देश करत. गौतम ऋषींचे वंशज असल्याने हे सारे आपला परिचय गौतम कुळाचे उत्तराधिकारी असा देत. कित्येक शाक्य गौतमचे नाव धारण करत. 'गौतम' या शब्दात विशेष प्रकारचा गौरवप्रद संकेत व्यक्त होतो, असे त्यांना वाटे.

फक्त गौतम नावाचेच नव्हे, तर शाक्यकुळाच्या या महासत्ताक नगरीचे नाव ज्यांच्यामुळे ठेवण्यात आले होते त्या महर्षी कपिल यांचाही ते गौरव करीत. बहुसंख्य प्रजा महर्षी कपिल यांचे कूळ गौतम हेच असल्याचे सांगत असे. म्हणून गौतम वा कपिल, सारे एकच असे ते म्हणत. कित्येक वयस्कांना वाटत असे, की सांख्यशास्त्राचे प्रणेते कपिल आणि न्यायशास्त्राचे जनक गौतम या व्यक्ती भिन्न होत्या. मात्र दोन्ही विभूतींचे हेच निवासस्थान असण्याबाबत साऱ्यांचे एकमत होते. महर्षी कपिल यांनी सांख्यशास्त्राची रचना केली, तेव्हा इथे शालवृक्षांचे जंगल होते.

म्हणून या प्रदेशात वास्तव्य करणाऱ्यांचा; शालवृक्षांचा उल्लेख करून परिचय देण्यात येत असे. पुढे तोच परिचिय शाक्य असा बनला, असे वयोवृद्ध सांगत.

पूर्व, पश्चिम, उत्तर आणि दक्षिण अशा चारही सीमांचा विचार करता, सुमारे आठशे चौरस मैलांच्या परिसरावर शाक्यांचे संपन्न राज्य विकसित झाले होते. सहकार्य आणि स्वशासित शिस्त हे त्यांचे गुण होते. जीवनात नीतिनियमांचे हेतूपूर्ण पालन व्हावे, असे त्यांना वाटे. म्हणून त्यांनी त्या इच्छेनुसार शासनप्रणाली तयार केली होती. विशिष्ट दिवसांच्या अंतराने वरिष्ठ शाक्यांची सभा भरत असे. त्यासाठी कपिलवस्तू नगरीत संथागार नावाचे सभागृह तयार केले होते. या सभेत सर्वानुमते वरिष्ठ शाक्याची निवड होई. निवड झालेल्या व्यक्तीचा परिचय 'राजा' असा करून देण्यात येई. पण 'राजा' हे नाव दिले, तरी त्यास अमर्याद अधिकार देण्यात येत नसत. शाक्यसभेचा अधिकार सर्वोच्च ठरत असे. तरी 'राजा' शाक्यसभेचे बुजगावणेही ठरत नसे. 'राजा' सत्ताधारी आणि सन्मान्य ठरत होताच, तरी आंतरिक शासनाचा विचार करता, शाक्य स्वतंत्र होते. आठशे मैलांच्या स्वशासित प्रदेशापार दक्षिण-पश्चिम दिशेस असलेल्या कौशल प्रदेशाच्या समर्थ महाराजांचे अधिपत्य त्यांनी स्वीकारले होते. अधिपत्याच्या भावनेत जुलमास किंचितही स्थान नव्हते. बाह्य आक्रमणांचा सामना कौशल सैनिकच करत. त्यासाठी दरवर्षी शाक्यांकडून कृतज्ञता व्यक्त करणारे नजराणे कौशल राजाकडे रवाना होत; पण त्यात ओशाळा भाव नसे. उभय पक्षांचे वर्तन अतिशय समंजस आणि एकमेकांच्या सोयी-गैरसोयीस प्राधान्य देणारे होते.

राजा शुद्धोदन प्रातःकर्मांतून मोकळे झाले होते. राजकाजांसाठी संथागारात जाण्यांची त्यांची वेळ झाली होती. पण राजाचे मन किंचित अस्वस्थ होते. देह नित्यकर्म करण्यात गुंतला असला तरी त्यात निखळ यांत्रिकता होती. राजगृहाच्या दक्षिण दरवाज्याकडे ते वरचे वर बघत होते. या उघड्या दरवाज्यातून दूरवर पसरलेला रस्ता दिसत होता. दोन दिवसांपूर्वी राजा शुद्धोदनांनी राणी मायावती आणि त्यांच्या सख्यांना लुंबिनी वनात विहार करण्यासाठी पाठवले होते. त्याआधीच्या रात्री मायादेवी म्हणाल्या होत्या, "महाराज, कित्येक दिवस राजगृहात राहिल्याने मन उबून गेलं आहे. मनात मुक्त विहाराची इच्छा दाटते आहे. वाटतं, की कुठल्याशा अरण्यात गेलं तर मन प्रसन्न होईल."

राजास हे पटले. लग्नाला बरीच वर्षे झाल्यावर मायादेवींनी गर्भ धारण केला. राजवैद्याच्या सल्ल्यानुसार बऱ्याच काळापासून त्या बाहेर पडल्या नव्हत्या. आता दिवस भरत आले होते. म्हणून त्या म्हणाल्या होत्या, "आताही विहारासाठी बाहेर जाणं झालं नाही तर प्रसूतीनंतर दोन महिने तरी बाहेर पडता येणार नाही, म्हणून..." त्यांनी स्पष्ट शब्दांत परिस्थितीची कल्पना दिली होती.

राणीचे हेही म्हणणे पटण्याजोगे होते. मायादेवींची प्रकृती उत्तम होती. त्यांचे मन प्रसन्न राहील, असे करणे शिशुकल्याणाच्या संदर्भातही हिताचे होते. कपिलवस्तु ते लुंबिनी हे अंतर विशेष नव्हते. जेमतेम वीस मैलांचा प्रवास! उत्तम रथाच्या साह्याने फक्त एका प्रहरात संपणारा! पण अश्वांचे धावणे सगर्भ राणीसाठी कष्टदायक ठरण्याची शक्यता होती. सपाट जमिनीवर धावण्याची सवय असलेल्या अश्वांना खड्डे-टेकड्या पार करण्याची सवय नव्हती. रथ हादरणे राणीस सहन करावे लागणार होते. म्हणून राणीच्या इच्छेस मान दिला; तरी रथात नव्हे, तर पालखीत प्रवास करण्याची व्यवस्था केली गेली होती. रथात बरीचशी सामग्री आधी रवाना झाली होती. मायादेवींची काळजी घेऊ शकतील, अशा राजस्त्रिया आणि दासीही त्यात होत्या. राणीचा प्रवास सुरू होण्याच्या आदल्या दिवशी उत्तम व्यवस्थेसाठी सारे रवाना झाले होते.

वरवर पाहता काळजी करण्याचे कारण नव्हते. फारतर दोन-तीन दिवसांचा प्रश्न होता. तरी राजास राज्यात प्रचलित असलेली एक म्हण आठवत होती - अभ्र आणि गर्भ यांचा भरवसा देता येत नाही. म्हणून राजाची नजर सारखी त्या मार्गाकडे वळत होती. थोड्या वेळात त्या मार्गावर वेगाने येणारा घोडेस्वार खरोखर नजरेस पडला. तो नजरेच्या टप्प्यात येताच लुंबिनीवनात गेलेल्या स्वारांत त्याची गणना झाली असल्याचे राजास जाणवले. दरवाज्यावरच्या पहारेकऱ्याने त्यास अडवून घोड्याचा लगाम हातांत घेताच त्याने घोड्यावरून उडी मारली. प्रश्न येण्यापूर्वीच त्याने जयजयकार केला, ''बधाई हो! शाक्यकुळात राजवंशी पुत्र जन्मला आहे. महाराणी मायादेवी लुंबिनी वनात प्रसूत झाल्या आहेत. बाळ-बाळंतीण मजेत आहेत.''

सूर्याची किरणे प्रकाशण्यापूर्वी नगरजनांना शुभवार्ता मिळाली. लगेच पुत्रोत्सव सुरू झाला. आदल्या दिवशी लुंबिनीस रवाना होणाऱ्या मायादेवींच्या नाडीने पुत्रजन्माचा अजिबात संकेत दिला नव्हता. उलट, नाडीपरीक्षेवरून काही दिवस प्रतीक्षा करावी लागेल, असे राजवैद्यांनी म्हटले होते. पण राजा शुद्धोदनाची हुरहुर सार्थ ठरली. अभ्र आणि गर्भ यांचा भरवसा देता येत नाही, ही अनुभवसिद्ध म्हण पुन्हा खरी ठरली.

मायादेवी लुंबिनीवनात पोहोचल्या तेव्हा संध्याकाळ संपून रात्रीचा अंधार पसरू लागला होता. पालखीतून उतरेतो त्या अगदी मजेत होत्या. खूप दिवसांनी सख्यांसमवेत मुक्त विहाराची संधी मिळाली होती. तो आनंद त्या भरभरून लुटत होत्या. त्यांचे मन अत्यंत प्रसन्न होते. सर्व स्त्रिया हसतखेळत अनिर्बंध स्वातंत्र्य आणि स्वच्छंदाचा अनुभव घेत होत्या. ती वैशाखी पुनवेची रात्र होती. लुंबिनी वनावर चंद्र शीतल चांदणे शिंपत होता. अरसिकासही रसिक बनण्यास भाग पाडणारे वातावरण होते. अनोखा मिश्रगंध दरवळत होता. पर्वतीय शिखरांवर

परावर्तित होणारी चंद्रकिरणे नदीच्या प्रवाहात प्रतिबिंबरूपाने झळाळत होती. सारे वातावरण अत्यंत प्रसन्न होते.

राणी मायादेवी चांदण्यांत भटकण्याचा आनंद मनापासून लुटत होत्या. फिरत फिरत त्या शालवृक्षांच्या परिसरात पोहोचल्या. सारे क्षेमकुशल असताना शालवृक्षांच्या मधोमध उभ्या राहिलेल्या राणीच्या नेत्रांत अनोखी आभा प्रगटली. त्यांच्या समीप असलेल्या स्त्रियांना हे जाणवते न जाणवते तोच राणी मायादेवींच्या देहाने परिवर्तनाचा सुखद प्रकंप अनुभवला. त्यांच्याकडून शालवृक्षांपैकी निकट असलेल्या वृक्षाचा आधार घेण्याची प्रतिक्षिप्त क्रिया घडली. जवळच असलेल्या राजस्त्रीच्या कानात त्या गुणगुणल्या, "प्रसूतीचा क्षण जवळ आलेला दिसतो."

निवासस्थानी जाण्याइतका वेळ उरला नसल्याचे जाणवताच सर्व स्त्रियांनी राणीभोवती रिंगण घातले. या क्षेत्रात कुशल असलेल्या स्त्रियांनी अनिवार्य असणारे सारे त्वरित उपलब्ध करण्याची व्यवस्था केली. चंद्र जेव्हा मध्याकाशाकडून उत्तरेस प्रवास करू लागला, तेव्हा दोन शालवृक्षांच्या मधोमध महाराणी मायादेवींच्या पुत्राचा जन्म झाला.

* * *

पुत्रजन्माचा चौथा दिवस होता. तीन दिवस कपिलवस्तू नगरीत पुत्रजन्माच्या उत्सवाचा जल्लोश चालू होता. वैशाखी पौर्णिमेच्या रात्री जन्मलेल्या या पुत्राचे भविष्य कथन करण्यासाठी राजा शुद्धोदनाने अत्यंत विख्यात अशा सात वयोवृद्ध आणि ज्ञानवृद्ध ज्योतिषांना पाचारण केले. कौण्डिण्य नावाच्या तरुण निष्णात सामुद्रिकाचाही त्यात समावेश केला होता. नवजाताच्या देहावरील जन्मखुणा पाहून तो भविष्यकथन करत असे. त्यासाठी कोणता ग्रह कोणत्या स्थानी आहे, वा निश्चित जन्मवेळ जाणण्याची गरज त्यास भासत नसे. पण भविष्यकथन करायचे असेल त्याचे नखशिखांत दर्शन मात्र आवश्यक बाब ठरत असे. म्हणून तो तशी अटच घालत असे.

ज्योतिषशास्त्रातल्या निष्णात पंडितांनी पुत्रजन्माचे स्थळ आणि समय लक्षात घेऊन ग्रहांची मांडामांड करून आकडेमोड सुरू केली. मनोमन हिशेब करून त्यांनी एकमेकांशी चर्चाही केली. राजा शुद्धोदनाच्या मुद्रेवर टोकाची उत्कंठा दिसत होती. त्याची नजर आळीपाळीने सर्व ज्योतिषांवर भिरभिरत होती. इतर शाक्यकुलीन वडील मंडळीही ज्योतिषवृंदाकडे उत्सुकतेने बघत होती. ते स्वाभाविक होते. कारण शुद्धोदनाचे शासन अत्यंत सक्षम होते. सारे व्यवस्थित असले तर शुद्धोदनानंतर त्याच्या पुत्राच्या खांद्यावर शाक्य कुळाची धुरा ठेवणे योग्य होते. म्हणून नवजात बालक ही धुरा सांभाळण्यास समर्थ आहे की नाही, हे जाणण्याची

उत्कंठा सर्वांच्या मुखावर दृग्गोचर होत होती.

"राजन," चर्चा संपवून ज्योतिषवृंदाच्या पुढाऱ्याने कथन सुरू केले, "या बालकाचे सर्वच्या सर्व ग्रह अत्यंत उच्चीच्या आणि अपूर्व स्थानी आहेत. शतकानुशतकांत कोट्यवधी नव्हे, तर अब्जावधी लोकांत क्वचित कोणाच्या जन्मकुंडलीत अशा सर्व ग्रहांची उपस्थिती दिसली असेल. हजारो वर्षांत न दिसू शकलेला अपूर्व नक्षत्रयोग या बालकाच्या जन्मकुंडलीत आहे."

क्षणाक्षणाला साऱ्यांच्या मुद्रेवरील उल्हासात भर पडत होती. सारे कान टवकारून ऐकत असताना कथन पुढे सरकतच होते, "आणि म्हणून राजन, पूर्ण विचार आणि चर्चेअंती आम्ही सांगू शकतो, की हे मूल दीर्घायुषी ठरेल. त्याचे भवितव्य अत्यंत उज्ज्वल आहे. चक्रवती सम्राट होण्याचा योग त्याच्या कुंडलीत आहे ..." सारे हर्षोत्फुल्ल बनले. राजा शुद्धोदनाची मुद्राही कृतार्थतेने सस्मित झाली आणि साऱ्यांच्या मुद्रेवर चिंतारेषा उमटवणारे शब्द कानी पडले...

"पण या साऱ्यात एक विक्षेप दिसतो..."

"अभद्राची शक्यता?" राजा शुद्धोदनाच्या घाईने विचारल्या गेलेल्या प्रश्नात काळजी झंकारली.

"नाही, अभद्र काही नाही. पण एक समस्या अवश्य दिसते. या बालकाच्या जन्मकुंडलीत ग्रहांची अशी युती आहे, जी त्यास अनभिषिक्त सम्राट करील किंवा आध्यात्मिक क्षेत्रात अनभिषिक्त सम्राटपद देववील!"

"म्हणजे? मला कळलं नाही. जरा स्पष्ट सांगण्याची कृपा करा." राजा शुद्धोदनाने नम्र स्वरात विचारले.

"स्पष्ट सांगायचं तर हे बालक चक्रवर्ती सम्राट होईल किंवा आध्यात्मिक क्षेत्रात धर्मास नवी दिशा प्रदान करणारा समर्थ संन्यासी!"

"संन्यासी!" सर्वच्या सर्व उपस्थितांच्या तोंडून भयप्रद उद्‌गार निसटला.

"होय, पण त्याचा संन्यास सामान्य नसेल. त्या क्षेत्रातही तो चक्रवर्ती सिद्ध होईल. त्याचे चक्रवर्तिपद निश्चित आहे. कदाचित राजकाज सांभाळून तो समग्र आर्यावर्तात चक्रवर्तिपद सिद्ध करणार असेल."

समस्त कक्षात नीरव शांतता पसरली. हे भविष्य प्रसन्नताप्रेरक समजावे, की समस्यामूलक, याचा कोणाला उमज पडेना. राजा शुद्धोदनाने एका बाजूस बसलेल्या कौण्डिण्याकडे बघितले. तोवर त्याच्या मुखातून एकही शब्द उमटला नव्हता. त्याच्या मुद्रेवरही अभिप्राय अंकित झाला नव्हता. तो शांत बसून श्रवण करत होता.

"अज्ञात कौण्डिण्या," त्याच्याकडे बघत राजा शुद्धोदनाने विचारले, "यावर तुमचं काय म्हणणं आहे?"

“मी जातकास बघितल्याविना काही सांगू शकत नसतो. त्या अर्थाने राजन, माझी विद्या सीमित आहे. अवकाशातील नक्षत्रांशी मी संवाद साधू शकत नाही. आपल्या पुत्ररत्नास नखशिखांत न्याहाळलं तरच मी काही सांगू शकेन.”

तिथे उपस्थित असलेल्या सातही जणांनी त्याच्याकडे बघितले. शाक्य प्रदेशात त्याचे आता बऱ्यापैकी नाव झाले होते. त्याचे वय पाहून पंडितांच्या मनात त्याच्या ज्ञानाविषयी अविश्वास दाटत असल्याचा भाव त्यांच्या मुद्रेवर अंकित झाला होता. पण राजाने अंत:पुरातून नवजात पुत्रास आणण्याचा आदेश दासीस दिला.

दासी लगेच उत्तम वस्त्रात गुंडाळलेल्या नवजात बालकासह परतली. तिने त्यास कौण्डिण्याच्या चरणांपाशी असलेल्या आसनावर ठेवले. क्षणभर कौण्डिण्याने त्या बालकाकडे बघितले आणि दासीस आज्ञा केली, “बाळाच्या देहावरील वस्त्रे दूर करा. त्याचा संपूर्ण देह नजरेखालून घालायला हवा आहे.” दासीने राजाकडे बघितले, राजाने नजरेने संमती देताच दासीने शिशुदेहावरील सर्व वस्त्रे उतरवली. कौण्डिण्याने क्षणभर डोळे मिटून एकाग्रता मिळवली. लगेच डोळे उघडून तो बाळाचे मस्तक, ललाट, हनुवटी, स्कंध, हस्त... सारे निरखू लागला. कितीतरी वेळ त्याचे बारकाईने निरीक्षण चालू होते. पुढून, मागून, डावीकडून आणि उजवीकडून सर्व रीतीने बालकास निरखून त्याने पुनश्च डोळे मिटले.

संपूर्ण दालनात श्वासोच्छ्वासाचाही आवाज ऐकू यावा अशी स्तब्धता दाटली.

“राजन,” तो बोलू लागला, “सामुद्रिकशास्त्रात बत्तीस लक्षणं क्वचितच एकत्र बघायला मिळतात. तो अपूर्व योग या बालकात अवतरला आहे. या सर्व आदरणीय पंडितांशी मी या बाबतीत सहमत आहे. हजारो वर्षांत क्वचित कोट्यवधी लोकांपैकी एखाद्या जातकात असा अपूर्व संधियोग आढळतो.”

“आणि...” राजा शुद्धोदनाची उत्सुकता टिपेस पोहोचली. “तुम्हीही समजता, की...”

“बालक चक्रवर्ती होईल, या त्यांच्या मताशी मी सहमत आहे; पण हे चक्रवर्तिपद त्याला सम्राट करणार नाही, हे मी खात्रीपूर्वक सांगू शकतो. तो धर्मक्षेत्रात चक्रवर्ती होण्यासाठी अवतरला आहे. एका बाबतीत माझं त्यांच्याशी दुमत आहे. कोणत्याही परिस्थितीत तो सम्राट होणं शक्य नाही, हे मी ठामपणे सांगू शकतो. या बालकाचा जन्म राजपदासाठी झाला नसून, अनोखं संन्यासीपद धारण करण्यासाठीच झाला आहे, हे मी नि:शंकपणे सांगू शकतो.” अत्यंत विश्वासाने सांगत असूनही अभिप्रायाच्या प्रतीक्षेत तो किंचित थबकला.

दालनात पुनश्च अतीव स्तब्धता दाटली. सातही ज्योतिषांनी एकमेकांकडे बघितले. त्यांनी कोणी कौण्डिण्यला विरोध केला नाही. म्हणून कौण्डिण्य समारोप

करताना म्हणाले, "राजन, बालकाच्या देहावरील चिन्हं स्पष्ट संकेत देणारी आहेत. त्यास संबोधिक्षेत्रात अपूर्व सिद्धी प्राप्त होईल. जन्म-मृत्यूचे गूढ त्याला उकलेल. संन्यासाच्या सर्व दिशा त्याच्या कार्याने उजळून निघतील. हेच त्याचे चक्रवर्तिपद. त्याचं अन्य साम्राज्य असण्याची सुतराम शक्यता नाही."

दासी बालकास घेऊन अंतःपुरात गेली. दालनात दाटलेल्या मौनात शब्दांचा ओरखडा उमटण्यापूर्वी सेवक प्रविष्ट झाला. प्रवेशद्वाराशी महर्षी असितदेवलांचे आगमन झाल्याची आणि ते प्रवेशाची अनुज्ञा मागत असल्याची बातमी त्याने दिली. सारे चमकले. राजा शुद्धोदन आसनावरून उठला. पाठोपाठ इतर ज्येष्ठ शाक्य आणि अमात्यही उठले. शाक्य कुळातच नव्हे, तर समस्त उत्तर आर्यावर्तात असितदेवल महर्षींचे नाव अत्यंत सन्मानाने घेतले जाई. त्यांचे अचानक येणे अत्यंत अनपेक्षित होते. म्हणून सर्वांच्या मुद्रांवर आश्चर्य, आनंद आणि प्रश्न असे त्रिविध भाव उमटले. त्यांचा सत्कार करण्यासाठी राजाने वेगाने प्रवेशद्वार गाठले. महर्षींचा सत्कार करून राजा शुद्धोदनाने त्यांना वंदन केले. अर्घ्य अर्पण करून राजाने त्यांना उच्चासनी बसण्याची विनंती केली. महर्षींनी उजवा हात उंचावून कल्याणवचन उच्चारले.

"महर्षी, आपल्या अनपेक्षित आगमनाचा आनंद प्रसन्नता देणारा आहे. शाक्य कुळांसाठी आपली काय आज्ञा आहे, ते सांगावं."

"शाक्यराज, प्रयागतटावर स्नान करून हिमालय यात्रेस पुनश्च प्रारंभ करणार होतो. पण आपल्याला पुत्र प्राप्त झाल्याची शुभवार्ता रोहिणी तटावर कळली. म्हणून कपिलवस्तु नगरीवरून जाताना, पुत्रास आशीर्वाद देण्यासाठी माझं आगमन झालं आहे."

या अनपेक्षित सुयोगाने सर्वांना आनंदित केले. महर्षी स्वतः निमित्त वा निमंत्रण नसताना केवळ पुत्रास आशीर्वाद देण्यासाठी येतील, अशी कल्पना कोणी स्वप्नातही केली नव्हती. आनंदाचा हा रोमांच सर्वांना पुलकित करत होता. राजा शुद्धोदनाने बालकास आणण्यासाठी दासीस पुन्हा अंतःपुरात पाठवले.

चरणांशी ठेवलेल्या बालकाचा ललाटलेख वाचत असल्यागत महर्षी त्याला निरखू लागले. त्यांची विस्फारलेली नजर राजास चकित करणारी होती. कितीतरी वेळ पापणीही न लववता ते शिशूस निरखत होते. अनेकानेक डोळे महर्षींवर स्थिरावले होते. राजा शुद्धोदनाच्या मुद्रेवरचे भाव झरझर बदलत होते.

महर्षींनी अचानक डोळे मिटले. त्यांच्या बंद पापण्यांखाली अश्रुरेषा चमकल्याचा संकेत राजास मिळाला न मिळाला तोच, महर्षींचे गाल अश्रुधारांनी ओले झाले. सर्व शाक्यांच्या मुद्रा चिंतित आणि प्रश्नार्थक बनल्या. राजा शुद्धोदनाची काळजी टिपेस पोहोचली.

"महर्षी," त्याने चिंतित स्वरात विचारले, "नेत्र वाहू लागण्याजोगं अभद्र काही बालकाच्या संदर्भात आपणास दिसलं का?"

"नाही राजन. कसलंही अमंगल दर्शन मला झालं नाही. मी माझ्या दुर्भाग्यावर रडतो आहे."

"दुर्भाग्य? आपलं? मला काही कळलं नाही, महर्षी!" राजा शुद्धोदनाने मनाचा गोंधळ व्यक्त केला, "काही कळेल असं सांगण्याची कृपा करा, ऋषिवर!"

"राजन, माझं आयुष्य आता संपत आलं आहे. हे बालक जेव्हा परमतत्त्व प्राप्त करील, तेव्हा त्याचं दर्शन घेण्याचं भाग्य मला लाभणार नाही. हे दुर्भाग्य मला रडवत आहे. देवांनाही दुर्लभ ठरणारी संबोधी अवस्था या बालकाच्या जीवनात निर्माण होणार असल्याचा स्पष्ट संकेत मला दिसतो आहे. बुद्धत्व प्राप्त करून हे बालक महायोगी होईल. समाजास नवा मार्ग दाखवील. मात्र दुर्दैवाने मी तेव्हा जिवंत नसेन."

महर्षी असितदेवल यांनी स्वत:चे श्यामवर्ण जटाधारी मुख नम्रपणे बालकाच्या चरणांच्या दिशेस किंचित नमवले. सारे नवलाने बघत असताना त्यांचे ओठ किंचित हलले, "भगवंत!... नमो तस्स भगवतो..." त्यांची जी पुटपुट कानी पडली त्या शब्दांची दालनात जणू आवर्तने उठली. सारे काष्ठवत स्तब्धतेत उभे राहिले. जणू, सारे श्वास घेणेही विसरले होते.

या प्रगाढ नि:स्तब्धतेस भेदण्याचे काम महाअमात्यांनी केले. राजा शुद्धोदनाच्या कानी लागून ते पुटपुटले, "हे शाक्यराज, निर्मिती ही अशी अवस्था आहे, जिचे आकलन कुणाला होऊ शकत नाही. प्रत्येक पित्याच्या मनात पुत्रेच्छा ही वंशवृद्धीसाठी असते. कारण या वृद्धीने जीवनाचा अर्थ सिद्ध होत असतो."

राजा शुद्धोदन अमात्यांकडे बघत राहिले.

"अमात्यांच्या शब्दांत गूढ अर्थ सामावला आहे, राजन!" महर्षी असितदेवलांनी अमात्यांच्या म्हणण्याचा दोर लांबवला, "'पुत्रप्राप्तीच्या तृष्णेमागे सामान्य सांसारिक वा प्रापंचिक अर्थ जोडला जातो, तो या ठिकाणी समाप्त होत आहे. ही सिद्धी हेच तुमचं लक्ष्य असू द्या, राजन. बाकी सारं महाकाळाच्या अधीन आहे."

"आपल्या कथनाचा मी सहर्ष स्वीकार करतो, महर्षी!" राजा शुद्धोदन उत्तरला, "पुत्राचं चक्रवर्तिपद ही परमसिद्धी आहे."

"आणि म्हणून हे राजन! ज्याच्या जन्माने समग्र 'शाक्य कूळ' आणि मुख्यत्वे 'पिता' या नात्याने राजा शुद्धोदनाचा अर्थ सिद्ध झाला आहे, तो सिद्धार्थ. या बालकाचा परिचय सिद्धार्थ असा असेल आणि गौतमकुळास तो उज्ज्वल करील, हाच या सार्थ क्षणाचा संकेत आहे."

राजा शुद्धोदनाने महर्षींच्या विचाराचा स्वीकार सूचित करण्यासाठी दोन

पावले पुढे होत नतमस्तक होऊन हात जोडले.

"कल्याणमस्तु!" महर्षींनी आशीर्वचन उच्चारले.

पण सातही ज्योतिषांना न दिसलेले, प्रखर सामुद्रिकशास्त्री कौण्डिण्याने न सांगितलेले आणि महर्षींनी घोषित न केलेले अत्यंत नजीकचे भविष्य साकार झाले. राजा शुद्धोदनास आश्वासक आशीर्वाद देऊन मुनिवर हिमालयाकडे रवाना झाले, त्याच्या तिसऱ्या दिवशी हे कटू भविष्य सिद्ध झाले. राजकुमार सिद्धार्थ अवघा सात दिवसांचा असताना, ध्यानीमनी नसताना त्याची माता महाराणी मायादेवी मृत्यू पावली. समग्र साम्राज्य नि राजा शुद्धोदनास हा दुःखद प्रहार अनपेक्षित वाटला. पुत्रजन्माचा आनंदोत्सव सरला नसताना, राज्यावर मृत्युकळा पसरली. बालकाच्या संगोपनाचा विचार राजाच्या मनात गोंधळ उत्पन्न करत होता.

"महाराज, आपण काळजी करू नका." नवजात बालकास छातीशी धरून अत्यंत स्वस्थ स्वरात महाप्रजापती म्हणाल्या आणि त्यांनी बालकाची सारी जबाबदारी अत्यंत सहजतेने उचलली.

महाप्रजापती या राजा शुद्धोदनाच्या द्वितीय पत्नी आणि महाराणी मायादेवींची बहीण होत्या. शाक्य विस्तार जिथे संपतो त्या रोहिणी नदीच्या दक्षिण काठावर कोलीय कुळाचे अधिपत्य होते. त्यांच्या एका वरिष्ठ सेनापतीच्या या दोन कन्या. त्यांच्याशी शुद्धोदनाने विवाह केला, तेव्हा त्याची राजपदी नियुक्ती झाली नव्हती. पुढे शुद्धोदनाच्या दोन्ही राण्या राज्ञीपदाचा समंजसपणे उपभोग घेत होत्या. त्यांच्यात अतूट स्नेह होता. मायादेवींच्या मृत्यूने राजकुमार सिद्धार्थ मातृविहीन झाला. म्हणूनच त्याचे जीवन प्रेमविहीन मात्र बनले नाही. कित्येक वर्षांपासून महाप्रजापतीही मातृत्वाची आस अतृप्त राहिल्याचे दुःख अनुभवत होत्या. त्याच मायेने त्यांनी आई गमावलेल्या बालकास जवळ केले.

"महाराज, या क्षणापासून मी बाळाची माता आहे. तो माझ्या ताईच्या पोटी जन्माला आला असला म्हणून काय झालं? त्याला आईची उणीव कधीच भासणार नाही, याची हमी मी देते. आता ती माझी जबाबदारी आहे." महाप्रजापतींनी राजास आश्वासन दिले.

कितीतरी वेळ राजा शुद्धोदन सजल नेत्राने पत्नी महाप्रजापती आणि पुत्र सिद्धार्थ यांच्याकडे आळीपाळीने बघत होता.

* * *

भवितव्याचा स्वीकार केला तरी पुत्र चक्रवर्ती सम्राट व्हावा, असे राजा शुद्धोदनास वाटतच होते. पुत्रजन्माच्या चौथ्या दिवशी जे ऐकले होते, ते चूक असण्याची

शक्यता त्यास मोहवीत असे. नव्हे, ते चूक ठरावे असे त्यास मनापासून वाटत असे. त्याच्या आशादीपाची वात पुढे सरकवत असल्यागत इतर ज्येष्ठ शाक्यांनीही मत व्यक्त केले.

"शाक्यराज, पंचमीची षष्ठी करण्याची कुवत कुणात नसते. पण पंचांगात दोन पंचम्या आणि षष्ठीचा कधी क्षय असतो. मानव कितीही ज्ञानी असला तरी त्याच्या ज्ञानास मर्यादा आहेत. मनुष्यमात्र चुकीस पात्र असं उगीच का म्हणतात? आपण प्रयत्न थांबवायचा नसतो. यश ईश्वरदत्त असते."

यात स्पष्ट संकेत होता. राजकुमार सिद्धार्थ बालपणापासून सुखसोयी आणि ऐषआरामात असा रममाण व्हावा, की त्याच्या मनात विरक्त विचार शिरण्यास संधी मिळू नये. शुद्धोदन राजाने राणी महाप्रजापतीसही या संदर्भात पूर्ण सतर्कता बाळगण्यास सांगितले. इतके करून न थांबता राजकुमार सिद्धार्थचा वावर अंत:पूर, राजप्रासाद आणि सुंदर उद्यानातच राहील, याची सतर्क व्यवस्था केली.

"भद्रिके," वरिष्ठ, अत्यंत स्वरूपसंपन्न आणि बुद्धिमान दासीस विश्वासात घेऊन राजाने खासगीत चर्चा केली आणि तिच्यावर अत्यंत महत्त्वाचे काम सोपविले.

"जी महाराज! आपण निश्चित असा." भद्रिकेने खात्रीचा शब्द दिला. "माझ्या देहात प्राण असेतो मी या वचनाचे पालन करीन."

"कुमार सिद्धार्थ तुझी सावली असल्यागत सतत तुझ्या संगतीत असायला हवा. राणी महाप्रजापती सर्व प्रहर त्याच्याबरोबर असू शकत नाही." राजाने भद्रिकेचा परिस्थितीशी बारकाईने परिचित करून देत सावध राहण्याचा इशारा केला, "कुमार सिद्धार्थच्या मनावर दु:खच नव्हे, तर दु:खाची सावलीही पडता कामा नये. त्याचं मन अस्वस्थ करील असं कोणतंही दृश्य त्याच्या नजरेस पडता कामा नये. अमंगल विचाराचाही त्याच्या मनात शिरकाव होणार नाही, यासाठी तू सावध राहून प्रयत्न कर. सभोवती असलेले वैभव क्षणभंगुर वा अर्थहीन आहे, असे त्याला कधीही वाटता कामा नये. कोणत्याही कारणाने त्याच्या मनात दु:ख, वेदना, अस्वस्थता वा या प्रकारच्या विभावनेचा प्रादुर्भाव होणार नाही, यासाठी तुला सतत सतर्क राहावं लागेल. जगात असतील नसतील ती सारी सुखं तू हात जोडून त्याच्यासमोर उभी कर. डोळ्यांत तेल घालून हे काम तू करायचं आहेस."

नतमस्तक भद्रिकेने मानेने होकार सूचित केला. ती अत्यंत चपळ आणि चौकस होती. वयाने चाळिशीस पोहोचत असली, तरी पोक्त विचारांत तिचा हात धरणारे क्वचितच कोणी होते. तिची लोभस मुद्रा, प्रसन्न हास्य, नजरेतून प्रगट होणारा स्नेहभाव... सारे काही बालकास आकर्षित करील असे मोहक होते.

कुमार सिद्धार्थला समजूत प्राप्त होऊ लागली तसा त्याच्यावर भद्रिकेचा प्रभाव पडत होता. त्याला तिच्याविना क्षणभरही चैन पडू नये, असे ममत्व

भद्रिकेने त्याच्या मनात जागवले. माता महाप्रजापतीही त्याच्यावर असीम प्रेम करत.

तरी वाढत्या वयात कुमार सिद्धार्थच्या मनात आपसूक जाण निर्माण होण्याची शक्यताही राजास जाणवत होती. राजकुमार जन्मभर अंतःपुरात स्त्रियांकडून लाड करून घेत जगू शकणार नव्हता. राजमहालाच्या इतर दालनांत त्याचा वावर अनिवार्य होणार होता. हिंडता-फिरताना वा खेळत असताना तो इतरांच्या संपर्कात येणे अटळ होते. अनुचित दृश्य वा दुर्घटना त्याच्या नजरेसमक्ष होणे फार काळ टाळता येणार नाही, याची जाणीव राजास होती. विपरीत घटना बघितली, की बालकाच्या मनात प्रश्न उद्‌भवणारच होते. त्यातील एखादा प्रश्न मनास हादरवणारा असणे टाळता येणार नव्हते. शिवाय, चक्रवर्ती-सम्राट कोणी आपसूक होत नसतो. त्यासाठी प्रशिक्षण गरजेचे असते, याची जाणीव राजास होती. चौफेर विचार करून राजाने राजकुमाराचा विश्वासू साथीदार सुमंगल आणि सारथी छन्न यांना विश्वासात घेतले. हे दोघेही विशी-पंचविशीतले तरुण होते. तरी त्यांच्या समजूतदारपणावर आणि कार्यपद्धतीवर राजाचा विश्वास होता. त्याने सश्रद्ध स्वरात या दोघांसमक्ष मानस खुले केले.

"सुमंगल आणि छन्न! तुमच्यावर एका अत्यंत महत्त्वाच्या कामगिरीचं वहन करण्याचं काम सोपवायचं आहे. कुमार सिद्धार्थचा वावर आता केवळ अंतःपुरात राहणं उचित नाही. बाहेरच्या जगाशी त्याचा संपर्क येणं आवश्यक आणि अनिवार्य आहे. त्याचे संपर्क अनियंत्रित बनणही हिताचं नाही. म्हणून तुम्ही दोघं राजकुमाराच्या सतत आसपास असा. उद्यानात वा उद्यानाच्या आसपासच त्याचा वावर असू द्या. कोणतंही अनपेक्षित, अनिच्छनीय वा अमंगल दृश्य त्याच्या नजरेस पडणार नाही, अशा रीतीनं त्याचं येणं-जाणं घडू द्या. अचानक अनपेक्षितपणे काही घडलं, तर तुम्ही कौशल्यानं परिस्थिती हाताळा आणि सारं सांभाळून घ्या. पण त्यासाठी तुम्हाला राजकुमाराची सावलीसारखी साथ करावी लागेल."

भद्रिकेप्रमाणे सुमंगल आणि छन्न यांनीही राजाचे मन कळत असल्याचा संकेत दिला. ते सांगतील तसे करण्याचे वचनही दिले.

कुमार सिद्धार्थ शिक्षण घेण्याच्या वयाचा झाला. तत्कालीन परंपरेनुसार कुमारास वैदिक आणि अन्य अनुषंगिक शिक्षण देण्याची व्यवस्था करणे भाग होते. तसे शिक्षण देण्यासाठी आर्यावर्तात गुरुकुल वा अन्य प्रकारच्या व्यवस्थेची उणीव नव्हती. तरी काही राज्यकर्ते अशा शिक्षणासाठी खासगी व्यवस्थाही करीत. कपिलवस्तु नगरीत धनुर्विद्या, आयुर्वेदापासून ते वैदिक संहितेपर्यंत उद्दालक नावाच्या ब्राह्मणाचे नाव गाजत होते. म्हणून सारासार विचार करून महाराजांनी उद्दालक यांना अध्यापकस्थानी नियुक्ती करण्याच्या उद्देशाने प्रासादात पाचारण केले.

"हे गुरुवर्य," उद्दालकासमक्ष मन मोकळे करत राजाने सांगितले, "राज्यशासन सांभाळण्यासाठीच नव्हे, तर एक उत्तम माणूस होण्यासाठीही राजकुमारास प्रशिक्षित करायचं आहे. ते ज्ञान आपल्याजवळ आहे, या विश्वासानं मी आपल्याकडून ज्ञानदानाची अपेक्षा बाळगतो."

"ज्ञान हे वाहत्या सरितेसारखं असतं, राजन! त्याचं ग्रहण करणं हे व्यक्तीची तृष्णा आणि धारणक्षमतेवर अवलंबून असतं." उद्दालकाने स्पष्ट सांगितले.

"फलप्राप्ती परमात्म्याच्या हाती आहे. संपूर्ण निष्ठेनं प्रयत्न करणं, हे आपलं कर्म आहे."

"तशा प्रयत्नांची आपण खात्री बाळगा राजन. माझं सारं ज्ञान, कुमार उत्तम मनुष्य होतील, यासाठी वापरण्याचं वचन मी आपणास देतो."

"पण तसं करताना तुम्ही एक सतर्कता बाळगणं अत्यंत गरजेचं आहे. ते सांगण्यासाठीच मी सविस्तर चर्चा करत आहे." राजाचा सावध स्वर बेचैन बनला, "प्रपंचातून मुक्त होण्यास उद्युक्त करणारं ज्ञान तुम्ही त्याला देऊ नये. जगात सुख आणि सुखाव्यतिरिक्त काही नाही, असंच त्याला शिकवायचं आहे."

महाराजांचे विचार एकाग्र चित्ताने ऐकणाऱ्या उद्दालकाने डोळे विस्फारले. दीर्घ श्वास घेत तो म्हणाला, "महाराज क्षमा करा, स्नान करायचं आहे; ओलं व्हायचं नाही, असा हा परस्परविरोधी विचार आहे. सुख आणि दुःख या दोन्ही अनुभूती खऱ्या अर्थाने समजून घेण्यास ज्ञान म्हणतात."

"हे कठोर सत्य मी जाणतो, विप्रवर! तरी माझ्या या सांगण्याचं कारण समजून घेऊन माझी विनंती मान्य करा, अशी प्रार्थना मी आपणास करतो."

उद्दालकाने वाद घातला नाही. महाराजांच्या म्हणण्याचे कार्यकारण तो जाणून होता. त्याच्या व्यर्थतेचीही जाणीव त्यास होती. महाराज त्याच्याकडून जे करवून घेऊ इच्छित होते ते कोरड्या समुद्रात नौका वल्हवण्याजोगे वा निरभ्र आकाशात विजा चमकवण्याजोगे अशक्यप्राय काम होते.

"राजन, मी एक शिक्षक आहे," उद्दालकाने शांत स्वरात सांगितले, "विद्यादेवी सरस्वती आपली इच्छा पूर्ण करता यावी, यासाठी माझ्यावर कृपा करो, अशी प्रार्थना मी करतो."

आणि राजकुमाराने शैशवाचा टप्पा ओलांडून विद्यार्थिदशेत प्रवेश केला. भद्रिका, सुमंगल, छन्न यांचे टप्पे संपवून उद्दालकाकडून सर्वत्र व्यापलेल्या विश्वाच्या संदर्भात तो शिक्षण घेऊ लागला.

"चला राजकुमार, आता झोपायची वेळ झाली." एकदा रात्रीचा पहिला प्रहर संपत असताना भद्रिका रोजच्यासारखी स्नेहल स्वरात म्हणाली. सहा-सात वर्षांच्या कुमार सिद्धार्थच्या मस्तकावर स्नेहाने हात फिरवत तिने त्यास पलंगाशी

नेले.

“भद्रिके, मला झोप येत नाही.”

“तुम्ही पलंगावर पडून राहिलात, की झोप आपसूक येईल.” कुमारास पलंगावर आडवे करत ती म्हणाली, “डोळे बंद करा आणि देव्हाऱ्यातील देवाचं स्मरण करा. श्रीरामाचं स्मरण करताना झोप आपसूकच लागेल.”

शाक्य प्रजा स्वतःला इक्ष्वाकूचे वंशज समजत असे. म्हणून ते इक्ष्वाकू वंशाचे परमपुरुष प्रभू रामचंद्रांची पूजा करत. कुमार सिद्धार्थही रोज पिता शुद्धोदन आणि माता महाप्रजापतीबरोबर पूजाघरात जाऊन ध्यानस्थ बसून धनुष्यधारी रामचंद्रास नमन करत असे. भद्रिकेने सुचवल्याप्रमाणे कुमार सिद्धार्थ पलंगावर आडवा झाला; पण त्याने डोळे मिटले नाहीत. म्हणून भद्रिकेने त्यास डोळे पुन्हा बंद करण्यास सांगितले. ती त्याच्या केसांत मायेने हात फिरवू लागली.

“भद्रिके, मी डोळे बंद करताच मला प्रभू रामचंद्रांची मूर्ती दिसू लागते.”

“ते फारच छान म्हणायला हवं, कुमार!”

“पण भद्रिके, हे रामचंद्र कोण? त्यांची मूर्ती आपण देवघरात का ठेवतो? आपण त्यांची पूजा रोज का करतो?” कुमारमुखातून प्रश्न उमटले.

“कारण प्रभू रामचंद्र तुमचे पूर्वज होते.”

“पूर्वज म्हणजे काय?”

“पूर्वज म्हणजे... पूर्वज म्हणजे जसे महाराज शुद्धोदन तुमचे पिता आहेत तसे महाराजांचे पिता, त्यांचे पिता आणि त्यांचेही पिता म्हणजे सर्वांचे परम पिता असतात त्यांना पूर्वज असे म्हणतात.” भद्रिकेने तिला जमले तसे सांगण्याचा प्रयत्न केला.

“मला त्यांच्याविषयी सांग की, भद्रिके! मला रामचंद्रांची गोष्ट ऐकायची आहे.”

गोष्ट सांगण्याचे काम काही नवे नव्हते. भद्रिका खूपदा राजकुमारास गोष्टी सांगत असे. उद्यानात दाणे टिपणाऱ्या पोपटाची कथा वा सरोवरात विहार करणाऱ्या हंसाची वा अंगणात वावरणाऱ्या हरणाची कथा ऐकता ऐकता कुमार झोपी जात असे. त्याच्या पापण्यांआड मग स्वप्नांची दुनिया फुलत असे.

“ऐका कुमार,” भद्रिका सांगू लागली, “अयोध्या नावाच्या नगरीत दशरथ नावाचा राजा राज्य करत होता. त्याला राम नावाचा एक पुत्र होता...”

“थांब भद्रिके,” उजवे कोपर बिछान्यावर टेकवून राजकुमाराने किंचित उठल्यासारखे करत आदेश दिला, “तू काय म्हणालीस? नगरी आणि?... आणि राजा?... आणि पुत्र... नगरी म्हणजे काय? राजा म्हणजे काय आणि हा पुत्र म्हणजे काय? ते मला समजत नाही...?”

भद्रिकेस ती एका कसोटीक्षणाचा सामना करत असल्याची जाणीव झाली. आजवर तिने कुमारास ज्या कथा सांगितल्या होत्या, त्यात हे सारे शब्द नसत. तरी ती समजावण्याचा प्रयत्न करू लागली...

"जिथे आपलं वास्तव्य आहे, ती कपिलवस्तु एक नगरी आहे. जसे राजा शुद्धोदन तुमचे पिता आहेत, तसे महाराज दशरथ श्रीरामाचे पिता होते. म्हणजे, जसे तुम्ही महाराज शुद्धोदनांचे पुत्र आहात, तसे रामचंद्र महाराज दशरथांचे पुत्र होते."

"समजलो. मग काय झालं, भद्रिके?"

आणि भद्रिका अत्यंत सावधपणे कथन पुढे नेऊ लागली, "राणी कैकयीने राजा दशरथाकडे वरदान मागितले... राजा दशथांना फार दुःख झाले... पुत्र राम चौदा वर्षांचा वनवास भोगणार, या कल्पनेने त्यांना हतप्रभ केले... रामचंद्र पित्यास अत्यंत प्रिय होते. म्हणून ते पुत्राचा वियोग सहन करू शकले नाहीत... आणि ते मृत्यू पावले..."

"पुरे. यापुढची कथा मला ऐकायची नाही." कुमार सिद्धार्थने सांगितले.

रात्र बरीच झाली होती. सगळीकडे नीरव शांतता होती. कुमार सिद्धार्थने डोळे मिटल्यामुळे त्यास झोप येत आहे, असे समजून भद्रिका तिथून उठली. पण कुमारने तिचा पदर खेचला.

"काय झालं, कुमार? अजून झोप येत नाही?" तिने विचारले.

"भद्रिके, तू सांगितलंस की महाराज दशरथ मृत्यू पावले. पण मृत्यू म्हणजे काय? ते का मृत्यू पावले?"

भलत्या खोड्यात अडकल्याची जाणीव भद्रिकेस झाली. तिने हळूच आपला पदर कुमारच्या हातांतून सोडवला. पण इतक्या सहज हा गुंता सुटणार नसल्याचे तिला जाणवलेच. तिची विमनस्क नजर सगळीकडे भिरभरली. दालनाच्या कोपऱ्यात ठेवलेल्या दिव्याचा प्रकाश पसरला होता. ज्योतीची सावली भिंतीवर वेडीवाकडी फरफरत होती. कुमारच्या प्रश्नाचे उत्तर देताना अस्वस्थतेमुळे ती अडखळू लागली.

"कुमार, महाराज दशरथाच्या मनात पुत्राविषयी अपार प्रेम होतं... जसं महाराज शुद्धोदनांच्या मनात तुमच्याविषयी आहे... तुम्ही त्यांना अतिप्रिय आहात तसं... तुमच्याविना तुमच्या पिताश्रींना आवडणार नाही. तसंच महाराज दशरथांना रामाशिवाय..."

"म्हणजे, मी बाहेर निघून गेलो तर माझे पिता महाराज शुद्धोदनही महाराज दशरथाप्रमाणे..." कुमार सिद्धार्थने डोळे विस्फारून भिंतीवर प्रकंपित होणाऱ्या ज्योतीच्या सावलीकडे बघत विचारले. पण त्याचे वाक्य पूर्ण होऊ शकले नाही. कारण अभद्र शब्दाचा उच्चार टाळण्यासाठी भद्रिकेने त्याच्या ओठांवर आपला हात ठेवला होता.

कुमार सिद्धार्थने गपकन डोळे मिटले, पण त्या मिटल्या डोळ्यांत कितीतरी वेळ निद्रा प्रवेशली नाही.

* * *

उद्दालक गुरुजी ठरल्या वेळी ज्ञानदान करण्यासाठी राजप्रासादात अचूक येत. कुमार सिद्धार्थचे विद्यार्जन उद्दालकांच्या अपेक्षेहून अधिक वेगाने पुढे सरकत होते. गुरुजी अभ्यासखंडात प्रवेश करण्यापूर्वी कुमार तिथे पोहोचून त्यांची प्रतीक्षा करत असे. गुरूंना वंदन करून तो उद्दालकासह अभ्यासखंडाच्या कोपऱ्यात ठेवलेल्या सरस्वतीच्या मूर्तीची पूजा करत असे. धूपदीप आणि फुले अर्पण करून तो नैवेद्य दाखवत असे. प्रसाद घेऊन प्रार्थना झाल्यावर अभ्यास खऱ्या अर्थाने सुरू होई.

आजही सारे यथावत झाले. सरस्वतीमातेच्या मूर्तीसमोर दीप प्रज्वलित झाला. पुष्पांजली अर्पण केल्यावर प्रसाद आणि सुस्वरात प्रार्थना झाली. नंतर आदल्या दिवशी शिकविले असेल त्या संदर्भात गुरुजी प्रश्न विचारत. पण आज त्यापूर्वी कुमार सिद्धार्थनेच प्रश्न विचारला.

"गुरुजी, एक प्रश्न विचारायची अनुज्ञा हवी आहे."

"अवश्य प्रश्न विचारा, कुमार! प्रश्नच ज्ञानाची पूर्वभूमिका तयार करत असतात." उद्दालकांनी प्रसन्न मनाने प्रश्नाचे स्वागत केले.

"गुरुजी, मृत्यू म्हणजे काय?"

उद्दालकांच्या समग्र देहात वीज सळसळली. हा प्रश्न अत्यंत अनपेक्षित होता. कुमार सिद्धार्थच्या मनात असा प्रश्न कसा उद्भवला, याची उद्दालक कल्पनाच करू शकत नव्हते. राजा शुद्धोदनाने नियुक्ती करताना जे सांगितले होते त्याचे त्यास कधीच विस्मरण झाले नव्हते. उत्तर न देता त्याने प्रतिप्रश्न केला,

"का बरं कुमार? तुमच्याशी कोणी या विषयावर बोलले की तुम्ही काही बघितलं आहे?"

"मी काही बघितलेलं नाही गुरुजी. पण भद्रिका मला श्रीरामाची गोष्ट सांगत होती. तेव्हा ती म्हणाली, की महाराज दशरथ मृत्यू पावले. मला त्याचा अर्थ कळला नाही गुरुजी."

अत्यंत सहजभावाने कुमाराने प्रश्नाचे कारण सांगितले. क्षणार्धात उद्दालकाच्या नजरेसमोर प्रकाश पसरला. विनंती करणाऱ्या महाराजांना त्यांनी शब्द दिला असला तरी वेळ आली, की सूर्यप्रकाश झाकता येत नाही, की डोळ्यांवर पट्टी बांधून रात्र निर्माण करता येत नाही अशी खात्री त्यास वाटत होती. सत्याचा अवरोध ही निव्वळ अशक्य बाब आहे, हे तो जाणून होता.

कुमार सिद्धार्थने कुतूहलवश मनाने पुन्हा विचारले, "सांगा ना गुरुजी, राम

वनात गेल्यामुळे त्यांचे पिता मृत्यू पावले, म्हणजे काय झालं?''

उद्दालकांची नजर झळझळीत आकाशावर स्थिरावली. राजा शुद्धोदन जे टाळू इच्छित होता, त्या घटनेचा आरंभ झाल्याची जाणीव त्यास झाली. राजकुमार सिद्धार्थचा प्रश्नांच्या प्रदेशात प्रवेश झाला होता. या प्रदेशातून त्यास कोणीही बाहेर काढू शकणार नव्हते. कुमारचा प्रश्नप्रदेशात प्रवेश होण्यास आपण कारणीभूत झालो नाही याचा आनंद मानावा की विषाद, हे उद्दालकास समजेना. आकाशावर स्थिरावलेली नजर त्याने बळेच दूर केली. आकाश असीम, अनंत आणि अमाप होते... म्हणून आकाशावरील नजर हटवून त्याने दालनातील भिंतीकडे बघितले. अभ्यासखंडातील कोपऱ्यात माता सरस्वतीच्या मूर्तीवर त्याची नजर खिळली. कुमारच्या प्रश्नाने देवीसमोर प्रज्वलित केलेली दीपज्योतीही शहारली, असे त्यास वाटले. दिव्यातील तेल हळूहळू कमी होत होते. ते संपले की ज्योत...

उद्दालकांच्या मनात वीज चमकली आणि ओठी मंद स्मित. शिष्याच्या मस्तकावर स्नेहाने हात फिरवत त्याने हळूच सांगितले, ''कुमार, तुम्ही ही दीपज्योत बघता आहात. आपण रोज ही प्रज्वलित करतो, कारण रोज काही काळ तेवत राहून ती विझते.''

''होय गुरुजी. दिव्यात भरलेलं तूप संपलं की ती विझते, खरं ना?'' कुमार सिद्धार्थने आपणास असलेली माहिती सांगितली.

''पण मग कुमार, जो प्रकाश इथे फैलावत होता तो कुठे गेला?''

हा प्रश्न कुमार सिद्धार्थला अत्यंत अनपेक्षित वाटला. उत्तराच्या संदर्भात तो काही विचार व्यक्त करण्यापूर्वी हाताच्या झटक्याने उद्दालकाने दिवा विझवून दुसरा प्रश्न विचारला, ''सांगा कुमार, आता दिव्यात तूप असूनही ज्योत का विझली आणि कुठे गेला तो प्रकाश?''

कुमार सिद्धार्थची नजर दालनभर भिरभिरली. त्याने दालनाबाहेर आणि खिडकीतून दिसत असलेल्या आकाशाकडेही बघितले. सर्वत्र प्रकाश असला तरी या ज्योतीतून उमटलेला प्रकाश वेगळा काढता येईना.

''कुमार, दीपज्योतीतून पसरणारा प्रकाश कुठून आला आणि कुठे गेला, हे आपण सांगू शकत नाही. तरी प्रकाश आहे, यात दुमत असणेही शक्य नाही. आत्ता आपण ज्योत विझवली आणि लगेच आपण ती पेटवूही शकतो. पुन्हा ज्योत उजळेल...'' उद्दालक शक्य त्या सहजपणे संकल्पना समजावण्याचा प्रयत्न करत. होते.

''पण ती ज्योत पुन्हा विझणारच, खरं ना?'' कुमार सिद्धार्थने विचारले.

''होय, आणि मग पुन्हा ती प्रज्वलित होणार असते,'' उद्दालकांनी खात्री देत म्हटले, ''अशा रीतीने ज्योतीचे तेवणे-विझणे चालू असते. ज्योतीबरोबर

प्रकाश येतो वा जातो. तसा आपला जन्म व मृत्यू असतो.''

''मृत्यू?'' कुमार सिद्धार्थने पुन्हा विचारले. ''होय कुमार, दीपक विझला, की प्रकाश नजरेसमोरून दूर जातो. त्यास आपण 'मृत्यू' असे नाव देतो आणि ज्योत प्रगटल्याने जो प्रकाश दृग्गोचर होतो त्यास आपण 'जीवन' या नावाने ओळखतो. वास्तविक, प्रकाश कुठे जात नाही किंवा येत नाही. तो तिथेच असतो. पण अशा तेवण्या-विझण्याचा भ्रम आपल्यालाच होत असतो.''

राजकुमार सिद्धार्थच्या मुद्रेत समाधानाची अपूर्व रेषा उमटली. कित्येक दिवसांपासून जी समस्या मनात उसळ्या मारत होती, तिच्या उत्तराचे अंधूक दर्शन झाल्याचा तो आनंद होता.

''समजलं का, कुमार?'' उद्दालकांनी विचारले.

''समजलं असं नाही म्हणू शकत मी गुरुजी, पण समजून घेण्याचा प्रयत्न करता येईल, असं आता वाटत आहे. पण खरं सांगायचं, तर समजून घेण्याचा प्रयत्न मी जसजसा करतो तसतसा अधिक गुंता होत असल्याचाही अनुभव मी घेतला आहे.''

''वत्सा, आता कसला गुंता?''

''महाराज, दशरथ मृत्यू पावले इथवर ठीक, पण त्यांचे रामचंद्रांवर निस्सीम प्रेम होतं म्हणून ते मृत्यू पावले, असं कसं म्हणता येईल?'' कुमार सिद्धार्थच्या मनात नवा प्रश्न उमटला.

''असं पाहा कुमार, दीपकात तूप असेतो दीप तेवत असतो...''

''आणि फुंकर मारल्यानेही दीप विझू शकतो.''

''होय. महाराज दशरथांच्या संदर्भात तसं घडलं. पुत्रप्रेमाचं तूप असूनही ज्योत विझली.''

''म्हणजे, ते प्रेम ज्योत तेवती ठेवण्यास नव्हे, तर विझवण्यास कारणीभूत झालं असं म्हणावं गुरुजी?'' डोळे बारीक करत कुमार सिद्धार्थने तीव्र स्वरात कळीचा प्रश्न विचारला.

उद्दालकासमोर पुन्हा दिङ्मूढ होण्याचा प्रसंग उभा ठाकला. कुमार सिद्धार्थच्या प्रश्नाच्या मुळाशी पोहोचणे अत्यंत दुष्कर असल्याची जाणीव त्याला झाली. प्रेम हे जीवनाचे प्रेरक बळ आहे, युगानुयुगांपासून हे स्वीकृत ठरलेले सत्य कुमार सिद्धार्थच्या प्रश्नासमक्ष हतप्रभ झाले होते. प्रेम हे जीवनाचे प्रेरक बळ असेल, तर त्या बळावर महाराज दशरथ चौदा वर्षे का जगले नाहीत? प्रेम म्हणजे जीवन, की मृत्यू?

''सांगा ना गुरुजी, महाराज दशरथांना रामचंद्रांविषयी इतकं प्रेम होतं, तर ते मृत्यू का पावले? तुम्ही म्हणालात, की दिव्यात तूप असेतो दीप प्रज्वलित राहातो?''

“होय, वत्सा!” उद्दालकाने सांगितले, “तरी कधी केवळ हवेचा झोत दिव्यात तूप असूनही दिवा विझवण्यास कारण बनतो.”

“पण का? थोड्या वेळापूर्वी तुम्ही हाताने दिवा विझवलात. त्यात तूप असूनही असे होत असेल तर तुपाचं प्रयोजन काय?” एक अनुत्तरित प्रश्न कुमारच्या मनात अनुत्तरित प्रश्नांची माळ जन्माला घालत होता. उद्दालकास या प्रश्नांचा अंत करता येणार नव्हता. म्हणून त्याने प्रश्नप्रदेश गुंडाळणे उचित ठरवले.

“कुमार, दिवसा सूर्यप्रकाश असताना चंद्र दिसत नाही. त्याप्रमाणे चांदण्या रात्री ताऱ्यांचा प्रकाश नजरेत भरत नाही. कृष्णपक्षाच्या रात्री ताऱ्यांचा प्रकाश दिसतो. विशिष्ट समज आणि दर्शन केवळ काळाच्या अधीन असतात. तुम्ही मोठे झालात की तुम्हाला ते समजेल, कुमार!”

उद्दालकाने अनाम स्नेहास वश होत कुमार सिद्धार्थच्या मस्तकावरून हात फिरवला.

* * *

‘वप्रमंगला’चा दिवस म्हणजे शाक्य प्रजेसाठी उत्सवपर्व असे. नैर्ऋत्येचे वारे मोसमी वर्षेचा संकेत देत, तो शुभदिन आणि शुभघडी समजून राजा शुद्धोदन राज्यातील एक सुपीक शेत स्वहस्ते नांगरून त्यात पेरणी करत असे, हा दिवस शाक्य परंपरेत ‘वप्रमंगल’चा सण म्हणून साजरा होई. राजा शेत नांगरत असे तसेच इतर ज्येष्ठ शाक्यही शेतात नांगर धरून मुहूर्त करत. त्यापूर्वी ‘हलपूजना’चा विधी संपन्न होत असे. बैलांना सुरेख शृंगारले जाई. बैलांच्या कपाळावर शुभसूचक कुंकुम तिलक रेखण्यात येई. अक्षता उधळून सारे परस्परांचे तोंड गोड करत. ब्राह्मण स्वस्तिवाचनाचा विधी संपन्न करत. मुले आणि तरुण प्रजा आनंदाने नृत्य करत आणि गीते गात.

नेहमीप्रमाणे या वर्षीही कपिलवस्तु नगरीच्या सीमेवर ‘वप्रमंगल’ सण थाटाने साजरा करण्याची व्यवस्था केली होती. आता कुमार सिद्धार्थासाठी राजाने खास प्रकारची व्यवस्था उपलब्ध करून दिली होती. प्रत्येक ऋतूत कुमारास सर्व सुखसोयी प्राप्त करून देण्यासाठी पित्याने कपिलवस्तु नगरीत तीन वेगवेगळ्या महालांची व्यवस्था केली होती. वास्तुशास्त्राच्या सिद्धांतानुसार या तीनही महालांचे बांधकाम करण्यात आले होते. हिवाळ्यात ज्या महालात कुमारचे वास्तव्य असे तो महाल उबदार होता, तर उन्हाळ्यात राहण्याच्या महालात शीतल वातावरणाची सोय होती. पावसाळ्यात राहण्याची व्यवस्था होती तिथे मनमुराद वर्षेच्या सौंदर्याचा आनंद लुटता येई, पण वर्षेच्या रौद्र रूपाचे दर्शन मात्र होत नसे. या तीन निवासस्थानांना ऋतूनुसार नावे दिली होती. हिवाळ्यात वास्तव्य करण्याचा ‘हेमंतिक महाल’, तर

उन्हाळ्यात राहण्याच्या जागेचे नाव 'ग्रैष्मिक महाल' आणि वर्षेचे सौंदर्य दाखविणारा 'वार्षिक महाल' या नावाने ओळखला जाई. महालात कुमाराची व्यवस्था ठेवणाऱ्या दासी आणि अन्य स्त्रियांतही फेरबदल करण्यात आला होता. आता कुमार भद्रिकेच्या छत्रछायेखाली नव्हते. वातावरणात प्रसन्नतेचे सिंचन करू शकतील, अशा अनेक सुंदर, चतुर आणि तरुण दासींचा कबीला त्यांच्या सोबतीस होता. सौंदर्यास पूरक अशी वस्त्रे त्यांना पुरवण्यात येत. केवळ दैहिक सौंदर्य नव्हे; तर सुसंस्कृत वर्तन,सुमधुर वाणी,नम्रता आणि आकर्षक हास्य हे त्यांच्या व्यक्तिमत्वाचे विशेष गुण होते. कुमार सिद्धार्थभोवती वावरणाऱ्या या सौंदर्यवृंदात अपवाद होता छन्न आणि सुमंगल यांचा.

आजही 'वप्रमंगल' सणाच्या निमित्ताने उत्सवाच्या ठिकाणी जात असताना कुमार हे सुमंगल व छन्न त्यांची सावलीसारखी साथ करत होते. महाराज शुद्धोदन, अमात्य आणि इतर शाक्य वरिष्ठही उत्सवस्थळी जायला निघाले होते. सारी नगरी ध्वजा-पताका आणि पुष्प-तोरणांनी सजली होती. राजमार्गांवर शीतल जलाचे सिंचन केले होते. त्यातून मातीचा मत्तगंध उसळून उत्साही प्रजेच्या श्वासात मिसळत होता.

कुमार सिद्धार्थचे वास्तव्य 'ग्रैष्मिक महाला'तच होते. वर्षा बरसू लागल्यानंतर महाल बदलायचा होता. भद्रिकेच्या छत्रछायेत नसून खूपदा कुमारास भद्रिकेचे स्मरण होई. कधी ती आपणहून कुमारला भेटायला येत असे. 'वप्रमंगल' सणाच्या निमित्ताने कुमारला भद्रिका आठवली; पण ती नजरेस पडत नव्हती. असे कधी झाले नव्हते. सहजच भद्रिका किती काळजीपूर्वक झोपवत असे, ते कुमारला आठवले.

"छन्न! भद्रिकेस आम्ही स्मरण करत असल्याचा संदेश धाडा," कुमार सिद्धार्थांनी आदेश दिला.

"कुमार, आपला निरोप भद्रिकेस पोहोचवण्याची व्यवस्था अवश्य होईल. पण तिच्या भेटीची इच्छा आत्ता पूर्ण होऊ शकणार नाही," छन्न नम्र स्वरात म्हणाला.

"का? माझा संदेश मिळताच ती नेहमी धावत येते." कुमार सिद्धार्थने नवल ओठी आणले.

"ती आता असाध्य रोगाचा सामना करत आहे. म्हणून ती येऊ शकणार नाही. महाराजांनी तिच्या सेवा शुश्रुषेची व्यवस्था नीट केली आहे; पण ती आता बिछान्याला खिळून आहे."

छन्नचे सविस्तर उत्तर राजकुमार सिद्धार्थला अस्वस्थ करणारे होते. असाध्य रोगाचा विचार त्याने कधी केला नव्हता. बिछाना सोडू न शकणाऱ्या भद्रिकेची कल्पना करणेही त्यास जमेना. असे का? भद्रिकेची अवस्था अशी का व्हावी? बिछान्यास खिळलेली भद्रिका कशी दिसत असेल? राजकुमारच्या मनात अनेक प्रश्न

उसळू लागले. अनायासे त्याच्या तोंडून आदेश उमटला.

"छन्न, शेतावर जाण्यापूर्वी आपण क्षणभर भद्रिकेची भेट घेऊ." आदेश ऐकून छन्न आणि सुमंगल दोघेही दचकले.

"कुमार, 'वप्रमंगल' उत्सवाच्या मुहूर्तासाठी महाराज आपली प्रतीक्षा करत असतील."

"रथ भद्रिकेच्या निवासस्थानाकडेच न्या. मी तिला भेटणार आहे," कुमाराच्या स्वरात सत्तेचा जन्मदत्त टणत्कार होता.

"कुमार, महाराज नाराज होतील." सुमंगल टाळाटाळ करू लागला.

"अश्वपाल, रथ भद्रिकेच्या निवासस्थानी ने. तिला भेटल्याशिवाय मला चैन पडणार नाही."

आदेशात आग्रह जाणवल्याने सारथ्याने अश्वांची दिशा बदलली. थोड्या वेळात रथ भद्रिकेच्या अंगणात पोहोचला.

राजकुमारने भद्रिकेच्या दालनात प्रवेश केला. सुमंगल आणि छन्न-दोघांच्या मुद्रा काळजीने काळवंडल्या होत्या. ज्या दृश्यांपासून कुमारास दूर ठेवण्याचा राजाचा आदेश होता, तशा दृश्याचा सामना ते टाळू शकले नाहीत. भद्रिकेने खोल उतरल्या डोळ्यांनी राजकुमाराकडे बघितले, तेव्हा तिच्या डोळ्यांना अश्रुधार लागली होती.

राजकुमार सिद्धार्थ पापणी लववणे विसरल्यागत विस्फारल्या नजरेने भद्रिकेची अवदशा बघत होता. क्षणभर तो श्वास घेणे विसरला. त्याला आठवली, अनुपम शरीरसंपदा लाभलेली भद्रिका! केवळ ओठांनी नव्हे, तर अंगांगाने हसणारी! स्फूर्तिमय! उत्फुल्ल! कपाळावरून हात फिरवत, मंद हसत गोष्ट सांगणारी प्रेमळ स्त्री. ती हीच होती, यावर त्याचा विश्वास बसेना. तिची मुद्रा अगदी काळवंडली होती. जबड्याची हाडे वर आल्याने ती भेसूर दिसत होती. काळाभोर लाडिक केशसंभार जिथे लोळण घेत असे आणि ज्यावर हात फिरवण्याचा आनंद कुमार सिद्धार्थने मन:पूत उपभोगला होता, तिथे जवळपास केसच नव्हते. टक्कल पडल्या कारुण्यपूर्ण मस्तकावर चुकार श्वेतवर्णीय केस अस्ताव्यस्त पसरले होते. हातांची हाडेच नव्हे, तर हिरवट नसाही नजरेत भरत होत्या. हाडांवर सैल त्वचा जणू लटकवण्यात आली होती.

"भद्रिका!"कुमार केवळ एक शब्द उच्चारू शकला. भद्रिकेचे ओठ हलले. पण त्यातून शब्द उमटला नाही. कारण तिची वाचा गेली होती. दोन पावले पुढे येत कुमार सिद्धार्थ भद्रिकेच्या पलंगावर बसला. छन्न आणि सुमंगल यांना काय करावे ते कळेना. त्यांनी विरोध करण्याचा प्रयत्न केला; पण कुमारास जराजर्जर भद्रिकेशिवाय कसलीही जाणीव होत नव्हती. त्याने तिच्या कपाळावर हात ठेवला. मस्तक ज्वराने धगधगत होते.

"भद्रिके, काय झालंय तुला? अशी का झालीस? ओळखू येऊ नये, अशी कशी झालीस?" राजकुमाराच्या तोंडून प्रश्नावली उमटली. प्रश्नांची उत्तरे देण्याचे बळ भद्रिकेत नव्हते. खोल उतरलेल्या डोळ्यांनी ती अनिमिष नजरेने बघत राहिली. तिचे ओठ पुन्हा हलले; पण गळ्यातून आवाज उमटला नाही.

"कुमार," निकट जाऊन सुमंगलने राजकुमाराच्या खांद्यावर आत्मीयतेने हात ठेवला. हळुवार स्वरात तो म्हणाला, "आता भद्रिकेस ऐकू येत नाही की बोलताही येत नाही! पण अजून तिची समजशक्ती शाबूत आहे. म्हणून ती तुम्हाला ओळखू शकते आहे. तुम्ही तिची खबर काढायला आलात, याचं समाधान तिच्या डोळ्यांतून अश्रूंवाटे वाहात आहे."

"पण... पण असं का व्हावं?" राजकुमाराच्या मनात गोंधळ दाटत होता.

"तिला असाध्य रोगानं ग्रासलं आहे, कुमार! या रोगावर उपचार नाही, हे भद्रिकेचं दुर्दैव." छन्नने सांगितले.

"पण भद्रिकेच्या बाबतीत असं का व्हावं?" राजकुमाराच्या मनातील गोंधळ टिपेस पोहोचला. त्याचे प्रश्न संपेनात.

"भद्रिका निमित्तमात्र आहे, कुमार! कुणाच्याही बाबतीत असं घडू शकतं. देहात अनेक व्याधींचा वास असतो. त्यातील कोणती व्याधी प्रगट रूप धारण करेल, हे सांगता येत नाही. रोग हा शरीराचा धर्म आहे कुमार!" छन्न शक्य तितक्या शांतपणे समजावण्याचा प्रयास करत होता.

राजकुमाराची नजर छन्नवर खिळली. बळेच नजर दूर करून त्याने पुन्हा भद्रिकेकडे बघितले, आणि सुमंगलकडेही! मग तीच नजर स्वदेहावर स्थिरावली. हा... हाही देह पुढे भद्रिकेसारखा रोगग्रस्त होईल? या शक्यतेने त्याला धडकी भरली. सारे लोक भद्रिकेप्रमाणे अंथरुणावर खिळतील? असहाय्य आणि अपंग होतील? भद्रिका किती छान दिसत असे. कुठे गेले ते सौंदर्य? कुठे नाहीसे झाले ते लोभस हास्य? ते सौष्ठवपूर्ण शरीर? आकर्षक हास्य? राजकुमाराने अगतिकपणे डोळे मिटले.

'वप्रमंगल' उत्सवस्थळी ते उशिरा पोहोचले. तरी त्यांना खूप उशीर झाला नाही. उत्सव सुरू झाला नव्हता. ब्राह्मणांचे स्वस्तिवाचन चालू होते. मग राजाने पूजा करून शेत समारोहपूर्वक नांगरले. प्रजाजनांनी जयजयकार केला. एकमेकांचे तोंड गोड केले. सर्वांच्या मनात आनंदास उधाण आले होते. या हर्षोन्मादात एकमेकांना शुभेच्छा अर्पण करताना सर्व जण कितीतरी वेळ भान हरपले होते.

पण राजकुमार कुठे?

या साऱ्या कल्लोळात राजकुमार सिद्धार्थ दिसत नव्हता. याची जाणीव माता महाप्रजापतींना सर्वप्रथम झाली. त्यांनी राजा शुद्धोदनास विचारले. महाराजांची

नजर छन्न आणि सुमंगलकडे वळली. दोघांनी परस्परांकडे बघितले. राजकुमार खरोखर आसपास नसल्याचे पाहून, त्यांच्या काळजाचा ठोका चुकला.

"कुमार कुठे आहे?" राजाच्या तोंडून चित्कार निसटला. सारे बावरल्या नजरेने चहूकडे बघू लागले. पाहता पाहता जमलेले सारे विखुरले. ते एकमेकांस एकच प्रश्न विचारत होते, "कुमार कुठे आहे?" हलकल्लोळ माजला. छन्न नि सुमंगल धावत सुटले. पण त्यांना फार धावपळ करावी लागली नाही. थोड्या अंतरावर एक मोठा जांभूळवृक्ष होता. त्याच्या छायेत कुमार सिद्धार्थ मांडी घालून डोळे मिटून काष्ठप्रतिमेगत बसलेला दिसला.

छन्न आणि सुमंगल तिकडे अक्षरशः धावत सुटले. ते अत्यंत निकट पोहोचले तरी कुमार सिद्धार्थला कळले नाही. त्याची समाधी भंगली नाही. तो तिथे होता, आणि नव्हताही! त्याचे समग्र अस्तित्व जणू अंतरात खोलवर उतरले होते. समग्र विश्वाशी असलेले त्याचे धागे जणू तुटले होते. त्याचे ते रूप पाहून सुमंगल आणि छन्न विलक्षण शहारले आणि बावरलेही.

"कुमार... कुमार... कुमार!..." ते हाका मारत सुटले. त्या हाकांचे वातावरणात असंख्य पडसाद उमटत राहिले. आणि... आणि राजकुमार सिद्धार्थने डोळे उघडले.

पण ते डोळे अगदी वेगळे दिसत होते. अगदी वेगळे!!!

* * *

राजकुमार सिद्धार्थची समाधिवस्था खुद्द राजा शुद्धोदनाने स्वतः बघितली. त्याच्या काळजीत भर पडणे स्वाभाविक होते. अमात्य दण्डपाणि यांना राजाच्या चिंतित अवस्थेची त्वरित जाणीव झाली. कित्येक वरिष्ठ शाक्य, राजकुमाराचे भविष्यकथन झाले होते त्या सभेत उपस्थित होते. त्यातच महर्षी असितदेवल यांनी साश्रुनयनांनी नवजात बालकास निरखल्याचे आणि त्याचे कार्यकारण सांगून त्यांचे नवजात बालकाच्या चरणांशी किंचित मस्तक नमवून आदर व्यक्त केल्याचे ज्यांनी पाहिले होते ते तो प्रसंग कसा विसरू शकणार होते? राजकुमाराची समाधिवस्था नजरेने न्याहाळलेल्या प्रत्येक वरिष्ठ शाक्यास वाटत होते, की असितदेवल महर्षींनी कथन केलेल्या भवितव्याचा पूर्वार्ध साकार होण्याची सुरुवात झाली आहे. महर्षींचा देहधर्म कधीच संपला होता; पण त्यांचे कथन ऐकणाऱ्या आणि कथनाचा पूर्वार्ध साकार होत असलेला बघणाऱ्यांना आता उत्तरार्धही साकार होण्याची खात्रीप्रद शक्यता दिसू लागली. पण हे भय कोणी ओठी आणले नाही, तरी आज जे दिसले ते कोणी विसरू शकत नव्हते.

काही वेळ गप्प राहून दण्डपाणि महाराजांच्या चिंतित मुद्रेकडे बघत म्हणाले,

"शाक्यराज, काळजी केल्याने समस्या सुटत नाहीत. कुमारासमोर अत्यंत रसिक वातावरण आणि सारी सुखं हात जोडून उभी ठेवली तरी त्यांची समाधिवस्था आपण टाळू शकलो नाही."

"आणि म्हणूनच मी दुसऱ्या मार्गाच्या शोधात आह," महाराजांनी उत्तर दिले.

"कुमार आता यौवनात प्रवेश करते झालेत राजन!" अमात्य सावध स्वरात म्हणाले, "तारुण्यसुलभ मोहातून कोणताही प्राणी मुक्त राहू शकत नाही."

"म्हणजे? तुम्हाला काय सुचवायचं आहे, अमात्य?"

"कुमारांना समवयस्क, सुंदर आणि मनपसंत तरुणीची संगत शोधून द्यायला हवी आहे राजन! ही अशी प्रबळ ऊर्मी आहे, की त्यातून भलेभले ऋषी-महर्षी मुक्त राहू शकलेले नाहीत."

राजा शुद्धोदनाने डोळे बारीक करून अमात्यांचा विचार ऐकला. कितीतरी वेळ तो या विचाराभोवती पिंगा घालत राहिला. मग पुन्हा अमात्यांचा विचार घेण्याची गरज त्यास भासली.

"पण कोणती कन्या कुमारास पसंत असेल, हे कसं जाणता येणार?" राजाने समस्या ओठी आणली.

"या समस्येचंही निराकरण मी शोधलं आहे राजन!" कानात सांगितल्यागत अमात्यांनी अत्यंत हळू आवाजात सांगितले, "राज्यातर्फे येत्या 'गौरीव्रता'चे वेळी शाक्य कन्यांचा 'अशोकभांड' उत्सव घोषित करा. 'गौरीव्रत' करणाऱ्या सर्व कन्यांना कुमारांच्या हस्ते सौभाग्य अलंकार द्या. जिला अलंकृत करताना कुमारांच्या नजरेत 'प्रकृत्तिदत्त चमक' उमटेल, ती चमक ओळखू शकतील अशा श्रेष्ठ गणिकांना पाचारण करा. दासीच्या रूपात त्यांनी कुमारांना अलंकार देण्याचं काम करावं. तेव्हा, कुमारांच्या नजरेचं बारकाईनं निरीक्षण करावं."

अमात्यांचा विचार राजास भावला.अमात्य दण्डपाणि यांच्या दूरदृष्टीबद्दल राजाच्या मनात आदर होता, तो या निमित्ताने द्विगुणित झाला.

'अशोकभांड' हे शाक्य प्रजेच्या कन्यांचे महत्त्वाचे पर्व समजण्यात येत असे. 'अष्ट वर्षांत भवेत् गौरी' या नियमानुसार आठव्या वर्षापासून ते विवाह होईतो, सर्व कुमारिका सश्रद्ध मनाने हे व्रत करत. कपिलवस्तुनगरी हिमालयाच्या पायथ्याशी होती. हिमालयाची पर्वतमाला कपिलवस्तु नगरीपासून थोड्या अंतरावर चढे रूप धारण करत होती. या गिरिकंदरातच हिमकन्या पार्वतीने 'गौरीव्रत' केले होते. कठोर तपश्चर्या करून तिने मनपसंत पती प्राप्त केला होता. प्रत्येक शाक्यकन्या स्वतःस 'हिमकन्या' समजत असे. म्हणून 'माता पार्वती' हा प्रत्येकीचा आदर्श असे. 'गौरीव्रता'ची परंपरा शाक्यांनी पिढ्यान्‌पिढ्या सांभाळली होती. व्रतकाळात कुमारिका इच्छित पतीच्या प्राप्तीसाठी 'पार्वतीमाते'ची पूजा करत. आशीर्वादासाठी याचना

करत. दिवसा उपास करून रात्री जागरण करत.

सकाळी व्रताच्या उपासाचे पारणे करण्यापूर्वी या व्रतस्थ कन्यांना सौभाग्य चिन्हांनी अलंकृत केले जाई. शाक्य प्रजा हे काम फार पुण्याचे समजत असे. बहुतांशी, व्रती मुलीचे जन्मदाते ते करत. प्रसंगी कोणी श्रेष्ठी व्रतस्थ कन्येस अलंकृत करण्याचे पुण्य करी. गणराज्याचे अधिपती राज्यातील प्रत्येक व्रतस्थ कन्येस प्रासादाच्या प्रांगणात निमंत्रित करून प्रत्येकीस सौभाग्यचिन्हांनी अलंकृत करत, तेव्हा या पर्वास 'अशोकभांड' परिचय प्राप्त होत असे. गेल्या कित्येक वर्षांत राजप्रासादात 'अशोकभांड' पर्व उजवण्यात आले नव्हते. ते लक्षात ठेवून अमात्यांनी योग्य वेळी हा विचार मांडला.

''राजन, आगामी 'गौरीव्रता'स 'अशोकभांड' म्हणून घोषित कर. तसे केल्याने सर्व वयांच्या अविवाहित कन्या कुमारांच्या नजरेस पडतील. त्यांच्या विविध प्रकारच्या आकर्षक केश-वेशभूषा आणि शृंगार पाहून कुमार मोहित झाल्याविना राहणार नाहीत.''

अमात्यांच्या सूचनेनुसार महाराजांनी गौरीव्रत 'अशोकभांड पर्व ' म्हणून घोषित केले. समस्त नगरात आनंदाचे कारंजे उसळले. 'राजभवना'च्या अतिथिगृहात राज्यातील दूरदूरच्या कुमारीकन्यांसह त्यांचे जन्मदाते हजर झाले. सारे इंद्रधनुष्यी रंग जणू वस्त्ररूप धारण करून उत्साही कन्यांच्या देहावर अवतरले. विविध उटणी नि फुलांचे झेले त्यांच्या देहास सुगंध प्रदान करत होते. यौवनगंधात चंदन, अळता, केशर इत्यादी वस्तूंच्या लेपनाचा सुखद गंध मिसळला. समग्र वातावरणात अपार प्रसन्नता व्यापून होती. कुमारांसाठी कन्या पसंत करण्याचे काम या पर्वात होण्याची शक्यता असल्याचे कर्णोपकर्णी कळले असल्याने, मुलींच्या माता मुलींच्या शृंगारप्रक्रियेत चौकस मनाने भाग घेत. आपली कन्या कुमारांच्या नजरेत भरली तर तिचे भाग्य फळफळेल, हा विचार त्यांना पुलकित करत होता.

योग्य समयी उत्सव सुरू झाला. राजपुरोहित मंगलस्तोत्रांचे स्तवन करून आशीर्वचन उच्चारणार होते. नंतर ते कुमारांना विशिष्ट प्रकारे सजवलेल्या सिंहासनावर बसण्याची विनंती करणार होते. कुमार आसनस्थ झाले, की दोन्ही बाजूंस ठरलेल्या चपळ आणि चतुर दासी उभ्या राहणार होत्या. कुमारांच्या हाती सौभाग्यचिन्हे देण्याचे काम त्यांना करायचे होते. प्रत्येक कुमारिकेने पुढे यावे, राजपुरोहितांनी तिच्या कपाळावर कुंकू आणि अक्षता लावाव्या. मग तिने कुमारांना एक पुष्प अर्पण करावे. त्याचा स्वीकार करून कुमारांनी कृतज्ञता व्यक्त करण्याच्या उद्देशाने कन्येस सौभाग्यचिन्हांनी अलंकृत करावे, अशा प्रकारे हा विधी संपन्न होणार होता.

मंगलवाद्यांचे सुरेल वादन संपले आणि सस्मित मुखाच्या कुमारांचा प्रांगणात प्रवेश झाला. थोड्या वेळात पर्वाचा मुख्य भाग संपन्न होऊ लागला. कुमार कुमारिकांना

अलंकृत केले जाऊ लागले. मुग्ध वयाच्या बालिका एकमेकींची थट्टामस्करी करत होत्या. प्रसंगी त्यांच्यात धक्काबुक्की होत होती. लाजाळू मुली खाली मान घालून तिरप्या नजरेने, तर धीट कन्या सरळ समोर बघत कुमारांचे निरीक्षण करत होत्या. कोणी कुमारांनी दिलेल्या अलंकारांचा स्वीकार करून घाईने पळून जात होत्या, तर कोणी कुमारांच्या सान्निध्यात अधिक राहण्याच्या इच्छेने प्रत्येक पाऊल धिम्या गतीने उचलत होत्या. कोणाच्या मुद्रेत अकारण लाघवी स्मित होते, तर कोणाच्याने मागे वळून बघण्याची मोहक कृती होत होती.

कुमार सिद्धार्थच्या सभोवती राजमहालात सतत अलंकृत स्त्रियांचा वावर होता. त्याची त्याला सवय होती. तरी इतक्या मोठ्या संख्येने आणि कोवळ्या वयांतील उत्साही कन्यांना एकदम बघणे नक्कीच नवे होते. कुमार सिद्धार्थ मनापासून सारा विधी संपन्न करत होता. त्याची भिरभिरती नजर, प्रसंगाच्या नवलाईचा आस्वाद मनापासून घेत असल्याचा संकेत देत होती. त्याच्या हृदयात गोड धुकधुक दाटत होती. खुद्द त्यालाही तसे घडण्याचे कारण उमगत नव्हते. पण या कन्यांकडे बघताना मनात गोड उर्मी उचंबळत असल्याची जाणीव मनात गोड सुगंधास उधाण आणत होती, हे खरे. हा अनाम सुगंध कसला, हे मात्र त्याला कळत नव्हते आणि तरी सुगंध श्वासात खोल उतरत असल्याची जाणीव त्याला रोमांचित करत होती.

सौभाग्यचिन्हे वितरणाचा कार्यक्रम संपला. काही कन्या कुमारांनी दिलेली सौभाग्यचिन्हे घेऊन निघून गेल्या, तर काही आपल्या सख्यांशी बोलत एकमेकींचे अलंकार बघत आनंदाची देवाणघेवाण करत होत्या. या साऱ्या कोलाहलापासून थोड्या दूर अंतरावर निश्चल उभी राहून एक कन्या या सोहळ्याचे, तसेच मुली व कुमाराचे निरीक्षण अलिप्तपणे करत होती.

सारे संपल्याचे गृहीत धरून कुमाराच्या उजव्या-डाव्या बाजूस उभ्या असलेल्या विशिष्ट चतुर दासींनी निवांत श्वास घेतला. उरले अलंकार पात्रात भरून, ती पात्रे घेऊन राजप्रासादाचे विश्वासू चाकर निघून गेले. तोवर अलिप्तपणे दूर उभी असलेली ती कन्या हळूच कुमारांच्या दिशेस येऊ लागली. तिची नजर कुमारांवर खिळली होती. ती जाणवल्यागत कुमाराने त्या दिशेस बघितले. तिच्या हातांत ताज्या टपोऱ्या गुलाबाचे मोहक फूल होते. कुमारांच्या नजरेस नजर भिडवून तिने ते फूल पुढे केले.

"ओह!" उत्साहाने फूल स्वीकारणाऱ्या कुमार सिद्धार्थाच्या तोंडून उद्गार निसटला. त्याने आजूबाजूस बघितले. अलंकाराची पात्रे तिथून नेण्यात आल्याचे पाहून क्षणभर त्याच्या मनाचा गोंधळ उडाला; पण लगेच स्वत:स सावरून त्याने निर्णय घेतला.

"भद्रे, तुला पोहोचण्यास उशीर झाला असला तरी मी तुला अलंकृत केल्याविना

पाठवणार नाही.'' बोलता बोलता त्याने स्वत:च्या गळ्यातला रत्नजडित सुवर्णहार काढला आणि त्या कन्येसमोर धरला. पण तो घेण्यासाठी त्या बालिकेने हात पुढे केला नाही. तिच्या ओठांवरच नव्हे, तर समग्र अस्तित्वावर मुग्ध स्मित फुलले.

''कुमार,'' ती लाजऱ्या स्वरात म्हणाली, ''मी आपणांस अलंकारविहीन करण्यास आले नसून अलंकृत करण्यासाठी आले आहे.'' तिचे बोलणे कुमार सिद्धार्थना अत्यंत अनपेक्षित वाटले. अनायासे त्यांची नजर तिच्या मुद्रेवर खिळली. बाजूस उभ्या असलेल्या चतुर दासींनी या तारामैत्रकाची त्वरित नोंद घेतली आणि आपसांत नेत्रपल्लवी केली.

''कुमार,'' राजपुरोहितांनी सिद्धार्थास तिचा परिचय दिला, ''ही सुप्रबुद्ध शाक्यकन्या यशोधरा!''

यशोधरेने कुमारांच्या हातांतील सुवर्णहारास निसटता स्पर्श केला आणि तोच हात कपाळास लावत ती किंचित नतमस्तक झाली. लगेच धिम्या गतीने ती तिथून निघून गेली.

* * *

राजकुमार सिद्धार्थसाठी स्नेह आणि सुख या अनुभूती अनोळखी होत्या, असे नव्हे; उलट आजवर त्याला हे सारेच भरभरून प्राप्त झाले होते. या दोन अनुभूतींशिवाय त्याचा इतर कशाशी परिचयही झाला नव्हता. जगात तिसरे काही असते, याची जाणीव त्याला नव्हती. तिसऱ्या अनुभूतीची त्यास चाहूल लागलीच नव्हती.

तरीही दांपत्यजीवनाच्या आरंभकाळात कुमार सिद्धार्थास यशोधरेने ज्या अनुभूतीचा अनुभव करवला, तो अनुभव अगदी नवथर होता. जन्मदात्री मायादेवींच्या प्रेमाचा अनुभव कळत्या वयात घेणे झाले नसले, तरी माता महाप्रजापतींच्या मायेतील उत्कट भाव त्याला सतत जाणवला होता आणि भद्रिकेच्याही! कुमार सिद्धार्थास अजूनही भद्रिकेच्या स्पर्शातील स्नेहाचे विस्मरण झाले नव्हते. भद्रिका अत्यंत गोड बोलत असे. तिच्या समग्र व्यक्तिमत्त्वात विलक्षण माधुर्य होते. 'ग्रैष्मिक', 'हेमंतिक' आणि 'वार्षिक' महालांत ज्या स्त्रिया कुमारांचे मनोरंजन व सुखसोयी सांभाळण्यासाठी नियुक्त केल्या होत्या, त्या साऱ्या प्रसन्नवदना होत्या. त्या कुमारास सुख प्रदान करण्याच्याच प्रयत्नांत असत. तरी यशोधरेपासून जी अनुभूती प्राप्त होई त्यास तोड नाही, असे त्याला वाटे.

पण का कोणास ठाऊक, सुखाच्या राशींवर लोळताना - नव्हे, प्रसन्नतेच्या सर्वोच्च क्षणीही आपले अस्तित्व छिन्नभिन्न होत असल्याची जाणीव कुमार सिद्धार्थाची पाठ सोडत नसे. असे का होते, याची खुद्द त्याला उमज पडत नसे. सुखाच्या सर्वोच्च शिखरावर पोहोचले, की अचानक भुसभुशीत जमिनीत खोलवर

उतरल्याची जाणीव छळू लागे. तरी यशोधरा नजरेस पडली, की या जाणिवेची तीव्रता कमी होतच असे.

अचानक कधीतरी भद्रिकेची आठवण येई. रात्री पाठीवरून स्नेहल हात फिरवत गोष्टी सांगणारी भद्रिका नव्हे, तर कृश जराजर्जर आणि शेवटचा श्वास घेताना प्रचंड वेदनेस सामोरी जाणारी भद्रिका! बालवयात भेटलेली भद्रिका आणि आसन्नमरणावस्थेस सामोरी जाणारी भद्रिका या व्यक्ती वेगळ्या होत्या, की एकच? सुखाच्या शिखरावर साथ करणाऱ्या यशोधरेपर्यंत भद्रिकेची सावली लांबत असल्यासारखे का वाटते, हे त्याला कळत नसे.

पतीच्या खंडित व्यक्तिमत्त्वाची जाणीव चतुर यशोधरेस न होणे अशक्य होते. कुठल्याशा व्यथेमुळे पतीचे व्यक्तिमत्त्व दुभंलेपणाचा जीवघेणा अनुभव घेत असल्याची जाणीव तिला होतीच. एकदा तिने विचारण्याचा प्रयासही केला.

''स्वामी, तुमच्या मनात खोलवर काही दुःख दडलेलं आहे, की माझ्यातील कुठलीशी उणीव तुम्हाला सुखाचा पूर्णानुभव करवण्यास असमर्थ आहे?''

''यशोधरे, ज्यास आपण सुखाचा क्षण समजतो तो क्षण निसटून जाणार असतो.''

''होय; पण तसा सुखाचा क्षण परत प्राप्तही करता येतो.''

''ते मला ठाऊक आहे,पण प्राप्तीसाठी केलेला प्रयास मर्यादित कक्षेचा असतो. त्या सीमेच्या पल्याड...'' अचानक त्याला भद्रिका आठवली. तिने सांगितलेली प्रभू रामचंद्रांची कथा आणि गुरुजी उद्दालक यांनी विझवलेल्या दिव्याचा प्रसंगही! दिव्याचा प्रकाश अदृश्य झाला होता. तो कुठे गेला, हे कोणी सांगू शकत नव्हते. उद्दालकांनी दीप पुन्हा प्रज्वलित केला तरी तो पुन्हा विझला. तसेच यशोधरा म्हणतेय. त्या सुखाच्या सर्वोच्च क्षणाचेही! तो क्षणही...

कधी कधी दोन खंडांत दुभंगत राहिलेल्या आपल्या व्यक्तिमत्त्वात अनाम असे काही तरी चेंगरत असल्याच्या जाणिवेने कुमार सिद्धार्थचा जीव कासावीस होई. त्याचे मन व्यथेच्या अनुभवाचा अपार गुदमर सोसत राही. नजरेसमोर प्रेमळ पत्नी, तिची नजर स्नेहल प्रेमधारांचा वर्षाव करत असलेली दिसत असताना, या स्नेहाचा अंत... हा विचार त्यांच्या मनात भयंकर प्रकंपास निमंत्रित करत असे.

या सुमारास एक घटना घडली.

राज्याच्या दैनंदिन कामाच्या संदर्भात राजा शुद्धोदनास अमात्य आणि निवडक श्रेष्ठिजनांचा सदैव सहकार लाभत असला, तरी गणराज्याचा एक शिरस्ता होता. त्यानुसार वर्षातल्या एका दिवशी संथागारात समग्र गणपरिषद एकत्र येत असे. शाक्य प्रजेच्या कल्याणार्थ काय आणि कसे करता येईल, यावर विचार होत असे. या वर्षी होणाऱ्या गणपरिषदेसाठी भरण्डु कालाम यांना सन्मानाने निमंत्रित करावे,

अशी भलावण करण्यात आली होती. काही ज्येष्ठ शाक्यांना भरण्डु कालाम यांच्या आशीर्वादाची आस होती.

भरण्डु कालाम परिव्राजक होते. पण दर वर्षी चातुर्मासात कपिलवस्तु नगरीच्या सीमेवरच्या त्यांच्या आश्रमात त्यांचे वास्तव्य असे. ते समाधिप्रणालीचे आचार्य होते. स्वत:च्या शिष्यांनाच नव्हे, तर कपिलवस्तु नगरीच्या या आश्रमात विरक्त वृत्तीमुळे संन्यास घेतलेल्या योग्य शिष्यांना ते समाधिदशेचा अनुभव करवीत. नगरात मात्र ते क्वचित येत. कपिलवस्तुचे नगरजनच त्यांच्या दर्शनार्थ आश्रमात जात. शक्य असेल तेव्हा समूहात जाऊन त्यांची अमृतवाणी ऐकण्याची योजना आखत.

शाक्य गणपरिषदेने त्यांना संथागारात येऊन आशीर्वाद देण्याची आणि नंतर महाराज शुद्धोदनांच्या महाली भोजन घेण्याची विनंती केली. त्यांनीही या आमंत्रणाचा स्वीकार केला.

ठरल्याप्रमाणे भरण्डु आपल्या शिष्यांसह कपिलवस्तु नगरीत पोहोचले. तत्पूर्वी महाराज कुमार सिद्धार्थासह संथागारात उपस्थित झाले होते. सत्कार, अर्घ्य, पूजन इत्यादी औपचारिक विधी संपन्न झाल्यावर भरण्डुंनी स्वस्तिवाचन केले आणि आशीर्वाद दिले. महाराजांनी पुत्र सिद्धार्थास भरण्डुंना अभिवादन करण्यास सांगितले. त्या वेळी भरण्डुंनी कुमार सिद्धार्थच्या मस्तकावर हात ठेवला.

तोवर कुमार सिद्धार्थने कोणत्याही संन्याशाचे असे निकट सामीप्य अनुभवले नव्हते. कौपीनधारी आचार्यांच्या बरोबर तसाच काषायवस्त्रधारी मोठा शिष्यगण पाहून कुमार चकित झाला. भरण्डु यांच्या मुद्रेवर विलसणारे अनोखे निर्मळ तेज, सर्व कर्तबगार शाक्य वरिष्ठांच्या तेजाहून पार वेगळे असल्याचे त्यास जाणवत होते. या तेजात सोज्वळतेची प्रतीती सतत मिळत होती. आशीर्वाद मागताना इतरांच्या मुद्रेवर विशिष्ट हेतू वा अपेक्षा नजरेत भरत होती. कोणाला अधिक धन, तर कोणाला पुत्रेच्छा, तर कोणी पुत्र वा कन्येच्या विवाहाची इच्छा बाळगून होते. कोणास स्वास्थ्य हवे होते, तर कोणाला समृद्धी! अपेक्षेमुळे सारेच कमी-अधिक प्रमाणात अस्वस्थ दिसत होते. भरण्डुंचा आशीर्वाद मिळाला तर सारे काही प्राप्त होईल, अशी आशा प्रत्येकाच्या मुद्रेवर हावरेपणा अंकित करत होती. कुमार सिद्धार्थचे निरीक्षण शांतपणे चालू होते. राजा शुद्धोदनही यास अपवाद नसल्याची नोंद त्याने घेतली.

भरण्डु कालाम यांची मुद्रा अत्यंत स्वस्थ होती. तिच्यावर पुसट क्षोभही दिसत नव्हता.

''सुमंगल'', सावलीगत साथ करणाऱ्या सुमंगलपाशी कुमारने पृच्छा केली, ''साऱ्यांना आचार्यांकडून काही ना काही हवं आहे. आचार्यांना कसली अपेक्षा नसेल?''

''आचार्य संन्यासी आहेत, कुमार!'' सुमंगल उत्तरला, ''ज्याचं मन अपेक्षारहित

होतं तोच संन्यासी होतो. इच्छांचं निधन होण्याच्या क्रियेस संन्यस्तवृत्ती असं म्हणतात.''

सर्व बाबतींत अनोख्या असलेल्या कुमारच्या मनात प्रश्न उमटला... इच्छांचे निधन होते तेव्हा संन्यस्तवृत्ती उदयास येते, की संन्यस्त वृत्तीचा उदय होतो तेव्हा इच्छांचे निधन होते? इच्छांना अंत नाही. त्या अनंत असल्यास संन्यस्त वृत्तीमुळे ओजस्विता कशी प्रगट होते?

''आचार्य,'' भोजनानंतर मनात घोटाळणाऱ्या प्रश्नास कुमार सिद्धार्थने वाचा फोडली, ''शांत अवस्थेसाठी संन्यासाची गरज आहे का?''

''नाही, कुमार. संन्यास ही भूमिका आहे. त्यासाठी गरजेचा असतो त्याग!'' किंचित हसत त्यांनी कुमार सिद्धार्थच्या खांद्यावर हात ठेवला.

'त्याग' हा शब्दही तोवर सिद्धार्थच्या कधी ऐकण्यात आला नव्हता. म्हणून तो बुचकळ्यात पडला. त्याच्या मुद्रेवर अंकित झालेला गोंधळ सुमंगलने तत्काळ टिपला.

''कुमार,'' निकट जात तो त्याच्या कानात गुणगुणला, ''संन्यास हा असा मार्ग आहे, ज्या मार्गाने जाणाऱ्यास कुटुंब-माता-पिता, पत्नी, मुले-बाळे... सोडावे लागते. सत्ता, प्रतिष्ठा व समृद्धी प्राप्त केली असल्यास तीही सोडावी लागते. पण फक्त सोडणे हा त्याग नाही. मनातील स्नेह, भावभावना या साऱ्यांपासून मुक्त झालेल्या ज्याला शून्यावकाश स्पर्श करतो, त्याला संन्यस्त वृत्तीचं शिखर असं म्हणतात. त्याची उपलब्धी म्हणजे चित्ताची शांत अवस्था!''

कुमार सिद्धार्थ काही बोलला नाही तरी तो विचारात पडला. सुमंगल बोलतच होता, ''आणि या अवस्थेस पोहोचण्यात समाधिवस्था मदत करते.'' कुमार चमकला. काही वर्षांपूर्वी 'वप्रमंगल पर्वा'च्या निमित्ताने कपिलवस्तुनगरी भान विसरून उत्सव साजरा करत होती, तेव्हा त्याच्या बाबतीत काही वेगळे घडले होते. तो समाधिवस्थेचा साक्षात्कार असावा. जांभळीच्या वृक्षाखाली; अपूर्व क्षण गवसल्याचा निर्मळ आणि अपेक्षाविहीन आनंद अचानक अनुभवास आला होता. तसा आनंद प्रापंचिक सुखोपभोग घेताना कधी अनुभवला नव्हता. तो समाधिवस्थेचा आनंद असावा.

''आचार्य', एकाएकी त्याने आचार्यांना साद घातली, ''आपण मला समाधिप्रक्रिया शिकवाल?''

''अवश्य कुमार!'' भरण्डु उत्तरले, ''आपण आश्रमात नियमित आलात तर आपणास समाधिप्रक्रिया शिकवता येईल.''

भरण्डु कालाम यांच्याकडे समाधिप्रक्रिया शिकण्यासाठी कुमार सिद्धार्थचे जाणे राजा शुद्धोदनांस पसंत नव्हते. पण आता कुमार पोरवयात नव्हते, की

अबोध बालकही उरले नव्हते. पुत्र विवाहित असल्याचे स्मरण ठेवणे भाग होते. तोवर पिता या नात्याने पुत्रास मर्यादित दुनियेचे दर्शन उपलब्ध करून दिले असले, तरी आता कुमारवर फार काळ बंधने घालता येणार नव्हती आणि कुमार भरण्डु कालामपाशी समाधिवस्थेचे धडे गिरवायला जाऊ लागला.

'आचार्य,' एकदा त्याने विचारले, "समाधिवस्था प्राप्त करण्याचे धडे आपण कुणापाशी गिरवले?"

"कुमार, आलार कालाम माझे गुरू!" आचार्य सांगू लागले, "वैशाली नगरीच्या सीमेवर गंडक नदीच्या तटाकी आलार कालाम यांचा आश्रम आहे. त्यांनी समाधीच्या सात अवस्था प्राप्त केल्या आहेत."

सिद्धार्थला वाटले, भरण्डु कालामपाशी असलेल्या समाधिविद्येत इतके सत्त्व आहे, तर त्यांचे गुरू आलार कालाम यांनी संपादित केलेल्या सात अवस्थांत किती सत्त्व असेल! सातही अवस्था आपण प्राप्त केल्या तर? पण भरण्डु कालाम यांनी सांगितले होते, की समाधिवस्थेच्या सातही अवस्था प्राप्त करण्यासाठी संन्यास घ्यावा लागतो. संन्यास म्हणजे सर्वसंगपरित्याग.

दुभंगण्याची सुरुवात झालेले कुमार सिद्धार्थचे व्यक्तिमत्त्व अधिक दुभंगले. दुःख जाणवत नव्हते आणि उपभोगांतून सुख लाभत नव्हते. दुःखाच्या अनुभूतीचा परिचय न करवणारे सुख आता एकांगी वाटू लागले होते.

बेचव! बेस्वाद!!

* * *

कुमार सिद्धार्थच्या मनात वारंवार वैचारिक वादळ उठत होते. मनात अनाकलनीय असंतोष दाटत होता. मनात प्रश्न उमटत होते, त्यांना अंत नसल्याचे जाणवून मन धुमसत होते. जन्मदत्त सुख सुखावेनासे झाले असेल, तर त्यास सुख का म्हणायचे, असा प्रश्न पडत होता. सुखाच्या अनुभूतीस कोणतीही सीमा नडत नसेल, असे सुख कुठे असेल का? समाप्ती नसणारे सुख? दुःखाची चाहूलही लागणार नाही असे स्थान असेल का, जिथे महाराज दशरथाप्रमाणे जिवाची तडफड करणाऱ्या पुत्रवियोगाच्या दुःखाची शक्यता नसेल? भद्रिकेप्रमाणे रोगिष्ट अवस्थेत वेदनांस सामोरे जावे लागत नसेल? दिव्याच्या अदृश्य होणाऱ्या ज्योतीप्रमाणे संपून जाताना कोणतीही संवेदना शिल्लक नसेल...

असे विचार कपिलवस्तुच्या राजप्रासादात बसून करता आले तरी त्यांचे निराकरण प्रासादात वास्तव्य करून मिळवता येणार नाही. बाल्यावस्थेपासून 'ग्रैष्मिक', 'हेमंतिक' वा 'वार्षिक' महालांत राहताना ज्यांनी सुख देण्याचे अपार प्रयत्न केले, त्यांपैकी कित्येक जण वय वाढल्यामुळे मरण पावले होते. त्या साऱ्यांची नावेही त्यांना ठाऊक

नव्हती. माता मायादेवी जन्मानंतर जवळपास लगेच अदृश्य झाल्या. आईसारख्या मायेने वाढविणारी भद्रिकाही अदृश्य झाली. पिता शुद्धोदन आणि माता महाप्रजापती वार्धक्याकडे खेचले जात असल्याचे स्पष्ट दिसत आहे, आणि खुद्द माझ्या अस्तित्वात स्वत:चे विलोपन करणारी ही यशोधराही उद्या...

यांतून काही मार्ग निघेल? या साऱ्याच्या वर उठता येईल? सारे प्रश्न निमाले असतील, असे स्थान शोधता येईल?

भरण्डु कालाम एकदा म्हणाले होते, ''समाधिवस्था ही अशी यात्रा आहे, ज्या यात्रेस निघण्यासाठी पूर्वअट आहे, खऱ्या अर्थाने संन्यस्त होण्याची! असा संन्यास सर्वसंगपरित्याग केल्याविना सिद्ध होत नाही.''

आणि सर्वसंगपरित्याग म्हणजे...

''पिताश्री,'' एकदा न राहवून कुमार सिद्धार्थने राजा शुद्धोदनापाशी मनातली गुदमर व्यक्त केली, ''राजप्रासादात आपण उपलब्ध करून दिलेल्या सुखांनी मी आता उबून गेलो आहे. आपणच या व्यथासागरातून मला मुक्त करा.''

''म्हणजे?'' महाराजांनी चमकून विचारले, ''पुत्र व्यथित होण्याजोगं कोणतं दुःख आहे तुला?''

''इथल्या सर्व सुखांना मर्यादा आहेत. सीमा आहेत, अंत वा समाप्ती होणारी! कुठलाही अंत दुःखदच असतो. मला दुःखाच्या पलीकडे जाण्याची इच्छा आहे. शाश्वत सुखाचा शोध घेण्याची इच्छा आहे.''

राजा शुद्धोदन स्तब्ध झाला. मूक झाला. जवळ बसलेल्या महाप्रजापतींची मुद्रा भयाने पांढरी फट्ट पडली. कुमारजन्माची घटना इतकी वर्षे जुनी झाली तरी महर्षी असितदेवलांच्या भेटीचा प्रत्येक क्षण त्यांना स्मरत होता. त्यांचे भाकित ते विसरू शकणार नव्हते. त्यांच्या छातीत धस्स झाले. अंतरात एकच प्रश्न उसळला, ''असितदेवल महर्षींची वाणी वर्तमान बनत आहे की काय?''

''कुमार,'' पुत्राच्या पाठीवर हात फिरवत महाराज म्हणाले, ''ही दुनिया आहे तशी आपण स्वीकारायला हवी. माता, पिता, पत्नी... सर्वांच्या संदर्भात तुझं कर्तव्य आहे.''

''या सर्वांच्या कल्याणासाठीच मला माझ्या मार्गावर यात्रेसाठी जाण्याची अनुमती द्या. पिताश्री, मी आपला पुत्र आहे. आपण माझे जनक आहात, हा एक अपघात आहे. मी आपला पुत्र नसतो, तर आज आपण जितके व्यथित आहात तितके व्यथित झाला नसता. मी पुत्र असणं वा आपण जनक असणं हा माझ्या यात्रेच्या मार्गातील एक पाडाव असू शकतो, असा विचार का नसावा?'' अनंतात नजर रुतवून कुमार जणू स्वगतसंवाद साधत होता.

तोवर हा संवाद ऐकत गप्प बसलेल्या माता महाप्रजापतींच्याने हे पुढे

ऐकवेना. त्यांना रडू फुटले. भरल्या स्वरात त्या बोलू लागल्या...

"पुत्रा,तू म्हणतोयस ते समजून घेण्याची कुवत माझ्यात नाही; पण पुत्र या नात्याने माता-पित्याची आज्ञा शिरोधार्य समजणं तुझं कर्तव्य आहे. हे विचार मनातून काढून टाक आणि बालिकावधू यशोधरेबरोबर सुखाने संसार कर. आमच्या पश्चात शाक्यांचं उत्तम संचालन कर."

"माते, तुमची आज्ञा मला शिरोधार्य आहे," प्रत्येक शब्दावर जोर देत कुमार म्हणाले, "पण त्यासाठी माझ्या दोन-तीन अटी आहेत."

"आम्हाला तुझ्या कोणत्याही, कितीही अटी मान्य आहेत, पुत्रा!" पिता आनंदाच्या घाईत म्हणाला.

"आत्ता माता म्हणाली, की बालिकावधू यशोधरेबरोबर मी सुखाने संसार करावा." सिद्धार्थ सावध स्वरात म्हणाला, "हा उपभोग केवळ यौवनावस्थेपुरता मर्यादित आहे. यौवनावस्थेचा अस्त होऊन जरावस्था ग्रासू लागली, की रोगिष्टावस्था प्रवेशते आणि कोणत्याही सांसारिक सुखाचा उपभोग घेणं अशक्य ठरतं."

"हा प्रकृतिक्रम आहे, पुत्रा!"

"प्रकृतिक्रमाचा स्वीकार करायचा तर पिताश्री, माताश्रींनी सुचवलेला मार्ग अत्यंत अल्पजीवी आहे, असा अर्थ होतो. काही काळ व्यतीत झाला, की सुखाची अनुभूती भ्रम असल्याचं सिद्ध होईल." कुमार अत्यंत शांत स्वरात बोलत होते.

"सुख संपणार असल्याच्या भयाने संसाराचा त्याग करणं, हे भीरूतेचं लक्षण आहे. समस्त संसार तुला भ्याड समजेल." महाराज सावध स्वरात म्हणाले.

"पिताश्री, मी भीरूतेस वश होऊन संसाराचा त्याग करत नसून, प्राणिमात्रास सतावणाऱ्या भयाचा प्रतिकार करण्यासाठी संसार सोडणार आहे. यात कसलाही त्याग नाही. जे सुख आजवर प्राप्त झाले, त्याहून कैक पटींनी अधिक असे अलौकिक-कधी न संपणारे सुख प्राप्त करण्यासाठी माझी ही कल्याणयात्रा आहे. केवळ माझ्यासाठी नव्हे, तर स्वजनांच्या हितासाठी मला संन्यासमार्गे प्रयाण करायचं आहे."

"ज्या मार्गाविषयी तुला काही माहिती नाही, ज्या मार्गात निबिड अंधार आणि ठेच खायला लावणारे असंख्य पथ्थर आहेत, त्या मार्गावर तुझ्या प्रश्नांची उत्तरं कशी सापडतील?"

"मला प्रश्नांची उत्तरं सापडतील वा कदाचित सापडणारही नाहीत; पण संसारात राहून ती सापडणं केवळ अशक्य आहे." कुमारच्या स्वरात निश्चयाचा टणत्कार उमटला,"या सुखांचा कधी अंत होणार नसल्याची खात्री तुम्ही देत असाल; पण जरावस्था, रोगिष्टावस्था वा मृत्यू माझा घास घेणार नाहीत, माझ्या कोणत्याही

सुखावर अतिक्रमण करणार नाहीत, अशी हमी देऊ शकत असलात तरच माझ्या प्रश्नांची उत्तरं कपिलवस्तुच्या या राजप्रासादात सापडू शकतील. अन्यथा, अशा भयभीत अवस्थेत जगण्यात काही अर्थ नाही. या भयाचा प्रतिकार करण्याची मला अनुमती द्या, पिताश्री!''

''ते शक्य नाही, पुत्रा,'' राजाचेही डोळे आता पाझरू लागले, ''मी तुला माझ्यापासून दूर जाण्यास कधी अनुमती देणार नाही.''

''जळत्या घरातून बाहेर पडण्याचा प्रयास करत असेल त्याला या प्रयासापासून कुणी रोखतं का?'' सिद्धार्थचा प्रश्न जळजळीत होता, ''तसं रोखण्यात कुणाचंही कल्याण नाही. तुम्ही दूर जाण्याचा विषय काढला. पण प्रत्येक मिलनात विरहाचा संकेत असतो. स्वनिर्णयाने दूर जाणं गौरवास्पद नाही का?''

''तुझा कोणताही मुद्दा आम्हाला समजत नाही, कुमार!'' हुंदके देत महाप्रजापतींनी पुत्रासमोर हार स्वीकारली, ''तुझ्याशी वाद घालण्यास आम्ही समर्थ नाही, की संन्यास घेण्यास अनुमती देण्यासही.''

क्षणभर सिद्धार्थची नजर रडणाऱ्या मातेवर स्थिरावली. राजा शुद्धोदनांनी पुत्राच्या खांद्यावर हात ठेवला. आधार देण्यासाठी की घेण्यासाठी, हा प्रश्न अनुत्तरित राहणार होता. कितीतरी वेळ या तिघांत विराट मौनाचे वादळ घोंघावत होते.

थोड्या वेळाने पुत्राने पित्याच्या चरणांवर मस्तक ठेवले. मातेला चरणस्पर्श केला आणि धीम्या गतीने तो तिथून निघून गेला.

कुमार सिद्धार्थ अंतःपुरात गेला तेव्हा मध्यरात्र झाली होती. शयनगृहात यशोधरा अजून जागी असेल तर अंतःपुरात येण्यास इतका उशीर का आणि कसा झाला, असे ती विचारण्याची शक्यत्ता त्याला जाणवली. ती त्यास स्वाभाविकही वाटली. माता-पित्यांनी संन्यास घेण्यास स्पष्ट नकार दिला असताना हा विवाद तिला सांगणे अर्थहीन होते; उलट बालवधूचा जीव उगाच दुःखात टाकल्यासारखे होईल, हे त्यास जाणवले. आजतरी तिच्या कल्पनाविश्वावर कुरघोडी करण्याची गरज नाही, वा ते उचित नाही, असेच त्याला वाटले.

* * *

कुमार सिद्धार्थच्या मनाची व्यग्रता सतत वाढत होती. सर्वत्र सुखदायी वातावरण असले, तरी अंतर्मनात अस्वस्थता हिंदकळत असल्याने ते अर्थहीन ठरत होते. कुमार सिद्धार्थच्या रोमारोमांस ही सुखे डंख मारत होती. यशोधरेने मातृत्व धारण केले असल्याने तिला पतिसहवासाची आस होती. सिद्धार्थचे कोणत्या तरी विचारात व्यग्र असणे तिला जाणवले होते. पण व्यग्रतेचे कारण तिला कळत नव्हते. दोन-तीनदा तिने पतीस बोलते करण्याचा प्रयासही केला होता.

"नाथ, आपल्या पहिल्या अपत्याचा जन्म नजरेच्या टप्प्यात आला असताना, तुम्ही विचारांच्या गुंत्यात हरवलेले का वाटता?" तिने सरळ प्रश्न विचारला.

"हा गुंता नाही यशोधरे. जे नाही, त्याचं कारण कसं देणार? पण जे नाही, ते निश्चित आहे, असं वाटणं आणि जे असायला हवं आहे ते समजत नसणं, या अवस्थेची मनोवेदना मी भोगत आहे."

"तुमच्या प्रत्येक वेदनेत सहभागी होणं हा माझा धर्म आहे, नाथ!" यशोधरा आत्मीयतेने म्हणाली, "हा सहधर्मचारिणीचा धर्म आहे."

"तुझं म्हणणं खरं आहे. मीही माझा धर्मच शोधतो आहे."

"लवकरच तुम्ही तात व्हाल, पिता म्हणून तुमचा धर्म..."

"आधी मी पुत्र होतो, मग पती बनलो, आता पिता होईन... संसाराची ही बंधनं माझ्या मुसक्या बांधत आहेत, असं मला वाटतं."

"आपण काय बोलता आहात नाथ?" यशोधरा विलक्षण चकित झाली. "अपत्याच्या आगमनाच्या क्रियेला बंधन का समजता? ते आपल्या सुखाचे शिखर असेल. तुमच्या जन्मावेळी पिताश्रींनी कपिलवस्तु नगरीत पुत्रजन्माचा कसा जल्लोश उडवला, याचं वर्णन तुम्ही ऐकलं असेल. त्याचं स्मरण करा, स्वामी!"

सिद्धार्थ बालक असताना भद्रिकेने त्या महोत्सवाचे साग्रसंगीत वर्णन खूपदा ऐकवले होते. यशोधरेच्या बोलण्याने ते त्या स्मरणपातळीवर आपसूक पोहोचले. पण त्यामुळे पिताश्री आपल्या पौत्राच्या जन्माचा उत्सव पुत्राच्या जन्मोत्सवाहून अधिक उत्साहाने साजरा करणार असतील, तर त्या उत्सवात सहभागी होण्याच्या कर्तव्याचे आणखी एक बंधन, असाच विचार त्याच्या मनात उमटला!

यशोधरेच्या म्हणण्यावर त्याने प्रतिभाव दर्शवला नाही. कुमार ज्यास अतिरिक्त बंधन म्हणत होता, तो क्षण साकार होणे अटळ होते. तसा तो साकार झालाही.

त्या वेळी कुमार सिद्धार्थ 'वार्षिक महाला'त राहत होता. वर्षा ऋतूचे कधीच आगमन झाले होते. 'वप्रमंगलपर्वा'ची घटना जुनी झाली होती. वर्षा ऋतूचा आरंभ अत्यंत प्रसन्नताप्रेरक होता. हिरवीगार शेते डुलू लागली होती. हवेत सुखद गारवा होता. आकाशात आषाढी मेघांची दाटी झाली होती. तृप्त मानवाप्रमाणे तृप्त वनस्पतीही जणू मान हलवून परस्परांशी गुजगोष्टी करत होत्या.

राजकुमार सिद्धार्थ आणि राजा शुद्धोदन महाराजांच्या महाली बसले होते, तेव्हा दोन दासी धावत आल्या.

"महाराज, बधाई हो!" दासींनी पुत्रजन्माची शुभवार्ता ऐकवली, "'शाक्यकुलदीपक अवतरला आहे."

राजा शुद्धोदन आनंदाने उठून उभा राहिला. गळ्यातील आभूषणे काढून दासींना देत त्याने हर्षोन्मत्त स्वरात गर्जना केली, "मी फार प्रसन्न आहे. अमात्यांना

नगरात घोषणा करण्याचा आदेश द्या. अतिथिगृहात उद्या सर्व नगरजनांसाठी भोजनाचा प्रबंध करा.''

''जशी आज्ञा, महाराज!'' दासीने नम्रतेने सांगितले, ''अमात्यांचं आगमन झालं आहे.''

राजकुमार सिद्धार्थच्या मुद्रेवर एकाही रेषेचा फरक पडला नाही. जणू कोणा अनोळखी व्यक्तीविषयी ते काही ऐकत होते.

''महाराज, पौत्रजन्माची बधाई हो!'' उत्साहाने महालात प्रवेश करत अमात्य उद्गारले.

''अमात्य, सत्वर राजपुरोहितास पाचारण करा. नवजाताचे नाव नक्की करण्यासाठी जन्मवेळेच्या ग्रहांचा हिशेब करण्याचा आदेश द्या.'' कुमार सिद्धार्थकडे बघत पिता म्हणाला,''पुत्रा, तू आता पिता झाला आहेस. या धन्य क्षणी तुला आनंद व्यक्त करावासा वाटत नाही?''

''मी काय बोलणार? माझ्या कल्याणयात्रेच्या मार्गात एका राहूचा उदय झाला आहे.''

''कुमार, खरंच सांगताहेत महाराज.'' अमात्य परिस्थिती सावरण्याच्या उद्देशाने म्हणाले, ''राहू म्हणजे बंधन. पित्यासाठी पुत्राहून मोठं बंधन असत नाही.''

''असं असेल तर त्याचं नाव शोधण्यासाठी, आकाशीच्या ग्रहांचा हिशेब कशाला हवा?'' राजाने हसत विचारले, ''राहुल नावाची घोषणा करा.''

तरी सिद्धार्थच्या मुद्रेत फरक जाणवला नाही. थोड्या वेळाने कुमार आपल्या महाली गेला तेव्हा पावसाची रिमझिम सुरू झाली होती. अंत:पुराच्या खास दालनात नवजात शिशू आणि माता यशोधरा प्रसवोत्तर विधींस सामोरे जात होते.

कुमार गवाक्षापाशी बसला. उत्तर दिशेच्या पर्वतावर त्याची दृष्टी स्थिरावली होती. दासीने भोजन आणले तरी त्याने नजर उचलून बघितले नाही. क्षणाक्षणाला अंधार घट्ट होत होता. पर्वतावरून उडी घेणाऱ्या जलस्रोताचा आवाज स्पष्ट ऐकू येत होता.

''कुमार, अन्य सेवा?'' महालाच्या-अंत:पुराच्या दोन परिचारिका कंबर वाकवून आज्ञेच्या प्रतीक्षेत उभ्या होत्या. दोन्ही परिचारिकांची नियुक्ती कुमारांचे मनोरंजन करण्यासाठी झाली होती. नम्रतेने वाकल्यामुळे त्यांची देहाकृती मशालीच्या उजेडात अत्यंत मोहक दिसत होती. पण कुमार सिद्धार्थच्या मनात प्रचंड शून्यता दाटली होती. हे... हे खरे सौंदर्य आहे? वस्त्रांचेच नव्हे, तर प्राकृतिक देहाचे सौंदर्यही अनुपम भासले तरी त्याचा शेवट भद्रिकेसारखा रोगजर्जर अवस्थेत आणि हाडावर लटकणाऱ्या सुरकुतल्या त्वचेत होणार असेल आणि शेवटी उरणार असेल मूठभर

राख-भस्म! देहास श्वापदे अर्ध्या जळक्या चितेतूनही खेचून नेत असतील तर...

विचारांचा थकवा जाणवून कुमार सिद्धार्थने डोळे मिटले.

आता या पुत्रजन्मास आपण कारण बनलो. ही आता आपली जबाबदारी! या पुत्राच्या अंताची जबाबदारीही! अंताच्या या प्रक्रियेतून सुटण्याचा आरंभ आत्ता केला नाही तर कधी करायचा?

रात्र बरीच झाली होती. कुमार सिद्धार्थ आपल्या दालनात एकटा होता. अस्वस्थ मनाने येरझाऱ्या घालत होता. आपल्यामुळे पृथ्वीवर अवतरलेल्या त्या नवजात बालकाचा चेहरा कसा असेल? सिद्धार्थच्या मनात प्रश्न उमटला. यशोधरा होती, त्या दालनाकडे त्याची नजर वळली.

नगरात रात्रीची शांतता दाटली होती. काळ्या मेघांमुळे आकाशात एकही चांदणी चमकत नव्हती. वस्तुतः, ती आषाढी पौर्णिमेची रात्र होती. पण श्याममेघ दाटल्याने पूर्णचंद्र दूरच, छोटी चंद्रकोरही दिसत नव्हती.

क्षणभर कुमार सुन्न अवस्थेत जड पुतळ्यागत उभा राहिला. दुसऱ्याच क्षणी त्याने निर्णय घेतला. चहूकडे गाढ अंधारच असेल तर प्रकाशाचा शोध घेण्याचा आरंभ करण्यासाठी हा क्षण उत्तम आहे. नव्हे, हा अंतिम क्षण आहे. आज जमले नाही तर ते कधीच जमणार नाही. राहुलचे आगमन झाले आहे. या बंधनाचा स्वीकार केला तर मुक्तियात्रेचे दरवाजे बंद होतील, रडणाऱ्या माता-पित्याचे चेहरे त्यांना अनायासे आठवले, अश्रुंमुळे करुण भासणारे.

स्वपुत्र राहुल कसा दिसत असेल? पिताश्रींनी नवजात पुत्रास बघितले तेव्हा त्यांना काय वाटले असेल?

विचार झटकून टाकण्याच्या उद्देशाने त्याने मान झटकली. वेगाने तो जिन्याकडे धावला. पुन्हा वाटले, राहुलला एकदा तरी बघायला हवे. त्याच्या अस्तित्वाचे उत्तरदायित्व शिरावर आहे. त्याच्या कल्याणमार्गात कदाचित मी विघ्नरूप असेन. सिद्धार्थच्या मनात पुन्हा प्रचंड प्रकंप दाटला. झटक्यात त्याने मागे बघितले. यशोधरेच्या दालनाचा दरवाजा उघडा होता. दाराशी दासी गाढ झोपली होती.

अचानक तो पाठी फिरला. वेगाने यशोधरेच्या दालनाचा दरवाजा गाठून तो दारात उभा राहिला. त्याने यशोधरेकडे बघितले. ती पलंगावर निवांत झोपली होती. कोपऱ्यातील दिव्याच्या प्रकाशात यशोधरेच्या कुशीत रेशमी वस्त्रात गुंडाळलेल्या नवजात बालकाचा संकेत मिळत होता. तिच्या देहाच्या सावलीत त्याचा चेहरा मात्र दिसू शकत नव्हता. चेहरा बघायचा झाला तर अगदी जवळ जाण्याची गरज होती.

पण तसे करताना यशोधरा वा दासीस जाग येण्याची शक्यता होती. सावलीची चाहूल लागूनही यशोधरेची झोपमोड होण्याची शक्यता त्यास जाणवली. ती निद्रावस्थेत असताना कणखरपणे निर्धार निभावणे वेगळे. तिच्या जागेपणी त्या

निर्धारास नख लागण्याची खात्रीलायक शक्यता अधिक. पुन्हा कधीच तो निर्धार कार्यान्वित करता येणार नाही. राहुलचा चेहरा एकदा बघितला वा कधीही बघितला नाही, तर त्यात काय फरक पडणार आहे? प्रकृतीचा यात विशिष्ट संकेत असेल. क्षणाचा विलंबही आता अनुचित ठरेल. प्राणिमात्रांच्या दु:खाचे निराकरण होईतो इकडे येणे नाही. कळीकाळा! तू सर्वांचे कल्याण कर! कल्याणमस्तु!

त्याने झटक्यात पाठ फिरवली.

क्षणार्धात कपिलवस्तु नगरीच्या शांत मार्गावरून फरफटत गेलेली एक सावली वेगाने रोहिणी नदीच्या किनाऱ्यापाशी थांबली. हातांतील तलवारीने स्वतःचे केस कापून तिने देहावरील रेशमी मौल्यवान वस्त्रे उतरवली. काषायवस्त्र धारण करून तिने घोर निबिड अंधारात अरण्याच्या अफाट नि अनोळखी परिसराची वाट धरली.

३ राजगृह

तथागत बुद्धांचे त्या वेळी वेणुवनातील विहारात वास्तव्य होते.

राजा बिंबिसाराने तथागतांच्या उपदेशवाणीचा स्वीकार केल्यापासून त्यांचे वास्तव्य वेणुवनातील विहारात होते. रोज त्यांच्या दर्शनास जाण्याचा आणि त्यांची अमृतवाणी कर्णसंपुटात साठवण्याचा राजाचा प्रयत्न असे. राजकाजाच्या धावपळीत हे जमवणे कधीतरी त्यास जमत नसे.

असे एकदा ते विहारात आले तेव्हा तथागत कुटीशी विहार करत होते. थोड्या अंतरावरील एका वृक्षाच्या पारावर भिक्खू महाकाश्यप निद्रिस्त होते. गंधकुटीत जाण्यापूर्वी त्यांची विचारपूस करायला हवी, असे बिंबिसारास वाटले. महाकाश्यपांच्या आसपास चार-पाच भिक्खू तशाच अवस्थेत होते. कोणी आडवे झाले होते, तर कोणी बसून कण्हत होते. त्यांची शुश्रूषा करणाऱ्या भिक्खूंपाशी बिंबिसाराने विचारपूस केली.

"भन्ते, महाकाश्यप आणि इतर सारे भिक्खू कोणत्या आजाराने त्रस्त झाले आहेत? त्यांच्या उपचाराची काय व्यवस्था केली आहे?"

"महाराज," एक भिक्खू उत्तरला, "महाकाश्यपांना त्वचारोगाने ग्रासले आहे. त्यांच्या देहात ज्वराने घर केले आहे. त्याचा संसर्ग लागून काही भिक्खूही आजारी पडले आहेत. त्यांचे उपचार करण्यासाठी जल, माती आणि वेळुवनातील एका वनस्पतीचा उपयोग केला जात आहे."

"भन्ते, तुम्ही सारे राजगृहातील चांगल्या चिकित्सकाची मदत का घेत नाही?"

"महाराज, चिकित्सकाकडून उपचार करवून घ्यायचा तर त्यांना मेहनताना द्यावा लागतो. आपण जाणता, की भिक्खूसंघापाशी चलन असत नाही."

बिंबिसार विचारात पडला. त्याची नजर पुन्हा महाकाश्यपांकडे वळली. देह ज्वराने धगधगत असल्याने, त्यांच्या देहावर लाल चट्टे उमटले होते. मनोमन निश्चय करून, पण काही न बोलता राजाने महाकाश्यपांना वंदन केले. त्याला वाटले, बौद्ध

संघाकडे धन नसायचेच आणि चिकित्सकांना प्रपंच चालवायचा असल्याने त्यांचे व्यावसायिक असणेही उचित आहे. ते अर्थलाभाची अपेक्षा बाळगणारच. या दोन्ही विरोधाभासी योग्य बाबींमुळे कल्याणमार्गाच्या या उपासकांना चिकित्सेपासून वंचित राहून पीडा भोगावी लागणे योग्य नाही, हा विचारही योग्यच! असे घडणे हा तथागत बुद्धांचा शिष्य या नात्याने आपला अपराध!

त्या दिवशी गंधकुटीत तथागतांना प्रणाम करून राजाने नम्र स्वरात विचारले, "तथागत, बौद्ध संघातील भिक्खूंच्या उपचारांची व्यवस्था करण्याची परवानगी दिलीत तर मी अनुग्रहित होईन."

"राजन," तथागत उत्तरले, "भिक्खू सर्वत्र आहेत. राज्य कोणाकोणाच्या नि किती भिक्खूंच्या उपचारांची जबाबदारी घेऊ शकेल?"

"भदंत, मगधसीमेत वावरणाऱ्या सर्व भिक्खूंवर राज्य उपचार करील. आपली परवानगी असेल तर मी आजच राजवैद्य कौमारभृत्यास आवश्यक त्या सूचना देण्याची व्यवस्था करतो."

तथागतांनी मस्तक नमवून होकार सुचवला. कोणत्याही प्रस्तावास अनुमती देण्याची त्यांची ही रीत होती.

त्या दिवशी राजाने जीवक कौमारभृत्यास; मगधप्रदेशातील कोणताही बौद्ध भिक्खू उपचारांपासून वंचित राहणार नाही, याची व्यवस्था करण्याचा आदेश दिला. राज्याच्या कोशातून खर्चाची व्यवस्था करण्याचे वचन देऊन या कामात अजिबात काटकसर करू नये, असेही सांगितले.

धनाच्या अभावामुळे उपचार न लाभलेल्या आणि मृत्युमुखी पडलेल्या रोग्यांविषयी जीवकापाशी माहिती होती. तक्षशिलेत अभ्यास करत असल्यापासून ते हे बघत होते. बाल्यावस्थेतच त्यांचे माता-पिता मृत्युमुखी पडले होते. अनाथ आणि निर्धन अवस्थेत अनारोग्याच्या समस्येने ग्रासले, की किती पीडाकारी परिस्थिती निर्माण होते याचा अनुभव त्यांनी घेतला होता. चिकित्सक बनल्यावरही त्यांनी असे बरेच लोक बघितले होते. म्हणून त्यांना राजाचा निर्णय आवडला.

"महाराज, धन्य आहे तुमची!" ते प्रसन्न स्वरात म्हणाले, "आपल्या आज्ञेनुसार लगेच व्यवस्था करण्याची खात्री मी आपणास देतो."

पण बौद्ध भिक्खूंच्या निःशुल्क शुश्रुषेची घोषणा युवराज अजातशत्रूंच्या कानी पडली, तेव्हा त्यास हा निर्णय अनुचित वाटला. दिवसेंदिवस राजाचे संसारविन्मुख होणेही त्यांना पटत नव्हते. मगधांच्या सीमेवर लिच्छवी आणि वज्जी प्रजेची गणराज्ये होती. दोन्ही गणराज्ये एकत्र होऊन सहकारतंत्र अमलात आणण्याच्या विचारात असल्याचे ऐकिवात होते. लिच्छवींची राजधानी वैशाली, समग्र आर्यावर्तात अत्यंत समृद्ध आणि समर्थ नगरी म्हणून प्रसिद्ध होती. दोन्ही गणराज्ये एक

झाल्यास, मगधांच्या राजधानीस-राजगृहास धोका निर्माण होण्याची शक्यता होती. या गणराज्यांवर आक्रमण करून त्यांना मगध राज्यात विलीन करण्याचे अजातशत्रूचे स्वप्न होते. काही दिवसांपूर्वीच युवराजाने ते स्वप्न राजा बिंबिसाराच्या कानी घातले होते.

"पिताश्री, लिच्छवी आणि वज्जी एक झाले तर त्यांच्या गणतंत्र शासनपद्धतीचा लवकरच मगधराज्यात प्रवेश होईल. कोणत्याही राजासाठी चक्रवर्ती होण्याच्या मार्गात गणतंत्राचा विकास धोंड ठरत असतो. म्हणून तसे घडण्यापूर्वी आक्रमण करून ही राज्यं मगध राज्यात विलीन केली पाहिजेत."

"युवराज," दचकलेल्या राजा बिंबिसाराने विचारले, "हे काय बोलताय? सैन्य रक्षणासाठी असते. राज्यविस्ताराच्या विचारात असंख्य निष्पाप लोकांच्या हत्येची संकल्पना लपून असते. अकारण केलेली हिंसा, पाप ठरते."

युवराजाच्या मुद्रेवर नापसंती उमटली. हे पित्याचे वा राजाचे बोल नसून बुद्धवाणी असल्याचे त्यास नेमकेपणाने जाणवले आणि युवराजांच्या मनात पित्याविषयी नव्हे, तर बुद्धांविषयी नापसंती जन्मली. पिता अशा रीतीने बुद्धांच्या आहारी जात राहिल्यास, राज्याचा विस्तार दूर, रक्षणही जमणार नाही, असे त्यास वाटले.

बुद्धांविषयीच्या नापसंतीस ओहोटी लागण्यापूर्वी युवराजास नवी घोषणा कळली आणि ही नापसंती द्विगुणित झाली. दया, दानशूरपणा हे चांगल्या राज्यकर्त्यांचे गुण असल्याचे त्यास पटत होते. पण राज्याची धुरा सांभाळताना तारतम्य बाळगलेच पाहिजे, असे त्याला वाटत होते. राज्याचा विस्तार करण्यासाठी सैन्याचा वापर करायचा नसेल तर सैन्यावर अपार खर्च वा सैनिकांच्या पगाराचा बोजा राज्याने का उचलायचा, असा त्याचा प्रश्न होता. ते कमी होते तर आता मगध राज्यातील यच्चयावत भिक्खूंची आरोग्यचिकित्सा करण्याची जबाबदारी राज्य उचलेल,अशी घोषणा राजाने केली. राज्याच्या कोशावर अनुत्पादक खर्चाचा बोजा वाढला, हे पाहून युवराजाच्या तळपायाची आग मस्तकास भिडली.

पाहता पाहता मगध राज्याची सीमा ओलांडून हा जाहीरनामा गाजू लागला. बौद्ध भिक्खूंचे घोळके राजगृहाकडे धावत सुटले. काहींनी तर या घोषणेनंतर- नव्हे, हा लाभ घेण्यासाठी बौद्ध धर्माचा अंगीकार केला होता. वेळुवन आणि राजगृहाची शुश्रुषालये बौद्ध भिक्खूंनी ओसंडून वाहू लागली.मोद्गल्यायन, सारिपुत्र, आनंद वगैरे वरिष्ठ भिक्खूंच्याही सुरुवातीस ही समस्या लक्षात आली नाही. संघात आणि विहारात असलेल्या भिक्खूंच्या रोग्यांत अपरिमित वाढ होणे अगदी अकल्पनीय होते. बहुतेक रोग्यांनी कोणत्याशा आचार्यामार्फत नुकतीच प्रव्रज्या घेतली होती. ते रोगी असल्याने त्यांनी प्रव्रज्या घेतल्याचे स्पष्ट दिसत होते.

मोद्गल्यायन आणि आनंदने या संदर्भात निरीक्षण केले. रोग्यांच्या संदर्भात मगध राज्याचा जाहीरनामा प्रगट झाल्यावर या योजनेचा लाभ लाटण्यासाठीच अनेकांनी प्रव्रज्या घेऊन बौद्ध धर्माचा अंगीकार केल्याचे अनुमान खरे ठरले. जीवक कौमारभृत्यांचे नाव समग्र आर्यावर्तात उत्तम चिकित्सक म्हणून दुमदुमत होते. त्यांच्याकडून तेही निःशुल्क उपचार होणे ही पर्वणी ठरणारी बाब होती. तुलनेत बौद्ध भिक्खू होणे ही अगदी सोपी आणि सरळ कृती होती. नंतर ते धर्मत्याग करण्याची शक्यता आनंदला दिसत होती.

आनंदने वर्तवलेली शक्यता वर्तमान बनली- नव्हे, अपेक्षेपेक्षाही तिने विकृत रूप धारण केले. रोगमुक्त होताच बहुतेक नवभिक्खूंनी काषायवस्त्र उतरवून संसारात प्रवेश केला. संघात प्रवेश करण्यासाठी किचकट कार्यवाही नव्हती, तशीच संघाचा त्याग करण्यासाठीही! त्यामुळे आगमनावर आणि निर्गमनावर नियंत्रण ठेवता येत नव्हते. हे पाहून युवराज अजातशत्रूच्या नापसंतीचे आगीत परिवर्तन होणे अगदी स्वाभाविक होते. राज्य हे राज्य असते. ते चिकित्सागृहे निर्माण करू शकते. पण संपूर्ण राज्याचे रूपांतर चिकित्सागृहात होणे कदापि हिताचे वा योग्य नाही. कोणत्याही राजास तसे करण्याचा अधिकार नाही, असे पित्यास सांगण्यात त्याने कसर केली नाही

''पिताश्री, मगधांची राजधानी रोगी भिक्खूंनी ओसंडू लागली आहे. राज्यकोश किती काळ या खर्चाचा बोजा पेलू शकेल? शिवाय, हे भिक्खू मगधप्रजाजन नाहीत. दूरदूरचे लोक प्रव्रज्या घेऊन निःशुल्क उपचाराच्या लालसेने राजगृहात येत सुटलेत. राजधानीचं असं कुरूप होणं तत्काळ थांबवलं पाहिजे.''

राजा बिंबिसारास युवराजाचे शब्द आणि शब्दापलीकडल्या रोषाची धग स्पष्ट जाणवली. त्याच्या स्वरात सत्यस्थितीचा आणि नापसंतीचा असा प्रखर टणत्कार होता, की राजा निरुत्तर झाला. सद्भावनेची झालेली ही अवदशा सहन करणे राजालाही जमत नव्हतेच. ते कमी होते म्हणून, की काय म्हणून, दुसऱ्या दिवशी जीवक कौमारभृत्य यांनी महाराजांचे लक्ष वेधले.

''महाराज, व्यक्तिशः मला एकट्याला इतक्या रोग्यांवर उपचार करणं अशक्य आहे. बहुसंख्य रुग्ण फुकट उपचारांच्या मोहानेच मुंडण करत असल्याचं नग्नसत्य निदर्शनास आलं आहे.''

राजा बिंबिसारही या समस्येपुढे हतबल झाला. त्याने तथागतांकडे धाव घेतली.

''भगवंत, बहुसंख्य भिक्खू बरे होताच काषायवस्त्र उतरवून संसारप्रवेश करत आहेत. राज्याच्या कोशाने तळ गाठला आहे. राज्याशी अशी प्रतारणा करण्याचा हक्क कोणत्याही राजास, भिक्खूस वा संघास असू नये. आपण यांतून मार्ग काढा.''

क्षणभर तथागत विचारात पडले. लगेच चहूकडे नजर फिरवून त्यांनी मोद्गल्यावान आणि इतर ज्येष्ठ भिक्खूंना साद घातली,

"प्रव्रज्या घेण्यास येणाऱ्या प्रत्येकाची कसून चौकशी करा. तो रोगी नव्हे, तर प्रव्रज्याइच्छुकच असल्याचे प्रतिज्ञापूर्वक वदवून घ्या. सर्व आचार्य व उपाध्यायांना हे कळवा. लगेच नव्या धोरणाचा अंमल सुरू करा."

शेवटी एकदाचे बौद्ध धर्माचा अंगीकार करण्याचे रोग्यांचे सत्र थांबले. नवागतांसाठी प्रतिज्ञापूर्वक प्रव्रज्या घेण्याची सक्ती झाली आणि मगध राज्यकोशावर नव्याने निर्माण झालेली आपत्ती टळली.

* * *

मगध राज्यकोशावरील आपत्ती दूर झाली, तरी राजा बिंबिसाराच्या मनात बौद्ध धर्माविषयी मृदू भावना असल्याचा, कुठलासा परिणाम होताना दिसतच होता.

वेळुवनाच्या दक्षिणेस प्रचंड वन होते. या वनाच्या रक्षणासाठी राज्याच्या काही शिपायांची नियुक्ती झाली होती. अरण्यातल्या काष्ट आणि वनस्पतींची वाजवी किंमत आकारून त्यांची विक्री करणे आणि ती रक्कम राज्यकोशात जमा करणे हे त्यांचे काम होते. अधिकृत संमती प्राप्त केल्याविना कोणास या वनसंपत्तीचा वापर करण्याचा अधिकार नव्हता. तसा सर्वमान्य जाहीर कायदाच होता.

पण एके दिवशी काष्ठाची मोठी मोळी नेत असलेल्या दोन भिक्खूंना शिपायांनी बघितले. ते वनात कसे आले, ते त्यांना कळेना. पण खांद्यावर मोळी ठेवून वनाबाहेर जात असताना शिपायांनी त्यांना पकडले. भुरट्या चोरांना शिपाई मारहाण करत तशी त्यांनी भिक्खूंना केली नाही. त्यांच्या मुंडण केलेल्या मुद्रांवरून शिपायांना ते बौद्ध भिक्खू असल्याचे कळले होते. भिक्खूंविषयी राजाच्या मनात आदर असल्याचेही ते जाणून होते. कर्तव्य बजावण्यासाठी त्यांनी भिक्खूंना अटक केली. भिक्खूंनीही प्रतिकार केला नाही. शिपायांनी काष्टचोरीचा गुन्हा दाखल करून त्यांना मुद्देमालासह दंडाधिकाऱ्यासमोर उभे केले.

दंडाधिकारीही राजाच्या मनात भिक्खूंविषयी आदर असल्याचे जाणून होता. पण कायद्याचे पालन करणे हे त्याचे आद्यकर्तव्य होते. अशा अपराध्यांचे कपडे उतरवून, त्यांच्या मस्तक आणि तोंडावर काळा रंग फासून, गाढवावर उलटे बसवून त्यांची गावात धिंड काढायची आणि नंतर त्यांना दहा कोरडे ओढायचे असा प्रघात होता. पण दंडाधिकाऱ्याला ही बाब राजा बिंबिसाराच्या कानी घालण्याची गरज जाणवली.

हे कळताच, क्षणभर राजास धर्मसंकट उभे ठाकल्यासारखे वाटले. अधिकृत परवानगी घेण्याचा उपचार न पाळता भिक्खूंनी काष्ठ गोळा करणे निःसंशय

अनुचित होते. राज्याच्या दृष्टीने ते अपराधी होते. आपल्याला हा कायदा ठाऊक नव्हता, असा त्यांचा दावा होता. शिवाय, या काष्ठांचा वापर व्यावसायिक फायद्यासाठी नाही, इकडेही त्यांनी लक्ष वेधले. कुटीच्या निर्मितीसाठी काष्ट नेत असल्याचा खुलासा त्यांनी केला. पण कायदा माहीत नसलेल्यास गुन्हा करण्याचा अधिकार प्राप्त होत नाही. म्हणून प्राप्त परिस्थितीत गुन्हा सिद्ध झालेल्यास शासन करण्यात औचित्य होते.

पण ज्यांनी संसारत्याग केला आहे, स्वतःच्या ऐहिक संपत्तीचाही त्याग केला आहे, इतकेच नव्हे, तर जगातील सर्व सुख-सोयी त्याज्य समजून, माया ममतेसारख्या भावनांकडेही पाठ फिरवून,जे पुढे निघून गेले आहेत अशा भिक्खूंनी कुटी बांधण्यासाठी लाकूड घेतले तर त्यांना काष्टचोर म्हणणे योग्य आहे का? त्यांना शासन केल्याने न्यायाचे पावित्र्य खरोखर सांभाळले जाईल का? राजाच्या मनात अनेक प्रश्न दाटले.

बऱ्याच वैचारिक मंथनानंतर राजाने दृढपणे निर्णय जाहीर केला, 'कोणत्याही संन्यासी वा बौद्ध भिक्खूस दंडसंहिता लागू पडणार नाही. दंडसंहितेच्या कायद्यापासून भिक्खू मुक्त समजावेत. अपराधांसाठी सामान्य नागरिकांना शिक्षा आहेत, त्या शिक्षा भिक्खूंना करू नयेत.'

दंडाधिकाऱ्याने लगेच ही आज्ञा अमलात आणण्यासाठी दोन्ही भिक्खूंना मुक्त केले. राज्यात राजाच्या नव्या निर्णयाची घोषणा करण्यात आली.

युवराज अजातशत्रूच्या नापसंतीत या घोषणेने भर घातली. अपराधी हा सर्व अर्थांनी अपराधीच असला पाहिजे. त्याचे वर्गीकरण करणे शासनाच्या हिताचे ठरणार नाही, असे त्याने दृढपणे सांगितले. भिक्खूंना निःशुल्क उपचाराची सोय दिली, तिचा जसा दुरुपयोग झाला तसा याही बाबतीत होईल, असे त्यास वाटले-नव्हे, त्याने तशी खात्री व्यक्त केली. थोड्याच काळात युवराजाचा विचार खरा असल्याचे सिद्ध झाले.

वैशालीस राहणारी सुप्रिया नावाची स्त्री लिच्छवी गणराज्याच्या नियमानुसार देहांतदंडाची अधिकारी ठरली होती. तिचा अपराध सिद्ध झाला होता. तिच्या लग्नाला तीन वर्षे पूर्ण झाली असूनही तिला मूल नव्हते. अर्थात, हा कोणी अपराध समजत नव्हतेच. तिच्या पतीच्या कुटुंबीयांची गणना लब्ध प्रतिष्ठितांत होत असे. तिचे सासरे वैशालीच्या गणराज्य परिषदेत सन्मानाच्या स्थानी होते. सुप्रियाने लग्नजीवनात अत्यावश्यक असणाऱ्या विश्वासाचा द्रोह केला होता. पतीचा विश्वासघात करून ती प्रियकराशी रत होत असल्याचे सिद्ध झाले होते. त्यामुळे ती घटना आता गुपित राहिली नव्हती. तिला अपराध करतानाच पकडले होते. लिच्छवी समाजाच्या परंपरेत अशा स्त्रीला देहांतदंड दिला जाई. सुप्रियाच्या देहदंडास विकल्प उरला

नसताना, मगधराज्यात बौद्ध धर्माचा अंगीकार केलेल्यांना सामान्य नागरिकांना लागू असणारे कायदे लागू नसतील अशी घोषणा झाली.

वास्तविक, राजा बिंबिसाराने केलेली घोषणा मगध राज्यापुरतीच होती. पण हे लोण आसपासच्या राज्यांत पसरले. सुप्रियाला ते कळले. ती चतुर आणि, कारस्थानी होती. देहांतदंडाची शिक्षा घोषित झाली होतीच.

त्यातून चातुर्याने मुक्त होण्याची योजना तिने आखली. वैशाली आणि मगधांची राजधानी-राजगृह यांत फारसे अंतर नव्हते. फक्त गंडक नदी ओलांडायची होती. तसे करून ती बौद्ध भिक्खूणी होऊ शकणार होती. वेळुवनात आश्रय मिळाला, की लिच्छवी दंडविधान तिला लागू होणार नव्हते. वैशालीच्या तुलनेत मगधांचे सामर्थ्यही अधिक होते. मगध राज्यातील सुप्रियेस शासन करणे वैशालीच्या सामर्थ्यापलीकडचे होते. लिच्छवी आणि वज्जी प्रजा एकत्र झाली तरी ते मगधांचा सामना करू शकणार नव्हते.

पूर्ण विचारांती सुप्रियाने चातुर्याने ही योजना अमलात आणली. बौद्ध भिक्खूणी बनणे हे काही अवघड वा अटीतटीचे काम नव्हते. वेळुवनात पोहोचताच जुजबी विधी उरकून घेऊन ती भिक्खूणी बनली. आता मगधांच्या कायद्यानुसार अपराधासाठी तिला शिक्षा होऊ शकत नव्हती.

युवराज अजातशत्रूस हे कळताच, नापसंतीपर्यंत सीमित राहिलेला त्याचा रोष टिपेस पोहोचला. लिच्छवी समाजात घृणापात्र ठरलेल्या स्त्रीने मगधांच्या कायद्याचा असा गैरफायदा घ्यावा, हे त्यास सहन होईना. सुप्रियेस रक्षण मिळाले, की समग्र आर्यावर्तातील अपराधी शिक्षा टाळण्यासाठी मगधराज्यात येतील, हे उघड होते. गुन्हेगार भिक्खू बनतील आणि त्यांचे मगध नगरजनांच्या भिक्षेवर पोषण होईल. तसे झाल्यास हे पूर्ण नगर अपराधी ठरेल. बौद्ध धर्म वा बौद्ध आचारसंहितेशी कर्तव्यच नाही, अशा घृणास्पद अपराध्यांची राजगृहात गर्दी होण्याची शक्यता युवराजास मुळी सहनच होईना.

"पिताश्री, तुमचे हे मार्दवपूर्ण वर्तन समग्र राज्यास गुन्हेगारांच्या भूमीची कळा आणील," युवराजाने पित्यास वस्तुस्थितीचे दर्शन घडवण्यासाठी कठोर सूर लावला, "आज एका व्यभिचारी लिच्छवी स्त्रीने भिक्खूणी बनून देहांतदंड टाळण्यावर हे सत्र संपणार नाही. तिचा गुन्हा मगध राज्यातही दंडपात्र ठरणारा आहे. दंडसंहिता सुयोग्य आचरणाच्या आग्रहाचे दुसरे रूप असते. दुराचारावर चीवर पांघरल्याने दंडसंहितेपासून रक्षण प्राप्त होण्यात समाजाचे हित असणे शक्यच नाही. ही चीवरवस्त्रं राजधानीचं रूपांतर गुन्हेगारांच्या मुक्तधामात करतील. ते होऊ देणं योग्य नाही."

राजा बिंबिसाराच्या द्विधेस दुसरा किनारा लाभत नव्हता. युवराजाचा रोष

उचित असल्याचे तो नाकारू शकत नव्हता आणि युवराजास खूश करणेही त्याला जमत नव्हते. या द्विधेचा अंत करण्यासाठी त्याने तथागतांना शरण जाणे योग्य ठरवले. तथागतांना कसलीही गंधवार्ता नव्हती. युवराजाने व्यक्त केलेल्या शक्यतेत तथ्यांश असल्याचे त्यांना नेमकेपणाने जाणवले, राजा बिंबिसाराच्या काळजीचे औचित्यही! बौद्ध धर्माची ज्यांना काही माहिती नाही किंवा जाणून घेण्याची इच्छा नाही, अशा सवंग प्रजेने केवळ स्वार्थासाठी बौद्ध धर्माचा अंगीकार करणे आणि गरज संपताच पुन्हा संसार करू लागणे-म्हणजे समग्र जीवन स्वार्थधर्म पाळण्यात घालविण्यासाठी बौद्धधर्मास वेठीस धरणे अयोग्यच. असे झाल्यास संघाच्या कपाळी; संधिसाधूंना आश्रय देणारा धर्म असा शिक्का बसणे दुरापास्त ठरेल, याची तथागतांना तीव्र जाणीव झाली. बौद्ध भिक्खू बनल्याने निर्भयपणे अपराध करण्याची वृत्ती बळावणार असेल तर ते रोखलेच पाहिजे, हे त्यांना पटले. म्हणून त्यांनी आदेश दिला...

''भिक्खूंनो, यापुढे कोणत्याही व्यक्तीस संघात प्रवेश देण्यापूर्वी, ती कोणत्याही धर्म वा राज्याचा गुन्हेगार नसल्याची प्रतिज्ञापूर्वक कबुली घेत जा. कायद्याचा भंग करणाऱ्या वा अपराध सिद्ध झालेल्या कुणाचाही संघप्रवेश निषिद्ध ठरवा. अपराध लपवून कोणी संघप्रवेश केला तर अपराध उघड होताच त्याची संघातून हकालपट्टी करा.''

* * *

मगधांची राजधानी राजगृह ही तीन दिशांनी पर्वतमालांनी विभूषित अशी सुंदर नगरी होती. त्यामुळे या तिन्ही दिशांतून कोणाची ये-जा नसे. चौथ्या दिशेस संरक्षणाच्या हेतूने प्रचंड भिंत बांधली होती. या भिंतीचे प्रवेशद्वार संध्याकाळी बंद करण्यात येत असे. नगराच्या पश्चिमेस 'गिरिव्रज' नावाचे नगर होते. हा पर्वतीय उताराचा प्रदेश होता. राजा बिंबिसाराने राजधानी म्हणून राजगृह नगरीचा विकास करवून घेईतो 'गिरिव्रज' हे मगधांच्या राजधानीचे नगर होते. राजगृहाच्या दक्षिणभूमीत खूप कच्चे लोखंड होते. त्याचा वापर शस्त्रनिर्मितीसाठी करता येईल, हे सर्वप्रथम बिंबिसार राजास जाणवले. राजा बिंबिसार 'गिरिव्रजा'च्या सिंहासनावर आरूढ झाला तेव्हा त्याचे वय अवघे सोळा वर्षांचे होते. तरुण वयातही त्याने भूमिगत संपत्तीचा हा साठा चौकस नजरेने टिपलाच आणि आग्नेय दिशेस तांबे भरपूर असल्याचा संकेतही प्राप्त केला. लोखंडाएवढेच आणि तांब्याने समृद्ध असलेल्या परिसराचा विकास करायला हवा, एवढेच नव्हे; हेच तर 'गिरिव्रजनगरी'चा विस्तार फार मर्यादित असल्याचेही या विचक्षण बुद्धिप्रतिभेच्या राजास जाणवले. तसे न केल्यास या समृद्ध पट्ट्याचे रक्षण होणे कठीण बनेल, असेही त्यास वाटले. वेळी-अवेळी

कोणी गुप्तचर वा असामाजिक तत्त्वाच्या हस्ते याचा गैरफायदा घेतला जाण्याची शक्यता त्यास दिसली. म्हणून 'गिरिव्रजनगरी'चा राजमहाल आणि इतर मोठ्या इमारती यथावत ठेवून नवा परिसर विकसित करण्यात आला, तोच 'राजगृह' या नावाने परिचिय पावला. दक्षिण दिशेस विपुल लोखंड उपलब्ध असल्याने तिथे शस्त्र आणि इतर प्रकारच्या अवजारांची निर्मिती करणाऱ्या उद्योगांचा विकास सहजपणे करता आला. राजा बिंबिसाराचा महाल 'गिरिव्रजा'त असल्याने नगरातील श्रेष्ठी, उच्च अधिकारी वगैरे धनाढ्य प्रजाजनांची निवासस्थानेही तिथेच राहिली.

कपिलवस्तुतून महाभिनिष्क्रमण करून जीवनाचा अर्थ जाणून घेण्यासाठी निघालेला राजकुमार सिद्धार्थ पदयात्रा करत राजगृह नगरीत प्रथम पोहोचला, तेव्हा तो एकोणतीस वर्षांचा होता, तर राजा बिंबिसार होता चोवीस वर्षांचा! राजाने चीवरधारी राजकुमारास भिक्खूरूपात भिक्षा मागत 'पांडवपर्वता'च्या गुंफेकडे जाताना बघितले. ते पाहून त्याने आश्चर्याने डोळे विस्फारले. अधिक माग काढता पाच हात उंच, सुदृढ आणि घट्ट देहाचा सिद्धार्थ 'पांडवपर्वता'च्या एका शिलेवर बसून भोजनाच्या नावाने कदान्न खात असलेला; त्याच्या नजरेस पडला, आणि हे आश्चर्य द्विगुणित झाले. खाली नजर, गुडघ्यापर्यंत पोहोचणारे हात, देह आणि मुद्रेवर तेजाची आभा यास विसंगत ठरणारा भिक्खूवेष आणि भिक्षापात्रातील अन्न पाहून राजाने सिद्धार्थकडे धाव घेतली.

"वेष संन्याशाचा असूनही तुझी देहप्रभा राजवंश सूचित करते आहे. हे तरुणा, मला स्वत:चा परिचय देशील का?" राजाने विचारले.

"महाराज, मी शाक्यवंशीय महाराज शुद्धोदनाचा पुत्र गौतम! जीवनाचे रहस्य जाणण्यासाठी मी संसाराचा त्याग केला आहे. कल्याणयात्रेचा संकल्प करून संन्यास घेतला आहे."

"संन्यासासाठी हे वय योग्य नाही, राजकुमारा!" राजा बिंबिसार प्रेमाने म्हणाला, "या मगधांचे राज्य आपला आदरसत्कार करू इच्छिते."

"राज्याचा आदरसत्कार स्वीकारायचा असता, तर महाराज, कपिलवस्तुचे राज्य माझ्यासमोर हात जोडून उभं होतंच की! पण मी त्याचा त्याग केला आहे. आता मला माझ्या मार्गाने जाण्याची अनुज्ञा द्यावी."

"तुम्ही ज्या मार्गावरून वाटचाल करायची म्हणता आहात, त्या मार्गाविषयी मला फारशी माहिती नाही; पण तुमच्या कल्याणयात्रेच्या संकल्पनेत मला स्वारस्य आहे. माझ्या या विनंतीचा स्वीकार करण्याची कृपा कराल, कुमार?" राजाने आत्मीयतेने विचारले.

"अवश्य!"

"तुमची कल्याणयात्रा यशस्वी होवो, या माझ्या शुभेच्छेचा स्वीकार करा.

तुम्हाला जीवनाचं रहस्य प्राप्त झालं, की या उपलब्धीचा लाभ मलाही व्हावा, या मोहाने मी तुमचा मार्ग अडवत नाही. ज्ञानप्राप्ती झाली की शक्य तितक्या लवकर तुम्ही राजगृहात या. तुमच्या उपलब्धीचा मला लाभ करवून देण्यासाठी राजगृहात वास्तव्य करा, अशी माझी प्रार्थना आहे.''

आणि सात वर्षांनंतर सिद्धार्थचे संबोधी ज्ञान प्राप्त करून तथागत बुद्ध अवस्थेत परिभ्रमण सुरू झाले. सारनाथ येथे धर्मचक्र परिवर्तनाचा प्रारंभ झाला. 'ऋषीपत्तन' आणि 'काशीनगरी'त धर्मोपदेश करून एका वर्षानंतर त्यांनी राजगृहाची वाट धरली. त्यांना राजा बिंबिसाराशी घडलेल्या संवादाचे स्मरण होतेच; पण राजगृहात प्रवेश करण्यापूर्वी ते 'नैरंजरा नदी'च्या तीरी, बुद्धत्व प्राप्त झाले त्या तीरावर वास्तव्य करणाऱ्या आचार्य उरुवेल काश्यप नावाच्या जटिलपंथी ब्राह्मणाच्या आश्रमात गेले. उरुवेल काश्यप समर्थ विद्वान ब्राह्मण म्हणून मगध देशात ख्यातकीर्त होते. राजा बिंबिसार खूपदा त्यांच्या दर्शनासाठी आश्रमात येई. शक्य असल्यास उपदेश ग्रहण करण्यासाठी थांबतही असे. आचार्यांचा आश्रम विस्तीर्ण होता. सुमारे पाचशे शिष्यांचा तिथे वावर असे. होमहवन वगैरे कर्मकांडे केल्याने मुक्ती मिळते, अशी त्यांची दृढ श्रद्धा होती.

सारनाथहून राजगृहास जाण्याच्या मार्गावरील 'नैरंजरा नदी' आणि 'उरुवेला' गाव बुद्धांच्या नजरेस पडले. प्राप्त झालेले संबोधी ज्ञान अधिकाधिक लोकांत प्रसारित करण्याच्या कामात राजा बिंबिसाराची खूप मदत होऊ शकेल, हे तथागत जाणून होते. पण तशी मदत मागण्यापेक्षा, राजाच्या मनात आपल्या मार्गाविषयी सद्भाव निर्माण होणे त्यांना आवश्यक वाटले. मानवी भावनांची त्यांना जाण होती. 'नेरंजरेच्या तटा'वर असलेला उरुवेल काश्यप यांचा आश्रम त्यांच्या नजरेत भरला. राजा बिंबिसाराच्या मनात आचार्यांविषयी आदर असल्याचे ते जाणून होते. म्हणून त्यांना वाटले, की काही काळ आचार्यांच्या सहवासात व्यतीत करून राजगृहास जावे. कदाचित, उरुवेल काश्यप यांना या ज्ञानात स्वारस्य निर्माण झाले तर प्रसारकार्यात त्यांची मदत होईल. म्हणून त्यांनी स्वत:स प्राप्त झालेला प्रकाश आचार्य उरुवेल यांच्यापर्यंत पोहोचविण्याचा विचार अमलात आणायचे ठरवले.

आचार्य उरुवेल यांनी नव्या ज्ञानाने आविर्भूत होऊन बौद्ध संघाचा स्वीकार केला, तर मगधराज बिंबिसार बुद्धवाणीच्या प्रचारात अवश्य मदत करील, या विचाराने प्रेरित होऊन त्यांनी उरुवेल काश्यपांशी संवाद केला.

''हे काश्यप,'' आचार्यांची भेट होताच ते मृदू स्वरात म्हणाले, ''आपली हरकत नसल्यास, मी या आश्रमात आपल्या सान्निध्यात काही काळ वास्तव्य करू इच्छितो. मला तशी परवानगी मिळेल का?''

''हे श्रमणा, तुझ्यासारख्या एकट्या व्यक्तीची व्यवस्था करणं अवघड नाही.

तुझं स्वागत करण्यात मला आनंद वाटेल; पण तीन दिवसांनंतर इथे एक महायज्ञ संपन्न व्हायचा आहे. आसपासच्या प्रदेशांतून श्रमण, संन्यासी, साधू साऱ्यांचे आगमन होणार आहे. राज्यातील श्रेष्ठी आणि उच्च अधिकारीही यायचे आहेत. मी या कामात असेन. त्यामुळे तुझं योग्य रीतीनं आतिथ्य करणं मला जमणार नाही. म्हणून क्षमा कर.''

''माझ्या आतिथ्याची आपण अजिबात काळजी करू नका. राह्यला एक खोली असली की मला पुरे आहे.''

''यज्ञासाठी परगावाहून येणाऱ्या अतिथींसाठी आश्रमाचा एक अपवाद वगळता साऱ्या खोल्या निर्धारित झाल्या आहेत. आश्रमाच्या पूर्वेस असलेल्या टेकडीवरील एक खोली कुणाला दिलेली नाही. ती मी तुम्हाला देऊ शकलो असतो, पण त्यात एक आपत्ती आहे.''

''आपत्ती कसली?'' बुद्ध शांत स्वरात म्हणाले, ''मला ती खोली चालेल.''

''त्या खोलीत महासर्पाचं वास्तव्य आहे. म्हणून तिथे राहणं कुणाला जमत नाही.''

''ओहो! इतकंच ना?'' बुद्ध तत्काळ उत्तरले, ''प्राणिसृष्टीत आपल्याप्रमाणे सर्पांनाही स्थान आहे. मला ही आपत्ती वाटत नाही. मी त्या खोलीत अवश्य राहीन. आपण काळजी करू नका.''

तथागतांना त्या खोलीत शिरताना पाहून आश्रमातील शिष्यांच्या मनात अपार भय आणि काळजी दाटली. ते म्हणाले, ''अरेरे, हा अजाण श्रमण विषारी सर्पाची शिकार अवश्य ठरेल!''

दुसऱ्या दिवशी सकाळी मृत्यूच्या बातमीच्या खात्रीने उरुवेल काश्यपांसह साऱ्यांनी चिंताग्रस्त मुद्रेने त्या टेकडीकडे बघितले. तथागत बुद्ध टेकडीच्या उतारावर चंक्रमण करताना नजरेस पडले. त्यांच्या मुद्रेत विलसणारे सहज-शांत भाव पाहून आचार्यांसह सारे थक्क झाले. आचार्य उरुवेल काश्यप आपल्या शिष्यांसह त्यांना वंदन करायला गेले. आचार्यांनी संवाद साधण्याचाही प्रयास केला.

''हे श्रमणा, रात्री काही आपत्ती वा अडचणीस सामोरं जावं लागलं का? महासर्पाने आपल्या निद्रेत व्यत्यय निर्माण केला का?''

शब्दांत उत्तर न देता तथागतांनी खोलीच्या दरवाज्याशी ठेवलेल्या स्वत:च्या भिक्षापात्रावरचे झाकण दूर करताच सर्वांनी आश्चर्याने डोळे विस्फारले. पात्रात निस्तेज भासणाऱ्या महासर्पाच्या देहाची गुंडाळी होती.

''भन्ते, भन्ते, हे कसं केलंत?'' साऱ्यांनी एका सुरात विचारले, ''महासर्पास तुम्ही या पात्रात बंदिवान केलं तरी कसं?''

''ब्रह्मरूपांनो, मी या महासर्पास बंदिवान केलं नाही. मी त्यास फक्त योग्य

स्थान प्रदान केलं आहे. रात्री तो सोयीच्या स्थानाचा शोध घेत असताना मी हे भिक्षापात्र त्याच्यासमोर धरलं. ते त्यात प्रवेशताच, त्यास थंडी बाधू नये यासाठी मी पात्र झाकलं आहे. तो माझा कैदी नाही. स्वेच्छेने तो निद्रिस्त झाला आहे.''

उरुवेल काश्यपांसह सारे आश्चर्यचकित नजरेने तोंड वासून बघत राहिले. साऱ्यांना हे कल्पनातीत वाटले. तोवर ही खोली अग्निशाळा म्हणून वापरली जात असूनही भयापोटी रात्री निरुपयोगी ठरत होती. अपरिचित श्रमणाने अत्यंत निवांत आणि निर्भयपणे तिथे वास्तव्य केले होते. नव्हे, त्या सर्पाचीही सोय केली होती. नक्की या श्रमणात काही अलौकिक असले पाहिजे, अशी त्यांची खात्री पटली. सारे त्यांच्याकडे आदराने बघत होते.

दुसऱ्या रात्रीही तथागतांनी त्या खोलीत वास्तव्य केले. समग्र विश्व रात्रीच्या निबिड अंधारात बुडलेले असताना तथागतांनी थंडीपासून रक्षण प्राप्त करायला काही वाळलेली पाने आणि काष्ट जमवून, एक खड्डा खोदून त्यात अग्नी प्रज्वलित केला. या अग्नीने त्यांचे थंडीपासून रक्षण केलेच, आणि बऱ्याच काळापासून वापरात नसलेल्या कुटीत मच्छर आणि चिलटांचा प्रादुर्भाव झाला होता; त्या समस्येचेही निराकरण केले.

रात्रीच्या अंधाराचा विलय होण्यापूर्वी उरुवेल काश्यप जागे झाले. त्यांनी कुटीबाहेर येऊन बघितले तर तथागत आदल्या प्रात:कालासारखेच चंक्रमण करताना दिसले. त्या अंधारग्रस्त खोलीतून मंद प्रकाश झरत होता. आचार्यांना नवल वाटले. ज्या खोलीत कित्येक रात्री कोणी गेले नव्हते तिथे प्रकाश कसा, हे त्यांना कळेना. हा श्रमण नक्की कोणी देदीप्यमान स्वयंप्रकाशित महानुभाव आहे, असे त्यांना वाटले. त्याने हा प्रकाश कसा प्रगट केला असेल, हे जाणून घेण्याची इच्छा त्यांना झाली.

तरी आचार्यांना तथागतांशी संवाद साधणे नको वाटले. यज्ञाचा आरंभ होणार असल्याने त्यांना वेळ नसणे स्वाभाविक होते. पण त्यापेक्षा मनातील काळजी अधिक तीव्र होती. यज्ञासाठी जमलेल्या प्रतिष्ठित मंडळींसमक्ष या तरुणाने चमत्कार सादर केला तर आपली प्रतिभा हिणकस ठरेल, याचे त्यांना भय वाटले. या तरुणाच्या बुद्धिप्रतिभेविषयी त्यांच्या मनात आदर नक्कीच निर्माण झाला होता. त्याचे सामर्थ्यही त्यांनी मनोमन स्वीकारले होते. तरी उपस्थित प्रतिष्ठितांत त्याचा प्रभाव पडून हिणकस ठरणे त्यांना नकोसे वाटले. हा तरुण यज्ञप्रसंगासाठी खोली सोडून बाहेर आला नाही तर बरे, असेही त्यांना वाटले.

तसे झालेही. दिवसभर आश्रमात होमहवन वगैरे चालू होते. त्यात भाग घेण्यासाठी वा उपस्थितांना प्रभावित करण्याच्या उद्देशाने बुद्ध कुटीबाहेर आले

नाहीत. यज्ञास आरंभ झाला तेव्हा आचार्य काश्यपांनी कुटीकडे दोन-तीनदा दृष्टिक्षेप टाकलाही. पण खोलीचे दार उघडे असूनही त्यांना तथागतांची चाहूल लागली नाही. भोजनासाठीही ते फिरकले नाहीत.

सुप्रभाती चंक्रमण करीत असलेल्या तथागतांचे क्षेमकुशल विचारायला आचार्य टेकडी चढले.

"भन्ते, कुशल आहात ना?" त्यांनी विचारले, "काल महायज्ञाच्या कार्यात अत्यंत व्यस्त होतो. आपलं क्षेमकुशल विचारण्यास सवड झाली नाही. तुम्हीही दिसला नाहीत. भोजनशाळेतही आला नाहीत."

"होय आचार्य," बुद्ध शांत स्वरात म्हणाले, "यज्ञभूमीवर आश्रमातील सारे आणि नगरजन, श्रेष्ठी, ब्रह्मर्षी वगैरे महानुभाव उपस्थित होते. म्हणून मी हेतुपुरस्सर तिथे आलो नाही."

"हेतुपुरस्सर म्हणजे?" आचार्य बुचकळ्यात पडले.

"कारण काश्यप आचार्यांची तशी इच्छा होती." तथागत सहज स्वरात उत्तरले, "मी यज्ञभूमीवर येऊ नये, अशी तुमची इच्छा होती. मी तुमचा अतिथी आहे. यजमानाच्या इच्छे-अनिच्छेस प्राधान्य देऊन वास्तव्य करणं, हा अतिथिधर्म आहे."

उत्तर ऐकून आचार्य काश्यप अवाक् झाले. तथागतांनी त्यांची इच्छा जाणणे अगदी कल्पनातीत होते. दोन रात्री त्यांनी जे बघितले होते, त्याने ते प्रभावित झाले होते. तरी उच्चस्थानाचे जे सुख ते भोगत होते त्यास नख लागू नये, अशीही त्यांची इच्छा होती. पण तथागतांनी ते अलगद ओळखलेले पाहून ते हतप्रभ झाले. त्यांनी यज्ञ-याग वगैरे क्रियाकांडात वर्चस्व स्थापन केले होते. राजा बिंबिसारासह सारे मगधवासी त्यांच्या विद्वत्तेचा स्वीकार करत. पण आदल्या पहाटे त्यांच्या मनात क्षणभर चमकलेला विचार या श्रमणास कळला. इतकेच नव्हे, तर सौजन्यपूर्ण वर्तनाने त्याने या विचारास आदर प्रदान केलेला पाहून वाचा हरवावी, तसे आचार्य स्तब्ध झाले. तोवर नवागताचे श्रेष्ठत्व कबूल करण्यात जो अहंकार भिंत बनून होता, तो आपसूक विरघळला. ते ज्ञानमार्गाचे पाईक होते. स्वतःस प्राप्त झालेल्या ज्ञानाहून अधिक ज्ञान या तरुणाने प्राप्त केले आहे, हे त्यांना जाणवले. त्याचे ज्ञान अधिक प्रभावी व उज्ज्वल असल्याचा स्वीकार त्यांनी केला. इतकेच नव्हे, तर तथागतांची गुरुस्थानी स्थापना करून जीवन धन्य करण्याचा विचार त्यांच्या मनात झळकला.

"भन्ते," गुडघे टेकून बुद्धचरणी नतमस्तक होत अभिवादन करत ते म्हणाले, "मला अनुग्रहित करा. आपले शिष्यत्व धारण करण्याची माझी इच्छा पूर्ण करा."

"आचार्य काश्यप," तथागत म्हणाले, "घाई करू नका. वर्षानुवर्षांपासून तुम्ही या आश्रमाचे आचार्यपद भूषवत आहात. माझ्या मार्गाचा स्वीकार करण्यापूर्वी तुम्ही शिष्यांशी चर्चा करण्यात औचित्य आहे. तुम्हा सर्वांत एकमत होणं आवश्यक आहे."

आचार्य काश्यपांच्या आश्चर्यास सीमा उरली नाही. आपल्यासारखा समर्थ आचार्य शिष्यत्व ग्रहण करण्याची इच्छा व्यक्त करत असला, तर त्याचा विचार बदलण्यापूर्वी त्यास शिष्यत्व देण्याची घाई कोणीही करणे अपेक्षित होते. पण हा तरुण त्यांना घाई न करण्याचा सल्ला देत होता. स्वपरंपरेच्या प्रचारासाठी घाई करणारेच गुरू त्यांनी तोवर बघितले होते. या श्रमणाने शिष्यत्व मागणाऱ्या व्यक्तीस पुनर्विचाराची संधी देणे त्यांना चकित करणारेच नव्हे, तर बुचकळ्यात पाडणारेही वाटले. अर्थात, तथागतांनी सांगितले त्यात औचित्य असल्याचेही त्यांना स्पष्ट जाणवले. ते अधिकच प्रभावित झाले.

तथागतांच्या सल्ल्यानुसार आचार्यांनी सर्व शिष्यांना बोलवून मोकळ्या मनाने चर्चा केली. गेल्या तीन दिवसांपासून आपण तथागतांच्या व्यक्तिमत्त्वाने कसे भारावलो, याविषयी त्यांनी सविस्तर माहिती दिली. तरी भारावलेपणास वश न होता ते कबूल करण्यासाठी विलंब केल्याचेही त्यांनी कबूल केले. मगच त्यांनी तथागतांना गुरुस्थान देण्याची इच्छा प्रगट केली. पाचशे शिष्यांच्या मनात आचार्यांविषयी पूर्ण श्रद्धा आणि विश्वास होता. ते ज्या मार्गाने जात असतील त्या मार्गाने क्रमण करण्यात त्यांना अजिबात हरकत घ्यावीशी वाटली नाही.

नंतरच्या सुप्रभाती तथागत बुद्धांनी आचार्य उरुवेल काश्यप आणि त्यांच्या पाचशे संन्यासी शिष्यांना बौद्ध संघात प्रविष्ट केले. ज्या भूमीतून यज्ञाची धूम्रवलये सातत्याने आकाशगामी होत असत, त्या आश्रमभूमीवर धूम्रवलयांऐवजी स्वरवलये घुमली...

- बुद्धं शरणं गच्छामि
- संघं शरणं गच्छामि
- धम्मं शरणं गच्छामि।

उरुवेल काश्यपांसह त्यांच्या पाचशे जटाधारी शिष्यांनी शिरोमुंडण केले. शिरोमुंडणाची प्रक्रिया पूर्ण झाली तेव्हा 'नैरंजरा नदी'च्या प्रवाहात आश्रमापाशी विविध प्रकारच्या गुच्छेदार जटांमुळे अडथळा निर्माण झाला. नदीचा प्रवाह अडखळत कितीतरी वेळ पुढे सरकत होता.

* * *

दोन दिवसांनंतर राजा बिंबिसाराचे आश्रमात आगमन झाले. आश्रम-भूमीसाठी

ही नवलाईची घटना नव्हती. राजकाजातून वेळ काढून तो खूपदा आचार्य उरुवेल काश्यप यांच्या धर्मवाणीचे श्रवण करण्यासाठी येत असे.

आजही त्याच हेतूने राजाचे आगमन झाले होते; पण त्याला आश्रमात आश्चर्यकारक असे अनपेक्षित दृश्य दिसले. यज्ञवेदी शांत होती. धूम्रवलये नव्हती आणि आश्रमाच्या प्रांगणात आचार्य विराजमान होत तिथे एक तेज:पुंज आणि तरुण श्रमण मांडी घालून ताठ बसलेला दिसला. गेरूच्या रंगाच्या वस्त्राऐवजी त्याच्या देहावर काषायवस्त्र होते. आश्रमभूमीच्या मुख्य प्रवेशद्वारापासून चालत आलेल्या राजाला हे चकित करणारे वाटले. आचार्य उरुवेल काश्यप त्या तरुण श्रमणाच्याजवळ, पण खालच्या आसनावर आसनस्थ असणे, ही त्यास त्याहून अधिक आश्चर्यजनक बाब वाटली.

पण आश्रमातील नित्यक्रमात सदैव व्यस्त असणारा सारा जटाधारी शिष्यवर्ग मुंडण करून, काषायवस्त्र धारण करून त्या तरुणासमोर मांडी घालून बसलेला राजाने बघितला, तेव्हा क्षणभर त्याला काही कळेनासे झाले. खरे म्हणजे, दाढी-मिशा व मस्तक भादरवून केलेल्या आचार्यांना त्याने पहिल्या दृष्टिक्षेपात ओळखलेच नाही. त्याला सारेच अनाकलनीय भासत होते.

हे काय आक्रित आहे, हे जाणण्यासाठी कुणाला तरी प्रश्न विचारण्याची गरज होती; पण प्रथम कुणाला वंदन करावे, याचाच राजास उमज पडेना. नेहमी आल्या आल्या राजा आचार्यांना वंदन करत असे. आता हा चीवरधारी तरुण आचार्यांहून उच्चस्थानी बसला होता. त्यास आधी वंदन करावे की आचार्यांना, हे त्याला कळेना. सौजन्य आणि आतिथ्यशीलतेमुळे आचार्यांनी स्वत:चे स्थान काही काळ नवागतास दिले असले तर मगधाधिपतीने आचार्यांनाच वंदन करणे योग्य होते, असा विचार करून हातांत पुष्प घेतलेल्या राजाने आचार्य काश्यपांकडे मोहरा वळवला.

तरी राजाच्या आत्मविश्वासहीन हालचालींतून द्विधा प्रगट झालीच. आचार्य काश्यपांना ते लगेच जाणवले. आता ते आश्रमाचे आचार्य नव्हते, की त्यांच्या लेखी तथागत सामान्य अर्हत वा अतिथीही नव्हते! आता ते तथागतांचे शिष्य-सामान्य बौद्ध भिक्खू होते. म्हणून मगधाधिपतीच्या नमस्काराचा प्रथमाधिकार तथागतांचा आहे, हे त्यांनी राजास सांगण्याची गरज निर्माण झाली होती. पुढे येणाऱ्या राजास हाताच्या इशाऱ्याने रोखून त्यांनी वस्तुस्थितीची जाणीव करून दिली.

"महाराज, आता आपल्या पहिल्या वंदनाचा अधिकारी मी नाही. तो अधिकार आता तथागत बुद्धांचा आहे. आपण त्याचे आशीर्वाद प्राप्त करावे."

राजाने तथागतांकडे निरखून बघितले. क्षणार्धात सात वर्षांचा कालपट दूर झाला. सात वर्षांपूर्वी कपिलवस्तुच्या राजकुमारास त्याच्या ज्ञानप्राप्तीचा लाभ मिळवून द्यावा अशी प्रार्थना केली होती, हे त्यास चटकन आठवले. तथागतांच्या करुणामयी नजरेत त्या प्रार्थनेचा स्वीकारही त्यास जाणवला.

"भगवंत," राजा मनापासून नतमस्तक होत म्हणाला, "आज मी धन्य झालो. आपण माझी इच्छा पूर्ण केलीत. आता काही काळ राजगृहात विहार करण्याची विनंती मी आपणास करतो."

"धन्य हो, भन्ते," बुद्ध म्हणाले, "बौद्ध संघास अनुकूल ठरेल अशा जागेची व्यवस्था आपण राजगृहात विहारासाठी करू शकलात, ते कल्याणमय होईल."

"तथागत, समस्त बौद्ध संघास समाविष्ट करू शकेल असे वेळुवन विशाल आहे. ते मी आपणास प्रदान करतो. त्याचा स्वीकार करून आपण मला आपल्या कल्याणयात्रेत सहभागी करून घ्यावं."

बुद्धांनी संमतिसूचक असे मस्तक हलवले.

"पंधरा वर्षांपूर्वी मी मगध सिंहासनावर आरूढ झालो त्या वेळी मी एक संकल्प केला होता भगवंत," राजा अत्यंत प्रसन्न स्वरात म्हणाला, "आधी उत्तम राज्यकर्ता व्हायचं आणि नंतर एखाद्या बुद्ध पुरुषाचं मार्गदर्शन प्राप्त करून निर्वाणमार्ग शिकायचा, असं माझं स्वप्न होतं. आपल्या दर्शनाने या स्वप्नाचा अर्धा भाग पूर्ण केला आहे. आता आपण मला निर्वाणमार्ग शिकवावा."

बिंबिसारराजा बुद्धासमोर नतमस्तक झाला. आश्रमाच्या भूमीवरील वृक्षातून वाहणाऱ्या वाऱ्याच्या झुळकेचा नाद वगळता, वातावरणात परम शांतता व्यापून होती.

* * *

युवराज 'अजातशत्रु'च्या मनात अप्रसन्नतेची मात्रा वाढत होती. राजा बिंबिसाराच्या मनात तथागत बुद्धांविषयी सद्भाव वा आदरभाव होता, त्यास त्याचा विरोध नव्हता. पण शासकीय कार्य आणि आदरभाव यांत ते सरमिसळ करत असल्याने, युवराजास सद्भाव हा प्रभाव असल्याचा संशय येऊ लागला. शासकीय कायद्यात ते जे बदल करत होते ते युवराजास मुळीच पटत नव्हते. वैशालीच्या गणराज्यावर आक्रमण करून लिच्छवी आणि वज्जी प्रजेच्या शासनाखाली असलेल्या प्रदेशांवर आक्रमण करण्याची परवानगी ते देत नव्हते. म्हणूनही 'अजातशत्रु' नाराज होता. काही वर्षे मगधांचे शासन याच रीतीने चालत राहिले तर पित्याच्या मृत्यूनंतर आपल्या हाती पडणाऱ्या राज्याची अवदशा तो कल्पू शकत नव्हता. राज्य जर्जरित असणे त्यास कल्पनेतही सहन होत नव्हते. म्हणून तो फार चिंतित होता. या प्रश्नाचे सुखद उत्तर प्राप्त करण्याचा मार्ग त्यास दिसत नव्हता.

द्विधावस्थेचा गुदमर दाटत असताना त्यांना एक वैचारिक विकल्प दिसला. हा मार्ग सुचवणारी व्यक्ती बौद्ध भिक्खू संघात अग्रगण्य स्थानी होती. त्याचे नाव

होते 'देवदत्त.' गेली तीस वर्षे त्याचा संघात वावर होता. तो त्याहीपेक्षा अधिक पूर्वसंबंधांचा दावा करत असे; कारण नात्याने ते पूर्वाश्रमीच्या बुद्धांचे मेव्हणे होते. यशोधरा त्यांची सख्खी बहीण होती. तिसेक वर्षांपूर्वी बौद्ध संघात प्रवेश करण्यासाठी बरेच शाक्य तथागतांना भेटले, त्यात देवदत्तचा समावेश होता.

जीवन-मृत्यूचे रहस्य प्राप्त करण्यासाठी राजकुमार सिद्धार्थने जेव्हा महाभिनिष्क्रमण केले आणि पुढे तथागत बुद्ध बनून त्यांनी जीवनाचा अनोखा मार्ग पसंत केला, तेव्हा कपिलवस्तुच्या महाराज शुद्धोदनांचा उत्तराधिकारी कोण, हा प्रश्न निर्माण झाला. देवदत्त फक्त यशोधरेचा बंधू नव्हता, तो सिद्धार्थमाता 'मायादेवी' यांचे बंधू सुप्रबुद्ध यांचा पुत्र होता. म्हणजे कपिलवस्तुच्या राजपरिवाराशी त्याचे दुपदरी नाते होते. म्हणून राजकुमारांनी राजप्रासादाचा त्याग केल्याचे कळताच त्या रिक्त स्थानी आपली वर्णी लागावी, अशी इच्छा त्याच्या मनात जन्मली. शाक्यांचे राज्यशकट यशस्वीपणे हाकता यावे, अशी क्षमता आपल्यात आहे, अशी खात्री त्यास वाटत होती.

पण ते होणे तितकेसे सोपे नव्हते. राजा शुद्धोदनापूर्वी महाराज 'कालिगोधा' हे शाक्य गणतंत्राचे अधिपती होते. त्यांच्या मृत्यूनंतर शुद्धोदनांची वर्णी लागली. 'कालिगोधा' यांच्या विधवा पत्नीचा उल्लेखही शाक्य प्रजा 'माता कालिगोधा' असाच करत. 'माता कालिगोधा' अत्यंत चतुर आणि बुद्धिमान होत्या. तप, औदार्य, सद्भाव आणि प्रेम यांव्यतिरिक्त त्यांचे व्यवहारचातुर्य अनोखे होते. नशिबाने त्यांना भरभरून दिले होते. पुत्र मृत्यू पावल्यावर त्यांनी धीराने पौत्र 'भद्दीप' यास शाक्यांचा उत्तराधिकारी होऊ शकण्याजोगे उत्तम प्रशिक्षण दिले होते. शुद्धोदनाच्या मनातही 'माता कालिगोधा' यांच्याविषयी सन्मानाची भावना होती. इतर ज्येष्ठ शाक्यांनाही शुद्धोदनाचा उत्तराधिकारी म्हणून 'भद्दीप' स्थानापन्न होईल, असे वाटत होते. त्यामुळे आपली इच्छा पूर्ण करून घ्यायची असल्यास प्रवाहाविरुद्ध पोहण्याची तयारी ठेवावी लागेल, हे देवदत्तास कळत होते.

अशा परिस्थितीत काही शाक्य बौद्ध संघात प्रविष्ट होण्याच्या विचारात असल्याचे त्यास कळले. मग त्याला वाटले, की कपिलवस्तुच्या राजगादीवर बसता आले नाही, तरी भिक्खू संघात तथागतांचा उत्तराधिकारी ठरण्याची संधी मिळाली तरी उत्तम आहे. नाहीतरी सिद्धार्थ त्याच्याहून बारा वर्षांनी मोठा होता. कौटुंबिक संबंध विचारात घेऊन तो बुद्धांच्या निकट जाण्याचा प्रयास करू लागल्यास विरोध होण्याची शक्यता नव्हती. अशा परिस्थितीत बुद्धांच्या खालोखाल प्रयत्नपूर्वक स्थान निर्माण करणे आणि नंतर त्यांचे उत्तराधिकारी ठरणे हे फारसे अवघड काम नाही, असे त्यास वाटले. अधिपती होण्याची महत्त्वाकांक्षा एका नाही, तर दुसऱ्या रीतीने पूर्ण झाल्याशी काम, असे त्याला वाटले.

आनंद, अनिरुद्ध, किंबिल वगैरे धुरंधर शाक्य बुद्धांना शरण जात असताना देवदत्तही त्यांच्यातील एक झाले. सारे प्रव्रज्या घेण्यासाठी तथागतांना भेटले, तेव्हा या कुमारांचा सेवक 'उपाली' नावाचा न्हावीही त्यात होता. सर्वांना तो स्वामी आणि स्वत:स सेवक समजत असे. त्याच्या मनात जन्मजात ग्रंथी निर्माण झालेली होती. संकोचास वश होणारा 'उपाली' प्रव्रज्या घेण्याची इच्छा असूनही थोडा दूरच होता. तथागतांची त्याच्यावर नजर पडताच त्यांनी त्याला ओळखले. अत्यंत समभावाने त्यांनी त्यास समीप बोलावले, याचा 'उपाली'स आनंद झाला.

"भगवंत, मी शाक्यकुमारांचा सेवक आहे. त्यांच्या संगतीने आपल्या चरणांशी बसण्यास मी लायक नाही."

"असं समजू नकोस, 'उपाली'! अर्हतपद प्राप्त करण्यासाठी प्रखर प्रयत्नांची कास धरावी लागते. हे सारे शाक्य राजकुमार आहेत नि तू हजाम, असा हीन भाव जन्मू देऊ नकोस. प्रत्येकास कल्याणमार्गावर नेण्याचं काम वर्तनशुद्धी करत असते."

बुद्ध आणि 'उपाली' यांचा संवाद देवदत्त ऐकत होता. संघाच्या सर्वोच्च स्थानी असलेल्या तथागतांनी 'उपाली'स महत्त्व देणे त्यास आवडले नाही. तोच नव्हे; आनंद, अनिरुद्ध इत्यादी शाक्यश्रेष्ठ उपस्थित असूनही 'उपाली'स 'ण्हि भिक्खू' म्हणून त्यांनी जवळ बोलावणे देवदत्तास अपमानसूचक वाटले.

"भगवंत," प्रव्रज्येचा स्वीकार करून 'उपाली' म्हणाला, "सर्व शाक्य कुमारांत माझी क्षमता ती काय?"

"आवुस, असं काही नसतं." बुद्धांनी त्याला पुन्हा समजावले, "काय सांगावं, कदाचित, तू सर्व शाक्य कुमारांहून श्रेष्ठ भिक्खू बनशील."

हे ऐकून तर देवदत्तची नापसंती द्विगुणित झाली. इथेही बुद्धांचा उत्तराधिकारी म्हणून आपली वर्णी न लागण्याची शक्यता असल्याचे त्याला जाणवले. वाटते तितके हे काम सोपे नसल्याची जाणीव झाल्याने, इथेही लोखंडाचे चणे चावावे लागतील की काय, या प्रश्नाने त्यास हैराण केले.

तथागत नवशिक्षित भिक्खू संघास कौसंबीस नेत असताना देवदत्तची इच्छा पुन:प्रज्वलित झाली. तिथे जे घडले ते पाहून देवदत्तास वाटले, की आपल्या मनातील द्विधेची पीडा अर्थहीन आहे. तथागतांना बुद्धत्व प्राप्त झाले असेल, पण संघाचे व्यवस्थापन करण्याची क्षमता त्यांच्यात नाही. म्हणून ते उच्चस्थान नीटपणे सांभाळू शकत नाहीत. कौसंबीच्या 'घोषितराम विहारा'त इतर भिक्खूंचा उपद्रव होऊ लागला, तेव्हा बुद्धांनी विरक्त मनाने 'घोषितराम विहारा'चा त्याग केला. देवदत्तास हे आवडले; कारण 'घोषितराम विहारा'त बौद्ध भिक्खूंचे अंतर्कलह टिपेस पोहोचले होते. तरुण भिक्खूंनी वयस्क भिक्खूंशी आदराने कसं वागावं, या प्रश्नात

खूप मतभेद निर्माण झाले होते. भोजन, निद्रा वगैरे संदर्भात तरुणांनी वयस्कांना अग्रक्रम द्यावा, अशी तथागतांची सूचना होती. या आदेशाचे पालन होतच असे. पण काही वयस्क भिक्खू शौचासारख्या प्राकृतिक क्रियेतही अग्रक्रमाचा आग्रह धरत. म्हणून तरुणांच्या मनात रोष निर्माण झाला. त्यातच एका तरुणाने शौचक्रियेत जल वापरून उरलेले जल पात्रात तसेच राहू देऊन ते पात्र शौचकक्षाबाहेर ठेवले. या निमित्ताने दाबून ठेवलेल्या रोषाचा भडका उडाला. भिक्खू संघात चक्क दुफळी माजली. शौचप्रक्रियेत अग्रक्रम आणि शौचपात्रात भरण्याच्या जलाच्या संदर्भात तरुण आणि वयस्कांतला संवाद संपुष्टात आला. त्यात पिंडपाता*साठी नगरात जाताना वेगवेगळ्या समूहांत जाण्याच्या समस्येची भर पडली. तोवर भिक्षाटनास गेलेले जे भिक्खू लवकर परतत, ते भोजनाच्या पूर्वतयारीची व्यवस्था करत. जे उशिरा येत ते वाढण्याचे काम करत. ही व्यवस्था नीट स्थापित झाली होती; पण बेबनावामुळे ती शिथिल पडली. तथागतांना हे समजले तेव्हा त्यांनी सर्व भिक्खूंना संबोधून उपदेश केला.

"भिक्खूंनो, तुम्ही संसाराचा त्याग करून या मार्गावर आले आहात. तरी मोह आणि मनोदौर्बल्य यांचा तुम्ही अजून त्याग केलेला नाही. ही सारी माया आहे. तुम्ही सर्वांनी तिच्या विरोधात संघर्ष हाती घ्यायला हवा. संघर्षात तुमचा पराभव होईल तेव्हा तुम्ही स्वत:च प्रवारणा* करण्याचा आग्रह धरावा. यात सर्वांत वरिष्ठ असलेल्या भिक्खूने उत्तरासंग एका खांद्यावर ठेवून उकिडवे बसावे आणि समग्र संघास सांगावे, की हे आयुष्यमान हो, माझा जो दोष संघाच्या नजरेत भरला असेल, ऐकण्यात आला असेल वा संघाच्या मनात तशी शंका जरी जन्मली असेल तरी त्या दोषाकडे लक्ष वेधण्याची कृपा माझ्यावर करा. अशा रीतीने आळीपाळीने सर्वांनी संघापाशी प्रवरणाची प्रार्थना करावी आणि त्यायोगे एकता प्रस्थापित करावी."

भिक्खूंनाही परस्परांतील भांडणाचा कंटाळा आला होता. ते निराकरणाची संधी शोधत होते. शौचपात्रातील वादाचा मुद्दा जलाचा होता.त्याविषयी परस्परांची प्रवारणा केल्यामुळे ही बाब तात्पुरती शमली.

पण कलहात स्वत:च्या महत्त्वाकांक्षेच्या पूर्तीची संधी पाहणाऱ्या देवदत्तास कलह संपणे नको होते. भिक्खू संघात परस्परांविषयी अविश्वास आणि कलह असला तरच आपले महत्त्व प्रस्थापित करता येईल आणि त्याचा लाभ घेता येईल, असे त्यास वाटले.

राजगृहाचा युवराज अजातशत्रू याच्या मनात असंतोष निर्माण झाल्याचे देवदत्तास कळले. युवराजास आपल्या बाजूस वळवण्याची ही संधी उत्तम आहे, असे त्यास वाटले आणि त्याने युवराजांशी संपर्क साधला.

"युवराज," देवदत्तने अत्यंत सावध स्वरात सुरुवात केली, "मगध चक्रवर्ती

राज्य बनू शकेल, अशी क्षमता तुमच्यात आहे. तरी आपण त्यासाठी काही प्रयत्न करत नाही, हे कसं?''

''भन्ते, माझी तशी इच्छा आहे; पण महाराज त्यास अनुमती देत नाहीत.'' युवराजांनी मनातील मळमळ बाहेर काढली.

''पिताश्रींची आज्ञा शिरोधार्य समजायला हवी युवराज, पण,'' देवदत्तने महत्त्वाकांक्षेस पुढे दामटले. त्या मोहात तो पुढे म्हणाला, ''महाराज गिरिव्रजाच्या सिंहासनावर आरूढ झाले तेव्हा काय वयाचे होते?''

अजातशत्रूने ऐकले होते, की सोळा वर्षांच्या वयास पिताश्रींना सिंहासन प्राप्त झाले. आता ते जीवनाचे सातवे दशक संपवण्याच्या बेतात होते. म्हणजे त्यांनी पन्नास-पंचावन्न वर्षांची प्रदीर्घ कारकीर्द उपभोगल्याचे युवराजांच्या प्रथमच ध्यानात आले. ते विचारात पडले. देवदत्तास हेच हवे होते. त्याने संधीवर झडप घातली.

''महाराजांना शंभर वर्षांचं आयुष्य भोगण्याचं सद्भाग्य प्राप्त व्हावं, अशी प्रार्थना करणं गैर नाही. पण आपण आता पन्नाशीत पोहोचला आहात. कुणाचं आयुष्य किती आहे, ते सांगता येत नाही. अशा वेळी आपल्याला अत्यल्प काळ राज्य करण्याची संधी मिळेल, ही शक्यता नाकारता येत नाही....''

देवदत्तचा प्रत्येक शब्द युवराजाच्या मनासमोर अनिच्छनीय चित्र उभे करत होता. तो वैचारिक डोहाच्या गर्तेत अधिकाधिक खुपत होता. पित्याने अजून एखादे दशक राज्याची धुरा अशाच रीतीने सांभाळली तर पुढे काही करता येऊ नये अशीच परिस्थिती निर्माण होणे हे आपले प्राक्तन ठरेल, हे त्यास तीव्रतेने जाणवले. कदाचित तोवर 'लिच्छवी' आणि 'वज्जी' विचारधारा एकत्र येऊन गणराज्याची संकल्पना मगधातही अधिष्ठित करतील वा कौसल नरेश प्रसेनजित मगध राज्य स्वाहा करण्याची परिस्थिती निर्माण होईल. आपल्यालाही वृद्धत्व ग्रासू लागले असेल. आपण काही करू शकणार नाही, ही शक्यता युवराजास अस्वस्थ करू लागली.

'आणि युवराज,' देवदत्तचे बेरकी विचार पुढे सरकले, ''मी साठ वर्षांचा झालो आहे. तथागतांनी सत्तरी पार केली आहे. तरी ते भिक्खू संघाचे अधिपत्य सोडत नाहीत. उद्या उठून त्यांचे निर्वाण झाले तर सारा संघ छिन्नभिन्न होईल, या शक्यतेवर उपाय म्हणून मला आपली मदत गरजेची वाटते.''

युवराज डोळे बारीक करून देवदत्तचे निरीक्षण करत होते;पण देवदत्तही आपल्या मुद्रेवर उमटणाऱ्या प्रत्येक रेषेचे निरीक्षण करत आहे, याची त्यास गंधवार्ता नव्हती.

या प्रसंगाच्या निमित्ताने युवराज आणि देवदत्त या दोघांच्या मनात विचारचक्रे वेगाने फिरू लागली.

* * *

राजगृहाच्या नगरश्रेष्ठींना नंदा नावाची कन्या होती. नगरश्रेष्ठींना तथागतांची उपदेशवाणी ऐकणे खूप आवडत असे. शक्य असेल तेव्हा ते त्यासाठी वेळ काढत. ते पाहून नंदानेही स्वत:स श्रवणाची सवय लावून घेतली. बुद्धांचा उपदेश ऐकून न थांबता तो जीवनात उतरवण्याचा तिच्या पित्याचा प्रयत्न असे, तेच बघत नंदा वाढत होती. म्हणून सतरा वर्षीय नंदाच्या मनावर बुद्ध विचारांचा खूप प्रभाव होता. वेळुवनात वास्तव्य असलेल्या भिक्खूणींच्या दिनक्रमाचेही तिच्या मनात आपसूक आकर्षण निर्माण झाले. तिचे वडील तिच्यासाठी सुयोग्य वराचे संशोधन करू लागले तेव्हा भिक्खूणी बनण्याचे स्वप्न नंदा बघत होती.

पण नंदा तो विचार व्यक्त करण्यापूर्वी तिच्या जन्मदात्यांना त्याचा सुगावा लागला. तिची पतिगृही पाठवणी करण्याची निकड जाणवून त्यांना आर्थिकदृष्ट्या तोलामोलाच्या वाटणाऱ्या श्रावस्तीच्या सुसंस्कृत कुटुंबातील मुलाशी त्यांनी तिचा विवाह ठरवला. नंदास विरोध करण्याची संधीही मिळू नये इतक्या घाईने तो उरकूनही टाकला. भिक्खूणी बनण्याचे स्वप्न बघणारी कुमारी नंदा श्रावस्तीच्या तरुणाची भार्या बनून संसार करू लागली.

पण दैनंदिन जीवनात पत्नी ज्या सहजतेने रममाण होते तसे तिच्या बाबतीत घडेना. तिचा पती सुसंस्कृत होता. संसारात पत्नीचे उदास असणे समजून घेण्याचा प्रयत्न त्याने प्रामाणिकपणे केला. म्हणून नंदाने समस्येस शब्दरूप देऊन सांगितले, "स्वामी, मनाने मी लग्नाआधीच भिक्खूणी झाले आहे. यात आपला दोष नाही, हे समजून घेऊन मी नेटका संसार करण्याचा प्रामाणिकपणे प्रयास केला. पण आपल्या बोलण्यावरून मला ते जमलेलं दिसत नाही. म्हणून आपण मला प्रव्रज्या घेण्याची अनुमती द्यावी."

पती समंजस होता. संसारात मन नसलेल्या पत्नीशी जबरदस्ती करणे त्यास अनुचित वाटले. त्यापेक्षा तिला मुक्त करण्यात उभयपक्षी समाधान आणि गौरव आहे, असेही त्यास वाटले. जी इच्छा नंदा पितृगृही पूर्ण करू शकली नव्हती ती तिची इच्छा पतिगृही पूर्ण झाली.

नंदाने श्रावस्तीच्या भिक्खूणी संघात प्रवेश केला तेव्हा तथागत अन्यत्र विहार करत होते. देवदत्त मात्र श्रावस्तीच्या जेतवन विहारात होता. त्याचे पूर्वाश्रमात तथागतांशी निकटचे नाते होते, हे विचारात घेऊन सारे भिक्खू आणि भिक्खूणी देवदत्तास आदराने वागवत. काही भिक्खू आणि भिक्खूणी; धर्मसेनापती सारिपुत्र, मोद्गल्यायन, महाकाश्यप आणि आनंद यांच्यापेक्षाही देवदत्तचे अधिक अनुसरण करत होते. त्यामुळे बुद्धांच्या अनुपस्थितीत प्रव्रज्या घेणाऱ्या नंदावर देवदत्तचा

प्रभाव होता. तीन महिन्यांनंतर इतर भिक्खूणींबरोबर नंदा राजगृहाच्या वेळुवनात गेली. तेव्हा तिथे काही भिक्खू आणि तथागतांचे वास्तव्य होते.

वेळुवनातील बौद्ध विहारावर जणू नंदाच्या रूपाने आकाश कोसळले. कारण भिक्खूणी संघातील भिक्खूणींना नवदीक्षित नंदा सगर्भा असल्याचे जाणवले. नंदाच्या हातून पापकर्म घडले असावे, असा संशय त्यांना आला. एका ज्येष्ठ भिक्खूणीने नंदास बाजूस बोलावून शंका ओठी आणली. पण नंदा तिला आणि सर्वांना एकच सांगत होती, "मी पापकर्म केलेलं नाही. हा गर्भ माझ्या पूर्वाश्रमीच्या पतीनेच स्थापित केला आहे."

पण गर्भवती असूनही तिने संघप्रवेश का केला, ही उलटतपासणी करणाऱ्या भिक्खूणींना नंदाच्या कथनात सत्यार्थ असेल, असे वाटेना. त्यांनी देवदत्तांसमक्ष ही समस्या सादर केली. यावर देवदत्तनी सांगितले की नंदाची संघातून हकालपट्टी करा वा तिच्या गर्भाचा नाश करा. भिक्खूणीने हा आदेश जसाच्या तसा नंदास ऐकवला. हे चकित करणारेच नव्हे, तर धक्कादायकही होते. ते ऐकून नंदा ढसाढसा रडू लागली.

"मी पाप केलेलं नसूनही मी भ्रूणहत्येचं पाप शिरावर का घेऊ? माझं चित्त तथागतांच्या चरणी स्थिर झालं असूनही माझी संघातून हकालपट्टी का व्हावी?"

पाहता पाहता नंदाचा आक्रोश तथागतांपर्यंत पोहोचला. तथागतांना नंदाचे निष्पाप असणे पटले. काळाचा हिशेब करता प्रव्रज्या घेतेवेळी नंदा गर्भवती असल्याचे तिला ठाऊक नसणे त्यांना पटले. तरी इतरांच्या मनात शंका उरू नये, यासाठी त्यांनी विशाखावर समग्र घटनेचा तपास करण्याचे काम सोपवले. विशाखा भिक्खूणी नव्हती. बुद्धांविषयी आत्यंतिक आदरभाव बाळगणारी ती उपासिका होती. देवदत्त आणि ज्येष्ठ भिक्खूणीने आदेश दिला असूनही विशाखावर तपासकार्य सोपवण्यात आले, हे देवदत्तास आवडले नाही. बुद्धांचा आपल्यावर विश्वास नाही, असा ग्रह त्याने करून घेतला आणि तो मनात धुमसू लागला.

विशाखाने अत्यंत प्रामाणिकपणे या घटनेचा तपास केला. नंदाचीही तिने खासगीत भेट घेतली. तो संवाद; विशाखास तिच्या कुशीतील गर्भ पूर्वाश्रमीच्या पतीचा असावा, यावर विश्वास ठेवायला भरीस घालील असाच होता. शिवाय, वैद्यकीय निरीक्षणही या तर्कास पुष्टी देत होते. म्हणून तिची संघातून हकालपट्टी होऊ नये, असे विशाखास वाटले. भिक्खूणी संघात प्रसूती झाली तरी त्या अपत्याचे संगोपन बौद्ध विहारात होऊ शकणार नाही, असे सारे म्हणत असल्याने ही समस्या होती त्याहूनही जटिल बनली. विशाखानेच यातून संघास बाहेर काढणारा मार्ग सुचवला. आपल्या निरीक्षणाचा अहवाल सादर करून तिने तथागतांशी संवाद साधला.

"भगवंत, नंदा अगदी निष्पाप आहे. तिचा गर्भ हे तिच्या सांसारिक जीवनाचं फलित आहे. आपली अनुज्ञा असेल तर प्रसूतीनंतर नंदाच्या गर्भाची जबाबदारी घेण्याची माझी तयारी आहे. मला अपत्याचं संगोपन करण्याची आणि नंतर नंदाला मुक्त मनाने भिक्खूणीचं जीवन व्यतीत करण्याची आपण अनुज्ञा द्यावी."

मस्तक नमवून तथागतांनी विशाखाच्या विचारांचा स्वीकार केला.

देवदत्तास हे कळले तेव्हा त्याचा रोष द्विगुणित झाला. त्याच्या चित्तात प्रचंड क्षोभ उत्पन्न झाला. बुद्ध हे संघाचे संचालन, 'असे' करणार असतील तर अनर्थ होईल. संघाचे अस्तित्व नष्ट होऊ द्यायचे नसेल, तर बुद्धांनी संचालनाच्या कार्यातून निवृत्त झाले पाहिजे, हा विचार अधिक आग्रही बनला.

* * *

देवदत्तचा असंतोष शब्दांत अजून प्रगट झाला नव्हता. तरी दैनंदिन व्यवहारात त्याची चुणूक प्रतीत होऊ लागली होती. भिक्खू आणि भिक्खूणींशी त्याचा व्यवहारही बदलत होता. त्याच्या वर्तनात समर्थकांचा वेगळा समूह निर्माण करण्याचा प्रयत्न चालू असणे सूचित होत असल्याचे कित्येक चतुर भिक्खूंना जाणवले होते. देवदत्तचा स्वभाव असाच आहे, असे म्हणून ते सोडून देत असले, तरी स्वजन आणि परके असा भेद राखणारे त्याचे वर्तन त्यांना पसंत नव्हते. मोद्गल्यायन याच्याकडून दीक्षा घेतलेला 'ककुध' नावाचा चतुर भिक्खू भिक्षेसाठी राजमहाली जात असे. त्याने बऱ्याचदा देवदत्तास युवराजाच्या दालनात जाताना वा बाहेर पडताना बघितले होते. देवदत्त हा संघातील ज्येष्ठ भिक्खू. युवराज वा कोणाही सांसारिकाशी त्याने घनिष्ठ संबंध ठेवणे वा कोणाच्या महाली वारंवार एकांतभेट घेणे अभिप्रेत नव्हते. 'ककुध' भिक्खूने हे निरीक्षण साभिप्राय स्वतःच्या आचार्यांस-मोद्गल्यायनास निःसंकोचपणे सांगितले.

मोद्गल्यायनासही देवदत्तचे वर्तन आक्षेपार्ह वाटत होतेच. त्यात 'ककुध'च्या साभिप्राय निरीक्षणाची भर पडली. अजातशत्रूशी घनिष्ठ संबंध प्रस्थापित करण्यात देवदत्तचा काय उद्देश असेल,ते त्याला कळेना. निर्णायक भूमिका घेण्यापूर्वी तथागतांसमक्ष वस्तुस्थिती सादर करणे त्यास योग्य वाटले.

मोद्गल्यायनाचे कथन बुद्धांनी शांत मनाने ऐकले. पण त्यांच्या मुद्रेवरील एकाही रेषेत फेरफार झाला नाही. देवदत्तची मानसिकता त्यांना ठाऊक होती. तरी युवराजांशी त्याने घनिष्ठ संबंध का प्रस्थापित करावा, याविषयी त्यांनी कोणताही विचार व्यक्त केला नाही. विहारातील उद्यानात असलेल्या केळीच्या वृक्षाकडे बघत ते मोद्गल्यायनास म्हणाले, "भन्ते, तो वृक्ष तू बघू शकतोस ना?" मोद्गल्यायनाने ते दाखवत असलेल्या दिशेस बघितले. केळीच्या वृक्षावर केळ्यांचे घड लटकले

होते.

"तुला दिसत असेल की वृक्ष फळांच्या भाराने वाकला आहे.

"होय भगवंत," मोद्गल्यायन उत्तरले.

"आणि तुला हेही कळत असेल, की दिवसेंदिवस फळांचा भार वाढत जाईल आणि वृक्ष अधिक वाकेल. फळं पिकतील तेव्हा ह्या वृक्षाचं अस्तित्व व्यर्थ-अर्थहीन बनणार आहे."

"होय भदंत," मोद्गल्यायनाने संमती सुचवली, "केळीच्या वृक्षाच्या या प्रकृतीशी आपण सारे परिचित आहोत."

"बस, तसंच हे आहे. प्रत्येक मनुष्य आपापल्या कर्माच्या अधीन आहे. दुष्कर्म करणारा कर्माचं फळ प्राप्त करणार आहे. केळीच्या वृक्षाप्रमाणे एक दिवस ही फळं पक्व होऊन त्याचा आपसूक नाश करणार आहेत," इतकेच सांगून बुद्धांनी नजर झुकवली.

मोद्गल्यायनापाशी आता विचारण्यासारखा प्रश्न उरला नव्हता. त्याच्या प्रश्नाचे समाधान तथागतांनी आगळ्या रीतीने केले होते.

* * *

गेल्या काही दिवसांपासून तथागतांचे स्वास्थ्य धड राहत नव्हते. कंबरदुखी त्यांची पाठ सोडत नव्हती. खूप चालत प्रवास करणे वा एका जागी बराच वेळ बसणे कष्टप्रद होत असे. कधी भिक्खूंना धर्मसिद्धांत विषद करताना वा पाहुण्यांशी बोलताना ते सतत बसले तर त्यांना आडवे व्हावे लागे वा मोठ्या लोडाचा आधार घ्यावा लागत असे.

तथागतांची समस्या साऱ्यांना कळत होती. त्यांना कमी त्रास व्हावा, यासाठी सारे ज्येष्ठ भिक्खू प्रयत्नशील असत. देवदत्तने त्याच्या रीतीने ही समस्या बघितली. तथागतांचे स्वास्थ्य अजून बिघडले तर संघाचे सुचारू संचालन अवघड बनणार होतेच, पण प्राप्त परिस्थितीतही विविध स्थानी पसरलेल्या दूरदूरच्या विहारांचे संचालन शिथिल होण्याची शक्यता दाटत असल्याचे सर्वांना जाणवत होते. शारीरिक समस्येच्या जोडीस मानसिक समस्या पीडू लागली तर संघाच्या उत्तराधिकाऱ्याच्या संदर्भात तथागत आदेश देऊ शकणार नाहीत. तसे झाले तर हा लाभ सारिपुत्र, मोद्गल्यायन आणि आनंद वगैरे ज्येष्ठ भिक्खूंना होईल, हे देवदत्तास स्पष्ट जाणवले. तसे होऊ नये, यासाठी त्याच्या मनात एक कट शिजू लागला. तथागतांच्या उपस्थितीत त्यांच्या तोंडून उत्तराधिकारी म्हणून आपले नाव घोषित व्हावे, अशी देवदत्तची इच्छा होती. त्या संदर्भात भिक्खू परिवारात त्याच्या नावास अनुमोदन देणारे अनेक भिक्खू त्याने तयार केले होते. त्यामुळे बुद्ध जिवंत असतानाही वहिवाटीचा

आनंद लुटण्याची त्याची अपेक्षा होती. सारे नीट जुळवून आणायचे तर त्याचे कौशल्यपूर्ण रीतीने सादरीकरण व्हायला हवे, हे त्यास पटत होते. म्हणून कोणाला तरी विश्वासात घ्यायला हवे, असेही त्यास वाटले.

"तथागत," एके दिवशी एकांताची अनुकूलता तपासून देवदत्तने आपली योजना अमलात आणण्यास प्रारंभ केला, "हल्ली आपले दैहिक स्वास्थ्य नीट नसते. म्हणून भिक्खू चिंतित आहेत."

"भन्ते," बुद्ध शांत स्वरात म्हणाले, "तथागतांचं दैहिक स्वास्थ्य पूर्वीही चिंतेची बाब नव्हती, की आज काळजीचा विषय नाही आणि भविष्यातही नसेल. स्वास्थ्याचे चढ-उतार देहाशी संबंधित असतात. त्याचे फक्त निरीक्षण करायचे असते. दैहिक अवस्थेविषयी चिंतित राहणाऱ्यांनी तथागतांचा उपदेश आत्मसात केला नाही, असं म्हणावं लागेल."

"पण भगवंत आपलं कथन सारेच भिक्खू नीट कसं समजू शकतील? ज्यांना नीटसं आकलन होत नाही, तसे भिक्खू चिंतित होणारच."

"भन्ते, तू वा हे समजू शकणारे अर्हत आहेत, त्यांनी आशा लोकांना समजावले पाहिजे. तथागतांचा देह म्हणजे तथागत नाही. 'स्व'मध्ये स्थित असण्याच्या स्थितीस 'स्वस्थ' म्हणतात. तथागत सदैव 'स्व'मध्ये स्थित असल्याने त्यांच्या स्वस्थ असण्यात विकृती शिरण्याचा संभव नाही."

"मी हे स्वीकारतो भगवंत," देवदत्तच्या स्वरात टोकाचा सावधपणा दाटला,"पण संघाच्या व्यावहारिकी संचालनात समस्या निर्माण होऊ नये, यासाठी आपण आपल्या नेतृत्वाखाली योग्य नावाची घोषणा केलीत, तर नेटकं संचालन सर्वांच्या कल्याणाचं ठरेल."

किंचित नजर उचलून तथागतांनी देवदत्तच्या मुद्रेचे अवलोकन केले.

"भन्ते, तुझ्या मनात संघकल्याणाच्या संदर्भात विशेष विचार वा योजना आहे का?"

"होय, तथागत." आपल्याला हवी असलेली संधी साकार होत असल्याच्या कल्पनेने देवदत्त क्षणभर मोहरला. पण आनंद लपवून सावध स्वरात बोलत राहिला. "भगवंत, आपण संघजीवनात माझ्यासाठी पूजनीय आहातच; शिवाय, आपल्या पूर्वजीवनात कौटुंबिकदृष्ट्याही माझं स्थान अत्यंत निकट होतं. हे लक्षात घेऊन आपण माझ्यावर सहजपणे विश्वास टाकू शकता. संघाचा अपार विस्तार झाला आहे. त्याच्या दैनंदिन संचालनात शक्तीचा व्यय करण्यापेक्षा आपण ते कार्य माझ्यावर सोडून दैनंदिन कार्यप्रणालीतून निवृत्त होऊ शकता. तसं केल्याने थकवा टळेल आणि संघास माझ्या माध्यमातून अधिककाळ आपलं मार्गदर्शन लाभेल. आपलं मार्गदर्शन प्राप्त करून वार्धक्य दूर असलेला मी, अधिक सक्षमतेने संघाचं

संचालन करू शकेन,''

तथागतांनी नजर क्षणभर खाली लावली. दुसऱ्याच क्षणी नजर उचलून त्यांनी देवदत्तकडे बघितले. त्यांचे डोळे कमालीचे विस्फारले असल्याचे देवदत्तास जाणवते न जाणवते तोच त्यांनी कणखर स्वर लावला.

''देवदत्त, धम्मसेनापती सारिपुत्र वा ज्यांचं संघात द्वितीय सेनापतीचं स्थान आहे त्या मोद्गल्यायनावरही मी या क्षणी संघाचं संचालन सोपवू शकत नाही. तथागतांच्या तत्त्वज्ञानात जर भविष्यास स्थान नसेल तर भविष्याच्या संचालनाचा प्रश्न का निर्माण होईल? आवुस, पूर्णत: निरिच्छ होण्याजोगं सामर्थ्य आधी प्राप्त कर. जा, पुन्हा कधी हा विचार मनात आणू नकोस.'' देवदत्त अवाक् झाला. त्याने तथागतांना कधी असे बोलताना ऐकले नव्हते. नव्हे ते कधी असे बोलू शकतील, असे त्यास वाटले नव्हते. तथागतांचे बोल ऐकून त्याने धारण केलेली कृत्रिम नम्रता लयाला गेली आणि कित्येक दिवसांपासून मनात दडपलेला रोष बाहेर पडला.

''भदन्त, आपण माझ्या नम्रतेस दुबळेपणा समजण्याची चूक करताहात. फक्त संघाच्याच नव्हे, तर आपल्याही कल्याणाच्या दृष्टीने मी संयम बाळगून होतो. आपण माझ्या क्षमतेचा स्वीकार केलात तर बरंच आहे. नाहीतर जो परिणाम होईल त्यासाठी मग मला दोष देऊ देणार नाही.''

एका शब्दाचाही उच्चार न करता बुद्धांनी नजर वळवून मस्तक खाली घातले. पाठीशी ठेवलेल्या लोडावर आपली काया लोटून देऊन जणू, त्यांनी चर्चा संपल्याचे सुचवले. फक्त चर्चाच नव्हे, तर मुलाखत संपल्याचाही हा संकेत होता. देवदत्तने निघून जावे, असा आदेश सुचवणारा!

अवमानित होऊन देवदत्त निघून गेला. तो गेल्यावर क्षणभर बुद्धांनी त्याच्या धमकीवर विचार केला. तसे झाले तर स्वत:च्या हयातीत संघ छिन्नभिन्न होण्याचे भय निर्माण होईल. पण देवदत्तात संघाचे नेटके संचालन करण्याची क्षमता नाही, याविषयी त्यांना खात्री वाटत होती. संघात काही भिक्खू असंतुष्ट असल्याचेही ते जाणून होते. काही काळापूर्वी मोद्गल्यायनाने देवदत्तची युवराजाशी घसट वाढत असण्याकडे लक्ष वेधले होते. संघाच्या जीवनप्रणालीत कोणाशीही घसट वर्ज्य समजण्याची पद्धत होती. पिता बिंबिसाराचे संघास झुकते माप देणे युवराजाच्या नाराजीस निमंत्रण ठरत असल्याचेही तथागतांना ठाऊक होते. दोन असंतुष्ट एक झाले आणि त्यांनी संघास विरोधी पक्ष ठरवले तर उत्पात होण्याची शक्यता नाकारता येणार नव्हती. काही भिक्खू आणि भिक्खूणींवर देवदत्तचा प्रभाव असल्याची जाणीव तथागतांना होती. सारे कळत असून तथागतांनी तोवर विरोधाचे पाऊल उचलले नव्हते. पण देवदत्तचे आजचे उच्छृंखल वर्तन पाहून, त्यास विहारात निरंकुश संचार करू देणे हिताचे नाही, असे त्यांनाही वाटले. संघाची शिस्त आणि

तथागतांनी प्रबोधलेल्या धर्मापेक्षा देवदत्तचे वर्तन विपरीतच होते. म्हणून बुद्धांनी सारिपुत्र आणि मोद्गल्यायनास बोलावणे पाठवले.

"भिक्खूंनो," ते गंभीर स्वरात म्हणाले, "देवदत्तास यापुढे संघात ठेवता येणार नाही. आता त्याचे स्थान संघाच्या बाहेर आहे. उद्या भिक्खू संघाची सभा बोलवा. त्यात देवदत्तास भिक्खू संघातून बाहेर काढण्याचा प्रस्ताव ठेवा. त्यासाठी सर्व भिक्खूंचं अनुमोदन प्राप्त करा. मग देवदत्तास संघाबाहेर काढले असल्याची घोषणा राजगृहापर्यंत रवाना करा, असा तथागतांचा संदेश असल्याचे सर्वांना सांगा."

खरोखर तसे करण्यात आले. सकाळी भिक्खू संघाच्या सभेत सारिपुत्राने तथागतांचे मानस सादर करून प्रस्ताव ठेवला. सभेत तथागत उपस्थित होतेच. मोद्गल्यायनाने सारिपुत्राच्या प्रस्तावास अनुमोदन दिले. काही भिक्खूंनी आपसांत नेत्रपल्लवी केली; पण कोणी काही बोलले नाही. मग महाकाश्यपांनी भिक्खूंना संबोधताना आव्हान दिले, "भिक्खूंनो, संघाच्या या प्रस्तावास ज्यांचा विरोध असेल त्यांनी तो व्यक्त करावा."

सभागृहात नि:शब्दता दाटली. नेत्रपल्लवी करणाऱ्या भिक्खूंनीही नजर झुकवली. उच्चासनावर लोडास टेकून बसलेल्या तथागतांनी नेत्र उचलून प्रत्येक भिक्खूकडे बघितले.

"तर मग या प्रस्तावास सर्वांचे अनुमोदन आहे असं मी समजतो," असे सांगून महाकाश्यपांनी अंतिम घोषणा केली.

"सारिपुत्र," अंतिम घोषणा संपताच तथागतांनी आदेश दिला, "या घोषणेची अधिकृत माहिती, तू स्वत: राजगृहाच्या मार्गावर जाऊन नागरिकांना द्यायची आहे. ज्याप्रमाणे राज्याच्या घोषणा विधिपूर्वक प्रसारित होतात त्याप्रमाणे संघाची ही घोषणा प्रसारित करण्याचं काम तुलाच करावं लागेल."

सारिपुत्र तथागतांच्या आदेशास विरोध करू शकणार नसला, तरी हे काम त्याच्यासाठीही सरळ वा सोपे नव्हते. देवदत्तची त्याने भिक्खू संघात प्रसंगी प्रशंसाही केली होती. त्याने आत्मिक सिद्धीचे चमत्कार सादर करून काही भिक्खूंना प्रभावित केले होते, हे सारिपुत्र जाणून होता. तथागतांच्या आदेशाप्रमाणे राजगृहाच्या मार्गावर घोषणा करण्यास जाणे हे लोखंडाचे चणे खाण्याचे काम होते.

पण ते अवघड असले तरी तथागतांच्या आज्ञेचे उल्लंघन करणे त्याच्यासाठी अवघड नव्हे, तर अशक्य होते. त्याने नतमस्तक होऊन आज्ञा शिरोधार्य असल्याचे सुचवले.

नगराच्या राजमार्गावर संघातून हकालपट्टी केल्याची घोषणा प्रसारित झाल्याचे

देवदत्तास कळले, तेव्हा त्याच्या देहावरील प्रत्येक केस ताठ झाला. ती घोषणा ऐकून त्याने मनोमन निश्चय केला.

* * *

देवदत्तच्या मनात दीर्घकाळाचा हिशेब झाला. राजमार्गावर, संघातून हकालपट्टी झाल्याचा निर्णय प्रसारित करणे शक्य होण्याचे कारण तो जाणून होता. 'वेळुवन' आणि 'गिरिव्रज' यांत एकवाक्यता असल्याने हे घडले होते. राजा बिंबिसारावर तथागतांचा इतका प्रभाव नसता तर हे अशक्य ठरले असते. शासकीय अनुज्ञेशिवाय अशी घोषणा रस्तोरस्ती होऊ शकत नसते. जोवर बिंबिसार मगधपती म्हणून स्थापित होते तोवर तथागतांच्या प्राबल्यास आच येणार नव्हती. तसा प्रयत्न करणे म्हणजे राजाचा रोष ओढवून घेणे ठरले असते. ते गादीवर असेतो कोणतीही योजना अमलात आणता येणे अशक्य होते.

युवराज अजातशत्रू आता अधीर झाला होता. पिता बुद्धविचारांनी प्रभावित होणे त्यास अजिबात पटत नव्हते. स्वत:चे विचार आणि अधीर होणे त्याने देवदत्तसमक्ष ओठी आणले. बेरकी देवदत्त युवराजाच्या या मन:स्थितीचा लाभ घेण्याची संधी न उपटता तरच नवल! बिंबिसारास पदच्युत करणे त्यालाही हवे होते. अजातशत्रू गादीवर आला, की त्याच्या योजना अमलात येणे सहज शक्य झाले असते. मग बौद्ध संघ आणि खुद्द तथागत निराश्रित होण्यास पर्याय उरला नसता. 'वेळुवना'त संघाचा शास्ता म्हणून देवदत्तचे स्थान अबाधित राहिले असते. देवदत्तच्या दिवास्वप्नांचा दोर लांबतच होता.

''युवराज,'' संधी साधून देवदत्तने अजातशत्रूच्या कानात फुंकर मारण्यास प्रारंभ केला, '' 'लिच्छवी' आणि 'वज्जी' प्रजेत एकात्मता साधण्यापूर्वी मगध शासन बलवंत झालं पाहिजे. तसं झालं नाही तर मगधांवर वैशाली मात करण्याचं भय निर्माण होईल.''

''ते कसं शक्य आहे, भन्ते?'' युवराजाने चमकून विचारले,'' वैशालीचं बळ कितीही वाढलं तरी मगधसेनेच्या तुलनेत त्यांचं सामर्थ्य कमी प्रतीचं आहे.''

''मी वैशालीच्या राजकीय सीमांच्या संदर्भात हे म्हणालो नाही. मला सांस्कृतिक आणि वैचारिक मात अभिप्रेत आहे. दिवसेंदिवस राजा बिंबिसार बुद्धविचारांना वश होत आहेत. ते विचारात घेतले पाहिजे. बुद्धांच्या मनात 'लिच्छवी' आणि 'विज्जी' प्रजेसाठी करुणा आहे, हे जगजाहीर आहे. त्यामुळे मगधांच्या सिंहासनाचा पाया दुर्बळ होण्याचं भय निर्माण होऊ शकतं. तसं घडण्यापूर्वी आपण काही करायला हवं आहे.''

अजातशत्रू दचकला.गेल्या कित्येक दिवसांपासून देवदत्त त्याच्या मनात विद्रोही

विचारांचे जे बी पेरत होता ते आता फुलूफळु लागले होते. राज्यविस्ताराच्या योजनेत पिता विघ्नरूप बनणार, हे त्यालाही कळत होतेच. सिंहासनावर ते अधिष्ठित असेतो कोणतीही योजना अमलात येऊ शकणार नाही, हे स्पष्ट होते. आपल्या स्वप्नांना वास्तव बनवायचे असेल तर...

नकळत अजातशत्रू देवदत्तसमीप सरकला, ''भन्ते, मनात जो विचार असेल तो स्पष्ट सांगा. तो विचार माझ्या कल्याणाचा असेल, याविषयी मला खात्री वाटते.''

क्षणभर देवदत्तची नजर चहूकडे भिरभरली. सारे आलबेल असल्याची खात्री पटताच युवराजाच्या कानी लागत तो पुटपुटला, ''युवराज, आधी बिंबिसारांना पदच्युत करायला हवं. सिंहासनाधिष्ठित होऊन मला 'वेळुवना'चा शास्ता म्हणून नियुक्त करा; मग मी काय करतो ते बघाच!''

''पण ते कसं जमवता येईल?''

''ज्या मार्गाने पूर्वज गेले त्या मार्गाने त्यासाठी आपणास पित्यास रवाना करावं लागेल. ते आता वृद्ध झाले आहेत. त्यांच्यात मगध साम्राज्याच्या धुरेचं वहन करण्याची क्षमता उरलेली नाही. या अक्षमतेमुळे त्यांच्या हातून चूक घडली तरी राज्याच्या संदर्भातील आपली जबाबदारी आपण निभावली नाही, असा अर्थ यांतून निघू शकेल.'' क्षणभर थांबून डोळे बारीक करत तो बेरकी स्वरात म्हणाला, ''तुम्ही सिंहासनावर आरूढ झालात, की राजा बिंबिसाराच्या मार्गाने बुद्धांना रवाना करण्यात माझी मदत करा. मग सारं छान होईल.''

युवराजास ही योजना पटली-आवडली. भिक्खू देवदत्तच्या चरणी त्याने मस्तक नमवले. देवदत्तने आशीर्वचनाचा उद्घोष केला आणि दोघांनी योजना अमलात आणण्यास आरंभ केला.

सारे योजनेबरहुकूम झाले.

बिंबिसारराजाच्या शयनकक्षापर्यंत पोहोचण्यात युवराजास समस्येचा सामना करावा लागणे शक्य नव्हते. शयनगृहाच्या दालनाशी चार प्रहरींचा पहारा असतो, हे अजातशत्रू जाणून होता. युवराज तोवर कधी अवेळी राजाच्या शयनकक्षापाशी गेला नव्हता. म्हणून साऱ्यांना क्षणभर नवल वाटले. पण अजातशत्रूने पहारेकऱ्यांना गप्प राहण्याची आदेशात्मक खूण केली. ते पाहून सारे दिङ्मूढ झाले; पण त्यांनी युवराजास विरोध केला नाही.

प्रत्येक क्षण मोलाचा होता. देवदत्तच्या मदतीने युवराजाने रात्री पित्याची हत्या करून सकाळी स्वतःस महाराज म्हणून घोषित करण्याची अचूक योजना आखली होती. पहारेकरी काही समजू शकण्यापूर्वी, डोळ्यांची पापणी लवते न लवते तोच युवराजांच्या कमरेस लटकलेली तलवार सर्रकन म्यानाबाहेर आली. ती एकाच झटक्यात बिंबिसारराजास यमसदनास पोहोचवणार होती.

वास्तव आणि युवराजाचे स्वप्न यांत अल्प अंतर उरले होते. इतक्यात, युवराजाच्या हातावर प्रहरीने जबरदस्त प्रहार केला. योजनेत विचारात न घेतलेले हे अनपेक्षित कृत्य होते. अजातशत्रू गोंधळला.

पहारेकऱ्याने युवराजास शयनकक्षाच्या उंबरठ्यापर्यंत विनाविरोध पोहोचू दिले; पण त्याच्या नजरेत अपार अविश्वास दाटला. युवराजाचे अचानक येणे आणि आवेशाने शयनगृहात शिरणे पहारेकऱ्यास असाधारण आणि अनिच्छनीय वाटले. ते सारे अनुभवी होते. राजाच्या करणीबद्दल युवराजाच्या मनात विरोध असल्याचे सारे जाणून असल्याने अनुचित कटाचा त्यांना संशय आला. चारही प्रहरींनी आपसांत नेत्रपल्लवी करून झटक्यात निर्णय घेतला. त्यानुसार युवराजांचा हात तलवार म्यानाबाहेर खेचण्यासाठी, तलवारीच्या मुठीवर पडताच जबरदस्त प्रहार करून चौघांनी त्यांना घट्ट धरले. युवराजांनी प्रतिप्रहार करण्याचा प्रयास केला, पण चौघांच्या बळापुढे ते हतप्रभ ठरले. प्रामाणिक पहारेकऱ्यांच्या प्रयत्नाने पित्याच्या हत्येचे पाप आचरणाऱ्या पुत्राच्या मुसक्या बांधल्या गेल्या.

या गोंधळात महाराजांना जाग न येणे शक्यच नव्हते. जे दृश्य त्यांच्या नजरेस पडले ते दुःखदायक, क्लेशकारक आणि थक्क करणारे; अत्यंत हीन होते.

आता मगध परंपरेनुसार राजद्रोहाचा अपराध करणाऱ्यास शासन करण्याचे कर्तव्य करावे लागणार होते. प्रहरींनी युवराजांना अटक केली होती. सेनाध्यक्ष, दंडाधिकारी वगैरेंच्या उपस्थितीत युवराजांनी अपराधाची कबुली दिली. दंडाधिकारी आणि अमात्यांनी विचारलेल्या प्रश्नांच्या फेरीचा सामना करताना युवराजांनी सांगितले त्यावरून या षड्यंत्राचा निर्माता भिक्खू देवदत्त असल्याचे जाहीर झाले. त्यासही युवराजांप्रमाणे राजद्रोहाच्या अपराधासाठी अटक करून योग्य ते शासन करण्याची भलावण दंडाधिकाऱ्यांनी राजासमक्ष केली. दंडाधिकाऱ्याच्या भलावणीस इतर ज्येष्ठांनी अनुमोदन दिले.

क्षणभर राजा बिंबिसार विचारात पडला. बंदिवान युवराजाकडे बघत राजाने वेदनासक्त स्वरात विचारले, ''युवराज, सत्ता प्राप्त करण्यासाठी इतके अधीर का झाला आहात?''

लज्जित युवराज फक्त मस्तक झुकवून उभा होता.

''मगध सिंहासनावर यापूर्वी माझे पूर्वज आरूढ झाले आणि पुढे माझे वंशज आरूढ होणे अनुचित नाही,'' राजाने विचारपूर्वक बोलणे पसंत केले, ''या सिंहासनावर बसण्याचा अधिकार पुत्रा, तुलाच आहे.''

''महाराज,'' दंडाधिकाऱ्याने मध्ये बोलून कर्तव्य बजावले, ''भिक्खू देवदत्तास अटक करण्याची अनुज्ञा द्या.''

''ते शक्य नाही,'' बिंबिसाराने दृढ स्वरात सांगितले, ''देवदत्तास भिक्खू संघात

स्थान नसलं तरी त्याने अजून चीवरवस्त्राचा त्याग केलेला नाही. तो अजून भिक्खूच आहे. आपल्या राज्यात भिक्खूंना शासन न करण्याचा कायदा आहे. त्यामुळे भिक्खू देवदत्तास शिक्षा करता येणार नाही.''

उपस्थित मंत्रिमंडळ स्तब्ध होऊन राजनिर्णय ऐकत राहिले. हा न्याय त्यांना अगदी अकल्पनीय वाटत असताना राजाने युवराजांकडे बघत अत्यंत गंभीर स्वरात मन मोकळे केले.

''आणि युवराज, तुमचं अधीर होणं मी समजू शकतो. ज्या वयात श्रामण्याचा अंगीकार करून मी 'वेळुवना'त तथागतांच्या चरणांशी बसून भिक्खूपद प्राप्त करून संसारातून मुक्त व्हायला हवं, त्या वयात मी तुमचा मार्ग अवरोधून सिंहासनास चिकटून बसण्याचा अपराध केला आहे, याची जाणीव तुम्ही मला करून दिलीत. मी अपराधाचा स्वीकार करतो.''

सारे थक्क होऊन राजाकडे बघत होते. युवराजानेही लज्जेने खाली घातलेली मान वर करून चकित नजरेने पित्याकडे बघितले.

''आणि म्हणून माझं मंत्रिगणांस सांगणं आहे, की...'' राजाचा स्वर निर्णायक बनला, ''मी मगध सिंहासनाचा त्याग करून माझा पुत्र युवराज अजातशत्रू यास मगधनरेश म्हणून घोषित करतो आहे. त्याचा राजतिलक विधी संपन्न करण्याची सर्व व्यवस्था करण्याचा आदेश मी देतो. यापुढे माझं निवासस्थान बौद्ध भिक्खू संघाच्या 'वेळुवना'त असेल.''

राजाने समापन केले. पूर्ण दालनात सुखद शांतता दाटली. सारे उपस्थित श्वास घेणेही जणू विसरले होते.

* * *

मगध प्रजेने राजा बिंबिसाराच्या निर्णयाच्या 'भव्य त्यागाची परंपरा' म्हणून गौरव केल; पण देवदत्तचे मन हा निर्णय स्वीकारण्यास तयार होईना.

कारण स्पष्ट होते.

शासनकर्ता या नात्याने बिंबिसार राजा प्रजेत अत्यंत लोकप्रिय होता. इतकेच नव्हे, तर बौद्ध संघात खुद्द तथागतांच्या नजरेत त्याचे स्थान फार उच्च होते. युवराज अपराधी असूनही त्यास दंड न देता त्याने राज्य दिले. हे कार्य त्याने ज्या अलिप्त आणि सहज भावनेने केले ती भावना जनमानसातील त्याची प्रतिमा अधिक उजळणारी होती. राजाचे वास्तव्य वेळुवनात असल्यास संघात तथागत बुद्धांच्या खालोखाल त्यास स्थान मिळणे स्वाभाविक ठरणार होते. म्हणजे देवदत्तच्या स्वप्नांचा चक्काचूर होणे अटळच. कोणत्याही उपायाने या समस्येचे निराकरण करण्याची गरज असल्याचे देवदत्तास जाणवले. म्हणून बिंबिसारराजाचा काटा काढण्याची योजना आखली

होती, तशीच दुसरी...

पण या योजनेत खुद्द बिंबिसार राजाच विघ्न बनू शकणार होता. तो वेळुवनात वास्तव्य न करणे फक्त एका कारणाने होऊ शकले असते. बेरकी देवदत्तच्या मनातील आयोजन वेगाने पुढे उधळत होते. त्यानुसार तो अजातशत्रूच्या भेटीस गेला. एकांताची संधी शोधून त्याने योजनेचा दोर लांबवला.

"महाराजांचा विजय असो," तो बेरकी स्वरात म्हणाला, "सिंहासनारूढ झालात तरी खरे राज्यकर्ते सिद्ध होण्यासाठी सतर्क राहणं गरजेचं आहे, महाराज."

"म्हणजे?" अजातशत्रूने गोंधळून विचारले, "भदंत, आपलं मार्गदर्शन आणि सहकार्य प्राप्त झालं तर मी त्यातही यशस्वी होईन."

"मार्गदर्शनाचं काय? त्यानुसार चौकसपणे निर्णय घेणं आणि कृती करणं अधिक महत्त्वाचं असतं."

"आपला विचार माझ्या कल्याणाचाच असेल, हे मी जाणतो. तेव्हा, मनात असेल ते स्पष्ट सांगा."

"महाराज," देवदत्त पुटपुटल्यागत बोलू लागला, "राजाने सिंहासन तुमच्या हवाली केलं, ती रीत पाहून प्रजेच्या मनात त्यांच्याविषयी असलेला आदर द्विगुणित झाला. तुमच्याविषयी मात्र प्रजेच्या मनात आकसच आहे. मंत्रिगणही तुमच्या कोणत्याही योजनेकडे संशयाच्या नजरेनं बघतील. तुमच्यात कर्तृत्व नसूनही तुम्हाला सिंहासन प्राप्त झालं आहे, अशी भावना त्यांच्या मनात असेल. तुमच्या प्रत्येक कृतीची तुलना बिंबिसार राजाशी होईल आणि तुमची कृती हीन ठरवली जाईल. राजा वेळुवनात - म्हणजे राजगृह नजरेच्या टप्प्यात ठेवून राहाणार. म्हणजे तुमच्या प्रत्येक कृतीवर त्यांची नजर असणार आहे. मग तुमची प्रतिभा स्वतंत्र रीतीनं फुलावी कशी?"

देवदत्तचा प्रत्येक शब्द अजातशत्रू बुजगावणे बनत असल्याचे सिद्ध करणारा होता. देवदत्त किती दूरचा विचार करू शकतो, ते पाहून अजातशत्रूच्या मनात देवदत्तची प्रतिमा उजळ होत होती. स्वाभाविकच, त्याने विचारले, "असं होणं टाळण्याचा उपाय..."

"एकच उपाय आहे. राजा प्रजेच्या नजरेपासून दूर झाला पाहिजे." प्रत्येक शब्द सुटा पाडत देवदत्तने कणखर आणि कठोर विचार मांडला.

अजातशत्रू विचारात पडला. त्या उद्देशाने तो रात्री राजाच्या शयनगृहात गेला होता; पण दुर्दैवाने त्यास यश लाभले नव्हते. तरी तो सिंहासनारूढ झाला होता; पण ती कृपा होती. हे सिंहासन निष्कंटक नव्हते...

"महाराज," देवदत्त अजातशत्रूचे विचार वाचत पुढे म्हणाला, "वेळ फार कमी आहे. योग्य वाटत असेल ते वेगानं केलं पाहिजे."

अजातशत्रूच्या मनातील ठिणगीचे रूपांतर आगीत करण्यास हे पुरेसे होते. त्या रात्री जे काम करता आले नव्हते ते यशस्वी करण्याची घाई अजातशत्रूला झाली. आणि...

बिंबिसार राजा वेळुवनात जाण्यापूर्वी, विश्वासू सैनिकांच्या मदतीने अजातशत्रूने त्यास अटक केली. मंत्रिगणांस याची चाहूलही लागू न देता अजातशत्रूने त्यास कारागृहाच्या अत्यंत एकांत कोठडीत ढकलून दिले. आपल्या विश्वासू सेनिकांचा पहारा ठेवून त्याने वृद्ध पित्यास अन्न दिसू नये, अशी कडक व्यवस्था केली. उपासमार सोसणारा वृद्ध राजा मोजक्या दिवसांत मरण पावेल, अशी खात्री त्यास वाटत होती... पण...

नंतर दोन-तीन दिवसांच्या अंतराने अजातशत्रू स्वत: कारागृहात बिंबिसाराच्या भेटीस जात असे. यात भेटीचा उद्देश नसेच, पिता मेला वा कधी मरेल, याचा अंदाज प्राप्त करण्यासाठीच तो जात असे. म्हणून पित्याशी बोलण्याची वा दरवाजा उघडून आत जाण्याची गरज त्याला नसे. दुरून बघणाऱ्या अजातशत्रूला पिता झोपलेला वा शांतपणे कोठडीत फेऱ्या मारत असलेला दिसे, कधीतरी मांडी घालून ध्यानस्थ अवस्थेतही दिसे. अन्नाविना पिता अजून टिकला कसा, हे अजातशत्रूस कळत नसे.

काही काळातच अजातशत्रूचा धीर खचला. पित्यास नक्कीच कोणीतरी अन्न देत असावे, असा संशय त्यास आला. लगेच त्याने पहाऱ्यावरील सैनिक आणि त्यांच्या वरिष्ठास धारेवर धरले. अजातशत्रूच्या भयाने त्यांनी सत्य विषद केले, "महाराज, क्षमा करा. स्वतः राजमाता कोसलदेवी कारागृहात येतात आणि महाराज नको म्हणत असूनही त्यांना भोजन घेणं भाग पाडतात, तर आम्ही त्यांचा विरोध कसा करणार?"

हे ऐकून अजातशत्रू हबकून स्तब्धच झाला.

राजमाता कोसलदेवी, म्हणजे बिंबिसार राजाची पत्नी आणि श्रावस्तीच्या महाराज प्रसेनजिताची भगिनी पतीच्या दुर्दैवी काळात स्वत:चे जीवन धोक्यात घालून पुत्र अजातशत्रू आणि प्रवर्तमान राज्यकर्त्याच्या आज्ञेवर कुरघोडी करत होती. राजास कोणाचीही मदत मिळू नये, अशी कडक व्यवस्था करण्यात अजातशत्रूने सारी सतर्कता पणास लावली होती. पण राजप्रासादाच्या अंत:पुरातून असे कृत्य घडेल हा साधा, सरळ तर्क त्याला जमला नव्हता. सत्याच्या दर्शनाने त्याच्या रोषाग्नीत तेल ओतले. लगेच त्याने राजमाता कोसलदेवी महालाच्या बाहेर पडू शकणार नाहीत, याचा कडक बंदोबस्त केला.

भूतपूर्व राजा कारागृहात कैद होता, तर त्याची पत्नी कोसलदेवी गिरिव्रजातील राजमहालात स्वत:च्याच दालनात स्थानबद्ध होती. तिसऱ्या दिवशी अजातशत्रू

मातेकडे गेला.कोसलदेवींच्या मुद्रेवर शून्यता व्यापलेली होती. पुत्रास पाहून त्यांनी तोंड फिरवले आणि त्या इतकेच म्हणाल्या, " पुत्रा, तुझ्या जन्मावेळी तुला जिवंत ठेवण्याची चूक तुझ्या पित्याने करायला नको होती. त्यांनी त्याच वेळी माझं ऐकलं असतं तर त्यांना हे दिवस पाहावे लागले नसते."

अजातशत्रू नवलाने मातेचे बोल ऐकत राहिला. त्याला त्याचा अर्थ नीटसा उलगडेना. जन्मावेळी काही गूढ घटना घडली असल्यास ते रहस्य जाणून घेण्यासाठी तो मातेसमोर उभा राहिला.

"माते, आत्ता जे बोललात ते मला गूढ वाटतंय. जे सांगायचं असेल ते आता स्पष्ट सांगा. मनात असेल ते सांगून मोकळ्या व्हा."

"होय पुत्रा, आज आणि आत्ताच तू ते जाणून घेतलं पाहिजे. नंतर ती संधी मिळणार नाही. आज ते स्पष्ट झालं नाही तर सत्यस्थिती कुणाला कधीच कळणार नाही. ते मला अयोग्य वाटतंय, म्हणून तुला मी सारं सविस्तर विषद करणार आहे..."

महाराणी कोसलदेवी गर्भवती असताना-म्हणजे अजातशत्रू गर्भावस्थेत त्यांच्या उदरात होता, तेव्हा एकदा त्यांना रक्तपान करण्याची विचित्र इच्छा झाली. कोसलराजकन्या वा मगधांच्या महाराणीस रक्ततृषेचे डोहाळे लागणे, हे खरोखर विपरीत आणि समस्यामूलक होते. पण ती इच्छा अनावर होती, हे निर्विवाद! म्हणून त्यांनी डोहाळे असल्याचे पतीस सांगितले तेव्हा बिंबिसार राजाने ते पुरवण्याची तयारीही दाखवली. पण त्यांनी राणीच्या विचित्र डोहाळ्यांपाठचे रहस्य जाणून घेण्यासाठी प्रकांडपंडित आणि विख्यात ज्योतिषाचार्यांना पाचारण केले.

"महाराज," उलटसुलट हिशेबांचे किचकट गणित सोडवून ज्योतिषाचार्य नाइलाजाने गंभीर स्वरात म्हणाले, "सगर्भा स्त्रीस ज्या इच्छा होतात त्या गर्भाच्या संस्कारांचा आणि कर्मांचा संकेत सूचित करतात. रक्तपानाची तृषा गर्भावस्थेत असलेले हे बालक रक्तपिपासू वृत्तीचे असेल, हे सूचित करते आणि..." ज्योतिषाचार्य अडखळले.

"आणि काय, ब्रह्मदेवा? काहीही सूचित होत असले तरी सांगण्यात संकोच ठेवू नका. माझं तुम्हाला अभयवचन आहे." बिंबिसार राजाने ज्योतिषास आश्वस्त केले.

"कटू वचनांसाठी मी क्षमा प्रार्थितो; पण चित्त एकाग्र करून ऐका," ज्योतिषाचार्य उत्तेजित स्वरात म्हणाले, "हा पुत्र पितृहत्या करणारा असेल."

हे ऐकून राजा अवाक् झाला. राणी कोसलदेवी संभावित पितृघातक्याचा जन्म होऊ नये, या इच्छेने पोटावर दणादण गुद्दे मारू लागल्या. राजास पत्नीचे मानस लगेच कळले. त्याने त्वरेने पत्नीकडे धाव घेतली. त्याने पत्नीचे दोन्ही हात गच्च

धरून ठेवले.

"स्वामी, हात सोडा माझे!" कोसलदेवी रोषाने किंचाळल्या. त्यांचा देह थरथर कापत होता. "जे बालक गर्भावस्थेत असताना मातेस रक्तपानासाठी उद्युक्त करते आणि पुढे पित्याची हत्या करणार असते, अशा मुलाची माता मला व्हायचं नाही. मला गर्भाचा नाश करू द्या, महाराज!"

पण राजा बिंबिसारास हे मान्य नव्हते. कोणत्याही परिस्थितीत बालकाचा नाश करणे उचित नाही, हे त्याने ठासून सांगितले, "राणी, प्रत्येक जातकाचा मृत्यू अटळ असतो. माझ्या मृत्यूस कारण ठरणार, म्हणून या बालकाचा जन्मापूर्वी नाश करण्याचं पातक मी तुम्हाला आचरू दिलं, तर ते माझं महापातक ठरेल. पुत्रहत्या हे अत्यंत अघोरकर्म आहे. अशा अघोर कर्मापासून तुम्हाला दूर नेणं माझं कर्तव्य आहे. त्यात राणी, मला तुमचा सहकार असू द्या."

पतीचे शांत, गंभीर विचार ऐकून कोसलदेवी स्तब्ध झाल्या. बसल्या जागी त्या कोसळल्याच. एखाद्या सामान्य स्त्रीसारख्या त्या धाय मोकलून रडू लागल्या.

आणि अजातशत्रूचा जन्म झाला.

अजातशत्रू एकाग्रतेने ऐकत होता. त्याची जन्मकथा सांगून राजमाता थांबल्या नाहीत. इतर काही सांगायचे असेल तरी ही शेवटची संधी असल्याचे त्या जाणून होत्या.

एकदा बालक अजातशत्रूच्या तर्जनीवर विचित्र जागी फोड झाला. राजवैद्य उपचार करत असूनही बालकास वेदना सहन होत नव्हत्या. फोड फुटत नव्हता की शमत नव्हता. कुमारास रात्रीची झोपही जमेना. पिता बिंबिसार पुत्रास कुशीत घेऊन जागरण करत होता. पुत्र कण्हू लागला, की फोडावर हळुवारपणे हात फिरवत होता. दाह सहन न होऊन कुमार हात आपटू लागला. पित्यास वाटले, की त्याचे बोट तोंडात घातले तर दाह कमी होईल. त्यांनी पटकन ते बोट तोंडात घालून त्याची वेदना कमी करण्याचा प्रयास केला.

दाह खरोखर कमी होऊन काही वेळात कुमार झोपी गेला. पुन्हा दाह सुरू होऊ नये, यासाठी पिता रात्रभर पुत्राचे बोट तोंडात ठेवून होता. थोड्या वेळात पित्याच्या तोंडातच फोड फुटला. त्यातून दुर्गंधीयुक्त रक्त आणि पू येऊन त्याने पित्याचे तोंड भरले. पण पुत्राची झोपमोड होऊ नये, यासाठी पित्याने ती घाण थुंकायलाही तोंड उघडले नाही. पुत्रास वेदनामुक्त करता आले, यातच पित्यास समाधान होते. त्या आनंदात सारी घाण तोंडात बाळगून पिता रात्रभर जागला.

"आणि पुत्रा," कोसलदेवी व्यथित स्वरात अतीतकथनाचे समारोप करू लागल्या, "ज्यांना आज तू कारागृहात डांबलं आहेस आणि जे उपासमार होऊन मरावेत असं तुला वाटतं, त्यासाठी तू जी हीनता आचरत आहेस, ते पाहून मला

तुझा धिक्कार करावासा वाटतो. वारंवार 'त्या'वेळी त्यांनी माझी इच्छा पूर्ण करायला हवी होती, वा मी त्यांची विनंती मान्य करायला नको होती, या विचाराने मी उद्ध्वस्त होत आहे. तसं घडतं तर हा काळा दिवस बघावा लागला नसता आम्हाला...''

बोलणे संपवून कोसलदेवी भुईवर मस्तक आपटू लागल्या. कपाळातून रक्तधार उसळली. ती पाहून अजातशत्रू बावरला. पुढे होऊन त्याने मातेचे मस्तक हाती धरले. त्याचे दोन्ही हात रक्ताने रंगले होते. प्रयत्नांची पराकाष्ठा करून त्याने मातेस शांतवले. अघोरी काम करणाऱ्या ज्योतिषाने वर्णन केला तसा अघोरी काम करणारा तो पुत्र सिद्ध होणार नसून, भविष्य खोटे पाडण्यास वचनबद्ध असलेला प्रेमळ पुत्र सिद्ध होईल, हे त्याने मातेस परोपरीने समजावले. पित्यास बंधनमुक्त करण्यासाठी जात असल्याचे आणि आपल्या संदर्भातील भाकित खोटे ठरवण्याचे वचन त्याने मातेस दिले... पण...

कल्याणकार्यासाठी अजातशत्रू त्वरित कारागृहाकडे धावलाही. श्वासाचीही उसंत न घेता धावलेल्या राजाचा वेगाने चालणारा श्वास पाहून चकित झालेले पहारेकरी स्तब्ध होऊन त्यास बघत राहिले. तो कारागृहाशी पोहोचला तेव्हा कोठडीतून एक शिपाई बाहेर येत होता. शुभ समाचाराची बधाई देत राजाने उपासमार सहन न होऊन देहलीला संपवल्याची बातमी तो देत होता आणि धरणी दुभंगून लज्जित अजातशत्रूला पोटात घेईल तर बरे, असे त्याला वाटत होते.

* * *

अजातशत्रूने पित्याला भूतपूर्व राजा बिंबिसारास कैदेत टाकले आणि तो उपासमार होऊन मृत्यू पावला. पण मध्यंतरीच्या काळात राजास पत्नी भोजन पुरवत असल्याने, या दोन घटनांत बऱ्याच दिवसांचे अंतर होते. हा काळ देवदत्तास फार दीर्घ आणि असह्य वाटला. योजना पुढे सरकवण्यासाठी बिंबिसार राजा कैदेत असणे पुरे होते. योजनेचा अंमल त्याच्या लेखी महत्त्वाचा होता. म्हणून तो अजातशत्रूशी संवाद साधण्यास गेला.

''महाराज, आपण आता निष्कंटक झाला आहात. मगधांचं एकछत्री शासन आपल्या हाती आहे...''

''हे श्रेय आणि यश तुमचं आहे, भदंत,'' अजातशत्रूने देवदत्तास श्रेय देणे योग्य ठरवले.

''या ऋणाचा स्वीकार करून थांबता येणार नाही, महाराज.'' महत्त्वाकांक्षेच्या पूर्तीसाठी उतावीळ झालेला देवदत्त म्हणाला, ''साम्राज्य आता निष्कंटक झालं आहे. बौद्ध भिक्खू संघाचा शास्ता म्हणून माझी वर्णी लागावी, यासाठी आपण मला मदत केली पाहिजे.''

"अवश्य, भन्ते. कोणत्याही प्रकारची मदत करण्याचं मी राज्याच्या वतीनं आपणास वचन देतो."

"तर मग हे राजन, देवदत्त अजातशत्रूच्या कानी लागला, "अत्यंत विश्वासातील सैनिकास माझ्या योजनेनुसार आदेश द्या. त्याने चौकस आणि गुप्तपणे ही योजना कार्यान्वित केली पाहिजे."

देवदत्तचे मानस सिद्ध करण्याच्या योजनेत हे सारे होते-

तथागत बुद्धांचे वेळुवनातील ज्या कुटीत वास्तव्य होते तिला सारे 'गंधकुटी' म्हणत. पहाटे चंक्रमणावेळी तथागत 'गंधकुटी'च्या आसपास चंक्रमण करत तेव्हा बहुतांशी ते एकटे असत, हे सर्वांना ठाऊक होते. थोड्या अंतरावर इतर भिक्खूंची निवासस्थाने होती. चंक्रमणाच्या मार्गाचा काही भाग भिक्खूंच्या निवासस्थानांपासून बराच दूर आणि अरण्याच्या दिशेस होता.

मारेकरी म्हणून नियुक्ती केलेल्या सैनिकाने चंक्रमण सुरू होण्यापूर्वी तिथे दबा धरून बसावे. बुद्ध तिथे पोहोचले, की त्यांची हत्या करून पळ काढावा. थोड्या अंतरावर दुसरे दोन सैनिक असावेत. त्यांनी या मारेकऱ्यास पकडून त्याचा वध करावा आणि निश्चित केलेल्या मार्गावरून पळ काढावा. या मार्गावरही थोड्या अंतरावर ठेवलेल्या चार सैनिकांनी दोघांना पकडून त्यांचा काटा काढून पळत सुटावे. त्या मार्गावर आठ सैनिक ठेवण्याची व्यवस्था असावी. या चार सैनिकांचा काटा काढला की पुढे सोळा सैनिकांनी... असे हत्याकांड पाहून सारे गोंधळून जावेत. त्यामुळे प्रत्येक मयताची हत्या का झाली, याची चर्चा वितंडवादाचे रूप धारण करील आणि त्यात बुद्धांची हत्या झाली याची जाणीवच नष्ट होईल, अशी देवदत्तची योजना होती. अजातशत्रूला ते पटले. देवदत्तचे आभार मानून त्याने सेनानायकास योग्य तो आदेश दिला.

पण आनंदची चौकस नजरही काही नोंदी घेत असल्याचा देवदत्तास पत्ता नव्हता. आनंद व मोद्गल्यायन यांच्यात चर्चा झाली होती. देवदत्तच्या कपटी स्वभावाची त्यांना जाणीव असल्याने ते चिंतित होते. ही चिंता वांझ नव्हती. देवदत्तची संघातून हकालपट्टी झाल्यावरही; त्याची काही भिक्खूंशी व अजातशत्रूशी घसट वाढत असल्याचे पाहून मोद्गल्यायन आणि आनंद अधिकच सावध बनले. देवदत्तची गणना अजातशत्रूच्या विश्वासू भिक्खूत होत असे. अजातशत्रूने राजा बिंबिसारास पदभ्रष्ट केले होते. त्या कटात देवदत्तचा सिंहाचा वाटा असावा, असा संशय आनंद आणि मोद्गल्यायनास होता. जो अजातशत्रूस या दुष्कर्मात परोक्ष का होईना, पण मदत करू शकतो तो संघाच्या संदर्भात कोणत्या थरास जाईल, हे सांगता येत नव्हते. म्हणून संघाच्या संदर्भात सतत सतर्क राहण्याचे व्रत त्यांनी घेतले होते. वेळुवनाच्या कानाकोपऱ्यात भिक्खूंची गुप्त नजर सतत राहील, अशी

व्यवस्था त्यांनी केली होती.

ज्या दिवशी देवदत्तच्या योजनेबरहुकूम मारेकरी बुद्धांच्या वाटेवर एका शिळेआड धनुष्यबाणासह दबा धरून बसला, त्या सकाळी चंक्रमण करणाऱ्या बुद्धांची नजर या सतर्क भिक्खूंवर पडली. त्यांना जवळ बोलवून तथागतांनी विचारले, "तुम्ही कुणाच्या आज्ञेनं हे काम करताहात?"

शिलेपाठी दडून, धनुष्याची प्रत्यंचा खोचून तयार राहिलेल्या सैनिकाने हे ऐकले आणि त्याने आसपास बघितले. बुद्धांव्यतिरिक्त कोणी तिथे असेल, अशी त्याची अपेक्षा नव्हती. पहारा देणाऱ्या भिक्खूंनी तथागतांसमक्ष नतमस्तक होत, ते हे काम का करत आहेत याविषयी खरी आणि सविस्तर माहिती दिली.

"भिक्खूंनो," विचलित न होता बुद्ध म्हणाले, "तथागतांचा कधी जन्म होत नसतो, तर मृत्यू कसा होणार? ही चैतन्याची अखंड यात्रा असते. इतका काळ हे समजवल्यावरही शरीर इजाग्रस्त होईल, यासाठी तुम्ही भय बाळगत असाल तर तुम्ही विश्वाचे नियम नीट समजून न घेतल्याचं हे द्योतक ठरेल. जा. कोणतीही आशंका मनात न आणता आपापल्या नित्य कामांस लागा."

तथागतांच्या आज्ञेचे पालन करण्याशिवाय त्यांच्यासमोर पर्याय नव्हता. बुद्धांना वंदन करून ते निघून गेले. त्यांच्या पाठमोऱ्या आकृतीही दिसेनाशा झाल्या. बुद्धांनी चंक्रमणाची दिशा बदलली. ते रोजच्या वाटेस फुटणाऱ्या एका वेगळ्या फाट्याकडे वळले. त्यामुळे नेम धरून सिद्ध असलेल्या मारेकऱ्यासाठी ती समस्या ठरली. तिथून दूर होऊन त्याने पुन्हा योग्य जागी उभे राहून नेम धरण्याचा प्रयास केला. बुद्धांच्या सहाव्या संवेदनेस पहाटेच्या शांत वातावरणात नेहमीच्या शांततेवर अनाम आणि अनोळखी चरा उमटल्याची जाणीव झाली. त्यांनी तिरप्या नजरेने बघितले तर शिळेमागून सरकत एक सावली वृक्षाच्या दिशेस स्वतःस स्थापित करण्याच्या प्रयत्नांत दिसली.

"इकडे ये, आवुस!" बुद्धांच्या शांत स्वरात अनोखी करुणा होती. हात लांबवून ते म्हणाले, "इथे कोणतंही काम गुपचूप करण्याची गरज नाही. तुझी इच्छा तू ओठी आण."

वृक्षामागे दडण्याच्या प्रयत्नांत असलेला मारेकरी बुद्धांचे बोल ऐकून हबकून गेला. थोड्या वेळापूर्वी त्याने बुद्ध आणि पहारा देण्याचा प्रयास करणारे भिक्खू यांच्यातील संवाद ऐकला होता. खरे म्हणजे, त्या वेळीच त्याने मनात प्रचंड खळबळ अनुभवली होती. बुद्धांनी त्याच्याचकडे हात लांबवलेला पाहून तो बावरला. पहाटेच्या शीतल वातावरणात प्रत्यंचा खेचलेली त्याची मूठ भयभीत झाल्याने घामाने ओली झाली.

"आवुस, तू का आणि कोणत्या हेतूने इथे आला आहेस, ते मला माहिती

नाही. माणूस कुदळ घेऊन पृथ्वी खोदू शकत नाही, की मोळी पेटवून गंगेचं पाणी उकळू शकत नाही, हे लक्षात घे. तू स्वतःच तुझ्या कर्माचं प्रत्यवेक्षण* कर. प्रत्येक कर्माचा विशिष्ट परिणाम असतोच.''

लपलेला सैनिक भयाने लोळागोळा झाला. त्याच्या हातांतून धनुष्य-बाण निसटला. पहाटेच्या शीतल वातावरणात बुद्धवाणीची अनोखी वलये उठली. ती कानांत उतरत असल्याचे त्यास जाणवले. वृक्षाच्या मागून तो जेमतेम पुढे आला नाही, तोच जमिनीवर कोसळला.

बुद्ध दोन पावले पुढे गेले. त्यांनी करुणेने त्याच्या मस्तकावर हात ठेवला. त्याच्या देहात जणू चैतन्याची लाट सळसळली. बुद्ध शांत स्वरात बोलू लागले,

''आकाश, समुद्र वा पर्वतातील गुहा; कुठेही लपले तरी मृत्यू सोडत नसतो, आवुस! पापमार्गास वळणाऱ्या मनास म्हणूनच परावृत्त करण्याची घाई करावी लागते. तो मनुष्यधर्म आहे. शंभर वर्षं जगण्यापेक्षा एक दिवस धर्मपूर्वक जगणं श्रेयस्कर असतं,'' इतकेच बोलून बुद्ध खाली वाकले. मारेकऱ्याच्या हातून निसटलेला धनुष्य-बाण उचलून त्याच्यासमोर धरत ते म्हणाले, ''घे आवुस! तुला योग्य वाटेल ते कार्य अवश्य कर.''

बुद्धांच्या चरणांशी कोसळलेल्या मारेकऱ्याने मस्तक बुद्धचरणी ठेवले. बुद्धांनी समोर धरलेला धनुष्य-बाण हाती घेऊन त्याने दूर फेकून दिला. त्याचा कंठ भरून आला असला तरी तो बोलू लागला.

''भगवंत, मला आपल्या चरणांशी स्थान द्या. भिक्खू संघात माझा स्वीकार करा, भगवंत!''

तळटिपा

* पिंडपात : भिक्षाटन.
* प्रवारणा : प्रायश्चित्त, क्षमायाचना.
* प्रत्यवेक्षण : दर्पणात स्वत:चे प्रतिबिंब बघणे.

४ उरुवेला

दोन दिवस आणि दोन रात्रींचा अविरत प्रवास करून शाक्यभूमी आणि कोलीय प्रदेश पार करून राजकुमार सिद्धार्थ वैशाली नगराशी पोहोचला. शाक्यभूमी त्याची पितृभूमी होती, तर कोलीय भूमी त्याची मातृभूमी होती. माता मायादेवी आणि महाप्रजापती दोघीही राजा देवदाह यांच्या कन्या होत्या. म्हणून हे प्रदेश वेगाने पार करण्याची गरज होती. त्याच्याबरोबर उचलण्यासारखे सामान नव्हतेच. बोजा होता फक्त प्रश्नांच्या अदृश्य बोचक्याचा! अपार प्रश्नांचा बोजा माथी घेऊन कुमार सिद्धार्थने अज्ञाताची यात्रा आरंभली होती. कुठे जायचे, कसे जायचे आणि काय करायचे याचा विशिष्ट विचार मनात साकार झाला नव्हता.

कपिलवस्तुच्या भरण्डु कालाम यांच्या आश्रमात त्याने योगविद्या शिकण्यात काही काळ व्यतीत केला होता. भरण्डु कालाम कपिलवस्तु आणि आसपासच्या परिसरात विद्वान आणि तपस्वी ज्ञानी म्हणून विख्यात होते. त्यांचे गुरू आलार कालाम वैशाली नगरीशी गंडक नदीच्या काठावर कुठे तरी आश्रम करून विद्यादान करत असल्याचे सिद्धार्थ जाणून होता. भरण्डु कालाम यांनी आलार कालाम सांख्ययोगाचे प्रवर्तक आणि समाधिवस्थेचे प्रकांडपंडित असल्याचे सांगितले होते. सिद्धार्थ ज्या प्रश्नांचा बोजा मस्तकी धारण करून होता, त्याची उत्तरे कुठे सापडतील, ते त्यास ठाऊक नव्हते. त्या संदर्भात आलार कालाम यांचे मार्गदर्शन उपयुक्त ठरल्यास बघावे, या हेतूने तो गंडक नदीच्या तटाकी आलार कालाम यांचा आश्रम शोधत होता.

सिद्धार्थने आश्रमात प्रवेश केला तेव्हा शेकडो शिष्य सकाळच्या दैनंदिन कार्यात मग्न असलेले नजरेस पडले. चीवरधारी तरुण आश्रमात आलेला पाहून आलार कालाम यांनी तीक्ष्ण नजरेने त्याचे निरीक्षण केले. सिद्धार्थच्या मुखावर प्रभावशाली व्यक्तिमत्त्वाची तेजस्वी आभा होती. त्याला पाहून आलार कालामांच्या मनात प्रश्न उमटला-राजवंश सिद्ध करणारे तेज आणि श्रमणवेश धारण केलेला हा तरुण कोण आहे?

“हे आलार कालाम, मी तुम्हाला वंदन करतो.” जवळ जाऊन सिद्धार्थने नम्रतेने हात जोडले.

“आयुष्यमान भव! कल्याणमस्तु!” आलार कालामांनी आशीर्वचन उच्चारून विचारपूस केली, “तुम्ही कोण आहात आणि कशासाठी या आश्रमात आला आहात?”

“मी कपिलवस्तुच्या राजा शुद्धोदनांचा पुत्र. सुख आणि शांतीच्या शोधात मी निघालो आहे. या कार्यात मला आपलं मार्गदर्शन हवं आहे.”

हे उत्तर ऐकून आलार कालाम थक्क झाले. ते काही वेळा स्वशिष्य भरण्डु कालामच्या आश्रमाच्या भेटीस गेले होते. तेव्हा त्यांचा राजा शुद्धोदनाशी परिचय नि संवाद झाला होता. त्या शुद्धोदनाचा हा पुत्र... म्हणजे...

“तुम्ही... महाराज शुद्धोदनांचे पुत्र... म्हणजे शाक्य राज्याचे उत्तराधिकारी राजकुमार सिद्धार्थ तर नव्हे!”

“नाही. यापुढे मी सिद्धार्थ नाही. राजकुमारही नाही. राजकुमार सिद्धार्थास कपिलवस्तु नगरीत सोडून मी इथे आलो आहे. गौतमकुळात जन्मलेला मी आता केवळ गौतम आहे. आपण मला गौतम म्हणून ओळखावं. सिद्धार्थ, या परिचयाचे लागेबांधे आता माझ्याशी नसावेत.”

आलार कालाम यांच्या आश्चर्यात अपरिमित भर पडली. ते डोळे विस्फारून बघत राहिले. या तेजस्वी तरुणाच्या डोळ्यांत त्यांना प्रचंड ज्ञानपिपासा दिसली. त्यांनी आत्मीयतेने त्यास जवळ बसवले.

“हे गौतम, माझ्यापाशी असलेली सारी विद्या मी तुला देईन. माझ्या ज्ञानातील गूढ भागही मी तुला समजावेन. तो आत्मसात करण्यास तुला वेळ लागणार नाही. जे सिद्धांत मी तुला समजावून सांगेन. त्याच्या ‘पूर्वपक्ष’ आणि ‘उत्तरपक्ष’ दोन्हीची समजूत तुला पटली तर तुझ्या मनाचं समाधान होईल.”

-आणि गौतम आलार कालाम यांच्या शिष्यवृंदात सामील झाला. आलार कालामांनी त्यास; सांख्ययोग तसेच सृष्टीची उत्पत्ती-लय याविषयी त्यांच्यापाशी असलेले सारे ज्ञान दिले. हे ज्ञान त्याने खरोखर फार कमी वेळात मुखोद्‌गत केले. पण या पोपटपंचीने त्याचे समाधान झाले नाही. आलार कालामांनी त्यास स्वत:त खोल उतरून ध्यान धरणे शिकविले. समाधिवस्थेस पोहोचले की आपली प्रश्नांपासून सुटका झाली आहे, असे सिद्धार्थला वाटेही; पण समाधिवस्था संपली की प्रश्नांचा बोजा पुन्हा असह्य ठरतच असे.

आलार कालाम यांची समाधिवस्था बराच दीर्घ काळ टिकत असे. आश्रमाबाहेर राजगृहापासून श्रावस्तीपर्यंत पसरलेला राजमार्ग होता. त्याच्या एका टोकास असलेल्या विशाल वृक्षाखाली आलार कालाम अनेक प्रहर समाधी लावून बसत.

या समाधिकाळात राजरस्त्यावरून पाचशे गाड्यांचा समूह गेला तरी त्यांची समाधी भंगली नाही. तरी समाधिवस्था संपली की त्यांच्यात सामान्य व्यक्तीच्या संवेदनांचे दर्शन होतच असे.

''आलार कालाम,'' आपली व्यथा व्यक्त करण्याच्या प्रयत्नांत गौतमने विचारले, ''समाधीचं सोपान तुम्ही मला शिकवलंत; पण त्याच्या साक्षात्कारानंतरही माझं समाधान होत नाही. सृष्टीच्या उत्पत्ती आणि लयप्रक्रियेचे जे सिद्धांत तुम्ही मला शिकवले आहेत त्यानेही मी संतुष्ट होत नाही.''

''गौतम, आता मी तुला समाधीचे सर्वोत्कृष्ट सोपान-आकिंचन्य विद्या शिकवेन. जर तुझ्या मनात त्याविषयी पूर्ण श्रद्धा निर्माण झाली तर तुझ्या प्रश्नांची उत्तरं तुला अवश्य सापडतील.''

आणि लवकरच गौतमने आकिंचन्य समाधीची अवस्थाही प्राप्त केली. कितीही श्रद्धा ठेवून काम केले तरी प्रज्ञेचा विकास जोवर होत नाही, तोवर सारे व्यर्थ असल्याचे त्यास जाणवले. अनेक दिवस असंख्य प्रयोग करत राहिल्यावर त्याच्या मनात वैफल्य दाटू लागले.

''आचार्य, हे सारे संपादन केल्यावरही मला समाधान लाभलं नाही. आता मी काय करायला हवं, ते सांगा.''

''गौतम, आता करण्यासारखं काही उरलेलं नाही. माझ्यापाशी असलेलं सारं ज्ञान मी तुला दिलं आहे. आता आश्रमात राहून तू माझ्याप्रमाणे आचार्यपद ग्रहण करू शकतोस.''

गौतम विचारात पडला. आकिंचन्य समाधिवस्थेत दुर्वासनांचे शमन होते हे निर्विवाद. पण ती तात्पुरती वृत्तिशून्य अवस्था होती हेही खरे, मात्र सर्वांचे समूळ उच्च्चाटन होत नव्हते. त्याला जाणवले, की या मार्गाने इतर सारे प्राप्त होत असेलही, पण निर्वाण प्राप्त होणार नाही.

आलार कालाम यांनी आश्रमात सहभागी होऊन आचार्यपद धारण करण्याचा प्रस्ताव मांडला होता. त्याचा अस्वीकार करून अधिक ज्ञानाच्या प्राप्तीसाठी त्याने आलार कालाम यांच्या आश्रमाचा निरोप घेतला.

आश्रमात त्याने उद्रक रामपुत्राचे नाव ऐकले होते. आर्यावर्तात ते महान तपस्वी आणि ज्ञानी पुरुष म्हणून ख्यातकीर्त होते. त्यांचा आश्रम आलार कालाम यांच्या आश्रमापासून काही मैलांच्या अंतरावर होता. परिव्राजक गौतम उद्रक रामपुत्रांच्या आश्रमात पोहोचला. उद्रकाने त्याचे स्वागत केले.

''हे आचार्य,'' गौतम नम्र स्वरात म्हणाला, ''आलार कालाम यांचा शिष्य म्हणून मी त्यांची विद्या प्राप्त केली आहे. सृष्टीची उत्पत्ती, लय, योग, सांख्य वगैरे तत्त्वज्ञान मी शिकलो आहे. पण मला सारं शुकपाठासारखं वरवरचं वाटलं. आकिंचन्य

समाधिवस्थेचा साक्षात्कार झाल्यावरही मला निर्वाणाचा मार्ग सापडला नाही. म्हणून या संदर्भात मला आपलं मार्गदर्शन हवं आहे.''

''गौतम,'' उद्रक प्रसन्न स्वरात म्हणाले, ''इतक्या कमी वेळात ही सारी सिद्धी प्राप्त करणारा शिष्य मी बघितला नाही. जोवर पदार्थ कोणत्याही विशिष्ट नावाच्या संज्ञेने परिचित राहात असेल, तोवर शून्यत्व गवसत नाही. संज्ञेचं समूळ उच्चाटन हा एकच मार्ग आहे. तिथे नैवज्ञान समाधीद्वारा पोहोचवतात. ते ज्ञान मी देईन.''

थोड्याच काळात उद्रक यांनी शिकवलेले हे ज्ञानही गौतमने आत्मसात केले. या अवस्थेत उद्रकांनी सांगितलं होतं तशी पदार्थमात्राची संज्ञा नष्ट झाली. पण तरी त्याला हवा असणारा निर्वाणमार्ग प्राप्त झाला नाही. दुर्वासना शांत होत, त्यात परिवर्तनही दिसे; पण त्याचे समूळ उच्चाटन होत नव्हते. मनातील प्रकंप शांतवत असला तरी शून्यवृत्तीची अवस्था प्राप्त होत नव्हती. वृत्ती शून्य झाल्याविना जन्म आणि मृत्यूच्या संदर्भात तटस्थ्य प्राप्त होणार नव्हते. त्याविना स्वत:स पूर्णत्वाने ओळखता येणार नव्हते.

''आचार्य,'' मनोवेदना ओठी आणत गौतम म्हणाला, ''मला पुरेसा संतोष प्राप्त झालेला नाही. याहून काही अधिक मला हवं आहे. ते द्या.''

''गौतम, मी आता ज्ञानाच्या सीमेवर उभा आहे. तुला मी अगदी माझ्या'जवळ' आणलं आहे. पुढच्या प्रदेशात माझाच प्रवेश झाला नसेल तर मी तुला तिथे कसा नेऊ?'' उद्रक रामपुत्रांनी वास्तव विषद केले.

''मग हे आचार्य, यापुढच्या अनोळखी प्रदेशाकडे वाटचाल करण्याची आपण मला अनुमती द्यावी.'' गौतम उद्रक रामपुत्रासमक्ष नतमस्तक होत म्हणाला.

उद्रक रामपुत्रांचा निरोप घेऊन, वैशाली गणराज्याचा प्रदेश ओलांडून गौतमने मगध प्रदेशाकडे प्रयाण केले. काही मैलांचा प्रवास केल्यावर तो 'नेरंजरा नदी'च्या काठी पोहोचला. 'नेरंजरेच्या तीरा'वर वसलेले 'उरुवेला' नावाचे नगर आणि तिथली रम्य सृष्टी पाहून त्याचे चित्त प्रसन्न झाले. या वातावरणात त्यास अनाम शांतीची प्रचिती मिळाली. कपिलवस्तुचा निरोप घेतल्यापासून त्याला कोणत्याही प्रदेशात असा प्रतीतीजन्य अनुभव मिळाला नव्हता. 'उरुवेला'च्या निबिड जंगलात तुरळक गावे वसली होती. त्यामुळे 'उरुवेला'चे रूप निर्जन वा भकास नव्हते. गौतमला हे स्थान पसंत पडले. कोणाचे शिष्यत्व न पत्करता, पुढचा ज्ञानमार्ग स्वत: शोधण्याचा निर्णय त्याने घेतला. यापुढची यात्रा एकट्याने करायला हवी, असा साक्षात्कार त्याला झाला होता. इतरांकडून घेतलेल्या ज्ञानाच्या मदतीने काहीही प्राप्त होत असले तरी निर्वाणाचा बिंदू प्राप्त करायचा असेल तर स्वप्रयत्नांचीच कास धरायला हवी, हे त्याला अनुभवाने पटले होते. या एकाकी तपस्येसाठी त्याला 'नेरंजरेचा किनारा' योग्य वाटला. लगेच मांडी घालून तो तपश्चर्येस सिद्ध झाला.

तोवर ज्ञानप्राप्तीसाठी तो ज्या संशोधनप्रक्रियेस सामोरा गेला होता ती प्रक्रिया विशेष दु:खदायक नव्हती. राजमहालाचा निरोप घेतल्यावर कष्टांची सवय नसलेल्या देहास कष्टांना सामोरे जावे लागले असले तरी ते दैहिक कष्ट होते. शिवाय, देहासही ते अपार क्लेश देणारे नव्हते. आता ज्या तपस्येच्या मार्गाचा अंगीकार तो करत होता त्यात देहपीडेस सामोरे जायचे होते. स्वअंतरात खोल उतरून अगाधाचा वेध घेण्याची ती प्रक्रिया अशक्यप्राय होती. स्वत:स 'स्व'मधून बाहेर काढून निरीक्षण करणे ही बिकट प्रक्रिया होती.

* * *

सुमारे तीस वर्षांपूर्वी कपिलवस्तु नगरीत राजकुमार सिद्धार्थच्या भविष्यकथनासाठी पंडित आणि पुरोहित जमले होते, तेव्हा त्यात अज्ञात कौण्डिण्यचा समावेश होता. आकाशातील ग्रहांचे स्थान कागदावर मांडून, हिशेब करून भविष्यकथन करणाऱ्या विद्वानांनी हे मूल चक्रवर्ती सम्राट होईल किंवा परम धर्मप्रवर्तक बनेल, असे सांगितले होते. तरुण अज्ञात कौण्डिण्यने मात्र आत्मविश्वासाने सांगितले होते, "सामुद्रिकशास्त्राच्या नियमांनुसार हे बालक चक्रवर्ती सम्राट होणं शक्य नाही. ते परम धर्मप्रवर्तकच बनणार आहे. तो बुद्ध बनेल."

त्या वेळी अचानक आलेल्या महर्षी असित देवल यांचे वर्तनही कौण्डिण्याच्या कथनास पुष्टी देणारे होते. बालकाच्या पायांशी नतमस्तक होताना, त्यांच्या डोळ्यांत अश्रू दाटले होते. त्या अश्रूंच्या समर्थनार्थ महर्षी म्हणाले होते, "हे बालक परम बुद्धाची सिद्धी प्राप्त करील तेव्हा माझं दुर्दैव असेल, की मी त्याचं दर्शन घ्यायला जिवंत नसेन."

तेव्हाच कौण्डिण्याने मनात खूणगाठ बांधली होती, की या बालकास बुद्धत्व प्राप्त झाले, की सर्वांत आधी मी त्याच्या चरणांशी बसून निर्वाणमार्गाचा उपदेश ग्रहण करीन. म्हणून त्याची नजर कपिलवस्तुच्या राजप्रासादात वाढणाऱ्या सिद्धार्थवर सतत केंद्रित झाली होती. त्याने जीवनाची सहा दशके पूर्ण केली होती. कुमार सिद्धार्थामध्ये आपण केलेले भविष्य वर्तमान सिद्ध करील, याची प्रतीक्षा तीव्र बनली होती.

आणि प्रतीक्षा पूर्ण होण्याच्या दिशेने एक पाऊल उचलले गेल्याचा संकेत त्यास मिळाला. राजकुमार सिद्धार्थने गृहत्याग केला, महाभिनिष्क्रमण केल्याची वार्ता त्याच्या कानी पडली. समग्र संसार आणि राज्याचा त्याग करून कुमारने श्रमणधर्माचा अंगीकार करून अगम्य प्रदेशाच्या यात्रेसाठी प्रयाण केले. हे कौण्डिण्यास समजले तेव्हा त्याची वयस्क काया रोमांचित झाली. आपले भविष्य खरे ठरण्याच्या मार्गावर असल्याचे जाणवून त्याचे नेत्र समाधानाने पाणावले. ज्या क्षणाची प्रतीक्षा आहे तो

फारसा दूर नसल्याच्या प्रतीतीकर अनुभवाने त्याला परम संतोष झाला. सिद्धार्थ बुद्ध होणार, यात त्याला तिळमात्र शंका उरली नाही.

कौण्डिण्यास वाटले, तपश्चर्येच्या अगम्य मार्गावर क्रमण करणाऱ्या सिद्धार्थचा शोध घेतला पाहिजे. पण असा शोध एकट्याने घेणे वा त्याच्या उपलब्धीचा लाभ फक्त आपल्याला होणे, या स्वार्थीपणात औचित्य नाही. कुमारचे भविष्यकथन करताना जे पंडित उपस्थित होते त्यांनाही या विलक्षण आनंदात सहभागी करून घेतले पाहिजे. तसे झाल्यास त्यांच्या जीवनाचा अंत कल्याणमय बनेल. या विचारास वश होऊन कौण्डिण्याने त्या साऱ्या पंडित आणि पुरोहितांचा तपास करण्याचा प्रयत्न मांडला.

पण दुदैवाने, या काळात ते सारे कालधर्मास वश झाले होते. त्यांच्यापैकी कोणी जिवंत नव्हते. तरी कौण्डिण्यास वाटले, ते हयात नसले तरी त्यांचे वंशज हयात असतील, त्यांना लाभ मिळाला पाहिजे. शास्त्र सांगते, "प्रत्येक मरण-शरण होणारा पिता आपले चैतन्य पुत्ररूपाने मागे ठेवत असतो. दैहिक मृत्यूनंतरही पित्याचे चैतन्यतत्त्व पुत्रात वास करून असते." म्हणून त्याने त्यांच्या पुत्रांसमक्ष हा विचार मांडला; पण बहुतेकांना त्यात स्वारस्य नव्हते. ते फारसे कोणाला पटतही नव्हते. पण ज्या चार जणांना ते पटले त्यांना - म्हणजे वप्र, भद्दीय, महानाम व अश्वजित यांना घेऊन कौण्डिण्य घरदार सोडून सिद्धार्थच्या शोधात निघाला.

विविध मार्गांवर शोध घेत हे पाच जण उद्रक रामपुत्राच्या आश्रमात पोहोचले. शक्य होते ते सारे ज्ञान तिथून प्राप्त करून तो 'गौतम' नावाने पुढचे ज्ञान प्राप्त करण्यासाठी अघोर तपस्येच्या अगम्य प्रवासास निघून गेला असल्याचे उद्रक रामपुत्राने सांगितले. केवळ राजप्रासादांच्या सुखांशी ओळख असलेला राजकुमार एकाकी तपश्चर्येचे कष्ट सोसण्यास तत्पर असेल तर त्याची सेवा करून या कार्यात मदत करण्याची संधी घेणे हे महापुण्याचे काम आहे, असे कौण्डिण्यास वाटले. सिद्धार्थची तपश्चर्या फळेल, याविषयी त्याच्या मनात आता अजिबात शंका उरली नव्हती. त्याची सेवा केल्यास त्याच्या तपश्चर्येच्या उपलब्धीच्या अंशाने आपले जीवनही धन्य होईल, असे त्यास वाटले.

म्हणून त्या साऱ्यांनी शोध चालू ठेवला. ते नेरंजरा नदीच्या तीरावर वसलेल्या उरुवेला नगरीत पोहोचले तेव्हा एका वृक्षाखाली गौतम मांडी घालून ध्यानस्थ बसलेला त्यांच्या नजरेस पडला. अनेक दिवसांपासून तो क्षुधा, तृषा वगैरे दैहिक कष्टांव्यतिरिक्त ऊन, पाऊस आणि थंडीच्या प्राकृतिक विघ्नांनाही सामोरा जात होता. निबिड अरण्यातील हिंस्र पशूंच्या डरकाळ्यांनी ते वातावरण भयप्रद बनत असे. पण गौतमच्या ध्यानस्थ अवस्थेवर चरा उमटत नसे. अपार कष्टांचा सामना केलेला देह अगदी कृश झाला होता. सिद्धार्थचे हे रूप पाहून ते सारे गौतमच्या आसनाशी

नतमस्तक होऊन त्याचे नेत्र उघडण्याची प्रतीक्षा करत बसले.

खूप वेळानंतर गौतमने डोळे उघडले. समोर या पाच जणांना पाहून तो चकित झाला. कौण्डिण्य किंचित पुढे झाला. नतमस्तक होऊन त्याने दोन्ही हात जोडून प्रणाम केला. तो नम्र स्वरात म्हणाला, ''भदंत, मी अज्ञात कौण्डिण्य आणि हे माझे साथीदार. आम्ही आपली सेवा करू इच्छितो. तपश्चर्येत आपणास होणाऱ्या कष्टांची मात्रा कमी करण्याचा आमचा प्रयत्न असेल. त्यासाठी आम्ही आपल्या सहवासात राहू इच्छितो. आपण अनुमती देण्याची कृपा करावी.''

गौतमने एकाही शब्दाने त्यांचा विरोध केला नाही. त्याने परत डोळे बंद केले. दिवसांमागून दिवस जात होते.

गौतम कित्येक दिवस श्वास रोखून प्राणायाम करत असे. परिणामी, त्याचा देह अधिकाधिक कृश होत होता. त्याचे हात-पाय पातळ काठीसारखे, तर मेरुदंड वर आलेला दिसत होता. मोडकळीस आलेल्या घराचे वासे दिसतात तशा छातीच्या फासळ्या विपरीत भासत होत्या. तो डोळे उघडत असे तेव्हा खोल उतरलेल्या डोळ्यांतील बाहुल्या दिसणे अवघड बनले होते. अंगकाठी कोमेजली होती. पाठ नि पोट यांतले अंतर नष्ट होऊन ते एकमेकांस चिकटून एकसंध झाले होते.

पुढे दैहिक पीडेमुळे गौतमाच्या मस्तकात भयंकर वेदना उमटली. पोटात प्रचंड दाह दाटला. आपण जिवंत आहोत की मृत, हे कळू नये अशी त्याची अवस्था झाली तरी संवेदना मात्र सतेज होती. त्यामुळे संबोधी प्राप्त होण्यापूर्वीच देहदंड कोसळण्याची शक्यता त्यास स्पष्ट जाणवली. ज्या संबोधीसाठी ही यात्रा सुरू केली त्या यात्रेचा अंत संबोधी प्राप्त केल्याविना होण्याची शक्यता त्याला दिसली. साध्य प्राप्त करण्याचे माध्यम म्हणून देहाचे अस्तित्व अनिवार्य आहे. जीवनाचे रहस्य प्राप्त करायचे काम देहाचे अस्तित्व असतानाच जमेल. देह नाश पावला तर जीवन कसे उरेल? त्याच्या मनात प्रश्न दाटला आणि त्याने डोळे उघडले.

गौतमाचे डोळे उघडण्याची प्रतीक्षा करणाऱ्या कौण्डिण्यास तो म्हणाला, ''हे श्रमणा, धर्माची सिद्धी प्राप्त करण्यासाठी तरी मी देहाचं अस्तित्व टिकवायला हवं. म्हणून मी नगरात भिक्षाटनास जातो.''

कौण्डिण्य आणि इतरांसाठी हे अगदी अनपेक्षित होते. गौतम तपश्चर्येच्या मार्गावरून चलित होऊन भुकेस वश होणे त्यांना आश्चर्यजनकच नव्हे, तर आघातप्रेरकही वाटले. गौतमाकडून त्यांनी संबोधीच्या परम ज्ञानाची अपेक्षा ठेवली होती. त्यासाठी ते कैक दिवसांपासून इथे तिष्ठत होते. अशा वेळी गौतमाचा भुकेपुढे अनपेक्षितपणे झालेला पराभव पाहून त्यांना नैराश्य व्यापू लागले. तरी सुरुवातीस त्यांचा यावर विश्वास बसला नाही. पण...

पण गौतम भोजन घेऊ लागला. भिक्षाटनातून वा अरण्यातून प्रवास करणाऱ्या प्रवाशाने मूठभर धान्य दिले तर त्याचे सेवन करू लागला. थोड्या कालावधीत त्याची क्षुधा शांत झाली. हाडांचा सांगाडा बनलेल्या देहात पुन्हा स्फूर्ती दाटली.

पण कित्येक दिवसांपासून त्याची तपस्या आदराने बघणाऱ्या या पाच जणांच्या श्रद्धेस या भोजनसेवनाने नख लावले. मुक्ती तपस्यामार्गानेच मिळते, याविषयी त्यांच्या मनात संदेह नव्हता. देहदमन आणि शारीरिक कष्टच मुक्तिमार्गाचे अनिवार्य सोपान आहेत, अशी त्यांची दृढ मान्यता होती. जर गौतम क्षुधेस शरण जाणार असेल, तर मुक्तीची शक्यताच नाही, असे त्यांना वाटले.

"श्रमण कौण्डिण्य," सर्वांच्या विचारांस वाचा फोडण्याचं साहस करत वप्र म्हणाला, "भोजनासाठी गौतम तपश्चर्येचा त्याग करत असेल तर त्याच्याकडून जीवनाचं परमज्ञान प्राप्त होईल, अशी अपेक्षा बाळगणारे आपण काळाचा अपव्यय करीत आहोत, हेच सत्य आहे. गौतम कधी सिद्धपुरुष होणं शक्य नाही."

"आयुष्यमान, मला वप्रचं म्हणणं पटतं," महानाम अनुमोदन देत म्हणाला, "गौतम मार्गभ्रष्ट झाला आहे. आता त्याच्याकडून आपण कसलीही अपेक्षा ठेवू नये, हे उत्तम!"

"श्रमण कौण्डिण्य, तुम्ही म्हणाला होतात की..." कौण्डिण्यास अतीतातील संवादाचा संदर्भ देत अश्वजित म्हणाला, "तुमच्या भविष्यकथनावर विश्वासून पूर्ण श्रद्धेनिशी आम्ही संसाराचा त्याग केला. पण..."

कौण्डिण्यही विचारात पडला. साडेतीन दशकांपूर्वी जे भविष्यकथन केले होते त्यावर खुद्द त्याला पूर्ण विश्वास वाटला होता. आत्मविश्वासाच्या बळावरच त्याने बालक सिद्धार्थ बुद्ध होईल, असे ठासून सांगितले होते. पण आता त्याच्या आत्मविश्वासास चूड लागली. आपण संपादन केलेल्या विद्येत काही उणीव राहिली असावी, हा विचार त्यास सैरभैर करू लागला. त्याला वप्र, महानाम वगैरेंचे म्हणणे खरे असण्याची शक्यता असणे हे कठोर वास्तव वाटले. वास्तवाचा विरोध करण्यात अर्थ नव्हता.

"भन्ते," मन घट्ट करून तो बोलू लागला, "शाक्यपुत्र गौतम आपल्याला मुक्तिमार्ग दाखवेल, असे आता मलाही वाटेनासं झालं आहे. या मार्गाचा शोध घेण्यासाठी आपण दुसऱ्या कोणत्या पुण्यभूमीचा मार्ग चोखाळू. आपण स्वत:च ते परम स्थान शोधू."

सारे या विचाराशी सहमत झाले. लगेच गौतमाकडे पाठ फिरवून स्वतंत्रपणे मुक्तिमार्गाचा शोध घेण्यास ते निघून गेले.

गौतम पुन्हा एकटा पडला.

* * *

उरुवेला प्रदेशातील 'सेनानी' नावाच्या गावात एक मोठा उत्सव होता. गावातील जमीनदाराच्या कन्येने-सुजाताने पुत्र प्रसवला होता. सुजाताच्या लग्नावेळी तिच्या मातेने एक प्रतिज्ञावचन घेतले होते. त्यानुसार पहिला पुत्र प्रसवला, की तिने उरुवेलाच्या अरण्यात जाऊन वनदेवतांना खिरीच्या भोजनाचा नैवेद्य दाखवायचा होता. उरुवेलाच्या निबिड जंगलात वनदेवतेचे वास्तव्य आहे आणि तिच्या कृपाप्रसादानेच हे कुटुंब समृद्ध आणि सुखी बनले आहे, अशी श्रद्धा या कुटुंबात होती. सुजाताच्या लग्नाच्या वेळी त्यांनी श्वसूरपक्षासही हे सांगितले होते. सुजाताची पहिली प्रसूती पितृगृही व्हावी, अशी विनंतीही केली होती. त्यानुसार सुजाताने सेनानी ग्रामात पुत्र प्रसवला होता. म्हणून समग्र 'सेनानी ग्राम' हा पुत्रोत्सव साजरा करत होते.

दुसऱ्या दिवशी वैशाखी पौणिमा होती. या दिवशी उत्तम खीर आणि इतर पूजासामग्री व भोजनसामग्री घेऊन सुजाताने दासींसह उरुवेलाच्या अरण्यात जायचे होते. अरण्यातील एका सुंदर वृक्षात वनदेवतेचे वास्तव्य असेल, असे समजून तिने वनदेवतेची मनोमन पूजा करायची होती. तो वृक्ष पूजून अदृश्य वनदेवतेस खिरीचा नैवेद्य दाखवायचा असे ठरले होते. वृक्षाची पसंती करून तिथली सुकली पाने, काटक्या वगैरे साफ करून बुंधा पूजेयोग्य करण्यासाठी सुजाताने आदल्या दिवशी दासीस आदेश दिला होता.

गौतम भिक्षाटनासाठी गावात गेला असताना स्वामिनीच्या आज्ञेनुसार दासी वृक्षपसंतीसाठी नेरजरा नदीच्या तीरावर गेली. तिने अश्वत्थावर पसंतीची मोहोर मारली. गौतम तिथे नसल्याने ते स्थान रिक्त होते. दासीने ते व्यवस्थित साफ केले आणि सुजातास कामाचा अहवाल देण्यास ती गावात परतली.

वैशाखी पौर्णिमेच्या पहाटे सुजाताने अभ्यंगस्नान केले. सुंदर वस्त्रे परिधान केली. नैवेद्याची खीर आणि इतर पूजा व भोजनसाहित्य सुवर्णाच्या थाळीत ठेवून मनात अत्यंत पवित्र विचार जोजवत ती दासीसह तो अश्वत्थ पूजायला निघाली. आदल्या दिवशी दासीने ज्या वृक्षाखालची जमीन साफ केली होती, तिथे दर्भाच्या आसनावर गौतम ध्यानस्थ बसला होता. तपस्येमुळे त्याचे तेज शतगुणित झाले होते. ते पाहून सुजाताच्या आश्चर्यास पारावार राहिला नाही.

दासीही चकित झाली. ती पुटपुटली, "आर्ये, तुमची श्रद्धा आणि पावित्र्य पाहून वनदेवता प्रसन्न झालेली दिसते. तुम्ही दाखवलेल्या नैवेद्याची खीर स्वीकारण्यासाठी वनदेवतेने साक्षात दर्शन देणं, ही तुमच्यावरील अनुग्रह सूचित करणारी कृती आहे."

क्षणभर सुजाता दिङ्मूढ झाली. खीर स्वीकारण्यासाठी वनदेवतेने प्रत्यक्ष अवतरण्याची कल्पना तिला पटली नाही. पण कोणी तप:सिद्ध तपस्वी या स्थानी

परमउपासना करत असावा, असे तिला जाणवले. तिने मनोभावे गौतमचरणांची पूजा केली. खीर भरलेले सुवर्णपात्र समोर ठेवून तिने गौतमास प्रदक्षिणा घातली. दासी मुग्ध होऊन हे बघत होती. तिनेही सश्रद्ध मनाने गौतम चरणांस साष्टांग दंडवत घातला.

त्याच वेळी गौतमाने नेत्र उघडले.

"हे महात्मा," नतमस्तक होत सुजाता नम्र स्वरात म्हणाली, "माझ्या पूजेचा स्वीकार करा." क्षणभर गौतमाची नजर सुजातावर स्थिरावली. तिच्या नजरेतील अनिर्वचनीय भाव निरखत असताना सुजाताचे बोल त्याच्या कानी पडले.

"हे सत्पुरुषा, तुम्ही कोणीही असा. मला तुम्ही वनदेवतेचंच रूप वाटताहात. माझ्या पुत्राच्या कल्याणासाठी मी हा नैवेद्य आपल्यासमोर धरला आहे. आपण त्याचा स्वीकार केला तर मी स्वतःस धन्य समजेन."

अनायासे उजव्या हाताची ओंजळ सुजातासमोर धरून गौतम म्हणाला, "भद्रे, जल ओत." सुजाताने अनाम थरार अनुभवला. लगेच तिने जलपात्रातून गौतमहस्तावर जलधार धरली. हात धुतल्यागत त्यांनी जल खाली टाकले. भोजन आणि खीर भरलेले सुवर्णपात्र तिने लगेच त्यांच्यासमोर धरले.

गौतम भोजन घेत असताना ती अनिमिष नेत्रांनी बघत होती. मनात अनाकलनीय भाव का उचंबळतो आहे, ते तिला कळत नव्हते. मनाचा थांग लागत नसूनही अनाम आनंदाच्या अनुभूतीने तिचे नेत्र पाणावले.

भोजन संपवून त्याने हस्तप्रक्षालन केले. सुजातास मनापासून आशीर्वाद दिला. त्या भोजनात काय होते, कोणास ठाऊक. पण गौतमला परम समाधान प्राप्त झाले. देहाचा अणुरेणू हलकाफुलका झाल्याच्या भावनेची प्रसन्नता तो अनुभवत होता. सुजाताने दिलेल्या भोजनाने केलेला चमत्कार त्याला अनपेक्षित होता.

पुनश्च प्रणाम करून सुजाता दासीसह परतली. गौतमची नजर नेरंजरा नदीच्या प्रवाहावर स्थिरावली. नेरंजरा नदीचा प्रवाह न्याहाळणे त्याच्यासाठी नवे नव्हते. रोज घडणारी ही क्रिया त्यास अचानक वेगळी वाटली. हा अनुभव अगदी नवा वाटला. रोज नजरेस पडत असे, तो जणू हा प्रवाह नव्हताच. नेरंजरा नदी तीच असली तरी हा प्रवाह वेगळा असल्याची जाणीव त्याला झाली. ते खरे होते. प्रथम बघितलेला प्रवाह सोडा, क्षणापूर्वी पाहिलेला प्रवाहही वाहून जात असल्याने सतत तोच प्रवाह कसा असू शकेल? अगोचर क्षणांप्रमाणे प्रवाहही पुढच्या प्रवासात विलीन होत असल्याची त्याची जाणीव तीव्र बनली. नेरंजरा नदीच्या एका प्रवाहात अनेक वर्षेच काय, पण अनेक क्षणही स्नान करणे अशक्य आहे, याची जाणीव त्याला प्रकर्षाने

झाली.

त्याला नव्याने झालेल्या जाणिवेचा थरार अनोखा होता. अत्यंत प्रसन्नता प्रदान करणाराही. एका नवथर विचाराने त्याचा कब्जा घेतला. नकळत त्याची नजर सगळीकडे भिरभिरली. ज्या अश्वत्थाखाली कित्येक दिवसांपासून तो तपस्या करत होता तो वृक्षही तोच नसल्याची जाणीव त्याला झाली. या काळात वृक्षाला कित्येक शाखा फुटल्या होत्या, कित्येक शाखांनी वृक्षाचा निरोप घेतला होता, त्यास कित्येक नवी पाने आली होती आणि कित्येक जुनी पाने गळून पडली होती. जो वृक्ष काल होता तो आज नाही आणि आज आहे तो उद्या नसेल.

गौतमच्या विचारधारेत एकाएकी प्रचंड प्रवाह उसळ्या मारू लागला. असेच आहे तर जे दिसते ते सारे 'आहे' असे कसे म्हणणार? कदाचित काही नाहीच. ही नदी, हे आकाश, हा वृक्ष, 'आहे' असे म्हणणे आत्म्याशी प्रतारणा ठरेल. सारे परिवर्तनशील आहे. सतत घडते आहे. अजून पूर्णपणे घडले नसून ते घडण्याची प्रक्रिया चालू आहे. म्हणून ते 'आहे' असे म्हणता येणार नाही.

संध्याकाळ झाली तरी गौतम ध्यानासाठी आसनस्थ झाला नाही. नदीच्या तीरावर तो फेरफटका मारत होता. संध्याकाळी दुरून येणारे वीणेचे स्वर कानी पडले. त्याने कान टवकारले. ते सूर समीप येत असल्याचे जाणवले. लगेच थोड्या अंतरावर त्यास चार-पाच गावकरी दिसले. त्यातील एकाच्या हाती तंतुवाद्य होते. या वाद्यावर तो सूर छेडत होता.

"तुझे सूर तितकेसे मधुर वाटत नाहीयत," दुसरा माणूस परखडपणे म्हणाला.

"खरं आहे. वाद्याच्या तारा योग्य रीतीने बांधलेल्या नाहीत. म्हणून..." वादकाने कारण सांगितले.

"तू आधी तारा नीट बांध. जोवर तारा ढिल्या वा अधिक तंग असतील तोवर त्यातून योग्य ते सूर उमटणार नाहीत. कर्णमधुर संगीत प्रगट होणार नाही."

थोड्या अंतरावर असलेला गौतम, हा संवाद लक्ष देऊन ऐकत होता. वादकाने पुन्हा एकदा तार छेडली. त्यातून अगदी बेसूर स्वर झंकारला. तार घट्ट करून त्याने पुन्हा छेडण्याचा प्रयास केला. आता स्वरात चांगले परिवर्तन जाणवले. त्यात मोहक माधुर्य प्रगटले.

"बघितलंस?" श्रोता आनंदाने म्हणाला, "संगीताचं माधुर्य अनुभवायचं असेल तर तार माफक तंग ठेवावी लागते. जोवर तारेवर योग्य प्रमाणात ताण नसेल तोवर सूर विपरीत उमटतो."

न बोलता वादक तारा छेडू लागला. गावकरी चालतच होते. थोड्या वेळात ते दिसेनासे झाले. तरी वातावरणात संगीताचे सूर भरून राहिले आहेत, असे

वाटून गौतमचे चित्त प्रसन्नता अनुभवत राहिले.

माधुर्याचे तंत्र त्या गावकऱ्याने फार नेमक्या शब्दांत सांगितले होते. तंतुवाद्याच्या तारांवर कमी नाही आणि अधिक नाही, असा मध्यममार्गी जोर लावला तर त्या सुरात झंकारतात. तार शिथिल वा अतिरिक्त तंग असून चालत नाही. सुमधुर संगीताच्या प्रगटीकरणासाठी वाद्याच्या तारांवर माफक-मध्यममार्गी ताण असला पाहिजे. माफक -मापसर-मध्यममार्गी... ना शिथिल ना तंग...

* * *

दिवस मावळला होता.

पक्ष्यांचा किलबिलाट संपून ते वृक्षांच्या फांद्यांवर आपल्या घरट्यांत गेले होते. गौतमने डोळे उचलून आकाशाकडे बघितले. वैशाखी पौर्णिमेचा चंद्रमा क्षितिजावर येऊन आकाश उजळू लागला होता. कितीतरी वेळ तो चंद्राकडे बघत राहिला. त्याने चंद्रावरची नजर दूर केली तेव्हा दिवसाच्या प्रकाशरेषा संपुष्टात आल्या होत्या. त्याची नजर थोड्या अंतरावरील नेरंजरेच्या प्रवाहावर खिळली. नदीचा प्रवाह बदलत नसला तरी प्रत्येक क्षणी प्रवाहातील पाणी बदलत होते.

संथ गतीने चंक्रमण करणारा गौतम त्या अश्वत्याकडे अनायासे बघू लागला. दर्भ पसरून तयार केलेले 'दर्भासन' त्याला खुणावत होते. जणू, आसनस्थ होण्यासाठी विनवणी करत होते.

त्याची नजर चहूकडे भिरभरली. अंधार पसरत होता, की चंद्रप्रकाश झळझळीत बनत होता, की दोन्ही खरे आहे, हे त्यास कळेना. मन:स्थितीत अंधार व्यापला असेल तर आसपासचा अंधार काळाकुट्ट भासू लागतो. आसपासचे दृश्य बदलत होते. त्याचे मन उजागर असल्याने चंद्रप्रकाशात नाहणारा निसर्ग लोभस वाटत होता.

टिपूर चांदणे कामधेनूच्या आचळातून निथळणाऱ्या गोरसासारखे श्वेत आणि पवित्र वाटत होते.

हळूहळू तो अश्वत्थाच्या दिशेस चालू लागला. क्षणभर 'दर्भासना'शी उभा राहिला. सारे वातावरण नीरव आणि स्तब्ध होते. लगेच त्याला वाटले... नीरवतेसही विशिष्ट प्रकारचा नाद आहे. अनाम गतीचा संचार चालू आहे. सुजाताने दिलेले भोजन चैतन्यरूपाने त्याच्या अंगांगात अजूनही निथळत होते. त्याच्या कृश देहात जणू प्राणतत्त्व ओतत होते.

पटकन 'दर्भासना'वर आरूढ होऊन ध्यान लावण्यासाठी त्याने मांडी घातली.

नकळत मांडी घातलेल्या स्वदेहावर त्याची नजर भिरभरली. हे पाय, कंबर, छाती, खांदे, मस्तक... गेली पस्तीस वर्षे तो ज्यास स्वदेह समजत होता, त्याकडे

त्याने प्रथमच तटस्थ नजरेने बघितले आणि तो देह त्याला अगदी अनोळखी वाटला. पस्तीस वर्षांपूर्वी तो दुसऱ्या कोणाच्या नावाने परिचय पावला असेल. पस्तीस वर्षांपूर्वी या देहाचा आकार वेगळाच असेल...

त्याला आठवलं... काही दिवसांपूर्वी तो देहदमन करून कसलासा शोध घेणारा श्रमण होता. त्याहीपूर्वी राजकुमार सिद्धार्थ होता. राहुलचा पिता, यशोधरेचा पती, राजा शुद्धोदनाचा पुत्र, कदाचित कपिलवस्तु नगरीचा शाक्य कुलोत्पन्न चक्रवर्ती सम्राट होऊ शकणारा. जन्मदात्री मायादेवी त्याच्या स्मरणात नव्हती; पण गौतमी महाप्रजापतीच्या मुद्रेत त्याने जन्मदात्रीस बघण्याचा प्रयास केला होता. त्याला वाटले अजून थोडी विचारधारा पुढे सरकली तर ती राजा शुद्धोदनाच्या पित्याशी... त्याच्या पित्याशी आणि पूर्वजांच्या कित्येक प्रवाहांशी पोहोचेल. त्या प्रवाहातील एक शाक्य मांडी घालून आता इथे बसला आहे. पूर्वजांना त्याने बघितले नसले तरी पूर्वजांची मालिका तो नाकारू शकत नाही. या सर्वांत अनाम सातत्य आहे आणि नाहीही!

गौतम विचारात पडला.

पूर्वजांची जी शृंखला त्याचे अस्तित्व बनून उरुवेलास रात्रीच्या पहिल्या प्रहरी अद्‌भुत विचारात गढली होती, तिचा पदर राहुलपाशी पोहोचत होता. मग त्याची मुले मग त्यांची... या शृंखलेत गौतम कुठेतरी असणार. गौतम म्हणजे असीम पूर्वज आणि अपत्यांमधली एक कडी. असीम आणि अनंतात संबंध सांभाळला गेला असो वा नसो. हे सारे आहे ते आहे. तरी त्यास 'आहे' असे म्हणता येत नाही. एकदा नाही आणि दुसऱ्या वेळीही नसेल. त्यास 'आहे' असे कसे म्हणावे? तो अनंताच्या यात्रेतील क्षणिक पाडावच.

आणि तरी सारे पन्नास, साठ वा सत्तर... वर्षांच्या जीवनात सतत सुखाचा शोध घेण्याची धावपळ करतात. सुखाच्या शोधामागे धावण्यापाठी भयच दडले आहे. म्हणून कोणालाही सुखाचा शोध लागत नाही. प्राप्त होते काळजी, दुःख, ताणतणाव... भय आणि फक्त भयाची रूपे. मृत्यूचे भय. हे जीवन कोणत्याही क्षणी संपेल याचे भय सुख उपभोगू देतच नाही. आसपास जमवलेली सारी सुखे उपभोगण्याच्या लालसेच्या खुळेपणामुळे एकही सुख उपभोगता येत नाही. सुख भोगतानाही मनात मृत्यूच्या भयाचा तणाव असतो...

"गौतम..." कुठूनसा साद उठला. प्रत्येक श्वासाचा नाद ऐकू यावा, अशा प्रकांड शांततेत हे कुठून ऐकू आले?

"वत्सा, ज्या मार्गाने तुझे पूर्वज गेले तो मार्ग भ्रामक होता, असं तू का समजतोस? गेली सहा वर्षं तू तपश्चर्या करतो आहेस. अंतरात अपार मंथनाची साधना चालू आहे, पण तुला प्रकाशाचा किरण सापडलेला नाही. या अघोर

अरण्यात, या निबिड जंगलात भटकताना तू मृत्यू पावशील. तुझा देह वन्य पशूंचं खाद्य ठरेल. याशिवाय अन्य शक्यता उरणार नाही. गौतम, ज्या मार्गाने तुझे पूर्वज गेले त्या मार्गाने तुझ्या अनुजांना नेणं तुझं कर्तव्य आहे.''

क्षणभर या विचारांनी गौतमला विचलित केले. कोण बोललं हे, कुठून येत होता हा आदेशात्मक आवाज, हे त्याला कळेना. ज्या परमसिद्धीच्या मार्गाचा विचार तो करत होता, त्या मार्गावर किंचित प्रकाश पसरू लागला आहे, असे वाटू लागले असताना हा आवाज कुठून आला? हे कोण बोलले? मनातील प्रगाढ शांततेवर पत्थर कोणी मारला?

प्रश्नांची उत्तरे सापडणे दूर राहिले आणि सातमजली हास्य कानांवर आदळले. त्याने हास्याच्या दिशेस बघितले तर दुसरीकडून हास्य उसळले. पुन्हा मान वळवताच... सर्व दिशांतून हास्य उसळत असल्याची जाणीव मनात संभ्रम उत्पन्न करू लागली.

''भन्ते गौतमा, तू स्वतः भ्रमित आहेस. मागे फिर. मागे फिर आणि पितृऋण फेड. ऋषिऋणास संपन्न कर. देवऋण फेड...''

गौतमने नजर उचलून आकाशाकडे बघितले. चंद्र अत्यंत तेजाने आकाश उजळत होता. चंद्रापासून गौतमापर्यंतचा आकाशपथ जणू अनोख्या स्पंदनाची अनुभूती जागवत होता. हवेची झुळूक आली आणि वृक्षपर्णे सळसळली. नेरंजरा नदीच्या प्रवाहातही मधुर तरंग दाटला.

नाही... सुखाचा शोध घेण्याच्या प्रयत्नांत पूर्वजांनी भयप्रद स्वप्नांच्या मागे लागत जीवन संपवले. आता अनुजही त्याच मार्गाने गेले तर ते अपयश गौतमचे असेल, त्याच्या मनात आक्रोश दाटला.

आणि अनुज म्हणजे नंतर जन्मलेला फक्त राहुल? राहुल नावाच्या अपत्यासच अनुज म्हणावे? नंतर प्रगट होणाऱ्या साऱ्या पिढ्यांना अनुजच समजले पाहिजे. गौतमने त्यांना भयमुक्त करायला हवे. त्यांच्यासाठी प्रकाशमार्ग शोधायला हवा. मृत्यूनंतरही न संपणाऱ्या सुखाचा शोध घ्यायला हवा. सुखांनी यथावत राहावे आणि दुःखाच्या विघ्नांनी मार्ग अडवू नयेत, यासाठी गौतमनेच...

कोणत्याशा हिंस्र प्राण्याची डरकाळी उठली. दुरून घुबडाचा चित्कार कानी पडत होता. जवळपासच्या वृक्षावरील पाकोळी अंगावर काटा यावा, अशी चित्कारली. वैशाखी पौर्णिमेच्या धवलशुभ्र पूर्णचंद्रास झाकून टाकणारा काळाकुट्ट ढग अचानक कुठूनसा धावत आला. अभय अवस्थेच्या टोकास पोहोचलेल्या गौतमास भयभीत करील असे दृश्य अचानक साकार झाले!

अभयाच्या प्राप्तीसाठी मृत्यूतून मुक्त व्हायला हवे. मृत्यू काय आहे? जीवनाचा अंत असे का मानतात? जीवन म्हणजे तरी काय? सुखाचा शोध म्हणजे

जीवन; पण मुळात सुख बाहेर नाही. अनादी काळापासून मानव सुख बाहेर शोधत आहे. म्हणून ते सापडत नाही. हेच त्याचे दुःख आहे. काही तरी नसण्याचे दुःख असते, की जे आहे ते सटकेल याचे भय म्हणजे दुःख? शिष्टमान्य सुखाच्या प्राप्तीसाठी संघर्ष करणाऱ्या मानवाच्या हाती दुःखाशिवाय काही येऊच शकत नाही.

"गौतमा, तप केल्यानेही तृष्णेपासून मुक्ती मिळत नाही. मोक्ष हीसुद्धा इच्छा आहे. काही प्राप्त करण्यासाठी तूही संघर्ष पेलतो आहेस. तरी निश्चित काय हवं आहे, हे अजून खुद्द तुला कळलेलं नाही. सुखांना तुझी प्रतीक्षा आहे. तुला सन्मान, कीर्ती, प्रसिद्धी प्रदान करण्यास ती उत्सुक आहेत. मानवजातीचं तुला ज्या संदर्भात नेतृत्व करायची आकांक्षा आहे, ते नेतृत्व तुला या अंधारमय मार्गावर सापडणार नाही. जा, गौतमा जा. तुझ्या प्रतीक्षेत आहेत त्या मानवबाळांना तुझं मार्गदर्शन लाभू दे. त्यांचं नेतृत्व तू कर. तुझ्या नजरेसमोर जे जीवन आहे, त्यावरून तू नजर फिरवलीस तरी तुला कळेल, की तू कोणाला काहीही देऊ शकत नाहीस."

गौतमच्या अंत:करणात पुनश्च प्रकंप दाटला. क्षणाक्षणाला मनाला कोण हादरा देत आहे? ज्या मार्गावर क्रमण चालू आहे आणि त्यातून काही प्राप्त होण्याची अंधूक चिन्हे दिसू लागली आहेत, त्या मार्गावरून मागे फिरण्यास कोण उद्युक्त करत आहे? गौतमने चारी दिशांना शोध घेण्याचा प्रयास केला. वैशाखी पौर्णिमेचा चंद्र वादळाआड दडला होता. काहीही दिसत नव्हते.

नाही. गौतम काही प्राप्त करू इच्छित नव्हता. काही मिळवण्याच्या इच्छेतून मुक्ती मिळणे हेच परम सुख असल्याची जाणीव त्याला झाली होती. मोक्ष ही इच्छा आहे आणि कर्मफळ कर्मानुसार मिळते. जे होते ते होत राहावे, पण विशिष्ट फळ मिळालेच पाहिजे, असा आग्रह का धरावा? सत्कर्म आपणहून उत्तम परिणाम देणार आहेत. पण खजुराच्या वृक्षास आम्रफळ यावे, अशी अपेक्षा कशी ठेवायची? आणि आम्रफळास पैदा होण्यापासून कोण रोखू शकतो?

मानवाच्या अनादी आणि अनंत दुःखांचे मूळ इच्छेत आहे. सुखाच्या तृष्णेत आहे. खजुराच्या झाडास आम्रफळ यावे आणि आम्रवृक्षाचा आम्रकुंज व्हावा, अशा प्रकारच्या इच्छेत दुःखाचे मूळ आहे. ज्या क्षणी माणूस या भाबड्या इच्छेच्या जाळ्यातून मुक्त होतो तो क्षण परमसुख प्रदान करतो. जे आहे त्याचा स्वीकार आणि जे नाही, त्याच्या वासनेतून मुक्ती म्हणजे मृत्यूपासून मुक्ती. असे घडले, की तिथे जीवन नाही की मृत्यू नाही!

पण साऱ्यांना तृष्णेपासून मुक्त कसे होता येईल?

गौतमने सर्व दिशांत पुन्हा नजर फिरवली. चंद्राला झाकणारे ढग दूर हटले होते. चंद्र मध्याकाशात तळपू लागला होता. नेरंजरा नदीच्या समोरील तटावर कळकीच्या वनात उभे असलेल्या असंख्य बांबूंच्या वृक्षांवर त्याची नजर स्थिरावली. बांबूचा

प्रत्येक भाग जोडणाऱ्या स्थानी एक एक गाठ दिसत होती.

जीवनासही अशा असंख्य गाठी असतात. काही गाठी सुटणाऱ्या नसतात. त्या तोडल्या तर त्यांच्यापासून मुक्त होता येते. पहिली गाठ तृष्णेची. तृष्णेमुळेच राग, द्वेष, क्रोध, अहंकार वगैरे भावनांचा जन्म होतो. बांबूच्या सोट्यावरील पहिली गाठ तोडली तर नंतरच्या साऱ्या गाठी शिथिल पडतात. जीवनातही तृष्णेची गाठ तोडली की राग, द्वेष, क्रोध, अहंकार या साऱ्या गाठींचे आपसूक निर्मूलन होते.

आणि तृष्णेचे अस्तित्व कसे अकारण आहे, याची मानवाला जाणीवच नसते. त्यामुळे या गाठीचे निर्मूलन होत नाही, अशी समजूत तो करून घेतो. जे जसे आहे तसे न बघता ते कसे असायला हवे, याचे कल्पनाचित्र तो मन लावून रेखाटत राहतो. मग मूळ दृश्यापेक्षा ते चित्र त्यास अधिक मोहक वाटू लागते. जिथे सावली नाही तिथे सावलीचा आकार कल्पून, मूळ रूपाचा विचार डावलून तो दुःखी होतो. ही अविद्या दुःखाचे मूळ आहे. प्रत्येक पदार्थ मूळ स्वरूपात बघण्याची सम्यक दृष्टी प्राप्त करणे, हा तृष्णामुक्तीचा मार्ग आहे. सम्यक दृष्टी प्राप्त झाली, की सर्व पदार्थांत एकत्व विलसताना दिसू लागेल. मग इच्छा उरणार नाही की भय! नाही जीवन की मृत्यू! इच्छांचा अंत म्हणजे अमरत्व.

वाऱ्याची जोरदार झुळूक गौतमच्या आसपास वेगाने भिरभिरली. त्या वेगाने अश्वत्थाच्या फांद्या गदागदा हलवल्या. कुठून तरी डोके फिरू लागण्याजोगा दुर्गंधाचा भपकारा आला. या भपकाऱ्यात जणू समग्र अरण्य लपेटले गेले. या विचित्र अनुभूतीचे गौतमास आकलन होईना. शरीराचा दाह होतोय का, हेही कळेना. कोणीतरी करुण रुदन करत असल्यासारखेही वाटत होते. प्रकृतीत अचानक परिवर्तन का होऊ लागले?

"गौतम, अजूनही या मार्गावरून तू परत फिर. ज्यास तू यथार्थ ज्ञान असे म्हणतो आहेस ते मायेचं जाळं नसल्याची एकदा खात्री करून घे. ज्याला ज्ञान समजतोस तो तुझा मूर्खपणा असू शकेल. जे असूनही तुला नाही असं वाटतं, तो तुझा भ्रम असू शकेल. त्या भ्रमातून मुक्त होऊन तू चौफेर बघ. तू तूच आहेस. तू गौतम आहेस. तू राजकुमार सिद्धार्थ आहेस. मध्यरात्री तू नवप्रसूता पत्नी आणि नवजात शिशूचा त्याग केला होतास. हे अरण्य आहे. मध्याकाशात वैशाखी पौर्णिमेचा चंद्र प्रकाशतो आहे. समोर प्रत्यक्ष नेरंजरा नदी वाहते आहे. हे सारं तुझ्यासाठी आहे. हे सारं प्रत्येकासाठी आहे. त्यास तू ते नाही असं कसं म्हणू शकतोस? ऊठ शाक्यपुत्रा, ऊठ. इथे काही मिळालेलं नाही आणि कोणाला काही मिळणारही नाही. कारण जे तुला मिळवायचं आहे ते मुळात अस्तित्वातच नाही."

उजव्या पायाच्या अंगठ्यापासून ते मस्तकातील ब्रह्मरंध्रापर्यंत गौतमास आपल्या

अस्तित्वात प्रचंड विस्फोट होत असल्याची जाणीव झाली. कोणीतरी बोलत होते, अगदी स्पष्ट; आणि त्याने अक्षरशः ऐकले होते सारे.

"कारण, ते मुळात अस्तित्वातच नाही."

गौतमला वाटले की त्याला प्रचंड सत्य सापडले आहे. कोणाला काही मिळाले नाही की कोणाला काही मिळणार नाही. कारण मिळवण्याजोगे काही अस्तित्वातच नाही. त्याला प्रकाशाच्या मार्गावरून विचलित करण्यासाठी कोणी हे म्हणाले असेलही; पण त्या कथनात प्रकाश होता. अनादी काळापासून ते अनंत काळापर्यंत माणूस सातत्याने संघर्ष करतो आहे. पण आजवर कोणाला काहीही मिळालेले नाही. कारण अशा प्रकारचे कसले अस्तित्वच नाही.

हे काही असण्याचे नाव विश्व आहे आणि नसण्याचे नाव शून्यत्व. शून्यत्वातून सारे साकार झाले आहे, असा भ्रम उत्पन्न होतो. शून्यत्वाचे एकमात्र अस्तित्व आहे. शून्य म्हणजे नकार. काहीही नसणे म्हणजे शून्यत्व, आणि नसूनही आहे ते शून्यत्व. या यथार्थ ज्ञानाची अनुभूती होणे हे शून्य होय.

अचानक गौतमला वाटले, किंवा तो स्वतः महाकाय शून्याचा एक अंश बनला आहे. विराट शून्यामुळे त्याचे अस्तित्व चहूबाजूंनी व्यापक बनले आहे. शाक्यपुत्र राजकुमार सिद्धार्थ किंवा श्रमण गौतमही आता नजरेस पडेनासा झाला. एक पदार्थ म्हणून तोवर स्वव्यक्तिमत्त्वाची जाणीव होती, त्या व्यक्तिमत्त्वाचेच आता निर्मूलन झाले. त्याचा प्रत्येक अंश आता समष्टीशी तादात्म्य अनुभवू लागला. गौतम वृक्ष होता, वायू होता, नेरंजरा नदीचा प्रवाह होता, चंद्र होता, ढग होता, असे काहीही शेष उरले नव्हते जे तो नव्हता. सारे काही त्याने प्राप्त केले होते, कारण प्राप्त करण्याजोगे आता काही उरलेच नव्हते.

अचानक अश्वत्थाखाली शाक्यपुत्र गौतम 'दर्भासना'वर मांडी घालून बसलेला त्याला अजूनही दिसला. त्याला वाटले, तो... तो गौतमच होता? ज्या गौतमास तो बघत होता तो गौतम तर स्वतःच होता. समग्र सृष्टीच्या अणुरेणूत व्यापून असलेला एक गौतम जणू अश्वत्थाखाली बसलेल्या दुसऱ्या गौतमास बघत होता.

नाही, हे ज्ञान नव्हते. आता गौतमाला फक्त जीवन-मरणाचे गूढ उकलायचे नव्हते. ज्ञान मिळवता येते. ते समजावता येते; पण आत्ता तो 'स्व'मधून स्वतःस वेगळे काढून स्वतःचे निरीक्षण करत होता आणि हे ज्ञान नव्हते. आता ज्ञानाचा प्रदेशही त्याने ओलांडला होता. त्याच्याही नकळत त्याने प्रज्ञेच्या प्रदेशात प्रवेश केला होता. प्रज्ञेच्या या परमप्रदेशात सारे उपलब्ध होते आणि तरी काही प्राप्त करण्याची अभिलाषा नव्हती. असूनही सारे नव्हते आणि नसूनही सारे होते. अशा या प्रज्ञेच्या प्रदेशातून गौतमने परत एकदा अश्वत्थाखाली बसलेल्या गौतमकडे बघितले.

एका अद्भुत, अवर्णनीय आणि शब्दातीत अशा प्रदेशात गौतमचा प्रवेश झाला होता आणि या प्रदेशात कोणत्याही प्रश्नास अवकाश नव्हता. जीवन, मृत्यू, सुख, दुःख, भय यांपैकी कसलाही प्रश्न या प्रदेशात प्रवेश करू शकत नव्हता.

आता कोणी राजकुमार सिद्धार्थ नव्हता. कोणी शाक्यपुत्र गौतम नव्हता. आता समष्टीशी तादात्म्य साधून संबोधी अवस्था प्राप्त केलेल्या विरल व्यक्तिमत्त्वाचा जन्म झाला होता. विरल व्यक्तिमत्त्व म्हणजे तथागत बुद्ध.

अस्तांचली सरकत असलेला वैशाखी पुनवेचा चंद्र क्षणभर स्तब्ध होऊन पृथ्वीवर साकार झालेले एक अपूर्व दृश्य न्याहाळत राहिला.

* * *

सात, चौदा, कदाचित एकवीसही असतील, कोणास ठाऊक? तथागतांनी वैशाखी पुनवेस संबोधी अवस्था प्राप्त केल्यावर जेव्हा सृष्टीचे निरीक्षण केले तेव्हा किती दिवस उलटले होते याची कल्पना कळिकाळालाच येऊ शकत होती. निकट उभे असलेले न्यूग्रोध वृक्ष वा मुचुलिंद वृक्ष यांनी आपापल्या फांद्या एकमेकांत मिसळून संवाद साधला, तरी त्यांनाही अंदाज येऊ शकला नाही. अस्तित्वाचे निर्मूलन करून समग्र अस्तित्वात व्यापलेल्या तथागतांनी जेव्हा स्थूल देहाचे दोन्ही डोळे उघडले तेव्हा त्यांच्या नजरेसमोर सर्व सृष्टी एकरूप झाली होती.

"बस, आता न जन्म आहे न मृत्यू. आता मी मुक्त आहे." ते पुटपुटले की त्यांच्या हृदयातून अनाहत नाद प्रगट झाला?

"- नाही, आता ते सारं कुणाला सांगता येणार नाही. समजावताही येणार नाही. हा अनुभव नसून अनुभूती आहे, आणि अनुभूतीच्या प्रदेशात कोणालाही बोट धरून कसं नेता येणार? प्रज्ञेचा हा प्रदेश, जे त्याच्या सीमेपासून अत्यंत दूर असतील त्यांना कसा स्पर्शणार? नाही. संबोधी प्राप्त केल्याचा हा क्षण तथागतांचीच सृष्टी बनून राहणार आहे..."

"वंदन करतो, आचार्य." तथागतांनी आवाजाच्या दिशेस बघितले.

"मी आजीवक पंथाचा श्रमण उपक आपणास वंदन करतो. आपल्याजवळ जर परम ज्ञान असेल तर ते मला द्यावं अशी प्रार्थना मी करतो."

तथागतांनी आजीवक उपकाकडे बघितले. तो या मार्गावरून जाणारा प्रवासी असावा. तथागतांना अशा अवस्थेत स्थित पाहून त्याच्या मनात जिज्ञासा उत्पन्न झाली असावी. म्हणून त्याने तथागतांना नम्रपणे वंदन केले होते.

"आयुष्यमान," तथागतांनी आशीर्वचन उच्चारत विचारले, "तू काय जाणतोस आणि काय जाणून घेऊ इच्छितोस?"

"मला जन्म-मरणाचं गूढ समजवा श्रमण! मी या संसाराच्या जंजाळातून मुक्त

होण्याचा मार्ग शोधत आहे. मला सांगा, आपण कोण आहात? आपण काय जाणता?''

''भन्ते,'' तथागत उत्तरले, ''मी अर्हतपद प्राप्त केलं असून आता मी संबोधी अवस्थेत विहार करत आहे. मी परम शांतीची प्राप्ती केली आहे. निर्वाण अवस्था काय आहे, याचा अनुभव मी घेतला आहे. हे आजीवका, तुला या अवस्थेचा अनुभव घ्यायचा असेल तर बस. मला जे प्राप्त झालं आहे, ते मी तुला समजावून सांगेन.''

उपकास नवल वाटले. तथागत जे बोलले ते तो समजू शकला नाही. आजवर ज्ञानाच्या संदर्भात त्याने ग्रंथात जे वाचले होते वा आचार्य मंडळींच्या तोंडून जे ऐकले होते त्या सर्वांहून भिन्न असे काही तथागत बोलत होते. त्याला वाटले, या श्रमणाशी बोलण्यात आपण आपला वेळ फुकट घालवत आहोत.

''हे भदंत, कित्येक श्रमणांनी आजवर निर्वाणाच्या गोष्टी केल्या आहेत. जे अशा गोष्टी करतात त्यांनी परमसत्य प्राप्त केलेलं नसतं. मला माफ करा. पण मला वाटतं, मला देण्याजोगं आपल्याजवळ काही नाही.''

तथागत ऐकत राहिले. आजीवक उपक उठून उभा राहिला आणि पाठ फिरवून चालू लागला. दिसत होती तोवर तथागत त्याची पाठमोरी आकृती न्याहाळत होते.

''–माझ्या मनातली शंका खरी ठरली आहे. इथले लोक बुद्धत्वाचा संस्पर्श प्राप्त करू शकणार नाहीत. मला ज्या परमपदाचं सान्निध्य प्राप्त झालं आहे, त्याचं मी वितरण करू शकेन, अशी शक्यता दिसत नाही.''

''तर मग पिताश्री, माझं काय?'' एक कोमल स्वर जणू वृक्षांच्या फांद्यांमधून झिरपत तथागतांसमक्ष प्रश्नचिन्ह बनून उभा ठाकला. तथागतांनी या प्रश्नचिन्हाकडे बघितले. या चिन्हात राहुलचा चेहरा कसा प्रगट झाला? त्यांना कळेना.

''होय पिताश्री, मी राहुलच आहे. आपला पुत्र. आपलाच रक्तामांसाचा. आपला अंश. माझं समग्र अस्तित्व आपल्यामुळे आहे.''

''पुत्रा!'' तथागत स्वगत बोलावे तसे पुटपुटले, ''तथागत कोणाचा पिता असत नाही आणि तथागतास पुत्र असत नाही.''

''होय. पण हे ज्ञान आपल्याला तथागत अवस्थेची प्राप्ती झाल्यानंतर झाले. माझा जन्म त्यापूर्वी होऊन चुकला होता. जर आपण निर्वाण प्राप्त केले असेल तर त्यावर माझा अधिकार कसा नाही? आपण मुक्त झालात आणि आपल्यामुळे अस्तित्व प्राप्त केलेला पुत्र या मुक्तिमार्गापासून वंचित का राहावा?''

तथागत शांत, अविचल भावनेने बघत राहिले. पुत्र राहुलने विचारलेला प्रश्न काही त्याच्या एकट्याचा नव्हता. राहुलच्या अस्तित्वाची जबाबदारी त्यांच्या शिरावर

होती, हे निर्विवाद. मग काय, त्याला मुक्तिमार्गावर वाटचाल करवायला हवी? ते आपले कर्तव्य कसे नसेल?

"आणि जर पुत्रास मुक्तिमार्गावर नेण्याचं आपलं कर्तव्य असेल तर हे तथागत आपली पत्नी यशोधरा आणि पिता शुद्धोदन यांच्यासाठी ते कर्तव्य नाही का? त्याचप्रमाणे माता महाप्रजापतीही या मार्गावर प्रयाण करू इच्छित असतील तर..."

तथागतांच्या नजरेसमोर एक विराट वर्तुळ निर्माण झाले, त्यात फक्त राहुल, यशोधरा वा शुद्धोदनच नव्हते. समग्र विश्वातील असंख्य चेहऱ्यांचे त्यात प्रगटीकरण झाले. सर्वांकडे तथागत करुणेने बघत राहिले.

"आमच्या मुक्तीचं काय, तथागत? आपण जे प्राप्त केलं त्यात आमचा हिस्सा नाही? आपल्याला उपलब्ध आहे त्यातील एखाद्या अंशावर आमचा हक्क नाही? आपली उपलब्धी कोणाला दिल्याविना आपल्यानंतर शून्यात विलीन होणं योग्य आहे? जन्मजन्मांतरापर्यंत जर हे असंच चालू द्यायचं असेल तर तथागत बुद्धांनी प्राप्त केलेल्या संबोधीला काय अर्थ? एका तथागतांनी मुक्त व्हायचं आणि इतर कोट्यवधी मानवांनी आहे त्या अवस्थेत जन्मांतरापर्यंत पीडा भोगत राह्यचं, यात काय अर्थ आहे?"

"नाही, तथागत आता निष्क्रिय राहू शकत नाहीत. हा राहुल, ही यशोधरा, हे शुद्धोदन आणि हे असंख्य अपरिचित चेहरे, ज्यांना निर्वाणमार्गाची माहिती नाही, त्यांच्यासमक्ष संबोधी ज्ञान प्रगट करणं हे तथागतांचं परमकर्तव्य आहे. जोवर जीवमात्र या ज्ञानाशी परिचित होत नाही, तोवर तथागतांचं अस्तित्व व्यर्थ ठरेल."

तथागतांनी डोळे उघडले.

त्यांच्या मुद्रेस अपूर्व आभा प्राप्त झाली होती. त्यांनी निर्णय घेतला होता.

* * *

नेरंजरा नदीत स्नान करून तथागत एका वृक्षाखाली बसले. आजीवक उपकाने त्यांचा स्वीकार केला नसला, तरी त्यांनी जे प्राप्त केले होते त्याचे वितरण ही बुद्धत्वाची परम अवस्था असल्याचा साक्षात्कार आता त्यांना झाला होता. बुद्धत्वाच्या प्राप्तीसाठी संघर्ष करत असताना सावलीगत साथ देणारे कौण्डिण्य आणि त्यांचे चार साथीदार आता कुठे असतील? या यशात त्या पाच जणांचा वाटा नक्कीच आहे. त्यांच्या हक्काचे ज्ञान त्यांच्यासाठी उपलब्ध करून देणे हा तथागतांचा धर्म आहे.

"भगवंत, भोजनाची वेळ झाली आहे. आपण भोजनाचा स्वीकार केलात तर आम्ही धन्य होऊ."

तथागतांनी आवाजाच्या दिशेस बघितले. आपला माल गाड्यात भरून दोन व्यापारी अश्वावर प्रवास करत होते. तथागतांना मांडी घालून आसनावर बसलेले पाहून त्यांनी भोजन देण्याचा विचार केला असावा.

तथागतांना खूप दिवसांत भोजन घेतले नसल्याची जाणीव झाली. सुजाताने दिलेले खिरीचे भोजन तर संबोधी प्राप्त करण्यापूर्वी शाक्यपुत्र गौतमाने केलेले भोजन होते. संबोधिवस्थेच्या प्राप्तीनंतर प्रथमच कोणी त्यांच्यासमोर भोजन ठेवले होते. संबोधी प्राप्त होताच देहधर्माचेही विस्मरण व्हावे? तथागतांना प्रश्न पडला.

''आम्ही सुवर्णभूमी*चे नागरिक आहोत. माझं नाव तपस्सु आणि या साथीदाराचं नाव भल्लिका. आम्ही आर्यावर्तात व्यापार करून आमच्या ओक्काला* या गावी जाऊ. तिथेही आपल्या भेटीची आम्हांला आठवण राहील. आपण भोजनाचा स्वीकार केलात तर आम्ही उपकृत होऊ.'' तपस्सु आणि भल्लिक दोन्ही हात जोडून नतमस्तक होऊन तथागतांच्या चरणांशी उभे राहिले.

''हे गृहस्थांनो,'' तथागत उत्तरले, ''तुमच्या भोजनाचा मी स्वीकार करतो. धर्माच्या मार्गावर तुमचं प्रेम असंच राहो आणि निर्वाणमार्गाची तुमची यात्रा सुखरूप पार पडो.''

''आम्हाला आपले शिष्य समजा. आपल्या भेटीचा पवित्र क्षण सदैव आमच्या जीवनात सांभाळला जावा असा उपदेश आम्हाला करा, भगवंत.''

''धर्माच्या मार्गावरून विचलित होण्याची इच्छा तुम्हाला कधीही न होवो. शेवटच्या श्वासापर्यंत सत्कार्यांनीच तुमची संगत करावी.'' तथागतांनी धीरगंभीर स्वरात सांगितले.

''हे भगवंत, आपला उपदेश आम्हाला शिरसावंद्य आहे. याचे पालन करायला आम्ही आजीवन वचनबद्ध आहोत. हे भगवंत, या धन्य क्षणाची स्मृती म्हणून आम्हाला असा प्रसाद द्या, ज्याच्या दर्शनाचं भाग्य आम्ही ओक्कालाच्या सर्वांसाठी उपलब्ध करू शकू.''

क्षणभर तथागतांनी स्थिर नजरेने त्यांच्याकडे बघितले. मग आपल्या मस्तकावरील एक केस तोडून त्यांनी व्यापाऱ्याच्या हाती दिला. तपस्सु आणि भल्लिक* यांनी अत्यंत कृतज्ञ भावनेने त्या केसाचा स्वीकार केला.

* * *

उरुवेलापासून सारनाथपर्यंतचा दीर्घ प्रवास संपवून जेव्हा तथागत 'ऋषिपत्तन' येथे पोहोचले तेव्हा कौण्डिण्य आणि त्याच्या चार साथीदारांना तथागतांच्या आगमनाची वार्ता कळली होती. शाक्यपुत्र गौतम तपस्येच्या मार्गावरून चलित झाल्याचे आणि त्याने देहदमनाच्या मार्गाचा त्याग केल्याचे त्यांनी बघितले होते. त्यामुळे त्यांच्या

मनात उत्पन्न झालेला रोष अजून शमला नव्हता. सारनाथनजीक असलेल्या 'ऋषिपत्तन' नावाच्या उपवनात हे साधक यथाशक्ती यथामती साधना करत होते. तथागत आता आपल्याकडे येत असून, त्यांनी संबोधी प्राप्त केली आहे, यावर अजून कौण्डिण्याचा विश्वास बसत नव्हता. गौतमने त्याच्या विश्वासाचा द्रोह केला, असे त्यास वाटत होते. पुन्हा ते आपल्याकडे आले तर त्यांचा आदरसत्कार करण्याची वा त्यांच्या गोष्टींवर विश्वास ठेवण्याची मुळीच गरज नाही, असे त्यास वाटले. ज्या मार्गाने साधना चालू आहे, त्या मार्गाने ती चालू ठेवण्याचा या पाचही साधकांचा घोर निर्धार होता.

कित्येक दिवस तथागत या सर्वांच्या शोधात होते. जन्म आणि मरणापासून मुक्त होण्याचा मार्ग त्यांना सापडला होता. तो प्रथम कौण्डिण्यास देणे हा आपला धर्म आहे, असे त्यांना वाटत होते. म्हणून ते 'ऋषिपत्तन' उपवनात कौण्डिण्याच्या भेटीस गेले. कौण्डिण्याने त्यांचे औपचारिक स्वागत केले, तरी त्यात उष्मा वा उत्साह नसल्याचे स्पष्ट जाणवले. तरी कौण्डिण्याच्या साथीदारांनी तथागतांसमोर आसन मांडले. त्याच्या हातांत असलेले चीवर, कमंडलू इत्यादी सामग्री घेऊन त्यांनी पादप्रक्षालनासाठी जलपात्र पुढे केले. कौण्डिण्यास साथीदारांच्या बदललेल्या वृत्तीचे आश्चर्य वाटले; पण त्याने आपल्या भूमिकेत बदल केला नाही.

"हे गौतमा, योगभ्रष्ट झाल्यावर साधनामार्गाने सिद्धी प्राप्त होईल का?" त्याने विचारले.

"भिक्खूंनो, मी आता गौतम नाही. मी तथागत आहे. अर्हत आहे. सम्यक संबद्ध आहे. जन्म आणि मृत्यूला उल्लंघू शकणारा अमृतमार्ग मला सापडला आहे."

"हे कसं शक्य आहे, गौतमा?" त्याने उसळून विचारले, "मोक्षमार्गावरून तुला भ्रष्ट होताना आम्ही स्वत: बघितलं आहे. तुला अमृतमार्ग कसा सापडेल?"

"भिक्खूंनो, अमृतमार्गाच्या प्राप्तीसाठी श्रमण विविध मार्ग चोखाळत नाहीत का? योग, सांख्य, समाधी, देहदमन... करताना आपणही संघर्ष पेलला आहे. पण बाब मार्गाची नसून उपलब्धीची आहे."

"म्हणजे? काय म्हणायचं आहे तुला? गौतमा, तू म्हणतोस ते आम्हाला कळलं नाही." त्याने कबूल केले.

"हे श्रमणांनो, माझ्या एका प्रश्नाचं मला उत्तर द्या. यापूर्वी मी तुमच्यापाशी असं बोललो होतो का?"

त्या पाचही जणांनी मानेने नकार दिला.

"तर मग भिक्खूंनो, मी जे सांगतो ते लक्ष देऊन ऐका. मला साक्षात्कार झाल्याचं तुम्हाला सांगायचं आहे. जर बुद्धिपूर्वक तुम्हाला हे पटत असेल तरच

त्याचं अनुशीलन करा.''

''तथागत,'' प्रथमच विवादात भाग घेत कौण्डिण्य म्हणाला, ''तुम्ही सांगता आहात ते आम्ही आजवर प्राप्त केलेल्या ज्ञानाहून वेगळं आहे. आम्हाला सांगा की...''

''भिक्खूंनो,'' तथागत सांगू लागले, ''देहास प्राधान्य देऊन कामभोगासच सुख मानणं जसं अयोग्य आहे, तितकंच, देह हा सर्व क्लेशांचं मूळ आहे असं समजून क्षुधा, तृष्णा वगैरे सामान्य देहधर्मांचं दमन करणं अनर्थकारक आहे. देहाचंच अस्तित्व उरलं नाही तर धर्माचं अनुशीलन कसं करणार? मुक्तिमार्गही देहाविना कसा शोधणार?''

या तर्काने ते पाचही ब्राह्मण निरुत्तर झाले. बुद्धांच्या शब्दापाठचे प्रचंड सत्य त्यांना प्रकर्षाने जाणवले. त्यांना वाटले, जगात दुःख कुठे नाही? राजा असो वा रंक, फक्त हवे असेल तेच त्यास मिळू शकत नाही आणि नको असलेले सारे टाळताही येत नाही. दुःख प्रत्येक श्वासात विणलेले आहे. तथागत बोलतच होते.

''आणि हे भिक्खूंनो, नीट लक्ष देऊन ऐका, जर दुःख शाश्वत असेल तर त्या दुःखाचं कारण जाणून घेतलं पाहिजे. वास्तवात, सारी दुःखं आपल्या अनेक इच्छांचं फलित असतात. जीवनात कामोपभोगाची तृष्णा असते. आहे ते हातांतून निसटू नये, यासाठी ते घट्ट कवटाळून त्यांना द्विगुणित करण्याची इच्छा बाळगण्यात येते. मृत्यू आपला घास घेईल, हे भय दीर्घायुष्याची इच्छा उत्पन्न करते. जीवन सुखानं व्हावं या इच्छेपर इच्छासत्र संपत नाही. मृत्यूनंतर स्वर्ग लाभावा, ही तृष्णाही तीव्र असते. तृष्णाच सर्व दुःखांचं मूळ आहे.''

सारे मंत्रमुग्ध होऊन ऐकत होते. त्या प्रत्येक शब्दात परमसत्याचे दर्शन घडविण्याचे सामर्थ्य होते. ते सांगत होते त्यात सर्वांना पारदर्शक सत्यार्थता जाणवली. ती तोवर वाचलेल्या ग्रंथातील वा कोणत्याशा आचार्यांच्या कथनातील उपदेशात्मक सुवाक्ये नव्हती. तो होता स्वानुभूतीतून प्रतीत झालेला प्रकाशमार्ग.

''आणि म्हणून हे भिक्खूंनो, तृष्णेचा त्याग करणं हाच दुःखमुक्तीचा मार्ग आहे. तृष्णांना नीट समजून घेतलं पाहिजे. मनावर त्यांचा किती आणि कसा पगडा आहे, ते ओळखणं शिकलं पाहिजे. भावनांची आवर्तनं नीट समजून घेण्याचा यत्न केला पाहिजे. तटस्थ भावनेनं साऱ्याचं अवलोकन करणं, हा निर्वाणमार्ग आहे.''

कौण्डिण्य आणि त्याचे सहकारी थक्क होऊन तथागतांकडे बघत होते. काही क्षणांपूर्वी त्यांच्या मनात गौतमविषयी असलेल्या विचारांची जणू वाफ बनून अवकाशात विलीन झाली होती. बोलत असताना बुद्धांच्या मुद्रेवर अनोखी आभा झळाळत होती. ती पाहून कौण्डिण्य भावविभोर झाला.

"आणि हे भिक्खूंनो, तृष्णामुक्ती काही असाध्य नाही. ती साध्य करण्यासाठी आधी तृष्णा समजून घेतली पाहिजे. मनात प्रत्येक पदार्थाचं हेत्वारोपण केल्याविना त्याचं यथार्थ ज्ञान प्राप्त करणं म्हणजे सम्यक दृष्टी. सम्यक दृष्टीद्वारे आपला संकल्प कर्म, वाचा इत्यादी जीवनव्यवहारांतून शुद्ध आणि पवित्र राहणं अशक्य नाही. हा मध्यममार्ग आहे. जसे वीणेतून सुमधुर स्वर प्राप्त करणारा संगीतकार तारा शिथिल ठेवत नाही किंवा फार खेचूनही बांधत नाही, त्याचप्रमाणे मला उपलब्ध झालेल्या या परमसत्यात मध्यममार्गाची भलावण आहे. समग्र मानवजात दु:खानं घेरली आहे. दुःख हा रोग आहे. एक चिकित्सक या नात्यानं मी या रोगाचा उपचार तुमच्यासमोर सादर करतो. त्याचं अनुशीलन करून या रोगातून मुक्त होता येते, याचा अनुभव तुम्ही घ्यायचा आहे. म्हणून भिक्खूंनो, या. निकट या आणि हा मार्ग चोखाळून स्वानुभव प्राप्त करा. मग बघा, दु:खमुक्ती तुमच्या हाताच्या अंतरावर असेल."

तोवर अज्ञात असलेले सारे जणू क्षणार्धात ज्ञात झाले. कौण्डिण्याच्या चित्तात जणू वीज चमकली. त्याने स्वत:स तथागतांच्या चरणांवर झोकून दिले,

"भगवंत, माझा स्वीकार करा."

"ण्हि भिक्खू." तथागतांनी कौण्ढिण्याचे बौद्ध भिक्खू संघात स्वागत केले. आणि बौद्ध भिक्खू संघात पहिला प्रवेश घडला.

* * *

वाराणसीच्या नगरश्रेष्ठींचा पुत्र यश याने गृहस्थाश्रमात प्रवेश केला. पण त्याच्या मनात अनाम घर करून असलेला विषाद त्यामुळे वाढलाच. पिता नगरश्रेष्ठी होते. अत्यंत धनाढ्य होते. पत्नी सुसंस्कृत नि सुंदर होती. तरी का कोणास ठाऊक, यशला वैवाहिक जीवनाचे आकर्षणच नव्हते. विवाहपूर्व काळात वा अभ्यासकाळातही त्याचा कल ऐहिक सुखांपासून अलिप्त राहण्याकडे होता. मित्र आणि आप्त यांच्यात त्याच्यासमक्ष ऐहिक सुखाची चर्चा होत असतानाही तो तिऱ्हाइतासारखा तटस्थ असे. अशा वेळी त्यास एखाद्या अमूर्ताशी संवाद साधत असल्यागत पुटपुटण्याची सवय होती, "हे सारं व्यर्थ आहे. अर्थहीन आणि क्लेशकारक आहे..."

पिता आणि मित्रांना वाटले, की संसारात रुळला की तो या मनोदशेतून बाहेर पडेल. त्याची गाडी मार्गावर येईल. तो पत्नीवर लुब्ध होईल आणि पुढे पित्याचे काम सांभाळू लागेल. पण तसे घडले नाही. एरवी तो फार प्रेमळ होता. मित्र व आप्तजनांच्या सुखासाठी तो काहीही करायला तयार असे. म्हणून सारे त्याच्यावर प्रेम करत. विद्यार्जनावेळी त्याचे चोपन्न मित्र त्यास बुद्धिमान, मार्गदर्शक, विचारप्रवर्तक म्हणून आदर देत.

एका पहाटे यश विषादपूर्ण मन:स्थितीत उद्यानात येरझाऱ्या घालत होता. रात्रीचा तिसरा प्रहर संपला तरी त्यास झोप येत नव्हती. म्हणून चौथ्या प्रहराच्या प्रारंभी तो उद्यानात आला. प्रकृतीशी संवाद साधत असल्यागत तो बोलू लागला, "या साऱ्यात काय अर्थ आहे? ही समृद्धी, हे यौवन संपणार असेल तर ते कसं भोगायचं? आप्तजन मृत्यूस शरण जाऊन आपल्यापासून वेगळे होणार आहेत. मृत्यू निश्चित असला तर जीवनास काय अर्थ आहे? ते क्लेशकारकच ठरणार."

सूर्याचा पहिला किरण पृथ्वी प्रकाशित करू लागण्यापूर्वी यश उद्यानाबाहेर पडला. विशिष्ट विचार न करता तो निरुद्देश चालत होता. मार्गावरील नीरव आणि शीतल शांततेतून पार होत तो सारनाथच्या रस्त्यास लागला. काही वेळात तो 'ऋषिपत्तन'; उपवनात तथागत बुद्ध कौण्डिण्याच्या कुटीत वास्तव्यास थांबले होते तिथे पोहोचला. नियमानुसार बुद्ध चंक्रमण करत होते. उपवनातील वनराजीवर अजून रात्रीच्या सावल्या होत्या. घरट्यातील निद्रिस्त पक्षी दिनचर्या सुरू करण्यासाठी घरट्याबाहेर पडले नव्हते. अशावेळी चंक्रमण करत असलेल्या तथागतांना अनिमिष नजरेने बघत यश एका वृक्षाखाली उभा राहिला. पुनश्च त्याच्या तोंडून स्वगत बोलल्यागत नेहमीचे उद्गार निसटले, "हे सारं अर्थहीन आहे. क्लेशकारक आहे."

हे ऐकताच चंक्रमण करणाऱ्या बुद्धांची पावले थबकली. त्यांनी मान वळवून आवाजाच्या दिशेस बघितले. यश अनिमिष नेत्राने त्यांना निरखत होता. अत्यंत समभावपूर्वक तथागत त्याच्याजवळ गेले. त्याला जाणीव होण्यापूर्वीच त्यांचा हात यशच्या खांद्यावर विसावला,

"हे आयुष्यमान," ते म्हणाले, "ज्यास तू अर्थहीन समजतो आहेस, त्याचा अर्थ मी तुला समजावू शकेन. ये. इथे कोणाचा उपद्रव नाही आणि क्लेशही नाही."

तथागतांच्या व्यक्तिमत्त्वात चुंबकीय आकर्षण होते. यश अनायास त्यांच्या मागे चालू लागला. तथागत वृक्षाखाली आसनस्थ झाले. त्यांच्या समोरच्या आसनावर बसण्यासाठी त्यांनी यशला हस्तनिर्देश केला.

"आयुष्यमान, हे सारं तुला व्यर्थ आणि क्लेशकारक वाटतं, कारण तू इतरांकडून अपार अपेक्षा बाळगतोस. तुझ्या तृष्णेशी आसपासच्या उपलब्धीचा मेळ बसत नाही. विश्वाला ते जसं आहे तसं न स्वीकारता तू तुला हवं आहे तसं त्याने असावं, अशी अपेक्षा बाळगतो आहेस. त्याचीच ही पीडा आहे. वत्सा, ये. या पीडेतून मुक्त होण्याचा मार्ग मी तुला दाखवतो."

यश ऐकत राहिला. जणू त्याच्या चित्तातील अत्यंत संवेदनशील बिंदूस तथागतांचा संस्पर्श झाला; जे त्याच्या कर्णसंपुटात उतरत होते. तशी वाणी त्याने तोवर कधी ऐकली नव्हती. ते विचारही त्यास परिचित नव्हते. त्याच्या हृदयात

जणू वीज चमकली. हाच पुरुष आपल्या मन:स्तापांचे शमन करील, अशी श्रद्धा त्याच्या मनात निर्माण झाली आणि त्याच्या डोळ्यांत अश्रू दाटले. तो गद्‌गद कंठाने बोलू लागला,

"भगवंत, मला आपलं शिष्यत्व प्रदान करा. माझ्या मनस्तापांचे शमन करा."

जेव्हा सूर्योदयाची किरणे या दोघांवर पडली तेव्हा यश पूर्णपणे संतृप्त झाला होता. तथागतांनी त्याला आर्य सत्ये समजावून त्याच्या विषादाचे शमन केले होते. बुद्धचरणी नतमस्तक होऊन तो भरल्या कंठाने म्हणाला, "भगवंत, माझा स्वीकार करा. माझा स्वीकार करा."

"ण्हि भिक्खू." तथागतांनी त्याचा स्वीकार सुचवला.

– आणि उगवत्या सूर्यकिरणांनी चकित नजरेने बघितले, की वाराणसी नगरातील सर्वाधिक समृद्ध अशा नगरश्रेष्ठींचा पुत्र चीवरधारी भिक्खू बनला होता.

रामप्रहरी नगरश्रेष्ठींच्या हवेलीतून यश अदृश्य झाल्यामुळे चिंतेचे वातावरण निर्माण झाले. यशच्या पित्याने सेवकांना त्याच्या मित्रांकडे तपास करण्यास पाठवले. मित्रांना यश नाहीसा झाल्याची बातमी मिळत गेली, तसतसे ते हवेलीकडे धाव घेऊ लागले. सकाळच्या दुसऱ्या प्रहरापर्यंत अर्ध्या वाराणसी नगरीस यश नाहीसा झाल्याची बातमी कळली होती. त्यामुळे चहूकडे चिंता व्यापून होती. नगराच्या प्रत्येक गल्ली-बोळाशी या चर्चेस उधाण आले होते. सारे यशला शोधत होते, पण दिवसाचा तिसरा, चौथा प्रहर उलटला तरी कोणाला त्याचा पत्ता लागला नाही.

रात्रीचा पहिला प्रहर संपत असताना यशच्या एका मित्रास तो 'ऋषिपत्तन' उपवनात अनोळखी श्रमणाच्या कुटीत असल्याची बातमी मिळाली. यशच्या मानसिकतेशी परिचित असल्याने, त्याचा त्यावर त्वरित विश्वास बसला. तो तिथे तपास करण्यास गेला. त्या वेळी यश एका कुटीत ध्यानस्थ बसला होता. पण तिथल्या कौण्डिण्य आणि इतर काही लोकांकडून नगरश्रेष्ठींचा मुलगा इथे आल्याची बातमी खरी असल्याचे कळले. उलटपावली वाराणसीस परतून त्याने ती बातमी इतर मित्रांना दिली. दुसऱ्या दिवशी पहाटे तथागत बुद्ध यशसह चंक्रमण करत असताना सारे तिथे पोहोचले.

"यश," त्याच्या मित्रांनी विचारले, "तुझ्यात इतकं परिवर्तन कशाने आलं?"

"मित्रा, आजवर मी भ्रमित अवस्थेने पीडित होतो. तुम्ही सारेही भ्रमित असल्याचं मी बघू शकतो. जीवन दु:खमय आहे. इथे या आणि तथागत बुद्धांच्या मार्गावर परमशांती प्राप्त होत असल्याचा अनुभव घ्या."

मित्र चकित नजरेने बघत राहिले. यशच्या मुद्रेवर अवर्णनीय तेजाची आभा पसरली होती. त्याच्या मुद्रेवर वस्तीस आलेला विषाद अदृश्य झाला होता. समग्र अस्तित्वात कमालीचे परिवर्तन झालेले दिसत होते. ज्याच्या ओठी सतत सारे निरर्थक आणि क्लेशकारक असल्याची हळहळ असे, तो यश कधी अत्यंत प्रसन्नपणे बोलेल, असे त्यांना वाटले नव्हते.

सर्वांची कुतूहलवश नजर तथागतांकडे वळली. त्यांच्या मुद्रेवर निखळ करुणा आणि परमशांती प्रतीत होत असल्याचे पाहून सर्वांनी त्यांच्या निकट जाऊन प्रणाम केला.

''भगवंत, आमच्या या मित्राला जशी परमशांती प्रदान केलीत, तशी आम्हाला प्रदान करण्याची कृपा करा.''

''गृहस्थांनो,'' तथागत गंभीर, पण मधुर स्वरात बोलू लागले, ''प्रसन्नता आणि शांतता बाहेर उपलब्ध असणारे पदार्थ नाहीत. ते तुमच्या हृदयात वास करतात. कस्तुरीमृगासारखा तुम्ही त्यांचा शोध घेत सर्वत्र धावत असता. म्हणून अपार कष्ट सोसल्यावरही ती तुमच्या हाती लागत नाही. म्हणून तुम्हाला नैराश्य व्यापतं. इथे बसा. मी तुम्हाला ते प्राप्त करण्याचा मार्ग दाखवतो.''

सर्प मदाऱ्यावर मंत्रमुग्ध होतो तसे सारे मुग्ध होऊन तथागतांचे बोल ऐकत होते. अशी वाणी आयुष्यात त्यांच्या कानी पडली नव्हती. तथागतांनी उच्चारलेल्या शब्दांची खोली अद्‌भुत होती.

''सांगा भगवंत, आम्हाला सांगा, आमच्या मित्राला तुम्ही अकल्पनीय परमशांती प्रदान केली, तशी ती आम्हाला प्रदान कराल का?''

आणि सकाळचा तो प्रहर पूर्ण झाला तेव्हा यशचे हे सर्व मित्र यशचे सहमार्गी बनले होते.

''ण्हि भिक्खू'' याच उद्‌गाराने तथागत बुद्धांनी त्यांचा संघात स्वीकार - समावेश करून घेतला. थोड्याच काळापूर्वी 'ऋषिपत्तन' उपवनात जिथे तथागतांनी पहिल्या पाच श्रमणांना दीक्षा दिली, त्या ठिकाणी आता साठ भिक्खूंचा एक संघ स्थापित झाला.

पण वाराणसीच्या नगरजनांच्या कानी जेव्हा ही बातमी पोहोचली तेव्हा त्यांच्यात कुजबूज दाटली. पाहता पाहता तिचे रूपांतर असंतोषात झाले. कारण यशच नव्हे, तर त्याचे सारे मित्र प्रतिष्ठित कुटुंबातील तरुण होते. तथागत बुद्ध नावाच्या कोण्या अनोळखी श्रमणाने त्यांचे मुंडण करून सर्वांना चीवरधारी भिक्खू केले. ही घटना त्यांच्या कुटुंबास आणि आप्तजनांना व्यथित करणे स्वाभाविक होते. सारे तरुण त्यांच्या कुटुंबातील जबाबदार पुरुष होते. नगराच्या उज्ज्वल भविष्याचे प्रतीक होते. तथागतांनी साऱ्यांना भिक्खू संघात समाविष्ट करून घेतले, म्हणून

तथागतांसाठी नगरजनांच्या मनात नापसंती निर्माण झाली. वैदिक परंपरेनुसार ज्यांनी गृहस्थधर्माचे पालन करायचे ते पत्नी आणि अपत्यांच्या जबाबदारीकडे पाठ फिरवून संघात सामील झाले. त्या तरुणांविषयीही नगरजनांना काळजी वाटली. हा प्रवाह नगरात या वेगाने पसरला तर वाराणसीसारख्या ज्ञानाचे माहेरघर असलेल्या नगरीचे वातावरण अत्यंत कलुषित होईल,असे त्यांना वाटले. काही दिवसांपासून तथागत आणि त्यांचे भिक्खू नगरात भिक्षाटनास जात होते. पारंपरिक धर्मास अनुसरून नगरजन त्यांना पुरेशी भिक्षा देते असत. पण यश आणि त्याचे मित्र संघात गेलेले पाहून साऱ्यांनी तथागतांच्या भिक्खूंना भिक्षा देणे बंद केले. भिक्खू गृहस्थांच्या दारी भिक्षा मागण्यास जात तेव्हा ही सुसंस्कृत मंडळी त्यांचा अपमान करत नसत. पण त्यांच्याकडे दुर्लक्ष करून भिक्षा देणे टाळत. एक प्रकारे ही अपमानजनक परिस्थितीच होती.

हे कमी होते म्हणून की काय, एक घटना अशी घडली, की वाराणसीच्या प्रजेच्या मनातील नापसंतीचे रूपांतर रोषात झाले. परिस्थिती अक्षरशः भडकली.

* * *

वर्षाऋतू संपण्याच्या बेतात होता. चातुर्मासात 'ऋषिपत्तना'त वास्तव्य करणाऱ्या भिक्खूंनी आता तथागतांच्या उपदेशाचा प्रचार करण्यासाठी देशाटन करावे, यासाठी त्यांना विविध दिशांना पाठवण्याची योजना तयार होत होती. तथागत स्वतः उरुवेलास परतण्याच्या विचारात होते. वाराणसीच्या नगरजनांत असंतोष निर्माण झाला होता, तिकडे दुर्लक्ष करता येणार नव्हते. तरी तथागतांना वाटले, की काळाच्या प्रभावाने असंतोष आपसूक शमेल.

त्यांची उरुवेलास जाण्याची तयारी होत असताना एका संध्याकाळी तथागत 'ऋषिपत्तन'पासून थोड्या अंतरावरील वृक्षाखाली ध्यानस्थ बसले होते. या स्थानाशी एक आम्रकुंज होता. तरुण मंडळींसाठी ते सहलीचे आनंद प्रमोदाचे स्थान होते. त्या दिवशी तिथे तीस नगरयुवक आपापल्या पत्नींसह मौजमजा करण्यासाठी आले होते. यात एक अविवाहित तरुण होता. तो सर्वांत एकटा पडण्याची शक्यता होती. म्हणून त्याच्यासाठी एका गणिकेची सोबत शोधण्यात आली होती. माध्यान्हापर्यंत त्यांची मौजमजा अनिर्बंधपणे चालू राहिली.

सायंकाळी परत फिरण्यापूर्वी साऱ्यांनी सरोवरात सहस्नान करावे, अशी शक्कल कोणीतरी लढवली. ती सर्वांना मोहवणारी होती. पण मौल्यवान वस्त्र-भूषणे नीट सांभाळण्याची गरज होती. साऱ्यांनी ती सरोवराच्या तीरावर असलेल्या एका वृक्षाखाली ठेवावी व ती त्या गणिकेने सांभाळावी, असे ठरले. त्यानुसार तीस तरुण आणि एकोणतीस तरुणी सरोवरात जलक्रीडेस उतरल्या.

संध्याकाळची शीतल वेळ, मनास उन्मुक्त करण्यास प्रेरित करणारे वातावरण, मनपसंत जोडीदाराचे सामीप्य आणि अनिर्बंध स्थान! काळावेळाचे भान विसरून सारे आनंदसागरात डुंबत होते. कोणाचे लक्ष नसल्याचे जाणवून त्या गणिकेने साऱ्या मौल्यवान वस्त्र-भूषणांचे गाठोडे बांधले आणि ते काखोटीस मारून ती निघून गेली. ती दिसेनाशी झाली तरी आनंदात रममाण झालेल्या कोणाचे लक्ष गेले नाही.

सूर्य अस्ताचलास जाऊ लागला. वस्त्रे धारण करून नगरात परतण्याची वेळ झाल्याची सर्वांना जाणीव झाली. जिथे वस्त्रे ठेवली होती तिथे सारे पोहोचले आणि हादरलेच. जिच्यावर ही जबाबदारी सोपली होती ती गणिका साऱ्या वस्त्र-भूषणांसह नाहीशी झाली होती. साऱ्यांना वास्तवाची जाणीव झाली. ती कोणत्या दिशेस पळाली असेल ते जाणून घेण्यासाठी ते पाऊलखुणा शोधू लागले. पण पायदंड्यावर पाने विखुरली होती. पदचिन्हे उमटली नसल्याने सारे हवालदिल झाले. स्त्रियांवर तर जणू आकाशाची कुऱ्हाडच कोसळली होती. कारण धारण करण्यासाठी दुसरी वस्त्रजोडी नव्हतीच.

दिवस अजून पूर्णत: मावळला नव्हता. अंधारसावल्या पसरू लागल्या नव्हत्या. म्हणून युवकांनी चौकसपणे नजर फिरवली. तिच्या पावलांमुळे किंचित ओली झालेली पाने दिसली त्या दिशेस शोध घेण्यासाठी ते ओल्या आणि अपुरत्या वस्त्रात धावत सुटले. त्यांना आम्रकुंजाच्या सीमेलगत असलेल्या वृक्षाखाली तथागत दिसले.

"हे महाश्रमण, आम्ही आपणास वंदन करतो." त्यांनी उत्तेजित स्वरात पृच्छा आरंभली. "एका स्त्रीस आपण इथून जाताना बघितलं का?"

तथागतांनी डोळे उघडले. समोर अपुऱ्या वस्त्रांत व्यग्र तरुणांचा समूह नजरेस पडला. ते प्रगल्भ स्वरात म्हणाले, "हे तरुणांनो, या अवस्थेत एका स्त्रीचा शोध घेण्यात शहाणपण आहे की ही परिस्थिती का निर्माण झाली, ते जाणून घेण्याचं नाव शहाणपण आहे?"

सर्व तरुणांना हा प्रश्न अत्यंत अनपेक्षित वाटला. असा विचार त्यांच्या मनात डोकावलाही नव्हता. या प्रश्नाने जणू त्यांचे ओठ शिवले. त्यांनी परस्परांकडे दृष्टिक्षेप टाकला.

"आवुस, तुम्ही गप्प का? तुमच्या मानसिकतेमुळे ही समस्यामूलक परिस्थिती निर्माण झाली, असं नाही का तुम्हास वाटत? शांतपणे हा विचार करून पुढचे जीवन व्यतीत करावं असं तुम्हाला वाटत नाही?"

दुसरा प्रश्नही त्यांना तितकाच अनपेक्षित आणि अकल्पनीय वाटला. सारे नजर झुकवून गप्प होते. त्यांच्या मुद्रेवर लज्जा तरळत होती. नकळत त्यांची नजर स्वतःच्या उघड्या ओल्या अंगाकडे वळली.

"माझे प्रश्न विचार करण्याजोगे वाटत असतील तर सारे इथे बसा. मी तुमच्या अवदशेचं खरं कारण समजावून सांगतो. तुमचा धर्म काय आहे, तेही समजावतो."

अजब मोहिनीस वश होऊन सारे तथागतांसमोर जमिनीवर बसले.

"तरुणांनो, तुमच्या कामभावनेने तुमच्यावर लज्जास्पद परिस्थिती लादली आहे. कामभावनेवर विजय न मिळवता तुम्ही तिला तुमच्यावर विजय मिळवू दिला आहे. ती तुमचा पराभव करते आहे. क्षणोक्षणी तुम्ही पतनास निमंत्रित करताहात. कामभावनेवर विजय मिळवणे हा तुमचा पहिला धर्म आहे..."

तीसही तरुण तथागतांच्या हलणाऱ्या ओठांकडे भारावल्या नजरेने बघत होते. आजवर कोणी त्यांच्या मानसिकतेचे असे सांगोपांग चित्रण सादर केले नव्हते. हे चित्र त्यांना अकल्पनीय वाटले. बुद्ध बोलतच होते. कामभावनेतून मुक्त होण्याचा मार्ग दाखवत होते. काममुक्तीच्या मार्गाने त्यांनी प्राप्त केलेली चार आर्यसत्ये त्यांनी क्रमबद्ध विषद केली.

तथागतांची वाणी थांबली तेव्हा आकाशात चंद्रप्रकाश पसरला होता. तीसही तरुणांनी हात जोडले होते. नतमस्तक होऊन ते सांगत होते,

"हे आचार्य, आम्हाला जीवनमुक्तीच्या मार्गावर चालण्यास मार्गदर्शन करा."

पण पतीची वाट बघणाऱ्या त्या एकोणतीस स्त्रियांना जेव्हा त्यांचे पती बौद्ध भिक्खू झाल्याचे कळले तेव्हा त्यांना आपण विधवा वा परित्यक्तेच्या कक्षेस पोहोचल्याची तीव्र जाणीव झाली. त्यांच्या मनात रोष उमटला. पती जीवनभर सुख देईल, अशी अपेक्षा होती त्या पतीने पत्नीचा विचार न करता 'श्रमण' बनणे स्वीकारले होते. पतीस असे करण्यास उद्युक्त करणारे तथागत बुद्ध, त्यांना अघोर विद्यांचे साधक आणि जादूटोणा करण्यात कुशल अशी भयप्रद व्यक्ती वाटले. रडत, भेकत ओल्या अपुऱ्या वस्त्रांतील या ललना रात्रीचा अंधार पांघरून नगरात पोहोचल्या. सर्वांच्या घरात हाहाकार माजला. घरच्या वडील मंडळींच्या मनातही रोषाची ठिणगी चेतली. वाराणसीत प्रचलित असलेल्या जीवनाहून हे अगदी भिन्न होते. या श्रमणापाशी मायावी विद्या असावी आणि तिचा तो प्रसार करत असावा, या कल्पनेने त्यांना भयभीत केले. सातत्याने नगरातील स्त्रियांचे पती संसार सोडून जाऊ लागले तर अबोध बालकांच्या शिरावर पित्यांचे छत्र कसे उरेल आणि तोवर संतुलित राहिलेल्या समाजव्यवस्थेचे काय होईल, हे प्रश्न त्यांना छळू लागले. वाराणसीच्या नगरजनांसमोर या भलत्या गुंत्याचे आव्हान निर्माण झाले.

वाराणसीचे प्रतिष्ठित नागरिक या समस्येची उकल शोधताना गोंधळत होते तेव्हा 'ऋषिपत्तना'त बौद्ध भिक्खू संघात या तीस तरुणांना समाविष्ट करण्याचा खास विधी खुद्द बुद्धांच्या आचार्यपदाखाली संपन्न होत होता. या वेळी तथागतांनी सर्वांना केवळ "ण्हि भिक्खू" असे म्हणून त्यांचे संघात स्वागत न करता त्यांना प्रव्रज्येचा

मंत्र प्रदान करण्याचे ठरवून तो विचार अमलात आणत होते.

"हे भिक्खूंनो, शिरोमुंडण करून,काषायवस्त्र धारण करून संघ आणि धर्मावर पूर्ण श्रद्धा ठेवून तुमच्या आश्रवांचा त्याग करा. राग, द्वेष, काम, क्रोध यांना शिथिल करा आणि यथार्थ दर्शनाच्या विद्येच्या प्रकाशात जीवनमार्गावर तटस्थ भावनेने प्रयाण करा. हाच मुक्तीचा मार्ग आहे. हे भिक्खूंनो, पूर्ण श्रद्धेने म्हणा...

"बुद्धं शरण् गच्छामि
संघं शरण् गच्छामि
धम्मं शरण् गच्छामि ।"

"हे भिक्खूंनो, जे जागृत आहे, ज्याने अर्हतपद प्राप्त केले आहे, अशा बुद्धांचे शरण तुम्हास प्राप्त होवो. असे शरण प्राप्त करण्यासाठी तुमच्या समक्ष संघ आहे. त्या संघापासून तुम्ही संस्कार प्राप्त करा. ही जागरूकता वा संस्कार शेवटी धर्मातच विलीन होतात. म्हणून हे भिक्खूंनो, तुम्ही धर्मास शरण जा."

रात्रीच्या निबिड अंधारात 'ऋषिपत्तन'च्या नीरव वातावरणात घनगंभीर पडसाद उमटू लागले...

बुद्धं सरणं गच्छामि ।
धम्मं सरणं गच्छामि ।
संघं सरणं गच्छामि ।

तळटिपा

* सुवर्णभूमी : आधुनिक म्यानमार- ब्रह्मदेश. बुद्धकाळात ब्रह्मदेश 'सुवर्णभूमी' या नावाने परिचित होता.
* 'ओक्काला' : म्यानमारची सध्याची राजधानी-रंगून. 'सुवर्णभूमी'च्या काळात त्यास 'ओक्काला' असे म्हणत.
* तपस्सु आणि भल्लिक : या दोन्ही व्यापाऱ्यांनी स्वत:च्या गावी जाऊन या केसावर एक चैत्य (पॅगोडा) निर्माण केले, असे म्हणतात. आज ते चैत्य स्वेडागॉन पॅगोडा नावाने रंगूनमध्ये बौद्ध धर्मीयांचे यात्राधाम बनले आहे.

८ राजगृह

राजगृहाच्या नगरश्रेष्ठी राजगुहक यांच्या हवेलीत कोणत्याशा उत्सवाची उत्साहाने तयारी चालू होती. स्वत: गृहपती सेवक आणि सेविकांच्या घोळक्यात सतत फिरत अविरत सूचना देत होते. उद्यानातील पर्णांपासून स्वयंपाकघरातील पदार्थांपर्यंत त्यांच्या मनात निश्चित विचार होते, ते आदेशाचे रूप धारण करत होते. राजगृहकांच्या हवेलीत उत्सव असणे वा अतिथींचा आदरसत्कार होणे, ही नवलाची बाब नव्हती. पण ज्या रीतीने गृहपतीच्या देखरेखीखाली सगळी तयारी होत होती तशी पूर्वी कधी झाली नव्हती.

श्रावस्तीचा नगरश्रेष्ठी नेमके अशा वेळी अनपेक्षितपणे राजगृहकाच्या दाराशी अतिथिरूपाने उभा राहिला. सुदत्त अतिथी असला तरी हवेलीत पाहुणचार घेण्याचा त्यास अलिखित हक्क होता. राजगृहकाची बहीण त्याची पत्नी होती. व्यापाराच्या कामासाठी ते वारंवार श्रावस्तीहून येत असे. त्याचे येणे अचानकच घडत असे. कामासाठी काही दिवस तो राजगृहकाकडे मुक्कामास असे. खरेदी-विक्रीचे काम संपवून आपले घोडे, माल सामानाच्या गाड्या आणि सेवकांना घेऊन तो श्रावस्तीस परतत असे. प्रत्येक वेळी राजगृहक त्याचे मनापासून स्वागत करत असे. दोघांत उत्तम स्नेहबंध होते.

राजगृहक आता कामात आकंठ बुडला होता. अचानक आलेल्या सुदत्तास पाहून त्यास आनंद झाला; पण तो थोडा गोंधळलाही! दर वेळी सुदत्तास जसा वेळ देता येत असे तसे या वेळी जमणार नव्हते. सुदत्ताचे स्वागत करून त्याच्याबरोबर आलेल्या माणसांची व्यवस्था करण्याचा त्यांनी सेवकांना आदेश दिला आणि परत तो आपल्या कामात मग्न झाला.

सुदत्तास हे आश्चर्यकारक वाटले. मेहुण्याकडे महोत्सवाची तयारी चालू असणे आणि आपल्याला त्याची गंधवार्ता नसणेही त्यास चकित करत होते, शेवटी त्याने ते नवल ओठी आणलेच.

''हे गृहपती, तुमच्याकडे कोणतासा लग्नप्रसंग साजरा होण्याची शक्यता

आहे का?''

''लग्नप्रसंगाहून मोठा उत्सव आहे सुदत्त,'' राजगृहकाने उत्तर दिले.

''असे काय आहे? मला सांगा तर खरे, म्हणजे मलाही उत्सवात सहभागी होता येईल.''

''उद्या तथागत बुद्धांचे इथे आगमन होणार आहे. त्यांना मी भोजनासाठी निमंत्रित केलं आहे.''

सुदत्त चकित झाला. त्याने बुद्ध हा शब्द ऐकला असला, तरी बुद्धत्व प्राप्त करू शकलेल्या कोणाला कधी बघितले नव्हते. त्याने गोंधळून विचारले, ''तुम्ही काय म्हणालात? बुद्ध?''

''होय, होय. बुद्धच! तथागत बुद्ध! भगवान बुद्ध!''

''खरोखर तुमच्या अंगणी कोणा बुद्धपुरुषाचे आगमन होणार आहे?''

''होय. उद्या माझ्या अंगणी दर्शन येऊन एक बुद्ध पुरुष अनुग्रह करणार आहेत.''

''फार सुदैवी आहात तुम्ही. या बुद्ध पुरुषाचं दर्शन घेणं मलाही आवडेल. ते भाग्य तुम्ही मला द्याल?''

''ही तर उत्तम इच्छा आहे सुदत्त. माझा त्यास विरोध का असेल? उद्या प्रातःकाळी मी त्यांना अभिवादन करण्यास 'वेळुवना'त जाईन, तेव्हा तुम्हीही चला.''

रात्रभर सुदत्ताला झोप आली नाही. आपल्या हयातीत कोणी बुद्धत्व प्राप्त करण्याची कल्पनाही त्यास शक्य वाटत नव्हती. दोन-तीन प्रहरांनंतर अशा परमपुरुषाचे साक्षात दर्शन होणार असल्याच्या कल्पनातीत सत्याने त्यास उत्तेजित केले होते. म्हणून त्यास अजिबात झोप येत नव्हती.

प्रात:काळी तो राजगृहकाबरोबर 'वेळुवना'त गेला तेव्हा तथागत गंधकुटीच्या अंगणात शांतभावे आसनस्थ झाले होते. सुदत्तास त्यांच्या मुद्रेवर अनोख्या दीप्तीचे दर्शन झाले. लगेच त्याने तथागतांना प्रणाम केला.

''गृहपती सुदत्ता, तुझं स्वागत असो.'' तथागतांनी सहजतेने सुदत्ताचे स्वागत केले. ते पाहून सुदत्त चकित झाला. तो तथागतांना प्रथमच पाहत होता. तो येणार असल्याची तथागतांना सूचना दिलेली नव्हती. मुळात, सुदत्त श्रावस्ती वा राजगृहात 'सुदत्त' या नावाने ओळखलाच जात नसे. व्यावहारिक जगात तो 'अनाथपिंडिक' नावाने ओळखला जाई. श्रावस्तीत त्याच्या हवेलीत त्याने भोजनालय उघडले होते. कोणी केव्हाही तिथे गेल्यास त्यास भोजन वाढले जाते, अशी या भोजनालयाची ख्याती होती. म्हणून कोसल प्रदेशातील अनेक निर्धन परिवारांचा तिथे राबता असे. अनाथांना पिंड देण्याच्या या प्रवृत्तीमुळे सुदत्त 'अनाथपिंडिक' या नावाने ख्यातकीर्त झाला होता. अत्यंत निकटचे कुटुंबजनच त्यास 'सुदत्त' म्हणत. म्हणून तथागत

बुद्धांनी 'सुदत्त' नाव उच्चारलेले ऐकून तो चकित झाला. बुद्धांविषयी त्याच्या मनात विलक्षण आदर निर्माण झाला.

"भगवंत, आपण कुशल आहात ना? रात्री नीट निद्रा लागली ना?"

"कामवश व्यक्तीस अनिद्रेची पीडा सहन करावी लागते सुदत्ता! किंवा जो भयभीत आहे, अशा व्यक्तीस झोप येत नाही. ज्याचे चित्त निष्काम आहे आणि जो अभय आहे, तो सुखाने निद्रासुख घेतो."

अनाथपिंडिक मंत्रमुग्ध होऊन ऐकत राहिला. बुद्धदर्शनाची कामनाच आपल्याला निद्रेपासून दूर ठेवत होती, हे बुद्धांना कळल्याचे जाणवून बुद्धांविषयी त्याच्या मनातला आदर द्विगुणित झाला.

"होय भगवंत. आपला बोध मी लक्षात ठेवीन." अनाथपिंडिक उत्तरला.

"आयुष्यमान, काही लक्षात ठेवायचेच असेल तर कायगतांस्मृतिस प्राधान्य दे. तसे केल्यास कोणतेही दुःख तुला स्पर्श करणार नाही."

"ते काय असते भगवंत?" अनाथपिंडिकाने उत्साहविभोर स्वरात पृच्छा केली, "कायगतांस्मृति म्हणजे काय? मला थोडं अधिक सांगाल का?"

"हे गृहपती, या देहाच्या चार अनुभूतींचं सातत्याने स्मरण ठेवावं. पहिलं देहदर्शन. देह कितीही तरुण, सुंदर आणि सुदृढ असला तरी ते सारे असून नसल्यात जमा असते. देहात व्याधी, मल-मूत्र, रक्त-पू वगैरे कुरूप तत्त्वांचा संग्रह दडलेला असतो. तो केव्हाही आपले खरे स्वरूप प्रगट करणार असतो. कारण देह जराधर्मी, व्याधीधर्मी आणि मरणधर्मी असतो. यांचे क्षणभरही विस्मरण होऊ न देण्यास 'यथार्थ देहदर्शन' असे म्हणतात. नंतर येते यथार्थ 'वेदनादर्शन'. सुख किंवा दुःख प्राप्त होतं तेव्हा ते का प्राप्त झालं आणि या संवेदनेस सुख वा दुःख का म्हणतात, इतकंच नव्हे तर त्याच्या प्राप्तीनंतर कोणती विभावना निर्माण झाली, याचं स्मरण करणं आवश्यक असते. नंतर चित्त केव्हा शांत वा अशांत भाव अनुभवते, केव्हा त्यात मोह उत्पन्न होतो आणि कामभावना निर्माण होते, तसेच ते भाव निर्माण झाले, की चित्तात काय परिवर्तन घडतं याचं तटस्थ अवलोकन करता आलं पाहिजे. शेवटी काम, द्वेष, आळस, अस्वस्थता, संशय वगैरे मनोवृत्ती का आणि कशासाठी निर्माण झाल्या व त्यांचं शमन कसं झालं, त्याचंही सतत यथार्थ दर्शन केलं पाहिजे. जर या चारही स्मरणांच्या उपस्थानांद्वारे तू जागृती राखू शकलास तर दुःखमुक्तीचा मार्ग अगदी सरळ बनेल."

अनाथपिंडिक जणू बुद्धांच्या प्रत्येक शब्दाचे संवेदन अणुरेणूत उतरवत होता. 'यथार्थ दर्शना'ची विभावना त्यास अद्भुत वाटली. असे त्याने यापूर्वी कधी ऐकले नव्हते. स्वतःचा देह, चित्त आणि भावभावनांचे अवलोकन करण्याची ही प्रयुक्ती त्याच्यासाठी फार अद्भुत ठरली.

''भगवंत, आपण माझा स्वीकार करा.'' भावनावश होत त्याने बुद्धचरणी मस्तक ठेवले. ''मी भिक्खू नाही. एक गृहस्थ-उपासक समजून मला उपदेश द्या,'' चरणांवरचे मस्तक किंचित वर करून तो पुढे म्हणाला, ''भगवंत, माझी एक प्रार्थना आहे. येत्या चातुर्मासात आपण श्रावस्तीत वास्तव्य करा. मी आपल्यासाठी निवासस्थानाची व्यवस्था करण्यास वचनबद्ध आहे.''

''आयुष्यमान,'' बुद्ध म्हणाले, ''तथागत एकांतप्रिय आहेत. त्यांना एकांतात राहाणं आवडतं.''

''आपण निश्चिंत असा, भगवंत,'' अनाथपिंडिक भावुक स्वरात म्हणाला, ''आपल्या पसंतीनुसार श्रावस्तीत आपल्या निवासाची सोय होईल.''

तथागतांनी मस्तक झुकवून होकार व्यक्त केला.

''आणि अजून एक अनुग्रह करावा, अशी माझी विनंती आहे. गृहपती राजगृहकाच्या हवेलीत उद्या आपण माझ्याकडून प्रसादाचा स्वीकार केलात तर मी धन्य होईन.''

तथागतांनी परत मस्तक झुकवून रुकार दिला.

'वेळुवना'हून परतत असताना राजगृह म्हणाला, ''सुदत्त, तुमच्या विनंतीस मान देऊन तथागत उद्या तुमच्याबरोबर जेवणार असले तरी मला आतिथ्यधर्माचे पालन करू द्या. खुद्द तुम्हीच माझे पाहुणे आहात. म्हणून हे विशेष आतिथ्य करण्याच्या संधीचं भाग्य मला लाभायला हवं.''

''ते होणं नाही, गृहपती.'' अनाथपिंडिक कणखर स्वरात म्हणाला, ''उद्या तथागतांचा पाहुणचार मीच करणार. समस्त भिक्खू संघाच्या भोजनाची व्यवस्था माझ्याकडे लागली.''

राजगृहात वास्तव्य असलेल्या अनाथपिंडिकाच्या इतर स्वजनांना हे कळले तेव्हा त्यांनीही आग्रह धरला.

''श्रेष्ठी अनाथपिंडिक, आपण केवळ राजगृहकांचे पाहुणे नसून समस्त राजगृह नगराचे अतिथी आहात. आपण ज्यांना निमंत्रित केले असेल त्यांचे आदरातिथ्य समग्र नगरीचे उत्तरदायित्व आहे. आम्ही सारे मिळून तथागत बुद्ध आणि त्यांच्या संघाचे आतिथ्य करू.''

पण अनाथपिंडिकाने कोणाच्याही युक्तिवादाचा स्वीकार केला नाही. राजगृहकाच्या हवेलीत त्याने स्वत:च्या सेवकांच्या मदतीने संघाची व्यवस्था केली. या कार्याचे त्यास परमशांतीच्या रूपात सुख प्राप्त झाले. चातुर्मासात तथागत श्रावस्तीस येतील, याचा हर्ष आणि रोमांच त्याला आगळा हर्ष प्रदान करत होता.

* * *

'नालक' आणि 'कोलित' नावाची दोन गावे राजगृहाची उपनगरे असल्यागत

राजगृहाजवळ होती. 'नालक' गावात 'वंगन्त' नावाचा एक ब्राह्मण राहत असे. हे कुटुंब 'नालक' गावातील प्रतिष्ठित आणि समृद्ध कुटुंब होते. 'वंगन्ता'स तीन पुत्र व तीन कन्या होत्या. 'उपतिष्य' नावाचा पुत्र थोडा असमान्य प्रकृतीचा होता.

शेजारच्या 'कोलित' गावात एक ब्राह्मण कुटुंबही 'वंगन्त'च्या कुटुंबासारखेच होते. त्यांचा पुत्र गावाचे नाव धारण करत असे. म्हणजे तो 'कोलित' नावाने परिचित होता. योगायोगाने 'कोलित' आणि 'उपातिष्या'चा जन्म एका दिवशी आणि एका वेळी झाला होता. दोन्ही कुटुंबांत अनेक पिढ्यांपासून घनिष्ठ संबंध होता. त्यामुळे 'उपातिष्य' आणि 'कोलित' यांच्यात मैत्री होती.

किशोरवयात या मित्रांनी राजगृहातील एका उत्सवाच्या निमित्ताने झालेले एक नाटक बरोबर बघितले. नाटकात एका श्रमणाच्या मुखी असलेल्या संवादाचा त्याच्या मनावर खोल परिणाम झाला होता. त्यात संसार असार असण्याचे प्रतिपादन होते. संन्यासाची इच्छा आणि मृत्यूनंतरच्या जीवनाची विभावनाही व्यक्त झाली होती. नटाने इतका सुंदर अभिनय केला होता, की दोन्ही किशोर हे नाटक पाहून विलक्षण प्रभावित झाले होते. नाटक संपल्यावर त्यांनी आपसांत चर्चा केली होती. त्यात श्रमणाने व्यक्त केलेला विचार अमलात आणायला हवा, हा मुद्दा होता. हे नाटक बघितल्यावर दोघांची वृत्तीच बदलली. त्यांना ऐहिक बाबींपेक्षा पारलौकिक बाबींत अधिक आत्मीयता वाटू लागली. त्या काळी मगध राज्यात आचार्य संजय आणि त्यांच्या दार्शनिक सिद्धांताचा बोलबाला होता. श्रमण परंपरेत त्यांचे नाव गाजत होते. 'कोलित' आणि 'उपातिष्य' यांनी जीवन-मृत्यूचे गूढ उकलण्याच्या इच्छेने संजय आचार्यांचे शिष्यत्व पत्करले. आचार्यांनीही त्यांचा स्वीकार केला. 'कोलित' हे व्यक्तीचे नव्हे, तर गावाचे विशेषनाम आहे, असे सांगून आचार्यांनी ते बदलण्यास सांगितले.

''कोलित,'' ते म्हणाले, ''तुझ्या मातेचं नाव 'मोगल्ली' आहे. आर्य परंपरेत मातेच्या नावे पुत्र परिचित होणं योग्य समजतात. भगवान श्रीकृष्ण देवकीनंदन नाव धारण करत. त्यांचा सखा अर्जुन कौंतेय ठरत होता. पितामह भीष्मांनाही लोक 'गांगेय' म्हणत. तसा, मी तुझ्या मातेच्या नावावरून तुला 'मोद्गल्यायन' परिचय देऊ इच्छितो. यापुढे आश्रमात तू 'मोद्गल्यायन' या नावाने ओळखला जाशील.''

''पण आचार्य,'' 'उपातिष्य' म्हणाला, ''दोन्ही मित्रांना मिळणारी उपलब्धी, हानी वा परिवर्तन आम्ही वाटून घेण्यास वचनबद्ध आहोत. 'कोलित'चे नाव मातेचा संदर्भ देऊन बदलणार असलात, तर माझं नावही मातेच्या नावाशी निगडित ठेवून बदलण्याची विनंती मी करतो. माझ्या मातेचं नाव 'सारि' आहे.''

''उत्तम. अतिउत्तम,'' आचार्यांनी सुचवले, ''तर मग तू आश्रमात 'सारिपुत्र' या

नावाने ओळखला जाशील.''

आणि अशा रीतीने त्या दिवशी या दोन मित्रांचे नामकरण झाले. जसजसे ते अभ्यासात प्रगती करू लागले, तसतसा त्यांच्या मनात असंतोष वाढत होता. ग्रंथातील लिखाण वा आचार्यांचे पांडित्यप्रचुर विचार त्यांना सहजपणे मुखोद्‌गत तर होत असत. पण ते हृदयात उतरत नाहीत, असे त्यांना वाटे.

''मोदगल्यायन,'' एकदा सारिपुत्र म्हणाला, ''ज्याला ज्ञान म्हणावे ते आपल्याला प्राप्त झालं आहे. पण त्यामुळे आपण निर्वाणमार्गाकडे वाटचाल करत आहोत, असं मला वाटत नाही. आपल्या चित्तातील प्रकंप शमत नाही, की परमशांतीचा अनुभव होत नाही.''

''होय सारिपुत्रा,'' मोद्‌गल्यायनने सहमत होत सांगितले, ''मला हा विद्याभ्यास संतोषप्रद वाटत नाही, की आचार्यांचाही दोष दिसत नाही. मला वाटते, कदाचित आपली तृष्णाच वेगळी आहे.''

''मोदगल्यायन, मला वाटतं की आपण सद्‌गुरूचा शोध चालू ठेवावा. ज्याला कोणा सिद्ध पुरुषाचं मागदर्शन प्राप्त होईल आणि निर्वाणमार्ग गवसेल, त्याने दुसऱ्यास त्यात सहभागी करावं. निर्वाणमार्गावरही आपली सहयात्रा असावी, असं आपण ठरवू.''

मोद्‌गल्यायनास सारिपुत्राचा प्रस्ताव पटला.

काही दिवसांनी सारिपुत्र अशा असंतुष्ट मनोवस्थेत राजगृहाहून परतत होता; अनायासे अश्वजित त्याच्या नजरेस पडला. अश्वजित कौण्डिण्याच्या चार सहकाऱ्यांतील एक होता. म्हणजे गौतमची सेवा करणाऱ्या पाचजणांत त्याचा समावेश असल्याने सारनाथच्या 'ऋषीपत्तन' उपवनात ज्या पाच साधूंना तथागतांनी सर्वप्रथम धर्मोपदेश दिला, त्यातील तो एक भिक्खू होता. त्याला अर्हतपद प्राप्त झाले होते. त्यामुळे त्याच्या मुखावर परमशांती प्रगटली होती. अनाश्रव। झाल्यामुळे त्याच्या चित्तातील प्रकंप समूळ शांत झाले होते. वैचारिक सृष्टीच्या तेजामुळे त्याचा ईर्यापथ। कोणत्याही बुद्धिमंतास आकर्षक वाटेल, असा बनला होता. अश्वजित गिरिव्रजाच्या श्रेष्ठीकडे भिक्षाटनास गेला असताना सारिपुत्राच्या नजरेत भरला. तोवर त्याने अशी आभा पाहिली नव्हती. म्हणून त्यास आश्चर्य वाटले. हा श्रमण कोणाचा शिष्य असेल आणि त्यास निर्वाणमार्गावर अशी कोणती उपलब्धी प्राप्त झाली असेल, की त्याच्या मुद्रेवर अशी तेजस्वी आभा पसरावी, असे प्रश्न सद्‌गुरूचा शोध घेणाऱ्या सारिपुत्राच्या मनात उत्पन्न झाले. कुतूहल शमवण्यासाठी तो अश्वजिताचा पाठलाग करू लागला.

नगराबाहेर गेल्यावर अश्वजित एका वृक्षाखाली बसला. भिक्षापात्रात जमलेले अन्न तो प्रसन्न चित्ताने भक्षण करत होता. भिक्षाटनात मिळाणारे अन्न कोणी

इतक्या प्रसन्नतेने खाऊ शकेल, हे सारिपुत्राच्या कल्पनेत बसत नव्हते. म्हणून त्याला अधिकच नवल वाटले. त्याने अश्वजितास नम्रपणे वंदन करून विचारले, "हे आयुष्यमान, तुम्ही कोण आहात? तुमचं चित्त इतकं शांत आणि प्रसन्न कसं? तुम्ही कोणत्या गुरूकडून हे ज्ञान प्राप्त केलं आहे, हे मी जाणून घेऊ इच्छितो."

"भन्ते," अश्वजित उत्तरला, "तथागत बुद्धांनी मला निर्वाणमार्ग दाखवला."

"या मार्गाविषयी मला काही सांगाल का?" सारिपुत्राने विचारले.

"आयुष्यमान, मी शिष्य आहे. माझ्या गुरूंना जशी सखोल जाण आहे, तशी ती मी प्राप्त केलेली नाही."

"मला शब्दपांडित्याचं आकर्षण नाही. तुम्हाला कळलं असेल त्याचा सारांश सांगितलात तरी चालेल."

"माझ्या गुरूंनी मला दुःखाची कारणं समजावली आणि या कारणांचं निवारण करण्याचा मार्ग दाखवला. त्या मार्गावर मी क्रमण करत आहे. तसं करताना माझ्या चित्तातील प्रकंप शमले. आता माझ्या चित्तात सदैव प्रसन्नता व्यापलेली असते."

"तोच खरा धर्म आहे," सारिपुत्र उत्तेजित स्वरात म्हणाला, "मला तुमच्या गुरूंचे दर्शन घडवा."

आणि दुसऱ्याच दिवशी सारिपुत्र आणि मोद्गल्यायन तथागतांचे वास्तव्य असलेल्या 'वेळुवना'त गेले. दोघांनी तथागतांना लवून नमस्कार केला. तथागतांच्या सूचनेनुसार त्यांनी आसन ग्रहण केले. त्यांचे स्वागत करताना ते म्हणाले, "हे परिव्राजकांनो, बौद्ध भिक्खू संघात मी तुमचं स्वागत करतो. माझ्या अग्र श्रावकांची भूमिका आता तुम्हीच समर्थपणे पार पाडायची आहे. त्यासाठी आजवर तुमचं स्थान रिक्त होतं."

"भगवंत," नतमस्तक होत सारिपुत्र म्हणाला, "ग्रंथातील सूत्रं आम्हाला मुखोद्गत आहेत. पण आमच्या चित्तातील प्रकंपांचं शमन झालेलं नाही, की प्रकंपांच्या विरोधात संघर्ष पेलत असूनही शांतीची उपलब्धी झालेली नाही."

"आयुष्यमान," तथागतांच्या प्रगल्भ वाणीने वातावरणात अनोखे तरंग उत्पन्न केले. "चित्तातील प्रकंप प्रकृतिदत्त आहेत. काम, क्रोध, मद, मत्सर, मोह हे सारं आश्रव जन्मदत्त आणि सहज आहेत. त्यांच्याशी संघर्ष करणं योग्य नाही. त्यांना जिंकता येत नाही. जागृत पुरुषाने त्यांचं निरीक्षण करावं. त्यांची गती ओळखावी. बस, हाच निर्वाणमार्ग आहे."

सारिपुत्र आणि मोद्गल्यायनास एका अनोख्या दर्शनाचा - तत्त्वज्ञानाचा थरार जाणवला. ते मंत्रमुग्ध होऊन ऐकत होते. बुद्ध बोलतच होते...

"सारिपुत्र, बौद्ध भिक्खू संघाचा धर्मसेनापती होण्यासाठी तू जन्मला आहेस. ये, भिक्खू संघात दाखल होऊन तुझं स्थान लवकरात लवकर ग्रहण कर."

मग मोद्गल्यायनास उद्देशून त्यांनी सांगितले, "तुझं स्थान भिक्खू संघात दुसऱ्या धर्मसेनापतीचं असेल. मी तुम्हा दोघांची प्रतीक्षा करत होतो. भिक्खू संघात प्रवेश करून तुम्ही दोघे आपापला धर्मभार उचला."

अशा रीतीने सारिपुत्र आणि मोद्गल्यायन यांनी बौद्ध भिक्खू संघात प्रवेश केला. लवकरच त्यांनी तथागत बुद्धांच्या उजव्या-डाव्या हातांची जबाबदारी पेलण्याचे सामर्थ्य प्राप्त करण्यास सुरुवात केली आणि ते भिक्खू संघातील महत्त्वाचे भिक्खू बनले.

* * *

बौद्ध भिक्खू संघातून देवदत्तची हकालपट्टी झाली. तथागत बुद्धांची हत्या करण्याचे त्याचे षड्यंत्रही अयशस्वी झाले. म्हणून काही त्याला वैफल्य दाटले नव्हते. उलट, त्याच्या रोषात प्रचंड भर पडली होती. राजा बिंबिसारच्या अपमृत्यूनेही त्याला मदत केली नव्हती. बिंबिसारराजा मार्गातून दूर झाला तर बौद्ध संघाचे नेतृत्व करण्याचा मार्ग निष्कंटक बनेल, अशी त्याची अपेक्षा होती. पण तीही अपेक्षा पूर्ण झाली नव्हती. अजातशत्रु गादीवर आल्याचा देवदत्तला यथेच्छ लाभ होऊ शकला नव्हता. पित्याच्या अपमृत्यूने त्यास विचलित केले होते. माता कोसलदेवींनी त्याला जे सांगितले ते ऐकून त्याच्या मनात अपराधी भावना घर करून राहिली होती. त्यामुळे देवदत्तच्या संबंधांतील उष्मा नष्ट झाला होता. त्याचे उष्माविहीन वर्तन देवदत्तला कळून चुकले होते.

तरी देवदत्तच्या मनातून महत्त्वाकांक्षा दूर होत नव्हती. इच्छा आणि तृष्णा दुःखाचे मूळ आहेत, हे आर्यसत्य तो शिकला होताच; पण त्याचे अनुशीलन करणे देवदत्तास जमत नव्हते. कारण त्या दिशेने त्याचा प्रयत्नच नव्हता. बौद्ध संघाचे नेतृत्व करण्याची इच्छा या अभिप्सेचे रूप होते. संघात तर अभिप्सेस दुःखाचे रूप मानले होते, पण देवदत्त ते नजरेआड करत होता. बदललेल्या परिस्थितीनुसार स्वतःची चाल बदलायची गरज निर्माण झाल्याचेच तेवढे त्यांस जाणवत होते. कसेही करून भिक्खू संघाच्या एकतेत फूट पाडायला हवी, असा विचार त्याने केला. त्यानुसार तथागतांच्या वर्तनाने नाराज झालेल्या भिक्खूंचा एक वेगळा संघ तयार करण्याची योजना त्याने आखली. या असंतुष्टांच्या संघाचे नेतृत्व अर्थातच देवदत्त करणार होता. त्या दिशेस त्याने कार्यचक्रास वेग दिला.

संघात मोद्गल्यायनाचे वर्तन बऱ्याच भिक्खूंना नापसंत आहे, हे देवदत्तास ठाऊक होते. नियमपालनाच्या बाबतीत आनंद जरा ढिलाई दर्शवत असला तरी

मोद्गल्यायन अत्यंत आग्रही असे. भिक्खूजीवनात तो साक्षात व्यत्यय आहे, असे खूप भिक्खूंना वाटत असे. ते विचारात घेऊन भिक्खूजीवनातील नियमांचा आराखडा तयार करण्याचे काम देवदत्तने तथागतांना आपणहून सुचवले होते. तथागतांच्या नकारामुळे वातावरण कलुषित झाले. तरी संघातील असंतुष्ट भिक्खूंना एकत्र आणता येईल आणि त्यांच्या सहकार्याने नवा संघ स्थापन करता येईल, असे त्याला वाटले.

अजातशत्रुच्या वर्तनातील उष्मा नाहीसा झाला असला तरी सौहार्द्र आणि सौजन्य होतेच. देवदत्तने त्याची चौकस नजरेने नोंद घेतली. बुद्ध वा त्यांचा भिक्खू संघ यांविषयी अजातशत्रुच्या मनात नेहमी नापसंतीच होती. ती नापसंती कमी झाली नव्हतीच. मित्रप्रेमासाठी नाही, तरी बुद्धांवरच्या अप्रीतीसाठी तरी अजातशत्रु मदत करील, अशी आशा त्याला होती. नव्या संघाची स्थापना केली तर अजातशत्रु राजगृहाच्या आसपासच्या भूखंडातील एक भूखंड नव्या संघाच्या विहारासाठी नक्की देईल, अशीही आशा त्याला होती.

"महाराज," एके दिवशी संधी साधून देवदत्तने आपले जाळे फेकले, "बुद्धांच्या भिक्खूंनी राजगृहात बिंबिसार राजाच्या हयातीत उच्छाद मांडला. आपल्याला ते आठवत असेल. शासनाने दिलेल्या 'वेळुवनात' त्यांचा विहार आहे."

"भन्ते, जे सांगू इच्छित असाल ते स्पष्ट सांगा," अजातशत्रु म्हणाला, "आपण माझे हितचिंतक आहात. म्हणून आपल्या हिताचं रक्षण करणं हा माझा धर्म आहे, असं मी समजतो."

"तर मग महाराज, बौद्ध भिक्खू संघात असंतोष माजला आहे. भेदभाव करण्याच्या तथागतांच्या नीतीमुळे खूप भिक्खू नाराज आहेत. त्यांना एकत्र आणून मी नवा संघ स्थापन करू इच्छितो."

"आपल्या नव्या संघास माझ्या शुभेच्छा!"

"पण शुभेच्छा फलद्रूप होण्यासाठी 'वेळुवना'सारखा परिसर भिक्खूंच्या विहारासाठी शासनाने देणं गरजेचं आहे. या संदर्भात मला उरुवेलानजीक असलेल्या 'गया शिखरा'चा भूखंड अनुकूल वाटतो. आपण हा भूखंड मला विहाराच्या निर्मितीसाठी प्रदान करा."

"दिला," अजातशत्रुने तत्काळ सांगितलं, "आपण म्हणाल तेव्हा या भूखंडाचा ताबा देण्याचा आदेश मी आजच देतो."

अजातशत्रुकडून खात्रीचा शब्द मिळाल्यावर एके दिवशी देवदत्त 'वेळुवनात' गेला. तथागत बुद्धांपाशी जाऊन त्याने नम्रतेने वंदन केले. संघातून हकालपट्टी झाल्यापासून त्याचे वास्तव्य 'वेळुवना'त नसे. म्हणून त्याच्या अनपेक्षित आगमनाने साऱ्यांना चकित केले. खांद्यावरचे उत्तरासंग सावरत देवदत्त तथागतांसमोर गुडघ्यावर बसला. नतमस्तक होऊन तो नम्र स्वरात बोलू लागला,

“भगवंत, आपल्या उपदेशानुसारच भिक्खूंनी निर्वाणमार्गावर अर्हतपद प्राप्त करावे आणि चित्तातील सर्व आश्रव शांत असलेले जीवन जगण्याची इच्छा मीही करतो.”

“तुझ्या मते, योग्य असलेल्या मार्गाने वाटचाल करताना देवदत्ता, तुला दुःखमुक्तीचा मार्ग सापडो, अशी तथागतांची शुभेच्छा आहे.”

“शुभेच्छांच्या बळावरच मी प्रार्थना करण्यास आलो आहे. भिक्खूजीवन दिवसेंदिवस शिथिल होत आहे. भिक्खूंना अशी सूट मिळत राहिली तर निर्वाणमार्गावरून ते चलित होतील, असं मला वाटतं.”

“तुला काय म्हणायचं आहे देवदत्त?”

“भगवंत, भिक्खू ऐहिक विषयांपासून अलिप्त राहू शकावेत, यासाठी प्रत्येकाने पाच नियमांचं कसोशीनं पालन करावं, असा आदेश आपण द्या. एक तर भिक्खूंचा निवास अरण्यात असावा आणि त्यांनी केवळ भिक्षाटनात मिळालेलं अन्न ग्रहण करावं. गृहस्थाच्या घरी नगरात भोजन स्वीकारू नये. गृहस्थांनी दान केलेली वस्त्रं परिधान करू नयेत. भिक्षाटनासाठी जाता-येताना रस्त्यात सापडलेले वस्त्रांचे तुकडे जोडून चीवर बनवावं आणि तेच धारण करावं. वृक्षाखाली वास्तव्य करण्याचा नियम जीवनभर करावा. कधीही मांस भक्षण करू नये. हे नियम न पाळणाऱ्यांना भिक्खू म्हणून मान्यता प्राप्त होऊ नये.”

“आयुष्यमान, तू सांगितलेले सारे नियम ज्यांना पाळायचे असतील त्यांनी आनंदाने पाळावेत; पण जबरदस्ती केल्याने आध्यात्मिक उन्नती होत नाही. म्हणून मी तुझ्या या प्रस्तावाचा स्वीकार करू शकत नाही.”

“आपण या नियमांचा स्वीकार करा, अशी माझी आग्रहाची विनंती आहे. बहुतांश भिक्खूंना असं वाटतं आहे.”

“भिक्खूंच्या कल्याणाची इच्छा माझ्याही मनात आहे; पण देवदत्ता, त्यांचं कल्याण कशात आहे, हे मी समजू शकतो. तुला या संदर्भात काळजी करण्याचं कारण नाही.”

“या अस्वीकाराचा परिणाम वाईट होईल भगवंत,” देवदत्तच्या स्वरात धमकी झंकारली.

तथागतांनी प्रतिवाद केला नाही. डोळे आणि मस्तक झुकवून त्यांनी संवाद संपल्याचे सूचित केले. देवदत्तने आता इथून निघून जावे, याचा तो संकेत होता.

तथागतांचा निरोप घेतलेला देवदत्त शांत बसला नाही. राजगृहात वास्तव्य करून त्याने असंतुष्ट भिक्खूंचे एकत्रीकरण आरंभले. तथागत वा इतर ज्येष्ठांविषयी मनात तक्रारी असलेले भिक्खू देवदत्तचे समर्थक बनले. त्याने नव्या संघाची स्थापना केली, तर आपण त्याच्या संघात येऊ, असे त्यांनी वचन दिले. या

असंतुष्टांची संख्या नजरेस भरणारी होती. देवदत्तचे समर्थन करणाऱ्या अशा असंतुष्ट भिक्खूंत समुद्रदत्त नावाचा भिक्खू आघाडीवर होता. देवदत्तने या सर्वांयोग्य वास्तव्याची व्यवस्था करण्यासाठी व्यवस्थित आराखडा तयार केला. त्यानुसार अजातशत्रूने दिलेल्या गया शिखर या भूखंडावर सारी व्यवस्था सिद्ध करण्यात आली. एका रात्री त्याचे सारे समर्थक 'वेळुबना'चा त्याग करून तिकडे मार्गस्थ झाले.

चंक्रमणासाठी पहाटे उठलेल्या तथागतांना हे कळले तेव्हा त्यांनी कोणतीही प्रतिक्रिया व्यक्त केली नाही. यथावत चंक्रमण पूर्ण करून त्यांनी सारिपुत्र आणि मोद्गल्यायनास बोलावून घेतले. दोन्ही धर्मसेनापतींना ही घटना ठाऊक होतीच.

"भिक्खूंनो," तथागत म्हणाले, "ज्यांनी 'वेळुवना'चा त्याग करून देवदत्ताबरोबर 'गया शिखरा'च्या विहारात वास्तव्य करण्याचा निर्णय घेतला आहे, त्यांच्याविषयी मनात रोष उत्पन्न होऊ देऊ नका. ते रोष नव्हे, तर अनुकंपा आणि करुणेचे अधिकारी आहेत, हे लक्षात घ्या."

"होय भगवंत."

"तुम्ही दोघे तत्काळ 'गया शिखरा'स रवाना व्हा. जे कल्याणमार्ग भ्रष्ट झाले आहेत त्या सर्वांना उपदेश करा. देवदत्तने त्यांच्या नजरेसमोर अधारपट उभा केला आहे. तुम्ही त्या मार्गावर चार पावलं पुढे पोहोचेल, असा प्रकाश पसरा. आपले पाऊल कुठे पडत आहे, याची त्यांना चार पावलांपर्यंत जाणीव करून देणं इष्ट आहे."

सारिपुत्र आणि मोद्गल्यायनाने तथागतांना म्हणायचे होते त्यातील भाव अलगद टिपला. ते लगेच 'शिखर गये'च्या प्रवासास निघाले, तरी ते तिथे पोहोचेतो सूर्य अस्तांचली जात होता. प्रकाश मंद होऊ लागला होता. तरी ते दूर असतानाच समुद्रदत्ताच्या नजरेस पडले. त्याने लगेच ही बातमी देवदत्तास कळवली.

"मला वाटतं, तेही तथागतांना कंटाळले आहेत." देवदत्त उत्तेजित स्वरात म्हणाला, "तथागतांचा त्याग करून ते आपल्या संघात सामील होण्यासाठी येत असावेत. आपण त्यांचं प्रेमानं स्वागत करू. योग्य तो आदरसत्कार करून त्यांना प्रभावित केलं पाहिजे."

देवदत्तच्या आदेशानुसार सारिपुत्र आणि मोद्गल्यायन यांचे गया शिखर संघात उत्साहाने स्वागत झाले. थकलेले दोघे निद्राधीन झाले. पहाट होताच देवदत्त सर्व भिक्खूंना उपदेश करण्यास बसला. उपदेशाख्यान देता यावे, असा अनुभवी वा ज्ञानी भिक्खू त्याच्या संघात नव्हताच. त्यामुळे सारिपुत्र आणि मोद्गल्यायनाचा सहकार मिळाल्यास आपल्यावरील कामाचा बोजा कमी होईल, असे त्याला वाटले. म्हणून त्याने या दोघांशी संवाद साधला.

"भदंत, भिक्खू आज पहाटेपासून माझ्याकडून धर्मश्रवण करत आहेत.

त्यांच्या मनात अपार औत्सुक्य आहे. त्यामुळे त्यांच्या प्रश्नांची उत्तरे देऊन मी थकलो आहे. मला थोडी निद्रा मिळणं आवश्यक आहे. म्हणून काही काळ भिक्खूंना संबोधण्याचं कार्य करण्याची कृपा तुम्ही कराल का?''

सारिपुत्र आणि मोद्गल्यायन या संधीची वाटच पाहत होते. त्यांनी आनंदाने संमती दर्शवली.

देवदत्त स्वतःच्या कुटीत गाढ झोपी गेला आणि या दोघांनी इतर भिक्खूंना वास्तवाचा परिचय करून सतर्क करण्याचे काम केले. देवदत्त आणि अजातशत्रू यांच्यात असलेल्या संबंधांचे अनौचित्यही समजावले. बिंबिसार राजाच्या हत्येच्या करुणांतिकेच्या संदर्भात सत्य ओठी आणले. तथागत बुद्धांनी संबोधी प्राप्त केल्यावर हे ज्ञान आणि प्राप्त केलेली सिद्धी इतरांच्या कल्याणासाठी वापरली, याकडे सर्वांचे लक्ष वेधले गेले.

संपूर्ण दोन प्रहर ते तर्कपूर्ण वक्तव्य करत होते. त्यामुळे सारे भिक्खू श्रोते प्रभावित झाले, इकडे आलेले बहुसंख्य भिक्खू संघात नवे होते. त्यांनी विशेष प्रशिक्षण प्राप्त केले नव्हते. त्यांना संघजीवनाची पुरेशी सवय लागली नव्हती. त्यांना वास्तवाची फारशी कल्पनाच नव्हती. चौथ्या प्रहरी मोद्गल्यायनाने समापन केले...

''तुम्ही माझ्याशी सहमत होत असलात तर हे भिक्खूंनो, झालेली चूक सुधारा. कल्याणमार्गावर परत फिरा. तथागतांच्या सान्निध्यात निर्वाणमार्ग प्राप्त करता येईल, अशी श्रद्धा बाळगा.''

'गया शिखरा'च्या या विहारावरून रात्रीचा अंधकार दूर झाला आणि पहाटेचा प्रकाश फैलावू लागला, तेव्हा देवदत्तास जाग आली. बाहेर येऊन त्याने आसपास बघितले. संपूर्ण विहारात तो आणि समुद्रदत्त यांच्या व्यतिरिक्त कोणीही नव्हते. सगळीकडे सामसूम होती. समस्त विहार रिकामा होता.

देवदत्तच्या समग्र अस्तित्वाने जबरदस्त हादरा अनुभवला तो प्रचंड बावरला. अचानक त्याला देहातील रक्त वेगाने वाहू लागल्याची भयप्रद जाणीव झाली आणि दुसऱ्याच क्षणी त्याला जोरदार उलटी झाली, अर्धबेभान अवस्थेत तो जमिनीवर कोसळला.

* * *

पिता बिंबिसाराच्या हत्येनंतर अजातशत्रु मगधराज्य व्यवस्थित सांभाळत होता. मगधांची राजधानी राजगृह येथे न ठेवता पाटलीग्रामास न्यावी, असा त्याचा मानस होता. राजगृह तीन दिशांनी पर्वतांनी घेरले असल्यामुळे केवळ एका दिशेने आर्यावर्ताशी संपर्कात राहता येत होते. व्यापारउदिमाच्या प्रगतीसाठी सर्व दिशांत वावर असायला

हवा, असे त्याला वाटत होते. शिवाय, पाटलीग्राम वैशालीपासून अगदी जवळ असणेही त्याला मोहवत होते. तिथे राहून 'लिच्छवी' आणि 'वज्जी' प्रजेच्या गणराज्यांवर नीट लक्ष ठेवता येईल, असे त्याचे मत होते. ही गणराज्ये मगध साम्राज्यात समाविष्ट करण्याचे त्याचे स्वप्न विरले नव्हते. पण...

पित्याच्या मृत्यूच्या संदर्भात मातेने जे सांगितले होते, त्याचाही त्याला विसर पडत नव्हता. पित्याकडे क्षमायाचना करायला तो लगेच कारागृहात धावला होताच. पण भूक आणि तहानेने तडफडत मरणास शरण गेलेला पितृदेहच त्याला दिसला होता. ते कमी होते म्हणून की काय, या धक्क्यामुळे झुरणाऱ्या माता कोसलदेवीही काही दिवसांतच मृत्यू पावल्या. होत्या तोवरही पतीच्या मृत्यूनंतर त्या पुत्राशी एकही शब्द बोलल्या नव्हत्या. मरेपर्यंत त्यांनी महालाच्या बाहेर पाऊल टाकले नाही. त्यांचे मौन अजातशत्रुला घायाळ करत होते. शिरावर केवळ पितृहत्येचे नव्हे, तर मातृहत्येचेही पातक आहे, हा विचार त्यास उद्ध्वस्त करत होता. म्हणून राजकाजातून वेळ मिळाला, की व्यथा कमी करण्याच्या प्रयत्नात समकालीन आचार्यांपैकी कोणाशी तरी संवाद साधण्याचा प्रयत्न तो करत असे. हातून जे घडले त्याविषयी हळहळ व्यक्त करून जमेल तेवढे समाधान प्राप्त करण्याचा त्याचा प्रयत्न असे. तरी समाधान त्याच्यापासून चार पावले दूरच राहत असे.

कार्तिकी पौर्णिमेच्या रात्री या मनोवस्थेत तो राजप्रासादाच्या उद्यानात बसला होता. वातावरणात आल्हाददायक गारवा होता. चित्तात अपार संवेदना जागृत करणारी परम शांतता वातावरणात भरून होती. आकाशात पूर्ण चंद्र झळाळत होता. राजवैद्य जीवक कौमारभृत्य आणि इतर काही दरबारी उपस्थित होते.

"जीवक कौमारभृत्य," अजातशत्रु म्हणाला, "अशी सुंदर रात्र आणि परमशांत वातावरण असूनही चित्त अशांतच राहण्याचं कारण कोणी समजावू शकत नाही."

"ते समजावून घेण्यासाठी महाराज, आपण विद्वान आचार्यांकडून धर्मश्रवण करावं."

"जीवक, आजवर मी कित्येक आचार्यांकडून धर्मश्रवण केलं आहे, हे तुम्ही जाणता. अजित केशंबली, निगंठ नाथपुत्त, मकखालि गोसाल आणि संजय बेलठिठिपुत्त हे सारे आर्यावर्तातले विख्यात आचार्य आहेत. पण त्यातील कोणीही माझ्या चित्तास शांतवू शकलं नाही."

"क्षमा करा, महाराज, पण जोवर आपण तथागत बुद्धांना शरण जाऊन त्यांच्या अमृतवाणीचं श्रवण करत नाही तोवर सारे प्रयत्न व्यर्थ,वरवरच्या बुडबुड्यासारखे ठरतील."

बिंबिसार राजाप्रमाणे राजवैद्य जीवक कौमारभृत्यही तथागतांचे उपासक असल्याचे अजातशत्रूस ठाऊक होते. पूर्वी तो सहजपणे आणि उत्साहाने तथागतांच्या

उपदेशाविषयी अजातशत्रुस सांगतही असे. पण बिंबिसारराजाच्या मृत्यूनंतर त्याने ते थांबवले असल्याची जाणीव अजातशत्रुस होती. तथागतांविषयी आपल्या मनात नापसंती आहे, हे जाहीर झाल्याने जीवक त्या दृष्टीने त्या बाबतीत तो मौन पाळत असावा, असा त्याचा तर्क होता. पण अजातशत्रुच्या विचारांत परिवर्तन होत असल्याची जाण जीवकास नव्हती. देवदत्तशी अजातशत्रुने मैत्री तोडल्याचं जीवकास ठाऊक होतं. म्हणून अजातशत्रुने आपणहून समस्येस वाचा फोडली, तेव्हा जीवकाने तथागतांच्या उपदेशाचा विषय ओठी आणला होता. तथागतांविषयी अजातशत्रुच्या मनात उरलेला गैरसमजही नष्ट करण्याच्या दृष्टीने हा क्षण योग्य आहे, असे त्यास वाटले.

''जर तुम्हाला याविषयी खरोखर खात्री वाटत असेल तर तथागतांचं दर्शन घेऊन मी चित्ताची शांती प्राप्त करू इच्छितो.'' अजातशत्रुही अशा संधीची वाट बघत असल्यागत घाईने म्हणाला.

''महाराज, तथागतांचं वास्तव्य 'वेळुवना'त आहे. तुमची इच्छा होईल तेव्हा त्यांचं दर्शन घेऊ शकता.''

''सेनापती,'' अजातशत्रुने सेनापतीस आदेश दिला, ''तत्काळ अश्व आणि रथांची व्यवस्था करा. आपण लगेच तथागतांच्या दर्शनास जाऊ.''

– आणि रात्रीच्या तिसऱ्या प्रहरी ज्येष्ठ दरबारी मंडळींसह अजातशत्रु 'वेळुवना'कडे मार्गस्थ झाला. त्याच्या वाहनात राजवैद्य जीवक कौमारभृत्यही होते. सारा काफिला 'वेळुवना'पासून थोड्या अंतरावर थांबला. अजातशत्रुस अचानक प्रश्न पडला, की जिथे शेकडो भिक्खूंसह तथागतांचे वास्तव्य आहे, तिथे मानववस्तीचा किंचित संकेतही का नजरेस पडत नाही? सर्वत्र अपार शांततेचे साम्राज्य होते. ते सारे 'वेळुवना'च्या दरवाजाशी पोहोचले तरी या अक्षत शांततेस नख लागले नाही. अजातशत्रूच्या मनात चोरपावलाने भयप्रवेश झाला. बिंबिसार राजाच्या हत्येचा सूड उगवण्यासाठी जीवकाने षड्यंत्र तर रचले नसेल? जाणूनबुजून तर राजास इथे आणले नसेल?

''जीवक, तुम्ही मला कुठे नेत आहात?'' त्याने विचारले, ''इथे काहीही नजरेस पडत नाहीय. इथे जर शेकडो भिक्खूंचे वास्तव्य असेल तर रात्रीचा चौथा प्रहर उलटून गेला असताना इथे त्यांच्या प्रवृत्ती नजरेस पडायला हव्यात.''

''महाराज आपण निश्चिंत असा.'' जीवकाने धीर दिला, ''भगवान तथागतांचा निवास असेल त्या ठिकाणी शांततेशिवाय दुसरं काही असूच शकत नाही. हजारो भिक्खूंच्या उपस्थितीतही अशांतीचं एकही चिन्ह दिसू शकणार नाही.''

राजचिन्हे प्रवेशद्वाराशी उतरवून अजातशत्रू जीवकासह 'वेळुवना'त प्रवेशला. 'वेळुवना'च्या सर्व मार्गांशी जीवक परिचित होता. तथागतांचे चंक्रमण चालू असेल,

हे गृहीत धरून त्याने सर्वांना गंधकुटीच्या परिसरात नेले. पण गेल्या कित्येक दिवसांपासून तथागतांना पाठीच्या वेदनेमुळे चंक्रमण जमत नसल्याचे त्यास ठाऊक नव्हते. गंधकुटीच्या दाराशी तथागत वृक्षाच्या पारावर लोडाच्या आधाराने लवंडले होते.

अजातशत्रुने तथागतांच्या समीप जाऊन वंदन केले. जीवक आणि इतरांनीही अभिवादन केले. तथागतांच्या आदेशानुसार सारे यथोचित आसनांवर बसले.

''महाराज, सारं कुशलमंगल आहे ना?'' तथागतांनी विचारले.

''देह कुशल आहे, पण भगवंत, आत्मिक कुशलता उपलब्ध होत नाही.'' अजातशत्रुने उत्तर दिले.

''महाराज, त्यासाठी कोणत्याही बाह्य पदार्थावर अवलंबून राहावं लागत नाही,'' तथागत शांत स्वरात म्हणाले, ''मानवाची सत्कर्म त्यास शांती प्रदान करत असतात आणि दुष्कर्म चित्तास व्यथित केल्याविना राहत नाहीत.''

''मनुष्य त्याच्या कर्मांद्वारेच उच्च वा नीच ठरत असतो, हे खरं आहे भगवंत?''

''महाराज,'' थोड्या अंतरावर उभ्या असलेल्या सेवकाकडे हस्तनिर्देश करत तथागतांनी विचारलं, ''हा तुमचा सेवक आहे आणि तुम्ही त्याचे स्वामी आहात, हे सत्य आहे?''

''होय, भन्ते.'' अजातशत्रु उत्तरला.

''तो तुम्हास वंदन करतो, तुम्ही त्यास वंदन करत नाही, महाराज हेही सत्य आहे?''

''होय तथागत, हेही सत्य आहे.''

''क्षणभर असं समजा, की हा सेवक संसारत्याग करून श्रमण बनला. मग तो तुम्हास वंदन करील की तुम्ही त्याला?''

''श्रमणाचं स्थान निःसंशय उच्च आहे भगवंत. मी त्यास प्रणाम केलाच पाहिजे,'' अजातशत्रु म्हणाला.

''याचाच अर्थ होतो की मनुष्याचं कर्म त्याला उच्च दर्जा प्रदान करतं. आज तुम्हाला वंदन करणाऱ्या सेवकाने काषायवस्त्रं धारण केली आणि शिरोमुंडण केलं की तुम्ही त्यास वंदन करता. स्वतःस निर्वाणमार्गावर नेण्याचं त्याचं कर्म त्याला मगधाधिपतीहून उच्च कक्षेस स्थापित करतं, यास तुम्ही कर्मफळ म्हणणार नाही का?''

अजातशत्रु निरुत्तर झाला. तथागतांनी सेवकाच्या कर्मफळाचे अत्यंत साधे आणि समर्पक उदाहरण दिले होते. त्यायोगे त्यांनी अजातशत्रुच्या मनात स्वपित्याच्या हत्येच्या दुष्कृत्याने अशांती जन्मास घातली आहे, हा विचार अत्यंत कणखरपणे

ध्वनित झाला होता. तो संकेत अजातशत्रुच्या कंठी शोष पाडणारा होता. आजवर कोणत्याही आचार्याने इतक्या कमी वेळात आणि कमी शब्दांत हा संकेत देण्याचे साहस केले नव्हते. दोन्ही हात जोडून त्याने डोळे मिटले आणि नतमस्तक होऊन तो उभा राहिला.

अजातशत्रुच्या मनात घोंघावणारा पश्चात्तापाचा प्रवाह, पूर आल्यागत दोन्ही काठ ओले करू लागला. आत्मिक शांतता त्याच्यापासून हाताच्या अंतरावर आल्याचे त्यास आपसूक जाणवले.

* * *

वैशालीची 'लिच्छवी प्रजा' अजातशत्रुच्या डोळ्यांत कुसळासारखी सलत होती. तरी आक्रमण करून ते गणराज्य मगधराज्यात समाविष्ट करण्यात त्याला एका प्रश्नाचा सामना करावा लागणार होता. लष्कराच्या दृष्टीने विचार करता, त्यास विजय प्राप्त होणारच असला, तरी त्यावर एका संभावित भयाचे सावट होते. 'लिच्छवी प्रजा' तथागतांचा अपार आदर करत असे. तथागतही धर्मयात्रेच्या संदर्भात खूपदा वैशालीस वास्तव्य करत. अजातशत्रु हे जाणून होता. 'लिच्छवी प्रजा' तथागतांचा आदर करत असे तसे तथागतही 'लिच्छवी प्रजे'च्या जीवनशैलीचा आदर करत, हे त्यास ठाऊक होते.

तथागतांचे वास्तव्य वैशालीस असताना, महानाम नावाच्या महानुभावाने त्यांचे अत्यंत आदराने आदरातिथ्य केले. महानामामुळेच कठोर वर्तनासाठी प्रसिद्ध असलेल्या लिच्छवी कुमारांनी मोठ्या संख्येने उपस्थित राहून तथागतांचे विचार श्रवण केले होते. एका विशेष सभेत तथागत म्हणाले होते, "लिच्छवी प्रजाजनांनो, जोवर तुम्ही मी सांगितलेल्या नियमांचं पालन करत असाल तोवर तुमची उन्नती होत राहील. कोणी तुमचा पराभव करणं अशक्य ठरेल. तुमचं राज्य आणि प्रजा सदैव प्रसन्न राहील."

तथागतांनी 'लिच्छवी प्रजे'स सांगितलेल्या धर्मानुचरणाचे नियम अजातशत्रुला ठाऊक होते. म्हणून या प्रजेस असंतुष्ट करून लष्करी बळावर विजय प्राप्त केला तरी तो क्षणिक असेल असे भय त्यास वाटत होते. 'लिच्छवी प्रजे'वर आक्रमण करण्याची त्याला तथागतांकडून परवानगी हवी होती. तथागतांना अंधारात ठेवून आक्रमण करणे वा विजय मिळवणे शक्य असल्याचे तो जाणून असला, तरी तसे केल्याने भिक्खू संघच नव्हे, तर मगध प्रजाही नाराज होणार होती. म्हणून अजातशत्रूच्या मनात; अमात्य वस्सकारास तथागतांकडे पाठवून स्वमनातील 'वज्जीप्रजे'विषयी असलेली भावना व्यक्त करावी, असा विचार आला. त्यानुसार त्याने वस्सकारास बोलावणे पाठवून आवश्यक त्या सूचनांसह तथागतांकडे पाठवले.

वस्सकार तथागतांकडे गेला. त्यांच्यासमोर नतमस्तक होऊन त्याने प्रणाम

केला आणि विनम्र स्वरात त्याने स्वामींच्या इच्छेस शब्ददेह दिला.

"भगवंत, महाराज अजातशत्रुंनी आपल्या चरणांशी वंदनसंदेश पाठवला आहे. कोणत्याही समर्थ राजाचं राज्यविस्ताराचं स्वप्न असतं तसं ते महाराजांचंही आहे. त्यांना चक्रवर्ती सम्राट बनावंसं वाटतं. त्यासाठी वैशालीच्या 'लिच्छवी प्रजे'स आपल्या प्रभावाखाली आणण्याचा त्यांचा संकल्प आहे. नंतर ते मगध प्रभावाचा प्रसार इतरत्र करतील. वैशालीचं पतन झालं तरच हे स्वप्न साकार होऊ शकेल."

क्षणभर तथागत काही बोलले नाहीत. मग निकट उभ्या असलेल्या आनंदकडे वळून त्यांनी विचारले, "आनंद तुला आठवतं, वैशालीच्या वास्तव्यकाळात 'लिच्छवी प्रजे'ने काही धर्मनियमांच्या पालनाचा स्वीकार केला होता? त्या नियमांचं अनुसरण होत असेल तोवर त्यांचा उच्छेद होणं शक्य नाही."

"होय भगवंत. मला हे आठवतंय."

"तर मग त्या नियमांचा तू वस्सकारांशी परिचय करून दे.

"अमात्य," वस्सकारांना उद्देशून आनंद सांगू लागला, "जोवर प्रजा स्वराज्याच्या संचालनासाठी एकत्रित होऊन सर्वमतांचा विचार करून निर्णय घेत असेल आणि निष्ठेने त्याचं पालन करत असेल, वयस्कांचा मानसन्मान ठेवून त्यांना पूजनीय समजत असेल, कुलस्त्रियांचं रक्षण करत असेल, तसेच अध्यात्म पुरुषांना व धर्मस्थानांना योग्य आदर करत असेल तोवर त्यांचा पराभव अशक्य आहे." हे सांगून आनंद म्हणाला, "हे वस्सकार, आमच्या माहितीप्रमाणे ते या नियमांचे अत्यंत चौकसपणे अनुशीलन करत आहेत."

"म्हणजे यातून असा अर्थ निघतो, की महाराज अजातशत्रूंनी त्यांचे मन जिंकावे, बळजबरी करून त्यांच्यावर विजय संपादन करण्याची इच्छा बाळगू नये." तथागतांनी समापन केले.

वस्सकाराने अजातशत्रू या भेटीचा अहवाल सादर केला तेव्हा तो विचारात पडला. या प्रजेस परास्त करायचे असेल तर तथागतांनी घालून दिलेल्या नियमांपासून ते च्युत होतील अशी व्यवस्था करायला हवी, असे त्याला वाटले.

अजातशत्रू तसा मार्ग शोधू लागला.

* * *

वक्काली नावाचा एक भिक्खू बऱ्याच दिवसांपासून प्रकृतिअस्वास्थ्यामुळे तथागतांचा उपदेश ग्रहण करण्यासाठी येऊ शकला नव्हता. त्याच्या देहात बऱ्याच रोगांनी घर केलं होतं. त्वचेचा दाह होत असल्याने तो स्नान करू शकत नव्हता. त्यास अन्नग्रहण करता येत नव्हतं. अनिद्रेमुळे तो भ्रमिष्टासारखा झाला होता. भिक्खू संघात जे उपचार शक्य होते त्याचा त्यावर फारसा उपयोग होत नव्हता.

तथागतांनी वक्कालीच्या अनुपस्थितीची नोंद घेऊन विचारपूस केली. आनंदने वक्कालीच्या अवस्थेची त्यांना जाण दिली. इतर भिक्खूंनीही त्यात भर घातली. म्हणून तथागतांनी आनंदला त्याची शुश्रूषा करण्यास पाठवले. वक्कालीला त्यांनी खास निरोपही पाठवला.

"हे भिक्खू, देह अनित्य आहे. देहविकारांचे तू निखळ साक्षीभावाने निरीक्षण कर. तू देह नव्हे, चैतन्य आहेस. चैतन्य नित्य आणि शाश्वत असते. देह हा चैतन्ययात्रेचा पाडाव आहे. त्या पाडावास नित्यस्थान मानून व्यथित होऊ नकोस, हाच तथागतांचा उपदेश आहे."

हा संदेश ऐकून क्षणभर वेदनामुक्त झाल्याची भावना वक्कालीस झाली. कधीपासून तथागतांचे दर्शन घेऊन त्यांची वाणी ऐकण्यासाठी तो आसुसला होता. स्वत: उठून जाणे दूर, कोणाच्या मदतीनेही दर्शनास जाणे त्याला जमण्यातले नव्हते. आनंदद्वारा तथागतांचा उपदेश प्राप्त झाला तेव्हा क्षणभर त्याला असह्य वेदनेचे विस्मरण झाले. डोळे पाणावले आणि पाहता पाहता तो रडू लागला. आनंदने त्याचे सांत्वन केले.

"भन्ते आनंद," तो म्हणाला, "जीवनात आता प्राप्त करण्याजोगे काही उरलेले नाही. माझा अंत समीप आहे. तथागतांचे दर्शन करून त्यांची अमृतवाणी कर्णसंपुटात साठवण्याची एकमेव इच्छा उरली आहे. पण मला आता चलनवलन जमत नाही. म्हणून माझ्या वतीने तथागतांची प्रार्थना करा."

आनंदच्या मनात अतीव करुणा उमटली. वक्काली आता मर्यादित काळाचा सोबती होता. त्याची अवस्था पाहून आनंदला तशी खात्री पटली. आनंदने वक्कालीची इच्छा तथागतांच्या कानांवर घातली तर ते नक्की आनंदच्या कुटीत जातील, हे वक्काली आणि आनंद दोघेही जाणून होते. त्यामागे कारणही होते.

काही वर्षांपूर्वी काही भिक्खू तथागतांचे परिचारक म्हणून सेवेस होते. त्यातील काही परिचारक तथागतांची नीट सेवा करू शकत नव्हते. म्हणून तथागतांची गैरसोय होत असे. तथागत आपणहून कोणाला काही सांगणे शक्य नव्हते. प्रत्येकाचे अपूर्णत्व त्यांना कळत असे आणि तक्रार न करता ते निभावून नेण्याची त्यांना सवय होती. पण सारिपुत्राने ही परिस्थिती ओळखली.

"भगवंत, आपल्या उपस्थापकाचे* काम करण्याची संधी आपण मला द्या." तो म्हणाला.

"सारिपुत्र, मी जिथे जाईन तिथे तू सतत माझ्याबरोबर असणं हे संघाचं अपार नुकसान ठरेल."

"ते कसं काय, भगवंत?"

"माझ्या अनुपस्थितीत तू अगदी माझ्यासारखा उपदेश देण्याचं काम करतोस.

तू माझ्याबरोबर असलास तर संघातील भिक्खूंना तो लाभ मिळणार नाही.''

सारिपुत्रास यातील वाखाणणी जाणवली. पण तो तसे बोलला नाही, की त्याने ताणून धरले नाही. पण त्याने आनंदला विचारले, ''तू तथागतांच्या उपस्थापकाचं काम करण्यासाठी प्रार्थना का करत नाहीस?''

''भन्ते सारिपुत्र,'' आनंद उत्तरला, ''जर भगवानांना माझी सेवा हवीशी वाटली तर ते स्वत: मला आज्ञा करतील. मी असं उपस्थापकाचं पद मागण्यात गौरव नाही.''

आनंदच्या मनातील भाव तथागतांना कळत होताच. एके दिवशी ते आपणहून म्हणाले, ''आनंद, आता माझी परिचर्या करणाऱ्याची जागा तू घे.''

''माफ करा भगवंत, पण...'' ते स्थान ग्रहण करण्यापूर्वी आनंद म्हणाला होता, ''आपल्या परिचर्येची जबाबदारी स्वीकारण्यापूर्वी आपण माझ्या काही मागण्यांकडे लक्ष पुरवायला हवं आहे.''

''हे काय आहे आनंद?'' तथागतांनी विचारले.

''भगवंत, आपला खासगी परिचारक या नात्याने आपल्याला मिळालेल्या चीवर वगैरे भेटींतून आपण मला कोणताही हिस्सा देऊ नये. आपल्याला उत्तम भोजन प्राप्त होईल तेव्हा त्यात माझा हिस्सा नसावा. गंधकुटीत माझ्या शयनाची व्यवस्था कधीही होऊ नये. ज्या ठिकाणी आपण निमंत्रित असाल तिथे माझं स्थान असावंच, असा आग्रह नसावा.''

आनंदच्या चारही मागण्यांमध्ये आत्मगौरव आणि निर्लेप भाव प्रतीत होत होते. अनासक्त राहण्याची त्याची भावना अत्यंत उदात्त होती. म्हणून तथागतांनी या मागण्यांचा तत्काळ स्वीकार केला.

''पण भगवंत, इथे माझं म्हणणं संपत नाही,'' आनंद पुढे म्हणाला, ''आपला उपस्थापक या नात्याने मला काही अधिकारही हवे आहेत.''

''अधिकार?'' बुद्धांनी विचारले. ''कसले अधिकार?''

''भगवंत, आपला उपस्थापक या नात्याने केव्हाही आपल्या दर्शनास कुटीत येण्याचा अधिकार, अन्य नगरांतून कोणी उपासक वा भिक्खू आला आणि मी प्रार्थना केली तर त्यालाही माझ्या सोबत येऊ देण्याचा आणि माझ्या अनुपस्थितीत आपण कुठेही उपदेशवाणीचा प्रसार केलात, तर परतल्यावर त्या वाणीचा लाभ मिळवण्याचा अधिकार मला हवा आहे.''

तथागतांनी आनंदच्या या म्हणण्याचाही स्वीकार केला. समग्र भिक्खू संघास हे ठाऊक होते. वक्काली त्यास अपवाद नव्हता. मृत्युशय्येवर असला तरी त्याची स्मरणशक्ती शाबूत होती. जर आनंदला विनंती केली, तर तो अवश्य बुद्धदर्शन घडवील, असा विश्वास त्यास वाटला.

आनंदने वक्कालीची विनंती खरोखर स्वीकारली. त्यामुळे मृत्यू जणू त्याच्यासाठी आनंदप्रद सोहळा बनला. आनंदच्या सांगण्यावरून तथागत वक्कालीच्या कुटीत गेले. त्याच्या पथारीपाशी ते आसनस्थ झाले. वक्काली अश्रुपूर्ण नेत्रांनी तथागतांना प्रणाम करण्याचा प्रयत्न करत होता. तोवर त्याचे हात-पाय, मस्तकच नव्हे, तर ओठही आखडले होते. ते हलणे अशक्यप्राय बनले होते. त्याने प्रयास केला, तरी त्याच्या ओठांतून एकही शब्द उमटला नाही. त्याची दैहिक अवस्था पाहून बुद्धांनी त्याचे सांत्वन केले.

"हे वक्काली, देह अनित्य आहे. त्यात मल, मूत्र, अस्थी, रक्त, पू वगैरे बत्तीस प्रकारच्या मलीनतेचा प्रादुर्भाव आहे. ही काया दुर्गंधाचं भांडार आहे. नाशवंत आहे. तिच्यात अनेक रोग दडलेले आहेत. सुंदर भासणारं शरीर म्हणजे या मलीनतेच्या भांडारावर रक्तमांसाचं लिंपण आहे. शरीराचं खोकं अत्यंत विचित्र आहे. त्यावरील जखमांची संख्या अपार आहे. या जखमा खूप वेदनादायी असतात. शरीराचा त्याग केल्याने जे चैतन्य शिल्लक उरेल, ते तू आहेस, वक्काली. हे चैतन्यं नित्यरूप आहे. तू नित्याची उपासना कर आणि अनित्याचा त्याग करून मोकळा हो."

वक्काली साश्रुनयनांनी तथागतांचा प्रत्येक शब्द अंतरात उतरवण्याचा प्रयास करत होता. पाहता पाहता त्याच्या चित्तात परमशांती भरून राहिली. त्याच्या म्लान मुद्रेवर अनोखी आभा पसरली. तथागतांच्या उपस्थितीत त्याला कधी नव्हे ती गाढ झोप लागली.

जाग आली तेव्हा का कोणास ठाऊक, पण त्याचा देह अनाम हल्लकपणाचा सुखानुभव घेत होता. कुशी पालटून तो स्वतःच्या हाताने पाणी घेऊन ते प्यायला. हे पाहून सारे चकित झाले. त्याने भोजनही घेतले.

हळूहळू वक्कालीचे स्वास्थ्य सुधारू लागले. ज्याचा मृत्यू काही क्षणांच्या अंतरावर होता तो वक्काली जीवनाच्या मार्गावर परत फिरला. काही दिवसांत तो हिंडूफिरू लागला आणि बोलूही लागला.

पण आता तो उदास असे. मृत्युशय्येवर असताना तथागतांनी सांगितले होते, त्याचा त्याला विसर पडत नव्हता. त्यास वाटत राही, की देह अनित्य आहे. गलिच्छ आहे. जुगुप्साप्रेरक आहे, रक्तामांसाचं लिंपण मात्र आहे. त्यात बत्तीस प्रकारच्या किळसवाण्या मलीन बाबींचा समावेश आहे, हे सारे तो क्षणभरही विसरू शकत नव्हता. जर देह असा आहे तर तो का सांभाळायचा? देह जुगुप्साप्रेरक असेल तर त्याचे लाड का करायचे? त्याचा त्याग करणेच उचित आहे. या विचाराने वक्कालीस जीवन प्राप्त झाल्याचा आनंद होणे दूर राहिले आणि हे विचार त्यास मानसिक उत्ताप प्रदान करत राहिले; परिणामी, तो अगदी मूक बनला.

एके दिवशी साऱ्यांना धक्कादायक बातमी कळली, वक्कालीच्या आत्महत्येची. कुटीच्या मागच्या बाजूस एक वृक्ष होता. दोरीचा फास आवळून त्याने एकांतावेळी वृक्षाच्या फांदीस ती दोरी बांधली. गलिच्छ आणि अनित्य अशा जुगुप्साप्रेरक देहापासून त्याने 'स्व'ला मुक्त केले. तो देहविहीन बनला.

वक्कालीच्या आत्महत्येची घटना फारशी जुनी झाली नव्हती. अशा वेळी वैशालीच्या भिक्खू संघात याहून मोठी दुर्घटना घडली. त्या वेळी भगवान तथागत बुद्धांचे वैशालीत वास्तव्य होते. या भिक्खूंसमक्षही देहाच्या अनित्यपणाच्या संदर्भात ते बरेच बोलले. शरीर अपवित्र आहे, ते नाशवंत आहे, अत्यंत अरुचीकर आहे. म्हणून देहाचे तादात्म्य त्यजून भिक्खूंनी एकांतात ध्यानधारणेत चित्त गुंतवावे, समाधिवस्था प्राप्त करावी आणि देह म्हणजे 'मी' नसून देहाचा त्याग केल्यावर शेष उरतो तो 'मी' असल्याची जाणीव ठेवावी. समाधिवस्थेत साक्षात्कार प्राप्त करण्याचा प्रयास करावा, असे त्यांनी भिक्खूंना प्रभावी वाणीने सांगितले.

नंतर तथागत दुसरीकडे गेले. सुमारे एका महिन्याने ते वैशालीच्या विहारात गेले, तेव्हा भिक्खू संघ निर्जन वाटला. म्हणून त्यांनी उरल्यासुरल्या भिक्खूंकडे पृच्छा केली, "इतर भिक्खू कुठे दिसत नाहीत?"

"भगवंत," उरलेल्या भिक्खूंपैकी एकाने उदास स्वरात सांगितले, "आपल्या उपदेशवाणीने प्रभावित होऊन त्यांनी देहत्याग केला."

"म्हणजे?" तथागतांनी विचारले.

"भदंत, देह अनित्य आहे, अपवित्र व नाशवंत आहे, अनेक रोगांचे निवासस्थान आहे वगैरेची जाणीव झाल्याने त्यांना अशा देहाचा त्याग करण्याची इच्छा झाली. सर्वांनी एकत्र बसून अशा देहाचा त्याग करून 'मी'पणातून मुक्त होण्याचा निर्णय घेतला. त्या साऱ्यांनी सामुहिक रीतीने आत्महत्या केली."

"आत्महत्या?" एकच शब्द उच्चारून बुद्धांनी डोळे मिटले. देह अनित्य असल्याचे त्यांनी सांगितले होते, पण त्याचे हे अर्थघटन त्यांना अभिप्रेत नव्हते.

राजगृहास परतल्यावर त्यांनी सारिपुत्र, मोद्गल्यायन, आनंद, महाकाश्यप, महाकात्यायन इत्यादी ज्येष्ठ भिक्खूंना बोलावून सर्व भिक्खू संघात आदेश प्रसारित करण्याचा निर्णय सांगितला.

"हे भिक्खूंनो, देह अनित्य आहे, हे खरं असले तरी चैतन्याचा देहाशी असलेला संबंध बळपूर्वक नष्ट करणं हे महापाप आहे. देहाची आसक्ती बाळगू नये, याचा अर्थ देहाचा त्याग करावा, असा होत नाही. उपासकांनी आणि भिक्खू संघानेही आत्महत्येचा निषेध केलेला आहे."

* * *

प्रव्रज्या ग्रहण करून बौद्ध भिक्खू संघात प्रवेश केल्यावर भिक्खू मालुंक्यपुत्र बराच काळ अत्यंत उत्साहाने तथागतांची उपदेशवाणी श्रवण करत असे. त्यात कधी चार आर्यसत्यांची बाब असे. कधी प्रतीत्यसमुत्पादाच्या कार्यकारणाची समीक्षा असे. कधी ते 'ब्रह्मविहार' वा 'कायगतानस्मृति'विषयी सांगत असत. पण त्यांच्या कथनात कधीही मोक्ष, स्वर्ग, पुनर्जन्म, आत्मा वा मरणोत्तर परिस्थितीचा उल्लेख नसे. मालुंक्यपुत्राने संघप्रवेश केला, त्यापूर्वी त्याने या सर्व गहन विषयांचा खूप अभ्यास केला होता. इतकेच नव्हे, तर कित्येक आचार्यांशी या विषयांवर चर्चाही केली होती. हे अगम्य ज्ञान प्राप्त करण्यासाठी त्याने खूप वैचारिक मंथन केले होते. तथागत बुद्धांच्या सान्निध्यात या गहन विषयांवर अधिक प्रकाश पडेल आणि आपणास नवी दृष्टी प्राप्त होईल, अशी त्याची अपेक्षा होती. म्हणून तो अत्यंत मन लावून आणि उत्साहाने बुद्धवाणी ऐकत असे. आज नाही तर उद्या, तथागत या विषयांवर बोलतील, अशी खात्री त्याला वाटत होती.

पण त्याला अभिप्रेत असणाऱ्या विषयांना तथागत कधी स्पर्श करत नसत. ते पाहून त्याला वैफल्य वाटू लागले. दृश्य जगत, दृश्य जगतातील दुःखे आणि त्यांच्या निर्वाणाचीच सतत चर्चा होणार असेल, तर भिक्खू संघात वेळ वाया घालवण्यात अर्थ नाही, असेही त्याला वाटू लागले. जग दुःखमय आहे आणि दुःखापासून मुक्त होण्यासाठी माणसाने 'सम्यक वाणी' आणि 'सम्यक संकल्प' वगैरेंचे अनुसरण करावे, यासाठी जर वर्षानुवर्षं व्यतीत करायची असली, तर भिक्खूजीवन व्यर्थ आहे, असे त्यास वाटले. जीवन म्हणजे काय, मृत्यू म्हणजे काय, मृत्युनंतर आत्म्याचे काय होते, पुनर्जन्म आणि पूर्वजन्म कसा असू शकतो, काय केल्याने स्वर्ग आणि मोक्ष प्राप्त होतात, हे गूढज्ञान प्राप्त होणार नसेल तर भिक्खू संघाचा त्याग करणे त्यास योग्य वाटू लागले.

"भगवंत," एके दिवशी त्याने तथागतांसमक्ष आपल्या वैचारिक घुसमटीस वाचा फोडली, "भिक्खू संघात प्रव्रज्या घेण्यापाठी माझा विशिष्ट उद्देश होता. मला मोक्ष, पुनर्जन्म, आत्मा, परमात्मा इत्यादी ज्ञान प्राप्त करण्याची इच्छा होती. आपली उपदेशवाणी मी मनापासून आणि तन्मयतेने श्रवण करतो. पण त्यातून मला हवं आहे ते ज्ञान प्राप्त होत नाही. म्हणून हे तथागत, मला या विषयांबाबत मार्गदर्शन करा, अशी विनंती मी करतो."

"आयुष्यमान," तथागत बोलू लागले, "ज्या विषयांचं ज्ञान तुला हवं आहे, त्या विषयांवर आपण अनंतकाल चर्चा केली तरी आपली आध्यात्मिक उन्नती होणार नाही."

"माफ करा, तथागत, पण आपण काय म्हणताहात ते मला कळले नाही."

"आवुस, तू एखाद्या अरण्यातून मार्गक्रमण करत आहेस असं समज. अशा नीरव जंगलात अचानक एक बाण वेगाने येऊन तुझ्या देहास भिडला तर काय होईल?"

"मी रक्तबंबाळ होऊन पृथ्वीवर पडेन, तथागत."

"बरोबर. हे उत्तर अगदी बरोबर आहे मालुंक्यपुत्रा," तथागत म्हणाले, "आता असं समज, की रक्तबंबाळ अवस्थेत तू पृथ्वीवर पडला असलास तरी तू पूर्णपणे शुद्ध गमावलेली नाही. अशा वेळी तिथून जात असलेल्या दुसऱ्या प्रवाशास तू दिसलास तर तो काय करील?"

"समानधर्मा सज्जन असेल तर तो माझ्या देहातून तीर खेचून काढील. शक्य असल्यास जखमी भागास मलमपट्टी करील आणि माझ्या जखमी देहास चिकित्सकाकडे नेईल."

"छान! तू अद्भुत सत्याचा उच्चार केला आहेस. आयुष्यमान, यातच तुझ्या प्रश्नाचे उत्तर आहे."

"ते कसं काय?" मालुंक्यपुत्र बुचकळ्यात पडला.

"आवुस, क्षणभर तू असं समज की तुला मदत करू इच्छिणाऱ्या नवागतास तू आधी प्रश्न विचारलेस. तुम्ही कोण आहात? कुठून आला आहात? कुठे जात आहात? मला बाण मारणारा शिकारी कोण होता? त्याचा बाण लोखंडाचा होता की दुसऱ्या कुठल्या धातूचा? त्याच्या टोकावर विष होतं की नाही? त्या शिकाऱ्याचा हेतू माझी हत्या करण्याचा होता, की शिकार करताना नेम चुकून त्याचा बाण मला लागला? या सर्व प्रश्नांची योग्य उत्तरं मला दिली तरच मी या उपचारांचा स्वीकार करीन. तू असा आग्रह धरलास तर त्याचा काय परिणाम होईल?"

"जखमांवर त्वरित उपचार होणं आवश्यक असतं. त्यात विलंब झाल्यास वेदनेत अपार वाढ होते. शुश्रूषा करू न देता मी वितंडवाद घातला तर तो माझा मूर्खपणा ठरेल आणि माझा मृत्यू अटळ ठरेल भगवंत."

"तर मग मालुंक्यपुत्रा," भगवंत समजावू लागले, "हे जीवन दुःखमय आहे. म्हणून त्या दुःखाचं निवारण करणं पहिलं काम असावं की मोक्ष? परमात्मा वगैरे विषयांवर व्यापक चर्चा-विचारणा करण्यात शहाणपण आहे? जन्म, जरा, रोग, मृत्यू हे सारं अटळच आहे. ते कोणाला चुकलेलं नाही. ज्यांतून आपल्याला जावं लागत आहे, त्याच्या विचारास प्राधान्य द्यावं. त्याऐवजी अदृश्य आणि अगम्य बाबींचा शोध घेण्यासाठी कष्ट केले तर तो काळ आणि शक्तीचा अपव्यय ठरतो. व्याधी ही वर्तमान आहे. त्यातून मुक्त होता येणार नसले, तरी अगम्य बाबींच्या प्रश्नात वेळ घालवला, तर ती पीडा वाढेल हे नक्की."

मालुंक्यपुत्र स्तब्ध होऊन ऐकत होता. तोवर तत्त्वज्ञानात - दर्शनात जे लाधले नव्हते तसे तत्त्वज्ञान लाधत असल्याची जाणीव त्यास झाली. बुद्ध बोलतच होते.

"आणि हे भिक्खू, प्रिय बाबींचा वियोग आणि अप्रियाची प्राप्ती हे आपण टाळू शकणारच नसलो तर त्याच्या निराकरणासाठी प्रिय आणि अप्रिय यांतील भेद नष्ट केला पाहिजे. दोन्हींसाठी समभाव निर्माण करणं जमलं तर दुःखापासून मुक्त होता येतं. दुःखमुक्त झालं की, सारी गूढ रहस्यं आपसूक स्फुट बनतात."

मालुंक्यपुत्रास हे तत्त्वज्ञान अगदी अनपेक्षित वाटले. त्याला परमात्म्याचे दर्शन घेण्याची इच्छा होती. शंख, चक्र, गदा, पद्मधारी ईश्वरास बघण्याची त्याची कामना होती. त्याला मोक्ष हवा होता. निदान पुनर्जन्मात इच्छित अवतार धारण करण्याची त्याला इच्छा होती. या इच्छा तथागतांच्या वाणीत विरघळून गेल्या.

मागन्दिय नावाचा एक ब्राह्मण सामुद्रिक विद्येचा अभ्यासक होता. त्याच्या पत्नीने कन्या प्रसवली तेव्हा या ब्राह्मणाने तिच्या देहावरील जन्मखुणा तपासल्या. त्या जन्मखुणांना अनुसरून तो तिच्यायोग्य वर शोधणार होता. सामुद्रिक विद्येत अशा जन्मखुणांच्या कन्येसाठी ज्या जन्मखुणा असलेला वर सुचवला होता, ती चिन्हे शोधण्याचा त्याचा मानस होता. त्याची कन्या सुप्रिया उपवर झाली तेव्हा त्याने ठरवल्याप्रमाणे त्या जन्मखुणा असलेल्या वराचा शोध आरंभला. पण प्रयत्नांची पराकाष्ठा केली तरी तसा वर तो शोधू शकला नाही.

कोणत्याशा कारणाने तो राजगृहास गेला. राजगृहाच्या मार्गावर भिक्षाटन करणारे बुद्ध त्याच्या नजरेस पडले. त्यांच्याविषयी त्याने काही ऐकले नव्हते. पण त्यांना पाहून त्याच्या आश्चर्यास पारावार उरला नाही. कारण त्यांच्या देहावर तो शोधत असलेली सारीच्या सारी चिन्हे उपलब्ध असलेली त्याला दिसली. कित्येक दिवसांपासून तो ज्यांचा शोध घेत होता, ती व्यक्ती चीवरधारी असावी, याचे त्याला नवलही वाटले. तरी आपल्या कन्येसाठी हाच पती योग्य आहे, असे मागन्दियास वाटले. काहीही तपास न करता तो आनंदाने बेभान होऊन त्यांच्या निकट धावला. नम्रतेने मस्तक नमवून तो उभा राहिला.

"भदंत, मी मागन्दिय ब्राह्मण आहे. सामुद्रिक विद्येचा अभ्यासक आहे. माझ्या कन्येच्या-सुप्रियेच्या देहावर ज्या जन्मखुणा आहेत, त्यायोग्य पती मी तिच्यासाठी शोधत आहे. आपल्या देहावर तिचा पती होण्यालायक सर्व जन्मखुणा असलेल्या पाहून मी आपल्याकडे आलो आहे. आपण माझ्या कन्येचा स्वीकार करावा.."

तथागत क्षणभर मागन्दियाकडे बघत राहिले; पण त्यांच्या मुद्रेवरच्या रेषांत सुतराम फरक पडला नाही. अत्यंत स्वस्थ स्वरात ते बोलू लागले...

"हे ब्राह्मणा, शरीर नाशवंत आहे, या सत्याची जाणीव झाल्यानंतरच मी

श्रमणधर्म स्वीकारला आहे. श्रमणधर्मात ब्रह्मचर्येचे परिशीलन अत्यावश्यक असते. तुझ्या कन्येचं पाणिग्रहण मी करू शकत नाही.''

''हे श्रमणा, माझी कन्या विदुषी आहे. ती खऱ्या अर्थाने तुझी सहधर्मचारिणी बनू शकण्यास समर्थ आहे; शिवाय ती अत्यंत सुंदर आहे.'' समर्थनार्थ जे सांगणे शक्य होते, ते मागन्दियाने सांगितले.

''आयुष्यमान,'' तथागत शांत स्वरात उत्तरले, ''सांसारिक सुखांची घृणा आल्याने मी संसारत्याग केला. इतकंच नव्हे, तर मी आपणहून ब्रह्मचर्य स्वीकारलं आहे. कामसुखाची लालसाही माझ्या मनात उरलेली नाही. म्हणून मी तुझ्या कन्येचा स्वीकार करणं कदापि शक्य नाही.''

''मी ऐकलं आहे, की माणूस श्रमण बनला की किंवा जरावस्थेने ग्रासला तरी कामसुखाच्या विचारांपासून तो मुक्त होत नाही.'' मागन्दियाने चिकाटीने तर्क सादर केला.

''हे ब्राह्मणा, जळात पडलेल्या काष्ठास तू अग्नीने प्रज्वलित करू शकशील का?''

''नाही. ते अशक्य आहे, पण...'' मागन्दिय धीर न सोडता वाद घालत राह्यला, ''अशा काष्ठाला जळापासून खूप वेळ दूर ठेवलं तर ते जमू शकेल.''

''जळापासून दूर केलेलं काष्ठही आतून ओलं असू शकतं. तसं असल्यास त्यास प्रज्वलित करता येईल?''

''नाही. काष्ठ आतून ओलं असेल तर ते जलापासून दूर नेलं तरी पेटणार नाही.'' मागन्दियाने कबूल केले.

''म्हणजे काष्ठ सुकलं असेल आणि त्यास पाण्यापासून दूर ठेवलं असेल तर ते पेटवता येतं, खरं ना?''

''होय श्रमणा,'' मागन्दिय उत्तरला.

''तर मग हे ब्राह्मणा, मी संसाररूपी सरितेपासून मुक्त झालो आहे. त्यामुळे माझ्यात कामसुख वगैरे भावनांचा ओलावा उरलेला नाही. वैराग्यरूपी अग्नीने मी प्रज्वलित आहे. म्हणून मी तुझ्या कन्येचा स्वीकार करणं अशक्य आहे.''

मागन्दिय अत्यंत आदराने बघत राहिला. त्याच्या मनात तथागतांविषयी पूज्यभाव निर्माण झाला. त्यांच्या वाणीत अपार करुणा आणि निखळ सत्यार्थता झंकारत होती. मागन्दिय विलक्षण प्रभावित झाला. तो गुडघे टेकून बुद्धांच्या चरणांशी बसला. नतमस्तक झालेल्या मागन्दियाच्या मुखातून अनायासे शब्द उमटले, ''भगवंत, मला उपदेश करा.''

मागन्दिय बुद्धांबरोबर 'वेळुवना'त गेला. तिथे तथागतांनी उपासक म्हणून त्याचा स्वीकार केला.

"बंधो," तथागतांचा निरोप घेऊन परतलेला मागन्दिय आपल्या लहान भावास सारी हकीकत सांगून म्हणाला, "तथागतांनी उपासक म्हणून माझा स्वीकार केला आहे. पण मी प्रव्रज्या घेऊ इच्छितो. तू माझ्या मुलीच्या विवाहाची जबाबदारी घेतलीस तर मी उपकृत होईन."

वडील बंधूची शुभ भावना लक्षात घेऊन धाकट्या भावाने ही जबाबदारी स्वीकारली. मागन्दिय 'वेळुवना'त परतला. योग्य वेळी भगवान बुद्धांनी त्याला प्रव्रज्या देऊन भिक्खू संघात सामावून घेतले.

पण बुद्धांनी पित्याने ठेवलेला लग्नाचा प्रस्ताव स्वीकारला नाही उलट; त्यांनाच बौद्ध भिक्खू बनवले, याचा सुप्रियास राग आला. तिच्या मनात तथागतांविषयी प्रचंड नापसंती निर्माण झाली. पाहता पाहता तिचे वैराग्नीत रूपांतर झाले. ती सुंदर, चतुर आणि विदुषी होती. तिने या साऱ्या आयुधांचा उपयोग करून बुद्धांवर सूड घ्यायचे ठरवले आणि ती योग्य क्षणाची प्रतीक्षा करू लागली.

कौसंबीचा राजा उदयन याच्या अंत:पुरात असंख्य राण्या होत्या. तरी त्यांची सौंदर्यलालसा कमी झाली नव्हती. कोणी सुंदरी नजरेस पडली की लगेच तो तिला राणी करण्यास उतावीळ होत असे. त्याने एकदा राजरस्त्यावर सुप्रियास बघितले. तिच्या सौंदर्याचा मोह न पडणे त्याला अशक्यच होते. तो लगेच तिच्या काकास भेटला आणि त्याने लग्नाचा प्रस्ताव ठेवला. कौसंबीचा राजा आपला जावई होणार, ही कल्पना काकास सुखावणारी होती. सुप्रियाला त्याने जेव्हा हे सांगितले तेव्हा तीही उत्तेजित झाली. ब्राह्मणकन्या राजाची राणी होणार, या विचाराने तिला झपाटले.

थोड्याच कालावधीत सुप्रिया कौसंबीची राणी झाली. तिने कल्पनाही केली नव्हती तितक्या सहजतेने तिची मनोकामना पूर्ण होण्याचा क्षण तिला दिसला. बुद्ध आणि त्यांचे भिक्खू कौसंबीस गेले. ते नगरात काही काळ वास्तव्य करणार होते. सुप्रियास हे कळले आणि तिला अपार आनंद झाला. तिने नगरातील काही बलवंत आणि दुष्ट वृत्तीच्या गुंडांना बोलावून घेतले. त्यांना खूप धन देऊन तिने काही सूचना दिल्या-

"बुद्ध आणि त्यांचे भिक्खू नगराच्या मार्गावर जिथे दिसतील तिथे त्यांना हाडहाड करा. शिव्यागाळी करा. नगरातील कोणत्याही घरातून त्यांना भिक्षा मिळणार नाही, अशी व्यवस्था करा. कोणी विरोध करण्याचा प्रयत्न केला तर मारहाण करण्यातही कसर सोडू नका."

धनाच्या मोहाने त्यांनी हे काम स्वीकारले. बुद्ध आणि त्यांचे इतर भिक्खू सकाळपासून संध्याकाळपर्यंत घरोघर भिक्षा मागायला जात; पण त्यांना कोणीही भिक्षा घालत नसे. ते भाडोत्री गुंड त्यांच्या मागावरच असत. ते भिक्खूंचा

अपमान करत. शिवीगाळीच नव्हे, तर त्यांच्यावर दगड मारण्यासही कमी करत नसत. घोळका करून त्यांची हुर्यो उडवत. थोड्याच कालावधीत भिक्खू या जुलमास कंटाळले. ते तथागतांना विनंती करायला गेले.

"भगवंत, ज्या नगरातील प्रजा असे अपमानजनक आणि घृणास्पद वर्तन करत असेल, त्या नगरात आपण का राह्यचं? आमची आपणास प्रार्थना आहे, की आपण कौसंबी सोडून इतरत्र जाऊ."

"पण हे भिक्खूंनो," बुद्ध म्हणाले, "दुसऱ्या नगरातही असा व्यवहार करणारी प्रजा भेटली तर?"

"तर आपण तिसरीकडे जाऊ."

"असा आपण किती नगरांचा त्याग करणार?" बुद्धांनी समजावले, "नवे क्लेश उत्पन्न करण्यापेक्षा जे समोर आहे त्याचा स्वीकार का करू नये? क्लेशांकडे दुर्लक्ष करणंच हिताचं असतं. ती प्रकृती नसून विकृती आहे. विकृती यथासमय शमणार असते. प्रकृतीच सदासर्वकाळ राहणार असते. या विकृतीची उपेक्षा करा आणि काही दिवस तिच्या शमनाची प्रतीक्षा धैर्याने करा."

आणि खरोखर तसे घडलेही.

भिक्खू शिवीगाळ आणि अपमान यांकडे लक्ष देत नसल्याचे पाहून ते आपसूक थांबले. मुख्य म्हणजे, लोकांच्या मनात बुद्ध वा त्यांच्या भिक्खूंविषयी वैर नव्हते. भिक्खूंनी केलेल्या अपमानाच्या उपेक्षेने उलट त्यांच्या मनात आदरभाव उत्पन्न झाला. ते भिक्षा घालू लागले. या संदर्भात तथागतांनी भिक्खूंना शिकवण दिली...

"भिक्खूंनो, कौसंबीचे प्रजाजन आता पापमुक्त झाले आहेत. तुमचंही अपयश धुतलं गेलं आहे. चला, आता आपण दुसऱ्या नगरात जाऊ."

तळटीप-

* उपस्थापक : दैनंदिन व्यवहारात मदत करणारा परिचारक.

६ कपिलवस्तु

राजकुमार सिद्धार्थने राजप्रासादाचा त्याग केला, त्यास आठ वर्षे उलटून गेली होती. शुद्धोदन राजा वृद्ध झाला होता. सिद्धार्थने ज्याचा जन्मत: त्याग केला होता तो पुत्र राहुल आठ वर्षांचा कुमार बनला होता. पाहता क्षणी आवडावा, असा तो लाघवी होता.

पती सिद्धार्थ तथागत बुद्ध बनल्याची घटना दोन वर्षे जुनी झाली होती. बौद्ध भिक्खू संघात कधी साध्वींचा समावेश होईल, हे तोवर कोणाच्या कल्पनेतही नव्हते. यशोधरा श्वेत वस्त्रे परिधान करत असे. सौभाग्यसूचक दोन कंकणांचा अपवाद वगळता तिने अलंकारांचा त्याग केला होता. हौसेने केशरचना करणे वा त्यात फुले माळणे वगैरे घटना आता तिच्या लेखी अतीत बनल्या होत्या. भोजनगृहात कितीही स्वादिष्ट भोजन वाढले जात असले, तरी यशोधरा अत्यंत साधे आणि सात्त्विक जेवण घेत असे. तिने छत्रिपलंगावर झोपणे सोडले होते. तिची पथारी जमिनीवर असे. ध्यान वा समाधीचा अनुभव घेतला नसला, तरी त्याविषयी तिने ऐकले होते. पतीने गृहत्याग केल्यापासून ती सूर्योदयापूर्वी उठत असे. ध्यानधारणेत परमतत्त्वाचे चिंतन करताना ती अंतरात खोल बुडी मारून प्रश्न विचारी... पती सिद्धार्थने त्याग करावा, असे तिच्याकडून काय घडले? असे कोणते बुद्धत्व आहे, जे सांसारिक धर्माचे अनुशीलन करून प्राप्त होत नाही? निर्वाणमार्गे सिद्धी प्राप्त केलेली व्यक्तीच तिच्यावर ज्यांचे जीवन समग्रतेने आधारित आहे, त्या सर्वांना अनाथ कसे करते? सर्वांनी बुद्धमार्गाने मार्गक्रमणाचा निश्चय केला, तर प्रकृतिरचित संसाराचे काय होईल? इतरांचे ठीक, पण ज्याचे पृथ्वीलोकावर आगमन पित्यामुळे झाले आहे, त्या अपत्यासाठी पित्याचे दर्शन दुर्लभ होणे योग्य आहे? राहुलने अजून पित्यास बघितले नाही, त्याचे काय? चिंतनावस्थेत असताना तिच्या मनात प्रश्नांचे पेव फुटत असे. पण एकाही प्रश्नाचे समाधानकारक उत्तर मात्र तिला गवसत नसे.

राजा शुद्धोदनास यशोधरेची मानसिक अवस्था दिसत होती आणि कळतही होती. पुत्र सिद्धार्थने आर्यावर्तात चक्रवर्ती सम्राट म्हणून स्थापित होणे टाळून

प्रखर धर्मोपदेशक म्हणून नाव मिळवल्याचे तो ऐकून होता. पुत्रास जन्म, मृत्यू वगैरेंच्या संदर्भात अनेक युगे गूढ ठरलेली माहिती प्राप्त झाली आहे, हेही त्याला कळले होते. माता गौतमी प्रजापती पुत्रास भेटण्यास-निदान त्याला बघण्यास उत्सुक होत्या.

कपिलवस्तुचे प्रजाजन राजकुमाराच्या राजप्रासादाची घटना विसरले नव्हते. दोनेक वर्षांपासून त्याने कोणतीशी परमसिद्धी प्राप्त केल्याचे तेही ऐकून होते. बौद्ध भिक्खू संघाचा शास्ता बनलेला आपला राजकुमार आता कसा दिसत असेल, हे जाणण्याची उत्सुकता त्यांच्याही मनात होती. राजकुमार सिद्धार्थचे व्यक्तिमत्त्व अत्यंत मोहक असल्याचे त्यांना ठाऊक होते. पण तथागत बुद्धांच्या वाणीत अनोखी मोहिनी प्रगट झाल्याचे कळल्यावर त्या मोहिनीचा प्रत्यय प्राप्त करण्याची मनीषा त्यांच्या मनात जन्मली होती. कारण भोगविलासात रमलेल्या भल्याभल्या श्रेष्ठी आणि श्रीमंतांना त्याने चुटकीसरशी भिक्खू संघात सामील करून घेतले असल्याच्या वार्ता त्यांच्या कानी पडल्या होत्या. नगरात येणारे प्रवासी वा यात्रिक तथागतांच्या संबोधनांच्या चितरकथा ऐकवत, त्या ऐकून प्रजाजन प्रभावित होत व आश्चर्याच्या सागरात गटांगळ्या खाऊ लागत.

शुद्धोदन राजाच्या मनातही खूप काळ संघर्ष चालू होता. अपार मनोमंथनानंतर त्याने निर्णय घेतला. पुत्र सिद्धार्थ म्हणून नव्हे, पण तथागत बुद्ध म्हणून त्याला सहज भावनेने कपिलवस्तुस येण्याचे निमंत्रण धाडावे, असा विचार करून त्याने दोन विश्वासू अमात्यांना बोलावणे धाडले.

"हे अमात्यांनो, आज जी कामगिरी तुमच्यावर सोपवण्याचा विचार आहे, ती कदाचित जीवनातील अंतिम कामगिरी असू शकेल. तथागत बुद्धांचं वास्तव्य असेल त्या विहारात तुम्ही दोघांनी जावं आणि माझ्या वतीनं त्यांना आपल्या नगरात येण्याचं निमंत्रण द्यावं, असं मला वाटतं." राजाने आपल्या इच्छेस शब्दरूप दिले.

अमात्यांना यात काही अस्वाभाविक वा अनुचित वाटले नाही; उलट, हे उत्तम कार्य करण्याची संधी महाराजांनी आपल्याला दिली, हा त्यांना बहुमान वाटला. आठ वर्षांपूर्वी अगोचर दुनियेत अदृश्य झालेल्या राजकुमार सिद्धार्थचे लोभस स्मरण त्यांच्या मनात होतेच. त्यांनी बुद्धांचे वास्तव्य तेव्हा राजगृही असल्याची माहिती प्राप्त केली. राजाज्ञेनुसार त्यांनी लगेच राजगृहास प्रयाण केले.

कपिलवस्तुचे दोन अमात्य 'वेळुवना'त पोहोचले तेव्हा तिथे श्वासाचाही आवाज ऐकू यावा, अशी नीरव शांतता होती. असंख्य भिक्खू पाषाणाची प्रतिमा असल्यागत स्तब्ध बसले होते. तथागतांचे निवासस्थान असलेल्या 'गंधकुटी' येथील त्या प्रांगणात एका वृक्षाच्या उंच पारावर तथागत आसनस्थ झाले होते. ते या भिक्खूंना

जीवनाच्या परमसत्यांचा परिचय करवून देत होते. आगंतुक अमात्यांनी असे अपूर्व दृश्य कधीच बघितले नव्हते. जटाधारी साधू, संन्यासी मोठमोठ्याने मंत्रोच्चार करत असणे, वा शास्त्रार्थाच्या कोणत्याशा मुद्द्यांवर वितंडवाद घालत असणे वा यज्ञवेदीतील हवि-होमामुळे निघालेल्या धुराने आकाश काळवंडलेले असणे, वगैरे त्यांच्या परिचयाचे होते. शिरोमुंडण केलेल्या काषायवस्त्रधारी श्रमणाच्या मुखातून अविरत स्रवणारी वाणी; इतके सारे भिक्खू असे शांत राहून ऐकत असणे त्यांना नवलप्रद वाटले. दोन्ही अमात्य हे दृश्य पाहून प्रभावित झाले. आठ वर्षांपूर्वी ज्या राजकुमारास आपण सतत बघत होतो, त्याचे हे प्रगल्भ रूप त्यांना आनंदित करत होते. आपल्यामुळे या शांततेस नख लागू नये, यासाठी ते सतर्क बनले. एका वृक्षाखाली उभे राहून तथागतांच्या तेजाकडे ते शांतपणे बघत होते. राजकुमाराच्या चेहऱ्यावर अनोखी आभा पसरली असल्याचे त्यांना जाणवले. त्या वाणीत परम सिद्धीचा स्पर्श झंकारत होता. दोन्ही अमात्य केवळ प्रकृतीचा अंश असल्यागत श्वसत होते. बुद्ध वाणी आणि त्यांचे कथन यांच्या अनोख्या संस्पर्शाने त्यांच्या चित्तात अनाम तरंग उमटत होते.

उपदेश संपताच घनगंभीर घोष सुरू झाला, 'बुद्धं सरणं गच्छामि। धम्मं सरणं गच्छामि। संघं सरणं गच्छामि।'

दोन्ही अमात्यांनी एकमेकांकडे बघितले. हा घोष त्यांना नवीनतम वाटला. सारे भिक्खू स्वस्थानावर उभे राहून तथागतांना प्रणिपात करून विखुरले. दोन्ही अमात्य बुद्धांच्या निकट गेले. त्यांनी तथागतांना प्रणाम केला. तथागतांनी त्या दोघांना ओळखले आणि त्या ओळखीचा प्रतीकात्मक स्वीकार केला. उजवा हात वर करून त्यांनी अमात्यांचे स्वागत केले.

"तथागत," एक अमात्य बोलू लागला, "आपल्या वाणीच्या श्रवणाने आम्ही धन्यतेचा अनुभव घेतला. अनेक वर्षांपासून जे प्रश्न आम्हाला सतावत होते त्याचं निराकरण आपल्या कथनात सापडलं."

"अशा परमशांतीचा अनुभव आम्ही आजवर कधी घेतला नव्हता, भगवंत," दुसरे अमात्य आदराने म्हणाले, "ही शांती आमच्या जीवनाचा सदैव हिस्सा बनो, असा आम्हाला आशीर्वाद द्या."

"सारिपुत्रा," निकट असलेल्या धर्मसेनापतीस उद्देशून तथागतांनी आदेश दिला, "या अमात्यांना प्रव्रज्या देण्याची तयारी करा."

आणि बुद्धांना कपिलवस्तुस निमंत्रित करण्यासाठी 'वेळुवना'त गेलेले दोन्ही अमात्य भिक्खू संघात सामील होऊन चीवरधारी श्रमण बनले.

कपिलवस्तु नगरीत जेव्हा हे वृत्त पोहोचले तेव्हा नगरीत हाहाकार माजला. ज्यांनी वर्षानुवर्षे अमात्याच्या उच्चपदाची जबाबदारी यशस्वीपणे पेलली, अशा

वयस्क अमात्यांनी क्षणार्धात आपली पत्नी, माता-पिता वा अपत्यांचा स्नेहसंबध तोडून त्यांना अनाथपण प्रदान करण्याचे कठोर काम करून श्रमण बनावे, हे अनपेक्षित होते. ते ऐकून सारे स्तब्ध बनले. अमात्यांचे कुटुंब आक्रोश करत शुद्धोदन राजाकडे धावले. कुटुंबातील अत्यंत स्नेहाच्या व्यक्तीची राजा शुद्धोदनाने अकाली हत्या करवली असावी, अशा असहाय्यतेने ते शोक करत होते.

राजासाठीही ही घटना अत्यंत अनपेक्षित आणि धक्कादायक होती. तरी त्याने सर्वांना धीर दिला. त्यांचे सांत्वन केले. या संदर्भात जे करणे शक्य असेल ते करण्याची खात्रीही दिली.

पण एकूणच या घटनेने नगरजनांच्या मनात अपार अस्वस्थता निर्माण केली. सर्वांच्या मनात राजकुमार सिद्धार्थविषयी नक्कीच सद्भाव होता. त्याच्या मधुर आठवणीही होत्या. आपुलकीमुळे त्याने प्राप्त केलेल्या सिद्धीने नगरजनांच्या मनात अपार गौरवभावना निर्माण केली होती. त्याचे दर्शन घेण्याची आणि त्यांचे अनाकलनीय तत्त्वज्ञान जाणून घेण्याची उत्सुकता त्यांच्या मनात होती. तरी जे घडले ते पाहून अनाम खेदही त्यांच्या मनात घुसला. राजा शुद्धोदन विचारात पडला. तोवर प्रत्येक कार्य अत्यंत जबाबदारीने पार पाडणाऱ्या वयस्क अमात्यांना राजाज्ञेचे आणि 'वेळुवना'त येण्याच्या कार्यकारणाचे विस्मरण व्हावे, त्यांनी तथागतांच्या मोहक वाणीस बळी पडावे, हे धक्कादायक होते. अमात्यांसारखी व्यक्ती हे कार्य करू शकत नसेल, तर तथागतांना कपिलवस्तुस निमंत्रित करण्याचे कार्य करण्याची क्षमता कोणात असेल? असा त्यांना प्रश्न पडला. कोणी स्वत:च्या कुटुंबास उघड्या डोळ्यांनी धोका निर्माण होऊ देणे शक्य नाही, हे राजास प्रकर्षाने जाणवले.

मग राजास 'काळुदायी'चे स्मरण झाले.

'काळुदायी' हा शाक्य गणतंत्रातील सर्वांत तरुण अमात्य होता. सिद्धार्थचा जन्म झाला, त्याच दिवशी तोही जन्मला होता. त्याचे पिता कपिलवस्तुच्या मंत्री परिषदेचे ज्येष्ठ सदस्य होते. त्यांनी त्याचे 'उदायी' असे नामकरणही केले होते; पण जन्मदत्त वर्णास अनुलक्षून सारे त्याला प्रेमाने 'काळुदायी'च म्हणत. पुढे त्याचे 'उदायी' नाव विस्मरणात ढकलले जाण्याइतके 'काळुदायी' हे नाव प्रचलित झाले.

समवयस्क असल्याने 'काळुदायी' व राजकुमार सिद्धार्थ यांच्यात घनिष्ठ मैत्री होती. बाल्यावस्थेपासून ते जवळपास बरोबर वाढले होते. योग्य समयी राजाने सिद्धार्थचा विवाह करून दिला. त्याचे दांपत्यजीवन सुरू झाले, तरी 'काळुदायी'शी असलेल्या त्याच्या मैत्रीत फरक पडला नाही. 'काळुदायी'स दांपत्यजीवनाचे आकर्षण नव्हते. पित्याच्या मृत्यूनंतर अगम्य कारणास वश होऊन अलिप्त मनाने तो सिद्धार्थची सावली बनला. राजकुमार सिद्धार्थने गृहत्याग केला तेव्हा राजाने गणपरिषदेत 'काळुदायी'च्या पित्याच्या मृत्यूमुळे रिकाम्या झालेल्या जागी त्याची

स्थापना करण्याचा विचार मांडला. त्याचा स्वीकारही झाला. अत्यंत अननुभवी असूनही फार थोड्या काळात 'काळुदायी'ने आपले तेज सिद्ध केले. त्याने राजाचा विश्वासही संपादन केला.

या बिकट परिस्थितीची समाधानकारक उकल आणण्यास 'काळुदायी'च योग्य ठरेल, असे राजास वाटले. इतर कोणावर हे काम सोपवले तर राजाज्ञेस विरोध केला जाणार नाही, हे त्यास कळत होते. पण त्या व्यक्तीचा परिवार भयभीत आणि नाराज होईल, हेही स्पष्ट जाणवत होते. 'काळुदायी'ला कुटुंब नव्हते. तो जीवनातील एकोणतीस वर्षे सिद्धार्थचा निकटचा मित्र म्हणून वावरला होता. म्हणजे हे काम त्याच्यावर सोपवता येईल, असा विचार करून राजाने त्यास बोलावणे धाडले.

''काळुदायी,'' त्यास विश्वासात घेऊन राजाने सारे सविस्तर सांगून त्याला प्रश्न विचारला, ''तथागत रूपातील राजकुमार सिद्धार्थास कपिलवस्तुस निमंत्रित करण्याचं कार्य करणं तुला आवडेल का?''

''महाराज, हे कार्य मी आनंदाने करीन,'' तो तत्परतेने म्हणाला, ''पण माझी एक अट असेल...''

''तू त्यांना कपिलवस्तुस आणू शकत असशील तर तुझ्या कितीही अटी मंजूर करायला मी तयार आहे,'' राजाने घाईने शब्द दिला.

''महाराज, आपण जाणता, की मी संसारात पडलेलो नाही. मला संसाराचं आकर्षण कधीही वाटलं नाही. तथागत बनलेल्या सिद्धार्थाविषयी माझ्या मनात श्रद्धा निर्माण झाली तर मी प्रव्रज्या घेईन. आपण मला त्यासाठी अनुमती द्यावी.''

महाराज अधिकच विचारात पडले. 'काळुदायी'ची अट अत्यंत विचित्र आणि अनपेक्षित होती. थोडा वेळ विचार करून ते बोलू लागले...

''ठीक आहे. सिद्धार्थने अवलंबलेल्या मार्गाचं तुला आकर्षण असेल आणि त्या मार्गे क्रमण केल्याने तू सुखी होशील अशी श्रद्धा असेल, तर माझा विरोध नाही. पण दिलेल्या वचनानुसार तू सिद्धार्थला इथे आणावंस.''

''मी वचनबद्ध आहे, महाराज.'' तत्परतेने 'काळुदायी' म्हणाला, ''प्रव्रज्या घेतली तरी राजपुत्रास एकदा कपिलवस्तुत आणण्याची जबाबदारी मी अवश्य निभावेन.''

आणि खरोखर त्याने शब्द पाळला. तो 'वेळुवना'त गेला तेव्हा वर्षाऋतूचे आगमन झाले होते. संपूर्ण तीन दिवस तो बुद्धांची अमृतवाणी ऐकत होता. कोणाला कसलीही जाण न देता तो अनोळखी परिव्राजकासारखा तिथे वावरत होता. मित्र सिद्धार्थच्या व्यक्तिमत्त्वाने तो पूर्वीही प्रभावित होता. पण बुद्धत्व प्राप्त केल्यानंतरच्या मित्राचे - नव्हे तथागतांचे व्यक्तिमत्त्व त्याने पाहिले तेव्हा त्याला त्याची झपाटल्यासारखी

अवस्था झाली. तो मंत्रमुग्ध होऊन त्यांचे विचार ऐकत होता. तथागत सांगत होते, त्याचे धूसर पडसाद कित्येक दिवसांपासून आपल्या अंतरात पडत होते, हे त्याला सतत जाणवत होते. म्हणून त्या कथनाने त्याच्या अंतराचा ठाव घेतला. कित्येक वर्षांपासून मनावर बाळगलेला बोजा उतरून मन हलके झाल्याची भावना त्याला सुखावत होती. कित्येक वर्षांत आकलन झाले नव्हते ते अनायासे सरळ, साधेपणी अंतरात उतरत होते. जणू, मित्र सिद्धार्थने त्याला प्राप्त झालेल्या संबोधीचा प्रसाद 'काळुदायी'स त्याने न मागता प्रदान केला होता. सिद्धार्थने मित्रकर्तव्य निभावले आहे, असे 'काळुदायी'ला वाटले. आता या मित्रकर्माचे उत्तर त्याने द्यायचे होते.

पण राजा शुद्धोदनास दिलेले वचन पाळणे हे त्याचे परमकर्तव्य होते. प्रव्रज्या घ्यायची आणि राजास दिलेले वचनही पाळायचे, असा त्याचा दृढनिश्चय होता.

''भगवंत,'' तथागतांच्या चरणांशी नतमस्तक होऊन 'काळुदायी'ने प्रार्थना केली, ''मला भिक्खू संघात स्थान देऊन आपली चरणसेवा करण्याची संधी द्या.''

तथागतांनी लगेच आपल्या बालमित्राच्या विनंतीचा स्वीकार केला. मोद्गल्यायनाची उपाध्यायपदी स्थापना करून त्यांनी 'काळुदायी'चा प्रव्रज्या संस्कार केला. कपिलवस्तु नगराचा तिसरा अमात्य भिक्खू बनला.

वर्षा ऋतूने निरोप घेतला. प्रकृतीने सुस्नात सुंदरीसारखी नवी वस्त्रे धारण केली. शारदीय चांदण्याने निरोप घेतला. हेमंताचा गारवा पसरू लागला होता. आता राजा शुद्धोदनास दिलेल्या वचनाची पूर्तता करायला हवी असल्याचे जाणवून 'काळुदायी' तथागतांशी बोलू लागला.

''भगवंत, समस्त वनराजीने आकर्षक रूप धारण केले आहे. चित्ताकर्षक फळाफुलांनी डवरलेली पृथ्वी रमणीय वाटते आहे.''

तथागत 'काळुदायी'वर नजर स्थिरावून शांतपणे ऐकत होते. ''...आणि ऋतूही किती अनुकूल आहे!'' रहस्यस्फोट करण्याची घाई न करता तो पुढे म्हणाला, ''फार गारवा नाही की उष्णतेची तलखी नाही. इतक्यातच शेतात पीक काढलं असल्याने अन्नाची लयलूट आहे. मार्ग कंटकविहीन नि हिरवागार आहे. ही वेळ यात्रेस अनुकूल असल्याचं जाणवतं का?'' त्याने विषयास हात घातला.

''उदायी,'' तथागत नवलाने म्हणाले, ''आज प्रकृतीची इतकी प्रशंसा करण्याजोगं काय घडलं आहे? तू इतक्या आत्मीयतेनं आणि मधुरपणे यात्रेची भलावण का करत आहेस?''

''भदंत, आपले पिताश्री राजा शुद्धोदन यांना मी वचन दिलं आहे. त्या वचनाची पूर्ती आपल्या संमतीवर अवलंबून आहे. आपण कपिलवस्तुस यावे, अशी महाराजांची इच्छा आहे. त्यांच्या वतीने मी आपणास आमंत्रण देत आहे,'' काळुदायीने स्पष्ट सांगितले.

तथागतांची नजर क्षणभर झुकली न झुकली तोच ते वर बघत बोलू लागले.

"उदायी, तुझ्या वचनाची अंमलबजावणी करणं हा माझाही धर्म आहे. जा. भिक्खू संघास कपिलवस्तुच्या प्रवासाची तयारी करण्याचा आदेश दे."

'काळुदायी' अत्यंत प्रसन्न झाला. भगवान तथागतांनी त्यांचे जन्मस्थान असलेल्या कपिलवस्तु येथे जाण्याचा आदेश दिला आहे, हे कळताच भिक्खू संघासही आनंद झाला.

* * *

कपिलवस्तुचे प्रजाजन राजकुमार सिद्धार्थचे बदलते रूप बघण्यास अत्यंत उत्सुक होते. अत्यंत आदराने ते त्यांचे स्वागतही करू इच्छित होते; पण ही सद्भावना निखळ नव्हती. कपिलवस्तु नगरातील विशिष्ट वर्गास राजकुमार सिद्धार्थने गृहत्याग करणे मूलत: पसंत पडले नव्हते. ही नापसंती अकारणही नव्हती. गृहत्यागावेळी सिद्धार्थ एकोणतीस वर्षांचा, तर शुद्धोदन राजा सहाव्या दशकाच्या अर्ध्या वाटेवर होता. या वयात पुत्राने पित्याची जबाबदारी उचलून त्याच्या शिरावरचा बोजा कमी करायचा असतो. सिद्धार्थने गृहत्याग करून पुत्रधर्माकडे पाठ फिरवली, असे त्यांना वाटत असे. केवळ पुत्रधर्मच नव्हे, तर राजधर्म, पितृधर्म, पतिधर्म- सारे त्याने नजरेआड केले, असे त्यांना वाटत असे. सुंदर, तरुण आणि नवप्रसूता पत्नीस अंधारात ठेवून निघून जाणे हा पत्निद्रोहच म्हणायचा. नवजातशिशू राहुलला जन्मत: अनाथ करण्याचा त्याला अधिकार नव्हता, असे त्यांना प्रामाणिकपणे वाटत होते. त्याच्या गृहत्यागानंतर यशोधरेने साध्वी जीवनाचा स्वीकार केला. ती सौभाग्यवती असूनही तिच्या ललाटी विधवेचे भोग येणे कित्येकांना सहन होत नसे. तिची गळचेपी बघत आलेल्या लोकांच्या रोषाचा रोख या साऱ्याचे कारण बनणाऱ्या सिद्धार्थच्या गृहत्यागाकडे वळणे स्वाभाविक होते.

शिवाय, सारनाथ किंवा राजगृह नगरीत प्रव्रज्या धारण करून भिक्खू बनलेल्या कित्येक युवकांच्या कहाण्या त्यांच्या कानी पडत होत्या. त्या ऐकून स्त्रिया, मुले आणि वयस्क जन्मदाते भयव्याप्त बनत होते. आपला जबाबदार मुलगा सारी जबाबदारी झटकून भिक्खू झाला तर! हे भय वृद्धांना छळत होते, तर अनाथपणाची शक्यता स्त्रिया आणि मुलांना घायाळ करत होती. या गतीने राज्यातील श्रेष्ठ आणि तेजस्वी तरुणाईला तथागत प्रव्रजित करत सुटले तर राज्याच्या समृद्धी आणि सुरक्षेस नख लागेल, असेही त्यांना वाटत होते. अनाथ मुले आणि परित्यक्त स्त्रियांच्या संख्येत समाजात अपार वाढ झाली, तर ते दुराचारास निमंत्रण ठरण्याची शक्यता असते, या भयानेही त्यांना ग्रासले होते.

हे सारे कमी होते म्हणून की काय, शुद्धोदन राजाचे एक नव्हे, तर तीन

अमात्य भिक्खू बनले. त्यातील दोन तर चांगले वयस्क आणि जबाबदार अधिकारी म्हणून ख्यातकीर्त होते. त्यांनी प्रव्रज्या घेतली आणि तोवर दुरून दिसत असणारी आग अंगणापर्यंत पोहोचल्यागत सारे हादरले. वस्तुतः, त्यांच्या मनात राजकुमाराविषयी प्रेम होते. स्नेह आणि सद्‌भाव होता. पण त्याने राजधर्म पाळला नाही, असे त्यांना वाटत होतेच. राजधर्माचा द्रोह करून त्याने श्रमणधर्माचा अंगीकार करणे कित्येकांना पचले वा पटले नव्हते, हे निर्विवाद. म्हणून तथागत बुद्धांचे स्वागत करताना कपिलवस्तुच्या नागरिकांचा पूर्ण सतर्क आणि सावधान राहण्याचा निश्चय होता.

राजगृह आणि कपिलवस्तु यांत सुमारे चार-पाचशे मैलांचे अंतर होते. भिक्खू संघासह हे अंतर पायी पार करायला तथागतांना दोन महिने लागले. प्रत्येक मुक्कामावर ते निवांत वास्तव्य करत. कपिलवस्तुस कधी पोहोचायचे, त्यासाठी निश्चित दिवस ठरला नव्हता. म्हणून त्यांना कोणत्याही प्रकारे घाई नव्हती. मल्ल आणि कोलिय प्रदेश ओलांडून ते कपिलवस्तुच्या सीमेवर आले तेव्हा दिवस अस्तांचलास गेला होता. रात्री कपिलवस्तु नगराच्या बाहेरच वास्तव्य करावे आणि प्रातःकाळी नगरप्रवेश करावा, असे ठरले. कपिलवस्तुच्या प्रवेशद्वारानजीक 'निग्रोध' नावाचे उपवन होते. रात्री तिथे थांबायचे होते. 'निग्रोध' नावाच्या शाक्य सरदाराची या उपवनावर मालकी होती. 'काळुदायी'नेच ही व्यवस्था केली होती. राज्याचा तो अमात्य असल्याने स्वाभाविकच त्याचा 'निग्रोध'शी परिचय होता. बहुतांशी 'निग्रोध' या उपवनात वास्तव्यास असतो, हे 'काळुदायी' जाणून होता. पण त्याच्याशी चर्चा करून त्याने तथागत आणि भिक्खू संघास तिथे उतरवण्याची व्यवस्था केली होती. तथागत कपिलवस्तुस येत असल्याचे शुद्धोदन राजा आणि अन्य नगरजनांना कळले होते. पण ते नक्की केव्हा येणार ते मात्र ठाऊक नव्हते. कारण 'काळुदायी'ने तथागतांशी चर्चा केली तेव्हा पूर्वसूचना देण्याची गरज नाही, असे त्यांनी स्पष्ट सांगितले होते.

रात्री 'निग्रोध उपवना'त विसावा घेऊन सुप्रभाती तथागतांचे काही भिक्खूंसह कपिलवस्तु नगरात भिक्षापात्र घेऊन भिक्षाटनासाठी राजमार्गावर आगमन झाले. ते राजकुमार सिद्धार्थच्या राजवंशी परिधानात नसणे स्वाभाविक होते. ते होते चीवरधारी, शिरोमुंडण केलेले, अनवाणी फिरणारे श्रमण. तरी त्यांना प्रजाजनांनी सहज ओळखले. सिद्धार्थच्या तेजस्वी मुद्रेशी त्यांचा परिचय असला तरी तथागत बुद्धांच्या आभेशी त्याची तुलना होऊ शकत नव्हती. ज्या राजमार्गावर राजकुमार सिद्धार्थ सत्ताधीशाच्या रूपात वावरला, त्या मार्गाच्या घराघरांशी तो मूठभर भिक्षेसाठी साद घालत होता. प्रजाजनांना हे दृश्य अनपेक्षित आणि असह्य वाटले.

राजप्रासादाचे सेवक हे दृश्य पाहून सैरभैर झाले. शुद्धोदन राजाच्या कानी ही

बातमी कशी घालावी, ही उमज त्यांना पडेना. महाराजांसमोर जाण्याचे साहस कोणालाच होईना. तथागतांच्या भिक्षापात्रात धान्याची मूठ सोडणाऱ्या प्रजाजनांच्या मनातही अपार संकोच होता. राजमार्गावरील घरांच्या सज्जासज्जांतून लोक डोळे विस्फारून हे दृश्य बघत होते.

पण ते यशोधरेच्या दासीने बघितले तेव्हा तिच्या देहमनाचे भानच हरपले आणि तिने ओरडत, किंचाळत यशोधरेच्या दालनाकडे धाव घेतली. अस्वस्थ चित्तामुळे तिचा ऊर धपापत होता. कंठात रुदन आणि डोळ्यांत अश्रुप्रवाह झरत असलेली दासी आक्रंदू लागली.

''देवी, देवी आत्ता जे दृश्य बघितलं त्यावर आमचा ... आमचा विश्वासच बसेना...'' धापा टाकत ती कशीबशी म्हणाली.

''असं झालं तरी काय?'' यशोधरेच्या स्वरात निखळ काळजी दाटली.

''असंच आहे, देवी... असंच आहे. स्वत: बघितलं तरी विश्वास ठेवता येऊ नये, वर्णन करता येऊ नये, असं भीषण चित्र राजमार्गावर साकार झालं आहे. युवराज... युवराज सिद्धार्थ ... तथागत बुद्ध...''

''त्यांना काय झालंय ते तरी सांग...'' यशोधरा घायकुतीस आली. ''त्यांचं आगमन झालं असलं तर तो शुभ समाचार नाही का? रडतेस का तू?''

''आगमन झालं आहे देवी; पण... पण ते कपिलवस्तुच्या राजमार्गावर भिक्षा मागत आहेत. घरोघरचे एकेक मूठ धान्य गोळा करत आहेत. ज्याचे पिता या देशाचे राजे आहेत ते एखाद्या भिक्षेकऱ्यागत पोटाची खळगी भरण्यासाठी भीक मागत असलेलं बघणं आम्हाला सहन होत नाही. हे दृश्य आम्ही बघू शकत नाही देवी.... मीच नव्हे, सारे प्रजाजन व्याकूळ आहेत.''

क्षणभर यशोधराही अवाक् बनली. मर्मस्थानावर अनपेक्षितपणे घाव बसावा आणि देह बधिर व्हावा, तसे तिला वाटले. क्षणभर ती बधिर झालीही; पण वेदना किंचित जिरताच तिने गच्चीकडे धाव घेतली. महालाच्या गच्चीतून दूरवरचा राजमार्ग स्पष्ट दिसत होता. तिने स्वतःच्या डोळ्यांनी बघितले की...

सेविकेने सांगितले ते यथार्थ होते. तिचा पती, राहुल बाळाचा पिता, शुद्धोदन राजाचा पुत्र, कपिलवस्तुचा युवराज, शाक्यांचा भावी राजा भिक्खूरूपात भिक्षाटन करत होता. त्याच्या पित्याच्या नगरीत आणि नगरीच्या नागरिकांकडे उदरभरणासाठी तो भिक्षापात्र धरत होता.

दिसत असलेल्या दृश्यावर मन विश्वास ठेवायला तयार नव्हते. कितीतरी वेळ यशोधरा ते पचवण्याचा प्रयास करत होती; पण तिला ते जमेना. अक्षरश: घाम फुटला तिला. वास्तविक, तथागत बुद्धरूपात राजकुमाराचे आगमन केव्हाही होईल, हे ती आधीपासून ऐकत होती. पण ते भिक्खूवेशात राजप्रासादात येतील, अशी

तिची अपेक्षा होती. या बातमीचे हे रूप तिला अभिप्रेत नव्हते. या दृश्याची करुणांतिका महाराज कसे पचवू शकतील, असा प्रश्न तिला पडला.

फार वेळ न घालवता तिने श्वशुराच्या दालनाकडे धाव घेतली. राजाच्या खासगी परिचारकांनी तिला कधी असे धावताना बघितले नव्हते. वर्दीचा उपचार न पाळता वेगाने दालनात घुसलेल्या सुनेस पाहून शुद्धोदन राजाही चकित झाला. त्याच्या मनात आश्चर्य आणि काळजी दाटली.

"यशोधरा, काय झालं?" त्याने चिंतित स्वरात विचारले.

"महाराज, नगरात युवराजांचं आगमन झालं आहे."

"ही चांगली बातमी आहे."

"होय, पण महाराज, भिक्खूरूपात ते कपिलवस्तुच्या राजमार्गावर भिक्षापात्र घेऊन फिरत आहेत..."

"काय?" अडखळत बोलणाऱ्या यशोधरेच्या कथनाने महाराजांना थक्क केले. "क...काय म्हणतेस? म... माझा पुत्र उदरभरणासाठी नगरजनांकडे भिक्षा मागतो आहे?" त्यांना चक्कर आल्यासारखे वाटले.

"होय महाराज. आपण स्वतः बघा आणि त्यांच्या उचित स्वागताची व्यवस्था करा."

राजा तत्काळ महालाबाहेर धावला. तोवर अमात्य आणि इतर अधिकारीही या संदर्भात तिथे धावले होते. राजमार्गावर भिक्षा मागत असलेला चीवरधारी पुत्र राजाने बघितला. थाटात राज्यारोहण समारोह होईल, असे स्वप्न राजाने ज्याच्या संदर्भात बघितले होते. तो राजप्रासादाच्या निकटच्या घरांशी झोळी फैलावून मूठभर धान्याची भिक्षा मागत होता. राजाच्याने हे दृश्य बघवेना. गात्रे शिथिल होत असल्याचे जाणवत असूनही, जणू वस्त्र पायांत येत असावे, अशा अडखळत्या पावलांनी राजा राजमार्गावर धावला. पुत्रासमोर उभे राहून तो भरल्या कंठाने म्हणाला, "आयुष्मान, काय करतोयस तू? पुत्रा, अरे शाक्यकुळात आजवर कोणी भिक्षा मागितलेली नाही. सदैव भिक्षा घातली आहे शाक्यांनी."

"भन्ते म्हणा, महाराज. तथागत पूर्वजीवनात आपले पुत्र असले तरी आता तो संबंध उरलेला नाही." बाजूस उभ्या असलेल्या मोद्गल्यायनाने राजाचे वास्तवाकडे लक्ष वेधले.

राजाची नजर चौफेर भिरभिरली. मोजके भिक्खू आणि असंख्य नागरिक तिथे जमा झाले होते. सिद्धार्थला पुत्र म्हणण्याचा अधिकार उरला नसल्याचे भान राजास हताश करणारे होते.

"महाराज," तथागत म्हणाले, "मी श्रमणवंशाचं धर्माचरण करतो. भिक्षाटन हा श्रमणधर्म आहे."

"भन्ते," राजा बळेच म्हणाला, "आपली कुलपरंपरा क्षत्रियाची आहे. आपण राजवंशी आहात. राजवंशात कोणी भिक्षा मागत नाही."

"महाराज, जसं आपण शाक्यांना पूर्वज समजता, तसा मी श्रमणांना पूर्वज समजतो. आपला आणि माझा धर्म एक नाही."

"पुत्रा, मी तुझा पिता आहे." राजाच्या गळ्यात आवंढा दाटला.

"पूर्वजीवनात आपण माझे पिता होतात," तथागत समजुतीच्या स्वरात म्हणाले, "जातकाने अनेक जन्मं धारण केलेले असतात. पुढेही तो अनेक जन्म धारण करणार असतो. प्रत्येक जन्मात स्थापित होणारे संबंध शाश्वत नसतात. तो केवळ एक पाडाव असतो, महाराज. अतिथी भवनात एखादा यात्रिक रात्रीच्या मुक्कामाला आला तरी 'अतिथिभवन' त्याचं होत नाही. 'अतिथिभवन'ही यात्रिकास कायमच्या वास्तव्यासाठी आग्रह करत नाही."

"काय बोलतोयस पुत्रा? तुझा प्रत्येक शब्द माझ्या रोमारोमांत वेदना बनून क्लेशदायक ठरतो आहे."

"क्लेशाचं कारण अज्ञान आहे. अज्ञानाचं आवरण दूर करून बघितलंस तर दुःखमुक्तीचा मार्ग सापडेल."

कितीतरी वेळ राजा शुद्धोदन पुत्राकडे निःशब्दपणे बघत राहिला. मनात काही आडाखे बांधून तो प्रयत्नपूर्वक बोलू लागला.

"भन्ते, आपल्या समस्त भिक्खू संघास मी राजप्रासादात निमंत्रित करतो. आपलं वास्तव्य कपिलवस्तुत असेतो राजप्रासादातून आपल्या भोजनाचा प्रबंध होईल."

तथागत हातांतील भिक्षापात्राकडे बघत राहिले. पुत्रास भिक्षा मागण्यापासून रोखण्यासाठी ही कृती आहे, हे कळायला त्यांना वेळ लागला नाही. कपिलवस्तुच्या राजमार्गावर शाक्यकुलीन महाराज शुद्धोदन यांचा उत्तराधिकारी पुत्र भिक्षाटनास निघणे, त्या मानी क्षत्रियास सहन होत नसल्याचा तो पुरावा होता. प्रस्थापित क्षत्रिय परंपरेस ते लांछन वाटत होते. हा कलंक पुसण्यासाठी राजाने निमंत्रणाचा उपाय शोधला होता. नगरश्रेष्ठी वा राज्यकर्त्यांनी निमंत्रण दिले तर अव्हेर करण्याची भिक्खू संघाची परंपरा नव्हती. आमंत्रणाचा सदैव आदराने स्वीकार होत असे. राजा शुद्धोदनाचे निमंत्रण त्यास अपवाद ठरू शकत नव्हते. तसे करण्यात नक्कीच औचित्य नव्हते. तथागत बुद्धांनी मस्तक झुकवून निमंत्रणाचा स्वीकार सूचित केला.

* * *

तथागत बुद्धांची वाणी ऐकण्यास संध्याकाळी 'निग्रोधवना'त कपिलवस्तुचे प्रजाजन आणि शाक्य राजवंशी महानुभावांची गर्दी दाटली. तथागतांच्या पूर्वजीवनातील

अनेक आप्त आणि स्वजन त्यात उपस्थित होते. सर्वांच्या मनांत आठ वर्षांपूर्वी बघितलेल्या सिद्धार्थची आठवण हिंदकळत होती. त्याच्या व्यक्तिमत्त्वात झालेले प्रचंड परिवर्तन बघण्याची-जाणण्याची इच्छाही होती. तिथे येताच प्रत्येक व्यक्ती तथागतांचे अभिवादन करत होती. कोणी नगरश्रेष्ठी होते, तर कोणी तथागतांच्या पूर्वजीवनातील मित्र, तर कोणी राजा शुद्धोदनाचे भावंड वा त्यांची अपत्ये होती. प्रतिष्ठित कुटुंबांतील स्त्रियाही तिथे उपस्थित होत्या. तथागतांनी झुकलेल्या नजरेने साऱ्यांचे वंदन स्वीकारले आणि पूर्वजीवनातील परिचियही. कपिलवस्तुसाठी ही अजब पर्वणी होती. नगराचा सुपुत्र, नगरातील मातीत घडलेला आणि इथल्या हवेत श्वास घेतलेला पुत्र नवा संदेश देणार होता. तसा संदेश तोवर कोणी कधी दिला नव्हता.

"मृत्यू हा एक अनिवार्य अंत आहे. माणूस मात्र मृत्यू पावतो, तरी मृत्यूनंतर पुनर्जन्माची आकांक्षा राखतो. पुन्हा जन्म घेणे म्हणजे पुन्हा मृत्यू पावणे. त्या भयातून जाणे. मृत्यूनंतर जगता येत असेल तर मृत्यूचे भय वाटत नाही. समुद्राच्या तटावर मुले वाळूचे किल्ले करत मजेत हसत असतात. प्रत्येक मुलास त्याने केलेला वाळूचा ढीग महत्त्वाचा आणि अमूल्य वाटत असतो. तरी संध्याकाळी जेव्हा माता त्यांना बोलवायला येते, तेव्हा तोवर महत्त्वाच्या वा मौल्यवान ठरवलेल्या त्या ढिगाकडे दृष्टिक्षेपही न टाकता बालक आनंदाने मातेकडे धावत सुटते. मानवी जीवनही असेच आहे. जीवनाच्या संध्याकाळी मृत्यू बोलावतो तेव्हा जन्मभर मौल्यवान म्हणून जपलेले खूप काही संपत्तिरूपाने इथेच ठेवून, त्याचा त्याग करून मृत्यूपाशी जायचं असतं."

वात्तावरणात अनाम नि:शब्दता दाटली होती. सारे जणू तथागतांच्या वाणीच्या प्रवाहात वाहून जात होते.

"... जीवनात किंवा मृत्यूनंतर प्रत्येक कर्म त्याचं फळ अवश्य देतं. कर्मापाठचा उद्देश त्यास चांगलं वा वाईटपण प्रदान करतो. चिकित्सक पिकलेल्या जखमेस बरी करण्यासाठी त्यावर शस्त्र चालवतो आणि त्यामुळे रक्तस्राव होतो. पण रक्तस्राव करणं हा चिकित्सकाचा उद्देश नाही. जखमेच्या वेदनेतून रुग्णास मुक्त करणं, हा त्याच्या कर्मापाठचा हेतू असतो. कोणी प्रतिस्पर्ध्याच्या देहावर शस्त्राचा घाव करतो तेव्हा रक्तस्राव व्हावा, हा हेतू असतो. विपरीत उद्देशाने देहावर केलेली जखम विपरीत फळ देते. कधी कधी कर्म स्थूलरूपाने केलेलं नसतं. पण तरी प्रत्येक कर्माचा हेतू असतोच. असा हेतूही मानवाच्या कर्मफलात सहभागी होतो."

'निग्रोधवना'तील वृक्षही जणू तथागतांच्या उपदेशवाणीचे अमृतपान करत होते. ज्यांच्या मनात आज सकाळी तथागतांचे कपिलवस्तुत झालेले आगमन आणि 'त्या' आषाढी पौर्णिमेस राजकुमार सिद्धार्थने केलेला गृहत्याग याविषयी नापसंती होती,

त्या सर्वांच्या मनात पुनर्विचारचा प्रकाश दाटला. कपिलवस्तुचा राजवंशी परिवार जिथे बसला होता त्या बाजूस अनोख्या भावोद्रेकाच्या लाटा उचंबळत होत्या. राजकुमार सिद्धार्थचा धाकटा भाऊ-नंद, चुलत भाऊ-अनिरुद्ध,आनंद, किंबिल, देवदत्त-सारे अत्यंत आदराने डोळ्यांची पापणीही न लववता बुद्धांकडे बघत होते. त्यांचे बोल कर्णसंपुटात साठवत होते.

तथागतांची वाणी थांबली तरी क्षणभर सारे जागेवरून उठायचे विसरले. प्रथम भिक्खूंची हालचाल सुरू झाली. नियमानुसार आणि रोजच्या क्रमाने तथागतांना वंदन करून त्यांनी रात्रीचर्येसाठी निरोप घेतला. माता गौतमी, धाकटा भाऊ नंद व इतर कुटुंबीयांनी क्रमश: तथागतांना वंदन करून 'निग्रोधवना'चा निरोप घेतला.

रात्रीचा पहिला प्रहर संपण्याच्या बेतात होता. 'निग्रोधवना'तील बहुसंख्य भिक्खू शयनाच्या तयारीत होते. तथागत गहन ध्यानात मग्न होते. सारिपुत्र आणि मोद्‌गल्यायन तिथे होते. महाकाश्यपांनी नुकताच निरोप घेतला होता.

''भगवंत,'' सारिपुत्र पुटपुटला. ''विशेष आज्ञा?''

''सारिपुत्रा,'' ते अत्यंत हळू आवाजात पुटपुटले, ''कपिलवस्तुचे सारे श्रेष्ठी आणि पूर्वजीवनातील सारे राजवंशीय नातेवाईक क्रमश: येऊन गेले.''

''होय, भन्ते.''

''पण जिला तक्रार आणि आक्रोश करायचा सर्वाधिक अधिकार आहे, ती यशोधरा त्यात नव्हती.''

सारिपुत्र आणि मोद्‌गल्यायन दचकले. त्यांच्या चित्तात किंचित प्रकंप उमटला. पूर्वजीवनाच्या स्मरणाने तथागत विचलित झाले काय, अशी शंका त्यांना आली. बोधीवृक्षाखाली ज्या आक्रमणाचा त्यांनी यशस्वीपणे सामना केला होता, तेच आक्रमण पुन्हा होत आहे काय, असे भय त्यांना वाटले.

''माझा प्रश्न तुमच्या मनात द्विधा उत्पन्न करत आहे, हे मला जाणवत आहे.'' तथागत शांत स्वरात म्हणाले, '' आणि त्याचं उत्तरही मी जाणून आहे.''

''आमची हीच कुवत, हे समजून घेऊन भन्ते, आम्हाला क्षमा करा.'' सारिपुत्र म्हणाला, ''ज्या प्रश्नाचं उत्तर आपण जाणता, तो प्रश्न निर्माण करून आमच्यासमक्ष समस्या का जन्माला घालता?''

''यशोधरेस मी नखशिखान्त ओळखतो,'' बुद्ध म्हणाले, ''ज्या रीतीने मी तिचा त्याग केला, ते विचारात घेता कोणतीही मानिनी मला भेटायला येणं शक्य नाही.''

''म्हणजे?'' मोद्‌गल्यायनाने विचारले, ''आपण समस्येस अधिक जटिल रूप प्रदान करताहात, भगवंत.''

"त्या समस्येच्या निराकरणासाठी यशोधरेस भेटायला मी गेलं पाहिजे."

"हे आपण काय म्हणता आहात, भन्ते?"

"तथागतांनी स्वतः यशोधरेस भेटायला जाण्याने प्रकृतीस न्याय दिला जाईल," ते आसनावरून उठत म्हणाले, "तुम्ही माझ्याबरोबर चला. आत्ता, याच क्षणी असा न्याय प्रदान करणं हा माझा धर्म आहे."

तथागत या दोन भिक्खूंसह यशोधरेच्या महालाच्या प्रवेशद्वाराशी आले तेव्हा रात्रीचा अंधार आणि निःशब्दता दाटली होती. प्रवेशद्वाराशी जळणाऱ्या मशालीच्या प्रकाशात प्रहरींनी तथागतांना लगेच ओळखले. त्यांना आश्चर्य वाटले आणि ते अस्वस्थही झाले. यशोधरेच्या महाली तथागतांचे आगमन होण्याच्या कल्पनेत प्रहरींच्या रक्ताचे भ्रमण किंचित थबकले. तरी तथागतांना न रोखता दोन्ही प्रहरी आत धावले. ते महालाच्या पायऱ्यांपाशी पोहोचेतो महालाच्या दासी अत्यंत उत्तेजित झाल्या. एकच धावपळ आणि गडबड माजली.

"भिक्खूंनो," सारिपुत्र आणि मोद्गल्यायनाकडे बघत तथागत पुटपुटले, "संबोधी अवस्था मी प्राप्त केली आहे, यशोधरेनं नव्हे."

"म्हणजे? आपल्याला काय सुचवायचं आहे, भगवंत?"

"इतकंच, की या प्रसंगी कदाचित यशोधरेने भावनेच्या उद्वेगास वश होऊन मला स्पर्श केला, तरी तिला अडवू नका. तिच्या अंतरास प्रमुदित करण्याची ही संधी तिला घेऊ द्या."

मोद्गल्यायन आणि सारिपुत्र निःशब्दपणे तथागतांचे अनुसरण करत राहिले. राजप्रासादाच्या परिसराशी पूर्ण परिचय असलेल्या तथागतांनी एकानंतर एक दालन ओलांडत यशोधरेचे शयनकक्ष गाठले. क्षणभर ते थबकले. तोवर शयनद्वाराशी असलेल्या दासीने यशोधरेस ही वार्ता सांगण्यास लगेच धाव घेतली. रात्रीच्या अंधाराच्या निवारणासाठी महालात प्रज्वलित केलेल्या दिव्यांच्या ज्योती वाऱ्याच्या झुळकेने फरफरत होत्या. त्यात या तीन अतिथींच्या लांबलचक सावल्यांची भर पडली. महालाच्या द्वाराशी वेळ सूचित करणारा एक ठोका पडला. कितीतरी वेळ यशोधरेच्या महालाशी त्याचे पडसाद ऐकू येत होते.

दरवाजा लोटून घेतलेला होता. याच दरवाजाने त्यांना आषाढी पौर्णिमेच्या रात्री असेच अडखळायला लावले होते. तो दरवाजा गेल्या आठ वर्षांत कधी उघडला नव्हता की काय?

तथागतांनी हलकेच दरवाजा सरकवला. दालनात धूसर प्रकाश शिरला आणि आतील रचना तथागतांच्या अनायासे नजरेत भरली. तिथे एकही पलंग नव्हता. अत्यंत साधे वस्त्र जमिनीवर पसरले होते. त्यावर दर्भाची उशी आणि राखाडी रंगाचे चादरीसारखे पांघरूण विस्कटल्या अवस्थेत दिसत होते.

तथागतांची नजर चारी दिशांना भिरभिरली. दक्षिणेच्या गवाक्षाशी यशोधरा पाठमोरी उभी होती. तिचे लांब केस अगदी शुष्क दिसत होते. वर्षानुवर्षे न विंचरलेले केस जटांशी साम्य दर्शवू लागले होते. तथागत उंबरठ्याशी आल्याची वर्दी मिळाली असूनही पाठमोरी यशोधरा त्यांना सन्मुख झाली नाही.

"यशोधरा...", अत्यंत मृदू स्वरात तथागतांनी साद घातली.

यशोधरेने तरी त्यांच्याकडे बघितले नाही. सारिपुत्र आणि मोद्गल्यायन यांनी परस्परांकडे बघितले.

"यशोधरा," तथागतांनी विचारले, "मी तुला भेटायला आलोय. माझं स्वागत करणार नाहीस?"

"स्वागत अतिथीचं करतात. या दालनात आपण कधीच अतिथी नव्हता आणि नसाल." पाठमोऱ्या अवस्थेतच यशोधरा उत्तरली.

दालनात प्रगल्भ मौनाचे वादळ दाटले.

"एक प्रश्न विचारू, भगवंत?" अचानक तथागतांकडे वळत यशोधरेने विचारले. "माझ्या कुठल्या अपराधाची शिक्षा म्हणून आपण मला कल्पनाही न देता माझा त्याग केलात? माझं जाऊ द्या, माझा अपराध असूही शकेल; पण माझ्या पुत्राने कोणता अपराध केला होता, की तुम्ही त्याला पिताविहीन केलंत?"

यशोधरेचा प्रत्येक शब्द जणू कणीदार बनून भिंतींवर आपटत होता.

"अपराध तुझा नव्हताच यशोधरे. तुला आणि राहूललाच नव्हे, तर समग्र मानवजातीस मुक्त करण्यासाठी मी ही यात्रा आरंभली."

"जे आत्ता प्राप्त केलंत ते इथे नव्हतं भगवंत?" यशोधरेने एक पाऊल पुढे येत विचारले.

"ते तेव्हा इथे होते आणि आजही इथेच आहे; पण याची जाणीव तिथे गेल्यावर झाली, यशोधरे."

"मी कुठेही गेले नाही. तरी मला ही जाणीव तेव्हा होती आणि आजही आहे," यशोधरा म्हणाली.

"हे जाणिवेच्या कक्षेस थांबलं असतं, यशोधरे. आता ते समग्र प्राणिसृष्टीसाठी सुलभ झालं आहे."

"तर मग भगवंत, आपल्याला संबोधी प्राप्त झाल्यामुळे कोणाचा मृत्यू होणार नाही, कोणी जराग्रस्त होणार नाही, की कोणाचा देह कष्टणार नाही!

"होईल, पण त्या अनुभूतीतून त्यास मुक्ती मिळेल - या मार्गाचा स्वीकार केला तर."

दालनात पुनश्च नीरवतेचे वादळ घुमले.

"एक प्रश्न विचारू, यशोधरा?" आता तथागतांनी प्रश्न विचारला.

"साक्षात तथागतांना विचारण्याची गरज भासावी, अशा प्रश्नाचं उत्तर माझ्याकडे कसं असेल?"

"आहे. फक्त तुझ्याचजवळ ते आहे," तथागत म्हणाले, "सारं कपिलवस्तु नगर - महाराज शुद्धोदनांसह सारे मला भेटायला आले; पण तू आली नाहीस. तुझ्या मनात अजूनही अपराधीभाव शिल्लक आहे का?"

"नाही भगवंत. मी अपराध केला आहे, असं मला कधी क्षणभरही वाटलेलं नाही."

"तर मग..."

"कारण सरळ आणि साधं आहे, भगवंत. आपण माझा त्याग केलात. मी क्षणभरही आपला त्याग केला नसेल, तर मी भेटायला येण्याचा प्रश्नच उपस्थित होत नाही."

बुद्धांनी काहीही प्रतिक्रिया दर्शवली नाही.

वाऱ्याच्या गतीने यशोधरा अचानक तथागतांसमीप धावली. बुद्धचरणी हात ठेवून तिने मस्तक टेकले न टेकले तोच तिच्या डोळ्यांना अश्रुधार लागली.

"भगवंत, यापुढे मी स्मरणरूपानेही संबोधिमार्गात अडचण बनू नये, इतकीच प्रार्थना आहे."

मोद्गल्यायन आणि सारिपुत्र पाषाणमूर्तींसारखे डोळ्यांची पापणीही न लवविता यशोधरेकडे आदराने बघत राहिले.

* * *

शुद्धोदन राजाने पहिल्या दिवशी भोजनासाठी तथागतांना राजप्रासादात निमंत्रित केले. त्यानुसार माध्यान्नकाळापूर्वीच ते राजप्रासादात तयार केलेल्या मंडपात त्यांच्या भिक्खू संघासह भोजनास येत.

आजही तसेच झाले. भोजन संपवून भिक्खू हळूहळू 'निग्रोधवना'त जात होते.

मंडपाच्या दाराशी राहुल बाळ खेळत होता. माता यशोधरा कौतुकाने त्याच्याकडे बघत होती. भोजन संपवून तथागत मंडपाबाहेर पडत होते तेव्हा तिने राहुलला सहज विचारले, "पुत्रा, तू यांना ओळखतोस?"

"होय माते," राहुल निष्पाप स्वरात उत्तरला, "हे सारे भिक्खू आपले अतिथी आहेत. पाहुणे आहेत."

"तुझं म्हणणं खरं आहे पुत्रा, पण..." तथागतांकडे बोट दाखवत तिने स्पष्ट प्रश्न विचारला, "ते तिथे उभे आहेत, त्यांना तू ओळखतोस?"

"माते, तेही एक श्रमण आहेत. राज्याचे अतिथी."

"नाही, पुत्रा," यशोधरा म्हणाली, "ते केवळ श्रमण नाहीत आणि फक्त

अतिथी वा पाहुणेही नाहीत.''

"तर मग माते, ते कोण आहेत?'' राहुलने विचारले.

"ते तुझे पिताश्रीही आहेत.'' प्रत्येक शब्द सुटा पाडत यशोधरा म्हणाली. बोलताना हृदयास होणारी वेदना तिच्या मुद्रेवर प्रगट झाली होती.

"पिता? माझे पिता?'' राहुलच्या स्वरात निखळ आश्चर्य होते, "तर मग महाराज शुद्धोदन...''

"ते तुझे पिता नाहीत. पुत्रा, ते पितामह आहेत. तुझे पिता समोर उभे आहेत. तू त्यांना वंदन कर आणि पुत्र या नात्याने प्राप्त होणारा वारसा त्यांच्याकडे माग.'' यशोधरेच्या स्वरात नकळत कणखर निर्णयाचा टणत्कार मिसळला.

थोड्याच अंतरावर असलेल्या तथागतांना माता-पुत्रातील संवाद ऐकू येत होता. तरी त्यांनी निघण्याच्या उद्देशाने पाऊल उचलले. राहुल त्यांच्या मार्गात आडवा आला. त्याने पित्याच्या चरणांस स्पर्श केला.

"हे पिता,'' तो म्हणाला, "मला माझा अधिकार द्या.''

तथागतांनी न बोलता उजवा हात लांबवून त्यास आशीर्वाद सुचवला आणि ते चालू लागले.

"पिताश्री,'' त्यांच्याबरोबर चालत राहुल म्हणाला, "आपल्या छत्रछायेत मला शांती लाभावी, यासाठी मला माझा अधिकार द्या. मी तुमचा पुत्र आहे आणि पित्याचा वारसा ग्रहण करण्याचा अधिकार पुत्रास असतो. माझ्या मातेने तो अधिकार प्राप्त करायची आज्ञा मला केली आहे.''

तथागतांचे मौन तुटले नाही. उत्तराधिकार म्हणून राहुलला देण्यासारखे त्यांच्यापाशी काही नव्हते. युवराज सिद्धार्थ कपिलवस्तुच्या सिंहासनावर आरूढ झाला असता तर तो आपल्या पुत्रास राज्य देऊ शकला असता; पण आज...

'निग्रोधवना'पर्यंत राहुल सावलीसारखा तथागतांना अनुसरत राहिला. कुटीजवळच्या वृक्षाखाली तथागत थांबले. आपला हात राहुल बाळाच्या मस्तकावर ठेवून ते बोलू लागले...

"हे बालका, पुत्र म्हणून माझ्याकडून वारसा प्राप्त करण्याचा हक्क तुला आहे, हे मी स्वीकारतो.''

"तर मग पिताश्री, जे अधिकारपूर्वक प्राप्त व्हायला हवं ते मला द्या.''

"पण तुला देता येण्याजोगी कोणतीही ऐहिक संपत्ती माझ्यापाशी नाही. तशी संपत्ती मी तुला दिली असती तरी तिला सांभाळताना सतत तुला कोणी ती हिसकावून घेईल, असं भय बाळगावं लागलं असतं. मृत्यू जिच्यापासून दूर करू शकतो अशी संपत्ती माझ्यापाशी नाही. मी तुला असं ऐश्वर्य प्रदान करू शकतो, ज्याची गणती होऊ शकत नाही. जे शाश्वत आहे, ते मृत्यूही हिरावून घेऊ शकत

नाही. पुत्रा, तू त्याचा स्वीकार करू शकशील का?''

आसपास वावरणारा भिक्खू संघ हा संवाद ऐकून स्तब्ध झाला होता.

''अवश्य पिताश्री. जी समृद्धी वा राज्य आपलं आहे त्यावर पुत्र या नात्याने माझा अधिकार आहे. आपण जे द्याल त्याचा मी अवश्य स्वीकार करीन.''

तथागतांनी निकट असलेल्या सारिपुत्राकडे बघितले.

''सारिपुत्रा, राहुलला प्रव्रज्या द्यायची आहे. या क्षणापासून श्रामणेर म्हणून राहुलचा भिक्खू संघात समावेश होत आहे.''

तथागतांनी राहुलला प्रव्रज्या देऊन त्यास श्रामणेर केल्याची बातमी राजप्रासादात पोहोचली तेव्हा राजा अत्यंत उद्ध्वस्त झाला. पण माता यशोधरा मात्र किंचितही विचलित झाली नाही. शुद्धोदन राजास अत्यंत व्यथित अवस्थेत राजमार्गावर धावलेले पाहून मात्र ती इतर कुटुंबीय आणि रक्षकांसह राजाच्या मागे धावली.

''भन्ते,'' 'निग्रोधवना'त पोहोचून राजाने आक्रोश मांडला, ''हे काय केलंत? हे कृत्य तर कपिलवस्तुच्या सिंहासनाचा उच्छेद करण्याजोगंच आहे.''

''नाही महाराज,'' तथागत शांतपणे म्हणाले, ''कपिलवस्तुच्या सिंहासनावर आरूढ झाल्यामुळे राहुलच्या मनास अशांती प्राप्त होणार होती. मी त्यापासून त्याला मुक्त केलं आहे. मला प्राप्त झालेल्या परमशांतीचं वितरण करणं हा माझा धर्म आहे.''

''पण तथागत तो अजून सज्ञान वयाचा झालेला नाही,'' महाराजांनी तर्क मांडत प्रयत्न चालू ठेवला, ''बालकांना स्वत:चं हित-अहित, कल्याण-अकल्याण कळत नाही. त्यांस प्रव्रजीत करण्यापूर्वी त्याच्या माता आणि पित्याची परवानगी घेणं हा धर्म नाही का?''

''त्या धर्माचंही मी अनुसरण केलं आहे, महाराज. मी राहुलचा पिता आहे.''

तोवर तिथेच उभा असलेला आणि हा संवाद ऐकत असलेला राहुल अचानक पुढे धावला. यशोधरेच्या चरणांशी नतमस्तक होऊन तो बोलू लागला.

''माते, तुझ्या आज्ञेनुसार मी पित्यापाशी माझा अधिकार मागितला आहे. त्यांनी वारसा म्हणून मला जे दिलं त्याचा मी स्वीकार केला आहे. आता तूच सांग, की मी काय करायला हवं होतं?''

यशोधरेने पुत्राच्या मुंडित मस्तकावरून प्रेमाने हात फिरवला. काळ्या कुरळ्या लोभस कुंतलांना तिथे स्थान उरले नव्हते. रेशमी, मौल्यवान वस्त्रांजागी आता पीतरंगाचे जाडेभरडे पोताचे चीवरवस्त्र होते.

''पुत्रा, तुझ्या पित्याने त्याच्या पित्याचा मार्ग स्वीकारला नाही, ते पाहून त्यांच्या पित्यास किती दु:ख झालं होतं ते मी बघितलं आहे. तसं दु:ख माझ्या

पुत्राने पित्यास देऊ नये, अशीच माझी इच्छा असेल. तुझ्या पित्याला तुला वारशात संन्यास द्यायचा असेल तर तू त्याचा स्वीकार कर.''

''पण माते, मग तू माझ्याबरोबर नसशील? ही घटना आपल्याला वेगळं करणार आहे?''

''होय पुत्रा, नियतीचं हे निर्माण आहे.''

''पण... माते, असं का?'' राहुलने किंचित व्यथित होत विचारले.

''कारण, तुझ्या पित्याच्या मार्गात स्त्रियांना स्थान नाही. बुद्धत्व प्राप्त करण्याचा अधिकार फक्त पुरुषास आहे, स्त्रीस नाही.'' यशोधरेने नजर चुकवली.

तथागतांचीही नजर झुकली.

राजा शुद्धोदन स्तब्ध होऊन यशोधरेकडे बघत राहिला.

''यशोधरे,'' तथगात म्हणाले, ''भिक्खू संघात भिक्खूणींचा समावेश झालेला नाही, हे खरं असलं तरी उपासिका बनून तू बौद्ध धर्माचं पालन करू शकतेस.''

''आपल्या मार्गाने क्रमण करण्याचा प्रश्न माझ्यासमोर नाहीच, भगवंत. आपण माझ्या मार्गाचा त्याग केला आहे, मी आपला त्याग केलेला नाही. ज्या मार्गावर मी तुमच्यासंगे जीवनक्रमण करण्यास आले, त्याच मार्गावर मी आजही अविचल आहे.''

तथागत शांतपणे उभे होते.

''पुत्रविरहाच्या पीडेने प्रज्वलित झालेल्या अस्तित्वाचा दाह शमण्यापूर्वीच त्याहून अधिक दाहक पीडा प्राप्त झाली आहे,'' राजा शुद्धोदन वेदनासक्त स्वरात म्हणाले, ''ही वेदना माझ्या रक्त-मांसास घुसळते आहे. मांस माझ्या अस्थींचं भेदून चूर्ण करू बघते आहे. भन्ते, अशा असह्य वेदनेत जगणारा मी, आज लाचार होऊन एक वरदान मागतो. माता-पित्याच्या संयुक्त अनुज्ञेविना कृपा करून कोणत्याही अबोध बालकास प्रव्रज्या देऊ नका. त्यास भिक्खू संघात सामावून घेऊ नका.''

''महाराज,'' तथागत उत्तरले, ''ज्ञानमार्गाचा वयाशी संबंध नसतो. अनेकानेक जन्मांचे संस्कार एकत्रित होतात. म्हणून बालकालाही बुद्धत्व प्राप्त करण्याचा अधिकार असतो. एखादा बालक पोक्त वयाचा होण्यापूर्वी त्याचं आयुष्य संपण्याची शक्यता असते. त्यास बुद्धत्व प्राप्तीपासून वंचित ठेवता येत नाही. तरी आपल्या इच्छेस मान देऊन मी भिक्खू संघास आजपासून हा नियम पाळण्याचा आदेश देईन. यापुढे ते अबोध बालकास माता-पित्याच्या संयुक्त परवानगीविना प्रव्रज्या देऊन भिक्खू संघात सामील करणार नाहीत.''

शुद्धोदनांच्या मुद्रेवर भावशून्यतेचे जणू लिंपण झाले होते. यशोधरेचा पुत्राच्या मस्तकावर फिरणारा हात क्षणभर स्थिर काष्ठवत बनला. झुकल्या पापण्यांआडून गालावर अश्रुधार बरसली. तथागत कुटीत जाण्यासाठी पाठ फिरवून चालू लागले.

* * *

जन्मदात्र्या मायादेवींच्या मृत्यूनंतर राजकुमार सिद्धार्थचे संगोपन माता गौतमींनी केले होते. नंतर माता गौतमींच्या पोटी पुत्र जन्मला. त्याचे नाव होते नंद.

सिद्धार्थ राजा शुद्धोदनांचा ज्येष्ठ पुत्र आणि उत्तराधिकरी होता. त्याच्या गृहत्यागानंतर नंद कपिलवस्तुचा युवराज ठरण्यास हरकत नव्हती; पण सिद्धार्थच्या गृहत्यागाचा राजास धक्का बसला असला, तरी मनाच्या गर्भगृहात एक आशा होती. भावनांची उभारी शमली की सिद्धार्थ संसारात परतेल, असे राजास वाटत होते. श्रमणधर्मात दैहिक कष्ट असतात. राजकुमार हे जाणून असला तरी त्याने प्रत्यक्षात कष्टांचा अनुभव घेतला नव्हता. एकोणतीस वर्षे राजकुमाराचे जीवन जगलेल्या देहास, श्रमणजीवनातील कष्टांचा सामना कल्पनेत सह्य वाटला तरी प्रत्यक्षात ते असह्य वाटेल, असे त्यास वाटत होते. म्हणून सिद्धार्थच्या गृहत्यागानंतर राजाने युवराजपद रिक्त ठेवले होते. द्वितीय उत्तराधिकारी म्हणून नंदच्या नावाची घोषणा झालेली नव्हती.

नंदही तरुणावस्थेस पोहोचला होता. राजकुमार सिद्धार्थ परतणार नाही, याची खात्री आता तथागतांना पटली होती. तथागतांचे कपिलवस्तुस वास्तव्य होते. म्हणून नंदचे नाव उत्तराधिकारी म्हणून घोषित करण्याचा व त्याचा विवाह संपन्न करण्याचा विचार राजाने केला. राजास आता वृद्धत्व ग्रासत होते. चार दशके राज्याची धुरा शुद्धोदनानेच सांभाळली होती. नंदचा विवाह करून आणि त्याची युवराजपदासाठी घोषणा करून राजकाजातून निवृत्त होण्याचा राजाचा मानस होता.

सिद्धार्थ संसारात परतण्याची शक्यता नव्हतीच; उलट राहुलही प्रव्रज्या घेऊन शाक्यांचे आधिपत्य करण्याच्या शक्यतेपासून दूर गेला होता. पुत्राच्या या कृत्याने वृद्ध राजाच्या हृदयावर वज्राघात केला होता. पण जनपदाची धुरा खांद्यावर असल्याने मनाचे दुःख दडवून राजकाज बघावेच लागत होते. व्यक्तिगत दुःखास वश होऊन राजधर्मापासून विचलित न होण्याची खबरदारी घ्यावी लागत होती.

राजाने जनपदकल्याणी नावाची सुंदर कन्या पसंत केली. लग्नाचा विधी संपन्न झाल्यावर नवदांपत्य पित्यास वंदन करील, तेव्हा युवराजपदाची घोषणा करावी, असा राजाचा मानस होता. लग्नास तथागतांना निमंत्रित करावे आणि नवदांपत्याने माता-पित्यांना पाया पडल्यावर तथागतांना वंदन करावे, असे राजास वाटले. त्यात औचित्य होतेच. कपिलवस्तुच्या शाक्यकुळात राजा शुद्धोदन आणि माता गौतमीनंतर कुमार सिद्धार्थचे स्थान होते. तो तथागत बनला असला तरी नंदचा ज्येष्ठ भ्राता असणे यथावत आहे, असे राजास वाटत होते. राजा शुद्धोदनाने विवाहाचे निमंत्रण दिले त्याचा स्वीकार तथागतांनी केला. विवाहावेळी राजप्रासादात उपस्थित राहण्यास

संमती दिली.

जनपदकल्याणी केवळ सुंदर नव्हती, तर ती सुशिक्षित आणि चतुरही होती. नंद आणि कल्याणी एकमेकांशी घनिष्ठ म्हणण्याजोगे परिचित होते. दोघांच्या मनांत एकमेकांविषयी सद्भाव होता. तिच्यासाठी शाक्यकूळ नवे नव्हते. पिता आपला विवाह कल्याणीशी ठरवत असल्याचे नंदला कळताच त्याला आनंद झाला. प्रसन्न मनाने तो दांपत्यजीवनाची स्वप्ने बघू लागला. ठरल्याप्रमाणे सारे काही घडले.

राजप्रासादाच्या प्रांगणात मोठा मंडप बांधला होता. वैदिक विधीनुसार नंद आणि जनपदकल्याणी पती-पत्नी बनले. समग्र कपिलवस्तू नगरी या सोहळ्यात आनंद आणि उत्साहाने सहभागी झाली. त्यातच राजाने नंदला युवराजपदी स्थापित केल्याची घोषणा केली. प्रजाजनांना हे खूप आवडले. हा आनंद राजाच्या मनातील वेदनेस स्पर्श करू शकत नसल्याचे मोजके स्वजन जाणून असले तरी त्याला इलाज नव्हता. लग्नविधी संपन्न होत असताना वा युवराजपदाची घोषणा होत असताना व मुद्रेवरील तटस्थतेवर मात्र परिणाम झाला नव्हता. ते साऱ्या कल्लोळापासून अलिप्त राहून केवळ उपस्थित असण्याचे कर्तव्य पार पाडत होते.

ठरल्याप्रमाणे वधु-वरांनी पिता शुद्धोदन आणि माता गौतमी यांना पदस्पर्श केला. त्यांना आशीर्वाद देऊन ठरल्याप्रमाणे राजाने नंदची युवराजपदासाठी घोषणा केली. युवराज नंद आणि युवराज्ञी कल्याणी तथागतांचा आशीर्वाद घेण्यासाठी त्यांच्या चरणी नतमस्तक झाले. तथागतांच्या जवळ त्यांचे भिक्षापात्र आणि चीवर होते. ते हाती घेऊन त्यांनी नंदच्या दिशेस हात लांबवला. नंदनेही हात लांबवून या दोन वस्तू हाती घेतल्या. तथागत चालू लागले. ते निरोप घेत आहेत, असे समजून नंद त्यांना दरवाजापर्यंत सोडण्याचा उपचार पाळण्यासाठी त्यांच्या वस्तू घेऊन त्यांच्या मागे चालू लागला. नववधू कल्याणी चकित झाली. तिच्या मनात अनाम अभद्र शंकेची पाल चुकचुकली, तरी हा उपचार मात्र तिला योग्य वाटला. वधूवेशात भिक्खूंच्या घोळक्यात पतीमागे जाणे मात्र तिला विचित्र वाटत होते. म्हणून ती किंचित पुढे झाली. सलज्ज क्षत्रिय-पत्नीस हे शोभणार नाही, हे कळत असूनही ती म्हणाली, ''आर्यपुत्रा, निरोप देऊन लवकर या. काही लग्नविधी अजून बाकी आहेत.''

तथागतांनी हे ऐकले आणि नंदच्या पाठीवर हात ठेवून ते पुटपुटले,''बंधू, माझ्यासंगे चल.''

तथागतांचे अनुसरण करत तो दरवाजाशी पोहोचला. आता ते चीवर आणि भिक्षापात्र हाती घेतील, अशी त्याची अपेक्षा होती; पण तथागत मागे वळून न बघता

चालत राहिले. त्यांच्या वस्तू सोपवण्यासाठी त्यांना थांबवणे अपमानसूचक ठरेल, असे नंदला वाटले. म्हणून ते टाळून तो चालत राहिला. सारे उपस्थित जन डोळे विस्फारून हे आक्रित बघत होते. कोणाला याचा मथितार्थच कळेना.

'निग्रोधवना'त प्रवेश करताच तथागतांनी मागे वळून बघितले. आपल्याला चीवर आणि भिक्षापात्र यांतून आता ते मुक्त करतील, असे समजून नंदने त्या वस्तू देण्यास हात पुढे केला.

"आयुष्मान, तू सुखी आहेस ना?" तथागतांनी विचारले.

"होय भदंत," नंद उत्साहित स्वरात म्हणाला, "युवराजपद मिळालं. कल्याणीसारखी पत्नी लाभली. आता जीवनात सुखच असणार आहे. वास्तविक, अशा सुखावर आपला अधिकार होता, तथागत. आपल्या गृहत्यागामुळे मला युवराजाचं स्थान मिळालं," नंदच्या स्वरात कृतज्ञता झंकारली.

"नंद, ही सुखं मला प्राप्त झाली होती, हे तू जाणतोस." तथागतांवर त्याच्या कृतज्ञतेचा परिणाम झालेला दिसत नव्हता.

"होय तथागत."

"आणि या सुखांचा मी स्वेच्छेने त्याग केला, हेही तू जाणून आहेस."

"होय, भदंत."

"माणसाचं अंतिम लक्ष्य सुखाची प्राप्तीच असते, हेही तू जाणतोस ना, नंद?"

"होय भगवंत, याचीही मला जाणीव आहे."

"तर मग तू तर्क करायला हवा, की मी नक्कीच मोठ्या सुखाच्या प्राप्तीसाठी छोट्या सुखाचा त्याग केला असेल. मला मोठं सुख प्राप्त झालं. ज्यास तू सुख समजतो आहेस ते सुकल्या गवतासारखं आहे. कोणत्याही क्षणी पेट घेऊन त्याची राख होऊ शकते. हे सुख केव्हाही कोणी हिसकावून घेऊ शकतं. माझं सुख तसं नाही. ते शाश्वत आहे. शाश्वत सुख प्राप्त करावं, असं तुला वाटत नाही का?"

स्तब्ध भासणाऱ्या नंदच्या मनात मंथन सुरू झाले. बुद्ध कोणत्या सुखाविषयी बोलत आहेत, ते प्रथम त्यास कळेना. पण त्यांचा एक मुद्दा तो नक्की समजू शकत होता. त्यास ज्याची आज प्राप्ती झाली होती ते पद आणि ते सुख बऱ्याच वर्षांपूर्वी राजकुमार सिद्धार्थास प्राप्त झाले होते. त्या सुखात उणीव असल्याविना सिद्धार्थने ते त्यजले नसते. इतक्या वर्षांनंतर त्या सुखाचा त्याग केल्याचा पश्चात्ताप त्यास होत नाही. उलट, जीवनात नंदहून मोठे सुख प्राप्त केल्याची प्रतीती त्यांच्या मनात समाधान भरते आहे. माणूस अधिकाधिक सुखाच्या प्राप्तीसाठी सतत धडपडत असतो, हे खरे आहे. युवराजपदाचे सुख,

जनपदकल्याणीसारखी सुंदर विदुषी पत्नी बनणे, हे खरे सुख असते तर सिद्धार्थने त्याचा त्याग केला नसता.

"भगवंत, मलाही परमसुखाची प्राप्ती करवा." मनोमंथन संपवून तो तथागतांच्या चरणी नतमस्तक झाला.

"ते परमसुख मी तुझ्या हाती दिलं आहे. हे भिक्षापात्र आणि चीवरवस्त्र शाश्वतसुखाचा स्रोत आहे. त्यात परमसुख सामावलं आहे. ये भिक्खू, ये. हे ग्रहण कर." तथागतांनी त्याचे भिक्खू संघात स्वागत केले. कपिलवस्तुच्या शाक्य राजवंशाचा तिसरा उत्तराधिकारी युवराज नंद बौद्ध भिक्खू संघात प्रवेश करता झाला.

राजा शुद्धोदनास हे कळले तेव्हा त्याची जवळपास शुद्ध हरपली. नववधू जनकल्याणीच्या देहात असा उत्पात घडला, की ती धरणीवर कोसळली. ती शुद्धीवर आली असे वाटले तेव्हा तिचे डोळे आणि वाचा यांना आपल्या कार्याचे विस्मरण झाले होते.

* * *

चातुर्मास संपल्यावर तथागतांचे कपिलवस्तुत आगमन झाले होते. आता 'निग्रोधवना'त बराच काळ वास्तव्य झाले होते. पुन्हा, वर्षा ऋतूचे आगमन होण्याचा काळ समीप येत होता. चातुर्मासात भिक्खूंसह कपिलवस्तुस वास्तव्य करण्याचा निर्णय त्यांनी जाहीर केला होता. गृहत्यागाच्या घटनेनंतर तथागत प्रथमच वर्षा ऋतूत कपिलवस्तुस असणार होते. पण राजकुमार सिद्धार्थप्रमाणे त्यांच्यासाठी वर्षाकालीन खास महालाची योजना नव्हती. पिता शुद्धोदनाने खास तयार करवून घेतलेल्या वार्षिक महालात त्यांचे वास्तव्य असणार नव्हते. बुद्धजीवनात कपिलवस्तु नगरीत व्यतीत होणारा हा एकमेव वर्षाऋतू असेल, अशी गंधवार्ता कोणालाही नव्हती. पुढच्या सुदीर्घ आयुष्यात पुन्हा कोणत्याही वर्षाऋतूत तथागतांचे कपिलवस्तुस वास्तव्य होणार नव्हते.

कपिलवस्तु नगरीत आता त्यांचा दैनंदिन जीवनक्रम नीट रुळला होता. सुरुवातीस प्रजाजनांच्या मनात असंतोष आणि रोषाची भावना उफाळली होती. तिचे शमन आता बऱ्याच प्रमाणात झाले होते. राहुल आणि नंद यांना तथागतांनी प्रव्रज्या दिली, याविषयी मात्र राजपरिवारातच नव्हे; तर नगरजनांतही रोष होता. तरीही या भूतपूर्व राजकुमाराने काही असाध्य ते साध्य केले असल्याचे आणि त्याच्या वाणीत मोहक प्रभाव असल्याचेही सारे कबूल करत होते. श्रोते त्याच्या कथनातील गूढ-गंभीर भावनेत वाहून जात असल्याचेही प्रत्येकास जाणवले होते. भोजनानंतर ते राजवंशी सदस्यांना धर्मोपदेश करत. सायंकाळी 'निग्रोधवना'त आम जनतेसाठी धर्मोपदेशाचे प्रवचन असे. तिथे मोठ्या संख्येने लोक उपस्थित होत. मनात शंका असल्यास ते

सहजभावाने प्रश्न विचारत आणि तथागत अत्यंत नेमकेपणाने प्रश्नांची उत्तरे देत. या प्रश्नकर्त्यांत कुमार राहुलचीही गणना होती.

"श्रामणेर, या दर्पणात तुला काय दिसतं?" एकदा विषय सोपा करून सांगण्याच्या उद्देशाने तथागतांनी त्यास विचारले,

"माझं स्वत:चं प्रतिबिंब मला यात दिसतं, भगवंत." त्याने त्वरित सांगितले.

"म्हणजे, दर्पण तुला तू कसा आहेस याचं दर्शन घडवतो, खरं ना?"

"होय भगवंत."

"जसं दर्पणात तुझ्या चेहऱ्याचं वास्तविक प्रतिबिंब दिसतं, तशी तुझी कर्मसुद्धा प्रतिबिंबित होतात. तू सत्कार्य केलंस तर त्याचा लाभ तुला होईल आणि दुष्कृत्य केल्यास त्याचा वाईट परिणाम भोगावा लागेल. दर्पणात बाह्य स्वरूप प्रतिबिंबित होतं, तर कर्मफलात मानवाचं कर्म प्रतिबिंबित होत असतं."

"जी भगवंत."

"आणि हे आयुष्यमान, सर्व दुष्कृत्यांचं मूळ असत्यात आहे, हे सदैव लक्षात ठेव. छोट्यामोठ्या प्रसंगी समर्थन देऊन खोटं बोलण्याची सवय जडली तर पुढे कोणतंही पाप करण्यास हरकत वाटत नाही. कर्मानं आपलं वा कुणाचंही नुकसान होऊ नये, असा विचार म्हणजे कर्मताटस्थ्य. आचरणामुळे आपल्याला आणि दुसऱ्यालाही लाभ होत असेल तर ते धर्मविहित कर्म ठरतं. तुझं आचरण सदैव तसं असू दे."

तथागतांनी राहुलला दिलेली ही शिकवण कपिलवस्तूच्या प्रजाजनांतही आदरास पात्र ठरली होती. तथागतांनी प्रबोधलेले पहिले आर्यसत्य होते- हे जग दुःखमय आहे. दुसरे आर्यसत्य होते-सर्व दु:खांचे कारण इच्छा आहे. त्याहीपेक्षा, राहुलला प्रबोधलेला दृष्टांत नगरजनांच्या गळी अधिक सहजपणे उतरला.

अशा प्रबोधन कार्यात दिवस भराभर संपत होते. वर्षाऋतूची समाप्ती झाली. तथागतांनी भिक्खू संघास आदेश दिला, "हे भिक्खूंनो, आता आपल्याला गंडक नदीच्या तटावर वसलेल्या 'अनुपिया' नावाच्या ग्रामात वास्तव्यासाठी जायचं आहे. काही दिवस तिथे राहून आपण 'वैशाली'स जाणार आहोत."

तथागतांच्या आदेशानुसार कपिलवस्तुच्या नागरिकांचा आणि राजा शुद्धोदनाचा भिक्खू संघाने निरोप घेतला. सारा संघ 'अनुपिया' नगरीच्या सीमेवर पोहोचला, तेव्हा एक आश्चर्यप्रद घटना त्यांच्या प्रतीक्षेत होती.

शुद्धोदनास चार भाऊ होते व त्या सर्वांना पुत्र होते. सर्वांत ज्येष्ठ आनंद होता. त्याच्या नेतृत्वाखाली इतर चार भाऊ- भृगु, किंबिल, अनिरुद्ध आणि भद्रिय- 'अनुपिया ग्रामा'च्या सीमेवर तथागतांची प्रतीक्षा करत होते.

त्यांच्याबरोबर सर्वांचा सेवक 'उपाली'ही होता. ते तथागतांच्या पूर्वजीवनातील

चुलत भाऊ असल्याने सर्वांना सीमेवर एकत्र जमलेले पाहून तथागतांना नवल वाटले. तथागत कपिलवस्तुस असताना धर्मोपदेश ऐकायला ते नियमाने येत. आनंद तथागतांपेक्षा वयाने मोठा होता, तर बाकीचे समवयस्क वा त्यांच्याहून लहान होते.

राहुल आणि नंद यांना प्रव्रजा दिली तेव्हा राजवंशात हलकल्लोळ माजला होता, हे सर्वांनी बघितला होते. कपिलवस्तुत सर्वांनी प्रव्रज्या घेतली तर हा आक्रोश टिपेस पोहोचेल, याची जाणीव त्यांना होती. म्हणून प्रव्रज्या घेण्याचा निर्णय पूर्वीच झाला असूनही त्यांनी त्यास शब्दरूप दिले नव्हते. तथागतांनी कपिलवस्तुचा निरोप घेतला, की शाक्य राज्याबाहेर त्यांना शरण जाण्याचे त्यांनी आधीपासून ठरवले होते. या पाच भावांबरोबर देवदत्तही होता. तो राजकुमार सिद्धार्थचा मेहुणा होता आणि शुद्धोदनाच्या चुलत भावाचा-प्रबुद्धचा पुत्र होता. देवदत्तशी राजकुमार सिद्धार्थचे दुहेरी नाते होते.

तथागत आणि त्यांच्या संघाने कपिलवस्तुचा निरोप घेताच हे सहा जण, कोणाला कसलीही कल्पना येऊ न देता 'अनुपिया' ग्रामाच्या सीमेवर आडमार्गाने गेले. त्यात 'उपाली' नावाचा सेवक होता. तो राजपरिवारात केशकर्तनाचे काम करत असे. सारे 'अनुपिया' ग्रामाच्या सीमेवर पोहोचले तेव्हा भिक्खू संघ तिथे पोहोचला नव्हता. पाचही राजवंशी पुत्रांनी आपल्या देहावरील अलंकार दूर केले. मौल्यवान वस्त्रे आणि राजचिन्हांपासून ते मुक्त झाले. सारे एका वस्त्रात बांधून ते बोचके आनंदने 'उपाली'स दिले.

''उपाली, तू आमची खूप सेवा केली. हे सारं आता तुझं आहे. तू ते बक्षीस समज. यापुढे तू याचा यथेच्छ उपभोग घे.''

''राजकुमारा, हे धन घेऊन मी कपिलवस्तुस गेलो तर मी धनासाठी तुम्हा सर्वांची हत्या केली आहे, असा संशय साऱ्यांना येईल. याचा उपभोग घेण्यासाठी मला कोणी पळभरही जिवंत राहू देणार नाही.''

''ती काळजी सोड,'' आनंद म्हणाला, ''तू सरळ महाराजांना भेट. आम्ही साऱ्यांनी स्वेच्छेने भिक्खू जीवन जगण्याचा निर्णय घेतला असून, आम्ही परमसुखाच्या मार्गावर क्रमण करणार असल्याचं त्यांना सांग.''

''कुमार, मला माफ करा. जर आपण सारे परमसुखाच्या मार्गावर प्रयाण करणार असलात तर मला का त्या सुखापासून वंचित ठेवता? मी तुम्हा सर्वांचा सेवक आहे. तुमच्या सुखातून हिस्सा प्राप्त करण्याचा हक्क मला आहे. मलाही प्रव्रज्या घेऊ द्या. मीही तथागतांच्या चरणांशी बसून बौद्धधर्माचा अंगीकर करू इच्छितो.''

'उपाली'चे बोल ऐकून साऱ्यांच्या मनात सुखद आश्चर्य दाटले.

तथागत 'अनुपिया' ग्रामाच्या सीमेवर पोहोचले तेव्हा या साऱ्यांनी त्यांना वंदन

केले. उत्तरासंगाचा पदर खांद्यावर टाकून ते गुडघ्यावर बसले आणि नम्रतेने त्यांनी स्वमानस मोकळे केले.

"हे शाक्यमुनी, आम्हाला भिक्खू संघात प्रवेश द्या." भिक्खू संघाचा अलिखित नियम होता, जी व्यक्ती संघात आधी प्रविष्ट झाली असेल, तीस वरिष्ठ भिक्खू मानावे. भिक्खूंचे ज्येष्ठत्व ठरवताना त्याचे वय वा सामाजिक दर्जा विचारात घेऊ नये. आधी प्रविष्ट झालेल्याच्या ज्येष्ठतेचा स्वीकार करून नंतर प्रविष्ट झालेल्याने त्याचा आदर करावा. संघात प्रवेश केला की भिक्खूचा जन्म झाला असे समजून त्याचे वय ठरवावे; असा विचार करून कनिष्ठ वयाच्या भिक्खूस ज्येष्ठ वयाच्या भिक्खूने वंदन करावे. राजवंशी कुमारांना याची जाणीव होती.

'उपाली'ने प्रव्रज्या घेण्याची इच्छा व्यक्त केली, तेव्हा त्यांच्या मनात हा अजब विचार झळकला. सेवक या नात्याने 'उपाली' या सर्वांना वंदन करत असे. त्याला आधी प्रव्रज्या दिली तर या साऱ्यांना त्याला वंदन करावे लागणार होते. तसे करावे लागले तर त्यांचा अहंकार आपसूक विरघळणार होता. अहंकाराच्या विगलनास भिक्खू संघात फार महत्त्व होते. हे लक्षात ठेवून राजपुत्रांना वाटले, की 'उपाली'स आधी प्रव्रज्या मिळणे हिताचे आहे. 'उपाली' त्यांचा वरिष्ठ बनणे, हे त्यांना अर्हतपदाच्या प्राप्तीच्या संदर्भात अधिक योग्य वाटले.

"भगवंत, आम्हाला संघात स्थान द्या आणि परमसुखाच्या मार्गावर आम्हाला घेऊन जा."

तथागतांनी मस्तक लववून रुकार दिला. मोद्गल्यायनास साऱ्यांना प्रव्रज्या देण्याची तयारी करण्यासाठी आदेशही दिला. त्याप्रमाणे मोद्गल्यायन शिरोमुंडण, चीवर इत्यादींच्या व्यवस्थेस लागले.

"पण भगवंत," आनंद म्हणाला, "आम्हा सर्वांच्या आधी आपण 'उपाली'स उपसंपदा द्यावी."

"ते कसं शक्य आहे?" उपचाराचा विचार डावलून 'उपाली'ने विचारले. "मी आपणा सर्वांचा सेवक आहे. मी आपणा सर्वांपेक्षा वरिष्ठ स्थान कसं ग्रहण करू?"

"उपाली," तथागत म्हणाले, "संघात प्रवेश केल्यावर कदाचित तू शाक्य राजकुमारांपेक्षा अधिक वेगाने प्रगती करशील. संघात कोणाचंही स्थान उच्च असू शकतं."

जवळच उभ्या असलेल्या देवदत्तने हे ऐकले. तथागतांचा चुलत-चुलत भाऊ आणि मेव्हणा असे दुहेरी नाते असल्याने आपल्याला सर्वाधिक महत्त्व मिळावे, अशी त्याची अपेक्षा होती. पण तथागतांनी 'उपाली'स जे सांगितले ते ऐकून त्याच्या आकांक्षेस धक्का बसला. तो काही बोलला मात्र नाही. तथागतांनी 'उपाली'स वंदन

करण्याजोगी स्थिती निर्माण करू नये, असे त्यास मनापासून वाटत होते. पण नापसंती व्यक्त करण्यात अर्थ नव्हता. म्हणून तो गप्प बसला.

...आणि 'उपाली'च्या ज्येष्ठपणाचा स्वीकार करून सर्व राजवंशी कुमार प्रव्रज्यित झाले.

७ श्रावस्ती

भगवान तथागत बुद्धांना अनाथपिंडिकाने श्रावस्तीस चातुर्मास व्यतीत करण्यासाठी अत्यंत उत्साहाने निमंत्रित केले आणि तथागतांनी त्याचा स्वीकारही केला. पण श्रावस्तीस पोहोचेतो अनाथपिंडिक सतत, बौद्ध भिक्खू विहारास कोणते स्थान योग्य ठरेल याचाच विचार करत होता. श्रावस्तीच्या कोनाकोपऱ्याशी त्याचा परिचय होता. पण तथागतांनी स्थळाच्या पसंतीच्या संदर्भात त्याला सांगितले होते, "तथागतांना एकांत प्रिय आहे." म्हणजे नगराबाहेरचा भूखंडच त्यांच्यासाठी योग्य ठरणार होता. मोकळ्या भूखंडावर विहार निर्माण करणे अशक्य नव्हते. पण असे स्थळ नगरजनांपासून खूप दूर असले तर मोजक्या लोकांनाच तथागतांच्या अमृतवाणीचा लाभ होणार होता. शिवाय,भिक्खूंना चातुर्मासाचा दीर्घकाळ भिक्षेसाठी नगरात येण्यास खूप कष्टांचा सामना करावा लागणार होता.

श्रावस्तीस पोहोचल्यावर अनाथपिंडिकाने अशा स्थानाचा लगेच शोध आरंभला. त्याची शोधक नजर पूर्व दिशेच्या एका रमणीय उपवनावर खिळली. ते श्रावस्तीच्या कोसलवंशीय राजपरिवारातील 'जेत' नावाच्या कुमाराच्या मालकीचे उपवन होते. ते प्राप्त करणे सोपे नव्हते. पण सगळीकडे शोध घेतल्यावर कुमार जेत यांच्यापाशी उपवनाची मागणी केल्याशिवाय चालणार नसल्याचे अनाथपिंडिकास जाणवले.

"कुमार," अत्यंत नम्रतेने त्याने विषयास हात घातला, "आपलं स्वामित्व असलेल्या उपवनात तथागत बुद्धांच्या विहाराची सोय करावी, अशी माझी मनीषा आहे. आपण मला ते विकलंत तर मी ऋणी होईन.

"नगरश्रेष्ठी," कुमार जेत हसत म्हणाला, "ते उपवन मला अत्यंत प्रिय आहे. त्या भूखंडाची किंमत करायची झाल्यास मी त्याच्या कणाकणांवर सुवर्णमुद्रा अंथरायला सांगेन."

"आपण म्हणाल ती किंमत चुकवायला मी तयार आहे. जेतवनाच्या कणाकणांवर सुवर्णमुद्रा अंथरून मी ते विकत घेईन."

आता कुमार जेतसाठी समस्या निर्माण झाली. त्याला मुळी उपवन विकायचेच

नव्हते. फक्त, ती भूमी किती मौल्यवान आहे, ते सांगण्यासाठी त्याने असे म्हटले होते. अनाथपिंडिकाने भूमीची किंमत समजून देण्याची तयारी दर्शवली. क्षणभर कुमार दिङ्मूढ झाले.

"तुमच्या लक्षात का येत नाही, नगरश्रेष्ठी? मी फक्त, ती भूमी कशी आहे, हे सुचवण्यासाठी असं म्हणालो. मी ते उपवन विकायला काढलेलं नाही."

पण कोसल देशात एक कायदा होता. त्यानुसार स्वामित्व असलेली चीज किती मौल्यवान आहे, ते स्वामी सांगतो तेव्हा त्याचा अर्थ त्या किमतीस ती चीज विकण्याची त्याची तयारी आहे, असा घेतला जावा. अनाथपिंडिकाने राज्याच्या कायदेनिष्णातांचा सल्ला घेऊन राज्याच्या धर्माधिकाऱ्याकडे न्याय मागितला. कुमार जेतने आपला तर्क मांडलाही; पण धर्माधिकाऱ्यास तो स्वीकारार्ह वाटला नाही. कायद्यानुसार, अनाथपिंडिक त्याने सांगितल्या तितक्या सुवर्णमुद्रा देऊन उपवन विकत घेऊ शकतो, असा निर्णय त्याने जाहीर केला. कुमार जेतसमोर काही विकल्प उरला नाही. त्याच्या चकित मनात प्रश्न आला, की इतकी रक्कम मोजून विहार निर्माण करावा, अशी व्यक्ती आहे कोण? इतक्या सुवर्णमुद्रा नगरश्रेष्ठींपाशी असतील का, याविषयीही कुमारच्या मनात संशय होता.

पण धर्माधिकाऱ्याने निर्णय जाहीर करताच अनाथपिंडिकाच्या कोशागारातील सुवर्णमुद्रा लादलेले अनेक उंट 'जेतवना'कडे रवाना झाले. केवळ कुमारच नव्हे, तर नगरजनही उंटांचा हा प्रवाह डोळे विस्फारून बघत राहिले. 'जेतवन' सुवर्णमुद्रांनी झाकण्याची कार्यवाही सुरू झाली. जमिनीचा शेवटचा तुकडा झाकण्याचे काम बाकी असताना कुमार अनाथपिंडिकास म्हणाला, "नगरश्रेष्ठी, तुमची कामगिरी अद्भुत आहे. कोणत्या पुण्यकर्मासाठी तुम्ही कोश रिता करत आहात, ते मला ठाऊक नाही. पण मला वाटते, की ज्या कार्यास तुम्ही इतके प्राधान्य देत आहात ते कार्य धनसंपत्तीहून निःसंशय मौल्यवान असावं."

"तसंच आहे, कुमार," अनाथपिंडिकाने सांगितले, "बुद्धांचं या विहारात आगमन होईल, तेव्हा त्या आनंदापुढे मला चुकवलेली किंमत मामुली वाटणार आहे."

"असं असेल तर नगरश्रेष्ठी, हा उरलेला तुकडा या कार्यासाठी माझ्याकडून भेट दिला असं समजा. या पुण्यकर्मात मलाही सामील करून घेण्याची मी विनंती करतो. मला मिळाली ती किंमत पुरे आहे."

अनाथपिंडिकाने आनंदाने कुमार जेतला मिठी मारली. त्याच्या डोळ्यांस अश्रुधारा लागल्या. तोवर अठरा कोटी सुवर्णमुद्रा अंथरून झाल्या होत्या.

'जेतवना'च्या भूमीवर अनाथपिंडिकाने विहाराची निर्मिती तत्काळ सुरू केली. स्वतःच्या मनातला आराखडा त्याने स्थापत्यविशारदांना दाखवला. त्यानुसार

वास्तव्यासाठी जागा, सभागृह, ध्यानस्थान, चंक्रमणस्थान, अग्निशाळा, स्नानागार वगैरेंची अत्यंत नियोजनपूर्वक निर्मिती सुरू झाली. इमारती उठवताना वृक्षराजींस कमीत कमी धक्का लागेल, यासाठी टोकाची काळजी घेण्यास त्याने सांगितले होते. अनाथपिंडिकच नव्हे, तर त्याची पत्नी पुण्यलक्षणाही या कामात चौकसपणे लक्ष घालत होती. तिचा बुद्धांच्या तत्त्वज्ञानाशी परिचय नव्हता; पण तिचे माहेर राजगृहात होते. राजगृहावर दिवसेंदिवस तथागतांचा प्रभाव वाढत असल्याचे ती ऐकून होती. राजा बिंबिसारही बौद्धधर्मी बनल्याची वदंता होती. एकाच भेटीत, नव्हे उडत्या भेटीत पतीवर तथागतांचा इतका प्रभाव पडला, याचे तिला नवल वाटत होते. असे पूर्वी कोणाच्याही संदर्भात घडले नव्हते. म्हणून पुण्यलक्षणेच्या मनातही तथागतांना भेटण्याची अपार उत्सुकता होती.

अनाथपिंडिकाच्या हवेलीचा बहुतांश आता स्वयंपाकघर म्हणून वापरला जात असे. उजाडल्यापासून ते रात्री बराच उशीर होईतो, तिथे विविध पदार्थ शिजत असत. कोणीही केव्हाही तिथे गेले तरी त्यास पोटभर जेवण द्यावे आणि भरल्या पोटानेच त्याने निरोप घ्यावा, असा अनाथपिंडिकाचा आग्रही आदेश होता.

भगवान तथागतांनी चातुर्मासाचा जो काळ सांगितला होता ती वेळ वेगाने जवळ येत होती. अनाथपिंडिकाने सुरू केलेला अनोखा महायज्ञही आता पूर्णतेस पोहोचण्याच्या बेतात होता. दुसऱ्या अठरा कोटी सुवर्णमोहरा खर्ची पडल्या होत्या. कोशागाराचे तळ दिसत असून अनाथपिंडिकाच्या मनात तिळमात्र खेद नव्हता. तो 'जेतवना'ची निर्मिती उत्साहाने करत होता. त्याने कोशागाराचा विचारच मनात येऊ दिला नव्हता.

तथागतांचे श्रावस्तीस आगमन होण्याची वेळ अगदी नजरेच्या अंतरावर आली तेव्हा अनाथपिंडिकाच्या मनात या उपवनाचे नामाभिधान करण्याचा विचार घोळत होता. लोक त्यास 'जेतवन' नावाने ओळखत असले तरी आता त्या उपवनावर अनाथपिंडिकाचे स्वामित्व होते. 'जेतवना'वर सुवर्णमुद्रा अंथरून त्याने ते प्राप्त केले होते. अर्थात, शेवटचा कोपरा बाकी असताना कुमार जेतने हे काम थांबवून अनाथपिंडिकास पुण्याचे काम करण्याची संधी द्यायला सांगितले होते. या कृतीने अनाथपिंडिकास प्रभावित केले होते. कारण त्याची कृती बुद्धदर्शनाच्या प्रभावाचे प्रतीक होती. पण कुमार जेतने तथागतांचे दर्शन घेतले नव्हते किंवा त्यांच्याविषयी ऐकलेही नव्हते. तरी पुण्याचे काम समजून त्याने प्रिय उपवनाचा काही हिस्सा दान केला होता. अनाथपिंडिकास जेतच्या कृतीचे मोल स्वत:च्या कोट्यवधी सुवर्णमोहरांहून अधिक वाटले होते. म्हणून तो या उपवनाचे नवे नाव 'जेतवन विहार' किंवा 'जेतवन पूर्वाराम' असे ठेवण्याच्या विचारात होता.

आणि त्याने तसे केलेही. भिक्खू संघ श्रावस्तीस पोहोचला तेव्हा त्याने कुमार जेत आणि राजा प्रसेनजिताच्या उपस्थितीत तथागतांना माहिती दिली.

“भगवंत, हा ‘जेतवन विहार’ मी आपणास समर्पित करतो. दरवर्षी आपण चातुर्मासात इथे वास्तव्य करावं, अशी माझी प्रार्थना आहे.”

“हे श्रेष्ठी, हा विहार तू मला नव्हे, तर भिक्खू संघास समर्पित करण्यात औचित्य आहे. तेच शोभास्पदही आहे.” तथागतांनी निर्लेप भावनेने सांगितले.

* * *

तथागत बुद्धांच्या आगमनाने कोणी अत्यंत प्रसन्नतेचा अनुभव करत असेल तर ती विशाखा. विशाखा श्रावस्तीच्या अनाथपिंडिकासारख्या मिगार नावाच्या नगरश्रेष्ठीची स्नुषा होती. तिचे माहेर राजगृहानजीक असलेल्या ‘साकेत’ नावाच्या नगरात होते. या कुटुंबाने बौद्ध धर्माचा अंगीकार केला होता. कौमार्यावस्थेत विशाखा बुद्धांची उपासिका बनली होती. लग्न होऊन ती श्रावस्तीस आली तरी शूरगृहीही तिने बौद्ध उपासिका असणे चालू ठेवले होते. लग्नापूर्वी दोन्ही कुटुंबांत त्या संदर्भात चर्चा झाली असल्याने ती हे सहज करू शकली. नगरश्रेष्ठी मिगार वा त्यांचा पुत्र पूर्णवर्धन यांनी कधीही या संदर्भात विरोधाचा उच्चार केला नाही. नगरश्रेष्ठी मिगार यांचे कुटुंब निर्गंथ नाथपुत्तच्या आजीवक संप्रदायाचे अनुयायी होते. आजीवक परंपरा आणि बौद्ध परंपरेत मूलभूत फरक होता.

विशाखेचे वर्तन सासरी अत्यंत लाघवी आणि स्नेहल असल्याने घरचेच नव्हे, तर नोकरचाकरही तिच्याशी आदराने वागत. तिच्यावर प्रेम करत. एकदा नगरश्रेष्ठींनी निर्ग्रंथ परंपरेतील श्रमणांना भोजनास निमंत्रित केले. हे नवलाचे नव्हतेच. खूपदा त्यांच्या हवेलीत श्रमणांचे आगमन होत असे. श्रेष्ठी इतरांनाही या सत्संगाची संधी देत. सांप्रदायिक परंपरेनुसार श्रमण निर्वस्त्र अवस्थेत हवेलीत येत. तोवर श्रेष्ठींच्या हवेलीत त्यांनी निर्वस्त्र अवस्थेतच भोजन घेतले होते. या वेळीही या दिगंबर श्रमणांनी भोजन घेतले. त्यांची पंगत उठल्यावर श्रेष्ठींनी आपल्या आप्तांना त्याच्या उपदेशवाणीचा लाभ प्राप्त व्हावा, यासाठी श्रमण असलेल्या दालनात येण्यासाठी बोलावणे धाडले,

“आरिहंतांचं भोजन झालं आहे. आता सर्वांनी त्यांची उपदेशवाणी ऐकण्यासाठी मुख्य दालनात यावं.”

विशाखाला वाटले, की बौद्ध अर्हत असतात तसे हे अरिहंत असतील. अर्हतांचे दर्शन करण्यास आणि उपदेश ग्रहण करण्यास ती बऱ्याचदा जात असे. त्याप्रमाणे ती या आरिहंताची उपदेशवाणी श्रवण करण्यास आणि सासऱ्यांच्या आज्ञेचे पालन करण्यास मुख्य दालनाकडे वळली.

पण मुख्य दालनात पाय ठेवताच तिला दिगंबरावस्थेतील श्रमण दिसले आणि ती हबकली. इतक्या संख्येने सारे पुरुष जाहीर ठिकाणी नग्न असतील, असे तिला

स्वप्नातही वाटले नव्हते. बौद्ध अर्हत आणि आजीवक अरिहंत यांच्यातील हा मूलभूत फरक पाहून ती स्तब्ध झाली. सासऱ्याने उच्चारलेल्या 'अरिहंत' या शब्दाने गैरसमज निर्माण केल्यामुळे आज्ञापालन करायला ती तिथे गेली होती. पण नग्न पुरुषांना बघायची तिला सवय नव्हती किंवा इच्छा! ती उलट पावली परत फिरली. दोन-तीन वेळा श्रेष्ठींनी तिला बोलावणे धाडले, तरी ती तिथे परत गेली नाही.

विशाखाचे तिथवर येऊन परत फिरणे आरिहंतांना अपमानजनक वाटले.

"हे श्रेष्ठी," ते म्हणाले, "तुझी सून या हवेलीच्या संस्कारांस अनुरूप नाही."

मिगारने नम्रतेने त्यांची क्षमा प्रार्थली. सुनेला हवेलीच्या वळणानुसार घडवण्याचे वचनही दिले.

निर्ग्रंथांना निरोप दिल्यावर विशाखास बोलावून रोष व्यक्त केला, "तू या हवेलीची सून आहेस. या कुटुंबाचे रीतिरिवाज आत्मसात करणं हे तुझं परमकर्तव्य आहे. जर तू तसं करणार नसशील तर या हवेलीत तुझं स्थान कसं राहील? बौद्ध उपासिकेच्या तुझ्या धर्मास आम्ही कोणी विरोध करत नाही, तसं तुला कूळपरंपरेचं अनुसरण करायला नको का?"

"हे पिता," विशाखा म्हणाली, "जसं आज आपण निर्ग्रंथ श्रमणांना भोजनासाठी निमंत्रित केलं, तसंच मलाही एकदा भगवान तथागत बुद्ध आणि त्यांच्या भिक्खूंना भोजनास बोलावण्याची संधी द्या. आपण त्यांचं दर्शन घ्या. त्यांची उपदेशवाणी ऐका आणि नंतर या गोष्टीचा फैसला करा."

चातुर्मासात तथागत श्रावस्तीस वास्तव्यास येणार असल्याचे विशाखास कळले आणि तिच्या आनंदास पारावार उरला नाही. सासऱ्याशी झालेला संवाद अमलात आणण्याची ही श्रेष्ठ संधी असल्याचे तिला जाणवले. 'जेतवना'त जाऊन तिने तथागत आणि त्यांच्या भिक्खूंना भोजनासाठी निमंत्रित केले.

ठरल्याप्रमाणे तथागत तिच्याकडे गेले. विशाखाने त्यांचे अत्यंत प्रसन्न चित्ताने स्वागत केले. आपल्या सासऱ्यांचा आदराने परिचय करून दिला. नंतर तथागतांनी श्रेष्ठी मिगारशी संवाद साधला.

"हे मिगार, तुझ्या चित्तातील नापसंती तू दूर केलीस तर जी प्रसन्नता लाभेल, तिची जगात तुलना सापडणार नाही. रोष, द्वेष या साऱ्यांचं मूळ नापसंतीत दडलं आहे. पूर्वग्रह हे नापसंतीचं मूळ असतं. माणूस पूर्वग्रहांपासून जितका दूर राहील तितका तो बंधनांतून मुक्त होईल."

मिगार हे मनापासून ऐकत होता. प्रतिकार करणे जमू नये, असा अनाम प्रभाव बुद्धवाणीत असल्याचे त्यास प्रकर्षाने जाणवले. तोवर त्याने आजीवक वा इतर धर्मवेत्त्यांकडून ऐकले होते त्यापेक्षा बुद्ध वेगळेच सांगत होते. मिगारला बौद्ध धर्माचा अंगीकार करण्याचा सल्ला वा आग्रह त्यांनी एकदाही केला नाही. उलट, ज्या

मार्गावर तो क्रमण करत होता त्याच मार्गाने मुक्तीच्या दिशेस कसे सरकता येईल, हे तथागतांनी सांगितले.

"आणि श्रेष्ठी," बुद्ध बोलतच होते, "तू जे करशील ते जागृतावस्थेत करत असण्यास महत्त्व आहे. नव्हे, जागृती अनिवार्य असल्याचं समज.ज्या धर्माचं अनुसरण तू करशील, किंवा कोणतंही बरं-वाईट कृत्य तू करशील, तेव्हा त्या संदर्भात तुझं चित्त अत्यंत जागरूक असू दे. दुष्कृत्यही जागृतावस्थेत झालं तर ते दुष्कृत्य ठरत नाही; कारण ती जागृतीच सन्मार्गास नेण्यास उद्युक्त करणार असते."

मिगार मंत्रमुग्ध होऊन बुद्धवाणी आत्मसात करत राहिला. त्याचे चलन-वलनही थांबले होते. निर्ग्रंथ श्रमणांनी त्याला; बुद्ध मायावी आहेत आणि श्रोत्यांस वाणीच्या प्रभावाखाली आणून काहीही करण्यास उद्युक्त करतात, असे सांगितले होते. असे असले तरी तथागतांच्या उपदेशाने तो प्रभावित नक्कीच झाला. त्याने आपणहून बुद्धचरणी मस्तक ठेवले.

"भगवंत,आपला उपासक म्हणून माझा स्वीकार करा." अनायासे त्याच्या तोंडून विनंती उमटली. विशाखाकडे वळून तो म्हणाला, "विशाखा, प्रापंचिक आणि सांसारिक संबंध विचारांत घेता तू माझी सून असलीस तरी आजपासून मला मातेसमान आहेस. तू माझ्या घरची लक्ष्मी बनली नसतीस वा औपचारिक वर्तनाच्या मोहाने तथागतांना निमंत्रित करण्याचा आग्रह धरला नसतास, तर मी आजही अंधारमार्गावर चाचपडत असतो."

आणि खरोखर त्या क्षणापासून विशाखा सूनबाई मिगारमाता बनली.

* * *

राजा प्रसेनजिताच्या दरबारात गार्ग्य नावाचा ब्राह्मण पुरोहित नियुक्त झालेला होता. प्रसेनजिताने बौद्ध धर्माचा स्वीकार केला नव्हता; तरी तो तथागतांविषयी अपार आदरभाव बाळगून होता. अनाथपिंडिकाने तथागतांची 'जेतवन विहारा'त चातुर्मासासाठी व्यवस्था केल्यापासून त्याच्या मनात बौद्ध भिक्खू संघाविषयी विशेष ममत्व निर्माण झाले होते. त्याने स्वत: 'जेतवना'शेजारी 'राजकाराम' नावाचा विहार बांधून घेतला होता. तरी तो वैदिक धर्मानुसार कर्मकांडाचे परंपरागत विधी संपन्न करत होताच. त्याविषयी त्याच्या मनात श्रद्धाही होती.

पुरोहित या नात्याने गार्ग्य ब्राह्मण यात पुढाकार घेत असे. तो विद्वान नव्हता, आणि विद्वान नसल्याची त्यास जाणीवही होती. राज्याचा पुरोहित असल्याने सन्मान प्राप्त करता येतो हे त्याला कळत होते, तसेच विद्वान नसल्यामुळे कोणत्या सन्मानापासून वंचित राहावे लागते, तेही त्यास ठाऊक होते. विद्वान नसला तरी तो विद्याप्रेमी होता. स्वतःच्या जीवनात जशी अविद्येची पोकळी आहे, तशी पुत्राच्या

जीवनात असू नये, असे त्यास वाटे.

गार्ग्यघरी पुत्रजन्म झाला, तेव्हा त्याच्या प्रवेशद्वाराशी उभ्या असलेल्या प्रहरीचे शस्त्र एकाएकी तळपले. शस्त्रावर अशी चमक शत्रूवर तुटून पडतानाच उमटते. शस्त्र तळपण्यात हिंसेचा निर्देश असतो. पुत्रजन्माच्या क्षणी प्रहरीचे शस्त्र तळपले तरी ते हिंसेशी संबंधित असणे शक्य नव्हते आणि गार्ग्यने शस्त्र तळपण्याची अशी घटना कधी पाहिली नव्हती. म्हणून त्याने पत्नी मंतानीशी चर्चा केली. दोघांनी नवजात शिशूचे नाव 'अहिंसक' ठेवायचे ठरवले.

विद्याप्रेमी असल्याने गार्ग्य 'अहिंसका'च्या शिक्षणाची चोख व्यवस्था ठेवत होता. श्रावस्तीनगर शिक्षणक्षेत्र म्हणून प्रसिद्ध नव्हते. 'अहिंसका'ने तिथे उपलब्ध असलेले शिक्षण संपवले. त्या काळी शिक्षणक्षेत्रातील सर्वोच्च नगरी असलेल्या तक्षशिलेचे नाव दुमदुमत होते. लोक तक्षशिला नगरीस 'विद्याधाम' म्हणत. तिथे अभ्यास केलेल्या व्यक्तीस समाजात आणि राजदरबारात मानाचे स्थान असे. अहिंसकाने श्रावस्तीस सोळा वर्षे शिक्षण घेतले आणि तो विद्याभ्यासासाठी तक्षशिलेस गेला.

'अहिंसक' अत्यंत विचक्षण आणि चतुर होता. श्रावस्तीस प्राप्त केलेल्या विद्येच्या बळावर त्याला पुढचे शिक्षण सोपे वाटले. तो ज्या आचार्यांकडे शिकत असे त्यांच्याकडे बऱ्याच काळापासून राजवंशी शिष्यही शिकत होते. थोड्याच काळात 'अहिंसका'ने आचार्यांकडून जी सिद्धी प्राप्त केली, तिची बरोबरी ते करू शकत नव्हते. म्हणून त्यांच्या मनात असूया निर्माण झाली.

कोणत्याही आचार्याच्या मनात तेजस्वी विद्यार्थ्याविषयी जे प्रेम जन्मते, ते 'अहिंसका'साठी निर्माण होणे अटळ होते. आचार्य स्वगृही अध्ययन, पठण आणि मनन करत. त्यात मदतरूप होण्यासाठी ते 'अहिंसका'ला कधीतरी घरी बोलवत. त्यामुळे तो आचार्यांप्रमाणे आचार्यपत्नीचाही लाडका बनला.

ज्यांना त्याच्याविषयी असूया वाटत होती, त्यांच्या मनात ती द्विगुणित झाली. कसेही करून आचार्यांच्या मनात त्याच्याविषयी रोष वा नापसंती निर्माण करायला हवी, असे त्यांना वाटले. तशा युक्ती-प्रयुक्तीचा शोध घेण्यासाठी त्यांची आपसांत चर्चासत्रे झाली. त्यात गुरुंच्याच नव्हे, तर गुरुपत्नीच्याही मनात 'अहिंसका'विषयी प्रेम असल्याची खात्री पटली. आचार्यांच्या मनात त्या दोघांच्या संबंधांविषयी विष पेरण्याचा विचार त्यांनी योग्य ठरवला. तसे करून 'अहिंसका'चा काटा काढता येईल, अशी खात्री त्यांना वाटली. कारण आचार्य कितीही विद्वान असले तरी पुरुष आहेत आणि कोणत्याही पुरुषाला पत्नीच्या मनात दुसऱ्या कोणा पुरुषाविषयी कोमल भावना असणे सहन होत नाही, याविषयी त्यांना खात्री वाटत होती. एकदा का पुरुषाच्या मनात संशय निर्माण झाला, की तो सहसा दूर होत नाही, हेही ते

जाणून होते.

'अहिंसका'चा हेवा करणाऱ्या शिष्यांनी कुटिल कारस्थान रचले. त्या संदर्भात त्यांनी या हितशत्रूंची दोन भागांत विभागणी केली. पहिल्या भागातील चार-पाच शिष्यांनी एके दिवशी संधी साधून आचार्यांना सांगायला घेतले, "आचार्य, तुम्हाला असं सांगताना आम्हाला संकोच वाटत आहे ; पण तक्षशिलेसारखं विद्याधाम, त्यात आपल्यासारखे आचार्य..." असे म्हणून अडखळत त्यांनी एकमेकांकडे बघितले आणि नजर खाली वळवली. आपल्याला पुढचे सांगण्यात फार संकोच वाटत असल्याने ते जमत नसल्याचा आव त्यांनी आणला.

"वत्सांनो," आचार्यांनी विचारले, "इतका संकोच वाटण्याजोगं काय झालं आहे? जे असेल ते नि:संकोचपणे सांगा."

"संकोच वाटण्याजोगीच घटना आहे, आचार्य. 'अहिंसका'चा वावर आपल्या घरी असतो, त्यात शुद्ध भाव नाही. मातेसमान गुरुपत्नीकडे तो वाईट नजरेने बघतो."

"खबरदार," आचार्य ओरडले. "अशी कल्पना तुमच्या मनात आली तरी मी शिष्यत्व संपवून तुमची रवानगी घरी करीन. 'अहिंसक' तेजस्वी विद्यार्थी आहे. तुम्ही म्हणता तसा तो असणं शक्य नाही."

"क्षमा करा, आचार्य," त्यांनी नम्रपणे सांगितले, "आम्हाला दिसलं ते सांगणं आमचं कर्तव्य होतं. निर्णय घेण्याचं काम आमचं नाही." सर्वांनी आचार्यांना चरणस्पर्श करून जांभ चावली.

आचार्यांनी विरोध केला तरी त्यांच्या मनात या विचाराचा किडा नक्कीच वळवळला. ते कमी होते की काय म्हणून, शिष्यांच्या दुसऱ्या समूहाने काही दिवसांनंतर तोच धक्का देण्याचे काम केले.

"मानवी मनाच्या खोलीचं अगाधपण आपण समजावत असता, पण ती खोली मापता येणं केवळ अशक्य आहे, आचार्य." एक जण म्हणाला.

"असं का म्हणतोस, वत्सा?" आचार्यांनी विचारले, "मनाचा अभ्यास केल्याने ही खोली मापता येते."

"हे खरं असतं तर आपण ती मापू शकला असता."

"मी कोणाच्या मनाची खोली मापू शकलेलो नाही, असं तुम्हाला वाटतं? या तात्पर्यास कोणत्या तर्काचं अधिष्ठान आहे?"

"क्षमा करा, आचार्य. 'अहिंसका'चा आपल्या घरातील वावर पाहता आपण त्याच्या मनाची खोली मापू शकला आहात, असं वाटत नाही."

जे आम्हाला निरीक्षणाने जाणवलं आहे ते तक्षशिलेच्या प्रकांड पंडितास जमू नये, याचं आम्हाला नवल वाटतं. तो गुरुपत्नीशी मलीन संबंध ठेवून

असल्याची आपल्याला पुसटशीही शंका नाही, हे कसलं द्योतक आहे?''

आचार्य अवाक् होऊन ऐकत राहिले. काही दिवसांपूर्वी काही शिष्यांनी त्यांना हेच सांगितलेलं त्यांना आठवले. त्या वेळी त्यांनी शिष्यांना धुत्कारले असले तरी तेव्हा संशयाचा जो किडा त्यांच्या मनात वळवळला होता, तो या शिष्यांचे कथन ऐकून वळवळू लागला. मनाच्या शांत डोहात तरंग उठणे स्वाभाविक होते.

वस्तुतः, ते बोलावत तेव्हाच 'अहिंसक' त्यांच्या घरी जात असे. आचार्यांच्या अनुपस्थितीत तिथे थांबण्याचा प्रसंग सहसा येत नसे. तरी आचार्य-पत्नीशी हसत खेळत बोलण्याजोगे संबंध प्रस्थापित झाले होते. कधी विशेष प्रकारचा पदार्थ केला तर गुरुपत्नी 'अहिंसका'स तो चाखायला देत असे. तोवर आचार्यही ते सहज ठरवत. पण शिष्यांचे ऐकून त्यांनी अतीतात घडलेले असे प्रसंग तपासण्यास सुरुवात केली. मग त्यांना ते निर्दोष वाटेनासे झाले. उलट, ते प्रसंग त्यांना गूढ वाटू लागले.

अशा प्रकारच्या विचारात असताना एकदा आचार्य घरी गेले तेव्हा 'अहिंसक' तिथे होता. आचार्यांचे काही ग्रंथ 'अहिंसका'पाशी होते. रात्रीच्या वेळी आचार्यांचे ग्रंथ त्यांच्या घरी असले पाहिजेत, ते कोणीही आपल्याकडे ठेवायचे नाहीत असा त्यांचा आदेश होता. आचार्यांनी या प्रति त्यास दुपारी दिल्यावर त्यांना त्याचे विस्मरण झाले. म्हणून त्या प्रति आचार्यांना सुपूर्द करण्यासाठी तो आला होता. सामान्यपणे, आचार्यांनी दिलेल्या प्रतिचे अध्ययन संपले, की सारे शिष्य त्यांना अध्ययन कक्षात त्या परत करत. पण त्या दिवशी आचार्यांनी कामाच्या संदर्भात त्याला बाहेर पाठवले होते. म्हणून तो प्रति परत करू शकला नव्हता. आचार्य आले तेव्हा 'अहिंसक' त्यांच्या पत्नीशी बोलताना हसत असलेला नजरेस पडला. म्हणून त्यांचे पित्त खवळले. त्यांनी त्वरित त्याला शिष्य म्हणून न ठेवण्याचा निर्णय घेतला. सारे म्हणत होते त्यात तथ्य असावे असे नव्हे, तर आहेच, असे त्यांना वाटले. आज शिष्यवर्गात प्रचलित असलेली चर्चा उद्या तक्षशिला नगरीच्या गल्लीबोळात पोहोचली तर... ही कल्पनाच त्यांना सहन होईना. तसे घडल्यास आचार्यपद धोक्यात येणार होते.

तत्क्षणी ते काही बोलले नाहीत. पण क्षणभर त्यांच्या मनात 'अहिंसका'ची हिंसा करण्याचा विचार तळपला, हे खरे. पण हत्या केल्याने हत्येच्या कारणांच्या संदर्भात चर्चा होईल, आणि जी चर्चा आज टाळता येत आहे, तिला उद्या उधाण येईल, असेही त्यांना वाटले. 'विद्याधामा'त स्वतःची बदनामी होणे त्यांना रुचणार नव्हते. या संदर्भात पत्नीशी चर्चा केल्यास दांपत्यजीवनात कडवटपणा निर्माण होण्याचे भय होते. म्हणून 'अहिंसका'ची हिंसा न करता त्याला मार्गातून दूर करणे त्यांनी योग्य ठरवले. साप मरू नये आणि काठी तुटू नये, असा मध्यममार्ग ते शोधू

लागले.

काही दिवसांनी त्यांनी 'अहिंसका'स चर्चेसाठी बोलावले.

"वत्सा, तुझं शिक्षण तू वेगानं पूर्ण केलं आहेस." ते बोलू लागले, "तक्षशिलेस तू जे शिकायला आला होतास ते मी तुला शिकवलं आहे. आता माझ्याकडे शिकवण्यासारखं काही उरलेलं नाही. तू आता सुखानं गृहस्थाश्रमात प्रवेश कर."

"आचार्य," आचार्यचरणी मस्तक ठेवत नम्र स्वरात 'अहिंसक' म्हणाला, "आपण मला विद्याभ्यास करवला आहे, त्याचं ऋण मी आयुष्यात फेडू शकणार नाही, हे मी जाणतो. पण आर्यपरंपरेत विद्याभ्यास संपला, की गृहस्थधर्म स्वीकारण्यापूर्वी गुरुदक्षिणा द्यायची असते."

आचार्यांचे ओठ किंचित हलले. त्यांना वाटले, 'तू इथून निघून जाणे', ही मोठी गुरुदक्षिणाच आहे; पण मनीचा विचार त्यांनी ओठांमागे ढकलला.

"आपण बोलत का नाही?" 'अहिंसका'ने आग्रह धरला, "आपणास योग्य वाटेल ती दक्षिणा आपण सांगावी. गुरुदक्षिणा देणं हा माझा धर्म आहे. मला धर्मविन्मुख न करण्याची कृपा करावी."

"तुझ्याकडून मला कोणत्याही गुरुदक्षिणेची अपेक्षा नाही. तू इथून प्रस्थान कर, हीच माझी इच्छा आहे."

"गुरुदेव," 'अहिंसका'चा स्वर अधिक आग्रही बनला, "गुरुदक्षिणा दिल्यातिना प्रस्थान केलं तर मी धर्मभ्रष्ट होईन. आपण सांगाल ती गुरुदक्षिणा आपल्या चरणी धरल्याविना मी प्रस्थान कसा ठेवू?"

आचार्यांच्या मनात एक विचार चमकला.

"तू म्हणतोस ते खरं आहे, वत्सा. गुरुदक्षिणा दिल्याविना गृहस्थाश्रमात प्रवेश करणारा धर्मभ्रष्ट ठरतो."

"तर मग हे गुरुदेव, मी धर्मभ्रष्ट ठरावं, असं आपणांस का वाटतं?"

"तुझा आग्रहच असेल तर मी गुरुदक्षिणा एका वचनाच्या स्वरूपात मागतो. एक हजार माणसांचा वध केल्यावर तू गृहस्थाश्रमी होशील. हा आकडा पूर्ण होईल त्या क्षणी गुरुदक्षिणा मला आपसूक मिळेल."

आचार्यांनी मागितलेले वचन कल्पनातीत होते. ते ऐकून 'अहिंसक' स्तब्ध झाला. विद्याभ्यास करताना तो माता, पिता आणि गुरू सांगतील ते करणे कर्तव्य असल्याचे शिकला होता. त्यांना प्रश्न विचारण्याचा हक्क नसल्याचेही तो जाणून होता. तरी या धक्क्यातून किंचित बाहेर आल्यावर त्याने मान वर केली.

"आचार्य, " तो म्हणाला, "आपण आजवर मला दिलेल्या विद्येशी अकारण निर्दोष माणसांची हत्या करण्याची आज्ञा सुसंगत नाही."

"ते तू का ठरवतोस वत्सा? मी गुरुदक्षिणा मागावी, हा तुझा आग्रह होता. मला आता या विषयावर चर्चा नको आहे. लक्षात ठेव... गुरुदक्षिणा न देता गृहस्थाश्रम धारण करणं ही अनार्य परंपरा आहे. तो सरस्वती मातेचा द्रोह असतो. त्यामुळे विद्याभ्यास व्यर्थ ठरतो. तू आता जा. कल्याणमस्तु."

आता विकल्प उरला नव्हता. धर्म आणि विद्याभ्यासाचा विचार करता त्याला ही गुरुदक्षिणा योग्य वाटेना. पित्याशी चर्चा करावी, असा विचार करून शक्य तितक्या घाईने तो श्रावस्तीस पोहोचला.

गार्ग्य बुचकळ्यात पडला. त्याने असे कधी ऐकले नव्हते. हे अकल्पनीय आणि अतर्क्य होते.

"पुत्रा, तक्षशिलेचा एकही आचार्य ही गुरुदक्षिणा मागेल यावर माझा विश्वास बसत नाही. विद्याभ्यासाच्या काळात तुझं वर्तन अयोग्य आणि अनुचित होतं का?"

'अहिंसका'ला सल्ला मिळणे दूर राहिले; उलट, पित्याच्या प्रश्नानेही त्यास निरुत्तर आणि स्तब्ध केले. स्वतःचे वर्तन कधी अयोग्य वा अनुचित असल्याचे त्यास स्मरत नव्हते. तोवर पित्याने त्याच्यावर कधी अविश्वास प्रगट केला नव्हता. या संदर्भात मात्र पित्याला शंका आहे, हे त्याला प्रकर्षाने जाणवले आणि तो व्यथित झाला.

"पिताश्री," तरी तो नम्र स्वरात म्हणाला, "मी आपला पुत्र आहे. आपण शंका घ्यावी, असं काम माझ्याकडून कधी घडणार नाही."

"तसं मलाही वाटतं पुत्रा, पण..." गार्ग्य म्हणाला, "गुरूंनी जी गुरुदक्षिणा मागितल्याचं तू सांगितलंस ती कोणताही गुरू मागेल, अशी मी कल्पनासुद्धा करू शकत नाही. तरी त्यांनी ती मागितली असेल तर त्यास, तुझा कुठलासा अभद्र व्यवहार कारणीभूत ठरण्याची शक्यता मला जाणवते. काही असो, गुरूने मागितलेली दक्षिणा देणं तुझं कर्तव्य आहे."

'अहिंसका'च्या कंठास शोष पडला. क्षणभर त्याच्या नजरेसमोर काळाकुट्ट अंधार दाटला.

'अहिंसका'स तक्षशिलेस पाठवण्यापूर्वी पित्याने त्याला बुद्धिप्रवण केले होते. श्रावस्तीच्या एका विद्वान ब्राह्मणाची सुशील कन्या त्याची पत्नी व्हायची होती. 'अहिंसका'नेही एकदा आपल्या भावी पत्नीस बघितले होते. त्याला ती आवडली होती आणि तिच्याविषयी यौवनसुलभ ऊर्मीही दाटू लागली होती. पण जेव्हा पित्याच्या मनात त्याच्या अभद्र वर्तनाची शंका आली तेव्हा विश्वासाच्या जागी ठेच लागल्यागत त्याला निराधार वाटले. नंतर त्याला भावी पत्नी आठवली. कसेही करून तिला भेटले पाहिजे, असेही वाटले. तिला तो भेटलाही. पित्याने अविश्वास

दर्शवला तरी सहधर्मचारिणाने साथ दिली तर बघावे, असे त्यास वाटले. त्याने तिला आचार्यांनी मागितलेल्या गुरुदक्षिणेविषयी आणि ती आपणास स्वीकार्य नसल्याचेही सांगितले.

"असं कसं शक्य आहे?" वाग्दत्त कन्येने विचारले, "गुरुदक्षिणा दिल्याविना गृहस्थाश्रम स्वीकारणार? आचार्यांनी अशी गुरुदक्षिणा मागितली असेल तर त्यापाठी गूढ कारण असेल तर ते शोधा वा त्यांनी मागितलेली गुरुदक्षिणा द्या किंवा दुसरे काही मागण्याची विनंती त्यांना करा."

जीवनात कधीही अनुभवली नव्हती वा अपेक्षा नव्हती अशी विपरीत परिस्थिती त्याच्यासमक्ष उभी ठाकली. पिता गार्ग्य व वाग्दत्त पत्नी त्याला तो जसा आहे, तसा स्वीकारण्यास तयार नव्हती. एक हजार निर्दोष लोकांची हत्या करणे, हे त्याचे प्राक्तन ठरत होते. त्याने कष्टाने साध्य केलेली विद्या याचे समर्थन करत नव्हती, तरीही त्याने अगतिकपणे दात-ओठ खाल्ले. स्वत:पाशी असलेले सारे ग्रंथ एका बोचक्यात बांधून त्याने ते बोचके सरोवरात फेकून दिले. एक भयानक शस्त्र हाती घेऊन तो श्रावस्तीच्या पूर्वेस असलेल्या 'जालिनी' नावाच्या घनघोर अरण्यात शिरला. जणू त्या अरण्यात वास्तव्य करणाऱ्या हिंसक पशूंच्या संख्येत एकाची भर पडली.

काही काळातच, 'जालिनी' अरण्यातून ज्यांचा मार्ग पसार होत असे त्या प्रवाशांना एका दुःस्वप्नासारखा अनुभव येऊ लागला. वस्तुतः, 'जालिनी'च्या अरण्यात कित्येक हिंसक पशूंचे वास्तव्य होते. पण कोणताही प्राणी तिथून मार्ग क्रमत असलेल्या प्रवाशावर आक्रमण करत नसे, या नित्य अनुभवाविरुद्ध आता घडू लागले. जो त्या अरण्यात प्रवेश करत असे त्याचा वध अटळ ठरत असे. वध करण्याची पद्धतही एकसारखी होती. हे प्रवासी आपले बैल आणि अश्वांवर सामान लादून जात असत. पण त्यातील फक्त माणसांची हत्या होत असे. बैल वा अश्वांना आणि त्यांच्यावर लादलेल्या मालाला स्पर्श होत नसे. ते सारे सुरक्षितपणे अरण्याबाहेर पडत. या प्रकाराने श्रावस्तीचे प्रजाजन भयव्याप्त बनले. या आक्रमणातून सुटका करून घेऊन पळत सुटलेल्या एका प्रवाशाने हे क्रूर कृत्य गार्ग्यपुत्र अहिंसक करत असल्याचे सांगितले. ते ऐकून तर सारे हबकून गेले.

'अहिंसक' आता हिंसक बनला होता. एक हजार माणसांचा वध हे त्याचे लक्ष्य बनले. वध केलेल्या माणसांची संख्या लक्षात कशी ठेवावी? तो शिक्षित होता. विद्वान होता. त्याने एक शक्कल लढवली. तो मृत व्यक्तीची करंगळी कापून घेऊ लागला. त्या बोटांची बेरीज करणे त्यास सोपे वाटले. ही बोटे तो झाडावर लटकवत असे. पण लवकरच ही रीत योग्य नसल्याचे त्याला जाणवले. झाडावर लटकवलेली बोटे कोणतासा पक्षी चोची मारून खाली पाडत असल्याचे त्याला दिसले. हे

दृष्टिआड घडले तर खाली पडलेले बोट कसे उचलणार आणि त्याची बेरीज कशी करणार? म्हणून त्याच्या मनात भयानक गुरुदक्षिणेस साजेसा अमानुष विचार झळकला. वध केलेल्यांच्या बोटांची माळ करून गळ्यात घातली तर हिशेबात चूक होण्याची शक्यता नष्ट होईल. लगेच त्याने तो विचार अमलात आणला. श्रावस्तीचा पुरोहित गार्ग्यचा विद्वान पुत्र 'अहिंसक' अंगुलीमाल बनला. आता त्याचे एकच लक्ष्य होते. 'जालिनी' अरण्यातून जाणाऱ्या प्रत्येक मनुष्याचा वध करायचा, त्याचे बोट तोडायचे आणि गळ्यातील माळेत गुंफून सारी बोटे मोजायची.

अंगुलीमालचा हा मनुष्ययज्ञ 'जालिनी जंगला'च्या मार्गावरच नव्हे, तर आसपासच्या खेड्यांतही पसरू लागला. ज्या दिवशी माळेत एक-दोन बोटांची भर पडत नसे त्या दिवशी तो अरण्याबाहेर येऊन वध करू लागला. पाहता पाहता आसपासची गावे उजाड होऊ लागली. सीमेवरच्या शेतात काम करणाऱ्या शेतकऱ्यांच्या बोटांनी अंगुलीमालच्या माळेची लांबी वाढली वा त्याच्या भयाने त्यांनी शेती करणे सोडले आणि शेत सोडून ते निघून गेले.

माळेतील बोटांची संख्या नऊशे नव्याण्णव झाली त्या दिवशी कित्येक दिवसांनंतर त्याचे ओठ हसले; पण त्या हास्यात संतोष वा समाधानाचा आनंद नव्हता. अमानवी भयानकतेव्यतिरिक्त त्यात अवश भय आणि उत्तापही होता. आता केवळ एक वध शिल्लक होता. उजाड झालेल्या गावाच्या सीमेवर हल्ली कोणी फिरकेनासे झाले होते. शिवाय, शेवटची शिकार केल्यावर नंतर काय, हा प्रश्नही अस्वस्थ करणाराच होता. हजार बोटे ओवलेली माळ आचार्यांना अर्पण करण्यास तक्षशिलेस जाणे शक्य नव्हते. तिथे हजार माणसांची हत्या करणाऱ्यास देहदंडच मिळाणार होता. तिथे का? श्रावस्तीचे सैनिक तक्षशिलेच्या वाटेवरच त्याला संपवण्याची शक्यता होती.

हजारावी शिकार त्याच्या हाती लागण्यापूर्वी श्रावस्तीत ज्यांनी स्वजन गमावले होते त्यांनी राजा प्रसेनजितासमक्ष आक्रोश केला. रक्षणासाठी मागणी केली. कोसल देशाच्या इतर नागरिकांच्याही स्वजनांची हत्या झाल्याच्या तक्रारी आलेल्या होत्याच. खुनी इसमास जिवंत वा मृत पकडणे आवश्यक असल्याची जाणीव राजा प्रसेनजितास झाली होतीच. 'जालिनी' अरण्यास चारी बाजूंनी वेढा घालून त्यास आग लावण्याच्या विचारात ते होते. तो एकच सुरक्षित आणि योग्य उपाय आहे, असे त्यांचे मत होते. कारण सैन्य जंगलात न्यायचे तर अत्यंत निबिड अरण्यात सैन्याला जंगली पशूंचा सामना करावा लागला असता. या भानगडीत अंगुलीमाल निसटून जाण्याची शक्यता होती. विनाकारण सैनिकांचे जीव धोक्यात घालण्यात अर्थ नाही, असे त्यांना वाटले. म्हणून जंगलास आग लावणे ते योग्य समजत होते. त्यांनी तशी व्यवस्थाही सुरू केली होतीच.

राजाच्या या योजनेची श्रावस्तीच्या नागरिकांना कल्पना नव्हती. पण राजप्रासादात वावर असल्याने गार्ग्य पुरोहितास हे कळले. तो अस्वस्थ झाला. त्याने पत्नी मंतालीस ते सांगितले. आता अंगुलीमाल पकडला जाईल आणि आपण अपुत्र होऊ, या कल्पनेने तिला व्यथित केले. ती त्याची माता होती. शिवाय, या अपराधात तिच्या पुत्राचा खरे म्हणजे वाटा नव्हता. पाप करवणारा अंधारात आणि आज्ञापालन करणारा तिचा पुत्र देहदंडास पात्र ठरणार, हे तिला सहन होत नव्हते. त्याचा जीव वाचवण्याचा प्रयत्न करणे, हे तिला कर्तव्य वाटले.

पण प्रयत्न करायचा म्हणजे काय करायचे, ते तिला कळत नव्हते.

राजाच्या योजनेनुसार तिसऱ्या दिवसाच्या रात्री योजना कार्यरत होणार होती. म्हणजे, दोन दिवसांचा कालावधी हाती होता. या दोन दिवसांत स्वत: 'जालिनी जंगला'त जाऊन पुत्रास सावध करण्याचा प्रयत्न करावा, असे तिला वाटले. मनुष्यवधाच्या अघोर कर्मासाठी पुत्र माणसाच्या शोधात असेलच, या खात्रीनिशी पतीलाही न सांगता ती एकटी 'जालिनी जंगला'त शिरली.

अंगुलीमालच्या एक हजार मनुष्यवधांची हकीकत 'जेतवन विहारा'तही पोहोचली होती. तथागतांच्याही ती कानी पडली. सुरुवातीस त्यांनी या बातमीकडे दुर्लक्ष केले. पण अंगुलीमालच्या भयापोटी आसपासची खेडी उजाड बनू लागल्याचे ऐकले आणि सैनिकांना हे काम जमणार नसल्याने आता स्वतः प्रसेनजित हे कार्य करणार असल्याचे कळले, तेव्हा त्यांच्या मनात विभिन्न विचार उद्भवले. अंगुलीमालने अगार पापकर्मे केली. आपले 'जेतवन विहारा'त वास्तव्य असतानाही ती झाली आहेत, हे योग्य नाही, असे त्यांना प्रकर्षाने जाणवले. 'जेतवन' आणि 'जालिनी जंगला'त विशेष अंतर नव्हते. 'जेतवन विहारा'तील हवा अंगुलीमालच्या फुफ्फुसात एकदा जरी पोहोचली तरी त्याच्यात परिवर्तन होईल, असा विश्वास त्यांना वाटला. त्याला पापकर्मांपासून रोखणे हा आपला धर्म आहे, हे त्यांना जाणवले. म्हणून चंक्रमणावेळी म्हणजे बहुतांश 'जेतवन' निद्रिस्त असताना तथागतांनी एकट्यांनी 'जालिनी जंगला'कडे कूच केले.

वातावरणातील अंधकार दूर सरला नव्हता. प्रकाशाचा एकही किरण पृथ्वीवर पोहोचला नव्हता. अशा वेळी शेताची रखवाली करणाऱ्या दोन-तीन साहसी शेतकऱ्यांनी बौद्ध भिक्खूस 'जालिनी जंगला'कडे वळताना बघितले. अपरिचित व्यक्ती अज्ञानामुळे जंगलात शिरली तर ती तिथून बाहेर पडणार नाही, असे वाटून त्या भिक्खूला सावध करण्यासाठी त्यांनी दुरून साद घातली.

"हे श्रमणा, त्या दिशेस जाऊ नकोस. जंगलात अंगुलीमाल नावाचा खुनी आहे. जंगलात शिरणाऱ्या प्रत्येकाची तो हत्या करतो."

पण तथागतांनी तिकडे दुर्लक्ष केले आणि जंगलात प्रवेश केला.

उजाडले होते. सकाळची कोवळी सूर्यकिरणे जंगलाचा परिसर प्रकाशित करू लागली. उंच वृक्षावर चढून अंगुलीमाल श्रावस्ती नगरीकडे बघत होता. एक वृद्ध स्त्री हळूहळू जंगलाकडे येताना दिसली. त्याला नवल वाटले. क्षणभर त्याला आनंदही झाला. हजारावी हत्या स्त्रीची असेल, याचा थरार आणि माळेत हजार बोटे पूर्ण होतील, हा विचार संमिश्र भावना निर्माण करणारा होता. तेवढ्यात एक दुसरे नवल दिसले. श्रावस्तीच्या वेगळ्या सीमेवरून एक श्रमण जंगलप्रवेश करत होता. तोही एकटाच होता. अंगुलीमालला आता एकच बोट हवे होते. दोन बोटांची आवश्यकता नव्हती. एक बोट मिळाले, की वचनपूर्ती होणार होती. वृद्ध स्त्री आणि श्रमण यांतून कोणाची हत्या करावी, या द्विधेत तो अडखळत होता. थोडा वेळ विचार करून तो तथागतांच्या दिशेस निघाला. तथागतांनी त्याला पाहिलेही. इतक्या हत्या केलेल्या अंगुलीमालच्या चेहऱ्यावर विक्राळ भाव स्थापित झाले होते. ज्या वेगाने तो तथागतांकडे जात होता तो वेगही सामान्य माणसास भयप्रद वाटणारा होता. त्याची मुद्रा आणि वेग हिंसक पशूशी साधर्म्य साधणारे होते. त्याच्या उजव्या हातात उगारलेले धारदार शस्त्र होते. कोवळ्या उन्हात त्याची धार तळपत होती. श्रमण आपल्याकडे येत आहे, अशी शंका त्याला आली. तरी त्याला वाटले, की त्या दिशेस तो कुठेसा मार्गस्थ होणार असेल. अरण्य हादरावे अशा कठोर स्वरात त्याने आरोळी ठोकली.

"हे श्रमणा, तू जिथे आहेस तिथेच थांबून राहा."

"हे अंगुलीमाल" वेग किंचितही कमी न करता तथागत म्हणाले, "मी थांबलोच आहे. आता तू थांबण्याची गरज निर्माण झाली आहे, हे तू समजून घे."

अंगुलीमाल चकित झाला. श्रमण वेगाने पुढे सरकत होता. क्षणार्धात तो अंगुलीमालपाशी पोहोचणार होता. साध्य पूर्ण झाल्यातच जमा असल्याने अंगुलीमाल काहीसा निश्चिंत होता. म्हणून त्याने आपल्या आश्चर्याचे शमन करून घेण्याचे ठरवले.

"हे श्रमणा, तू तुझ्या मृत्यूच्या दिशेने पुढे सरकत असूनही थांबला आहेस असं का म्हणतोस? आणि मी तुझ्यावर शस्त्र परजणार आहे, हे स्पष्ट दिसत असूनही तू मला थांबण्यास का सांगत आहेस?"

तथागतांच्या मुद्रेवर भय वा अस्वस्थतेची रेषा नसल्याचेही त्याला नवल वाटले. त्याच्या अगदी जवळ पोहोचून तथागत म्हणाले, "हे आयुष्मान, जे संयमी आहेत, ज्याच्या अंतरातून दया आणि करुणा वर्षत असते, ज्याच्या मनात कोणाहीविषयी वैरभाव नाही, असा माणूस चालत असला तरी स्थिर समजावा. तुझं वर्तन या साऱ्याहून विपरीत असल्याने तू अस्थिर आहेस. आधी तू स्थिर होणं

शिकायला हवं आहेस.''

गेल्या कित्येक वर्षांत अंगुलीमालने सामान्य माणसाची वाणी ऐकली नव्हती. ऐकले होते भयव्याप्त माणसाचे रुदन, जीव जाताना तडफडणाऱ्या लाचारांची तडफड. या आणि अशा प्रकारचे काहीबाही. खरे म्हणजे, सामान्य माणसाचा स्वर कसा असतो, याचे विस्मरण त्यास झाले होते. तथागत उच्चारत असलेले दया, करुणा वगैरे शब्द तर त्यास अगदी वेगळ्या दुनियेत नेत होते. तो ऐकत होता. तथागत बोलतच होते...

''हे आयुष्यमान, हिंसेच्या पापाचरणापासून तू मुक्त होऊ शकतोस. मी तुला मुक्तीचा मार्ग दाखवतो. ये, मी तुला त्या मार्गावर नेतो. तुझ्या चित्तातील अशांतीचंही शमन करणारा मार्ग मी तुला दाखवतो.''

अंगुलीमाल मंत्रमुग्ध होऊन तथागतांचे बोल ऐकत राहिला. ते जे बोलत होते ते सारे त्याला अत्यंत अपरिचित आणि मधुर वाटत होतं. काही दिवसांपूर्वी तो विचार करत होता, की तक्षशिला आणि श्रावस्तीचे कायदे त्याला जगू देणार नाहीत. थोडे थोडके नव्हे, तर नऊशे नव्याण्णव खून त्याने केले. गुरुदक्षिणेसाठी तो त्यास वध म्हणत असला, तरी सामान्यांच्या लेखी त्या हत्याच होत्या, हे त्याला कळत होते. देहांतदंड भोगायचा तर तक्षशिलेस घेतलेली विद्या आणि गुरुदक्षिणेसाठी केलेल्या वधात वापरलेली शक्ती व्यर्थ जाणार होती. सारे जीवनच व्यर्थ ठरल्याचे वैफल्य त्यास उद्ध्वस्त करत होते. हे पापकर्म त्याने स्वेच्छेने केले नव्हते, तरी त्यातून सुटण्याचा मार्ग उपलब्ध नसल्याची जाणीव त्याला हताश करत होती. विटंबनेस सामोरे जाण्यापेक्षा ज्या 'जालिनी जंगला'त हे विहित कर्म केले तिथेच मृत्यू यावा, असेही त्याला वाटत होते. आणि हा श्रमण शांत चित्ताने त्याला यातून मुक्त होण्याच्या मार्गावर नेण्याची तयारी असल्याचे सांगत होता.

मध्यंतरी कोसल देशात अपराधासाठी श्रमणांना शासन करत नाही, असे त्यानेही ऐकले होते. श्रमणांना दंड विधानापासून मुक्त ठेवले होते. हा श्रमण करुणेने माझा स्वीकार करायचा विचार करत असेल तर मी त्या करुणेचा स्वीकार केला आणि...

क्षणार्धात त्याने गळ्यात घातलेली नऊशे नव्याण्णव बोटांची माळ तोडून काढली आणि तो तथागतांकडे धावला. त्याने स्वतःला तथागतांच्या चरणी झोकून दिले. गद्‌गद कंठाने तो म्हणाला, ''हे श्रमणा, मला तुझ्याबरोबर ने. मला तुझ्या विचारांची दिशा दे. मी तुला शरण आलो आहे.''

त्याचे दोन्ही हात धरून तथागतांनी त्याला उठवले. त्याला छातीशी कवटाळून त्यांनी एकच वाक्य उच्चारले,

''हे भिक्खू, ये. आता तू परममार्गावर मार्गस्थ झालेला आहेस.''

* * *

योजनेनुसार प्रसेनजित पाचशे निवडक सैनिकांसह ज्या रात्री अंगुलीमालचे पारिपत्य करण्यासाठी 'जालिनी जंगला'स वेढा घालणार होता तो दिवस उजाडला. विविध दिशांतून सैनिक तिकडे जाऊ लागले. या कार्यात यश लाभावे, यासाठी तथागतांचे आशीर्वाद घेण्याच्या उद्देशाने तो स्वत: आधी 'जेतवन विहारा'त गेला. भगवान बुद्धांना नम्रपणे वंदन करून तो त्यांच्यासमोर मांडी घालून बसला.

"हे तथागत, मी आपला आशीर्वाद घेण्यासाठी आलो आहे." तो म्हणाला.

"आज काही विशेष आहे राजन?" तथागतांनी विचारले, "राजगृहावर कोणी आक्रमण केलं आहे, की लिच्छवींशी विग्रह निर्माण झाला आहे?"

"तसं काहीही झालेलं नाही, भगवंत," प्रसेनजिताने अस्वस्थ स्वरात सांगितले, "पण कोसल देशातील एक नागरिकच समस्या बनला आहे. त्याचं 'जालिनी वना'त वास्तव्य असून, तो त्या मार्गाने जाणाऱ्यांची सतत हत्या करत सुटला आहे. त्याने एक हजार मानवहत्येचा संकल्प सोडला असल्याचं ऐकलं. हा विकृत माणूस मृताचं बोट कापून ते गळ्यातील माळेत धारण करतो, म्हणून लोक त्याला अंगुलीमाल म्हणतात. या अपराध्यास जिवंत वा मृत पकडण्याची माझी प्रतिज्ञा आहे."

"हे राजन, तुझा हा अपराधी तुला इथेच मिळाला तर तू काय करशील?" तथागतांनी विचारले.

"त्याला राज्याच्या कायद्यानुसार मला देहान्ताचं शासन करावं लागेल. त्याशिवाय माझ्यासमोर दुसरा कोणता विकल्प आहे, भगवंत?"

"पण शिरोमुंडण करून तुझा अपराधी काषायवस्त्रं धारण करून श्रमणरूपात तुझ्यापुढे आला तर तू काय करशील?"

"श्रमणास मी वंदन करतो. त्यास त्याची इच्छा विचारीन आणि त्यायोग्य फर्मान जारी करीन."

"असं का, राजन?"

"कारण श्रमण सदैव पूजनीय असतो. या राज्याचा कायदाही याचं समर्थन करतो." प्रसेनजित तथागतांच्या प्रश्नाचे उत्तर टाळत नसला, तरी तथागतांच्या प्रश्नाचे प्रयोजन त्याला उमगत नव्हते.

"तर मग हे राजन, ज्याला पकडण्यासाठी तू जिवाचा आटापिटा करतो आहेस तो तुझा अपराधी इथे आहे." एका भिक्खूकडे हस्तनिर्देश करत तथागत शांत स्वरात म्हणाले,

"काय? भगवंत, आपण काय सांगता आहात?" प्रसेनजितांच्या स्वरात आश्चर्यासोबत अविश्वासही होता. प्रतिक्षिप्त क्रिया झाल्यागत हात तलवारीवर ठेवून

तो अर्धवट उठला.

"इतकं गोंधळून जाण्याचं कारण नाही, राजन! आता हा बौद्ध भिक्खू आहे, तुझा अपराधी अंगुलीमाल नव्हे. त्यास मी कालच त्याची भेट घेऊन त्यास प्रव्रज्या दिली. शरण येऊन त्याने भिक्खूपण स्वीकारलं आहे."

"खरोखर?" महाराज प्रसेनजितांचा अजून स्वत:च्या कानांवर नि डोळ्यांवर विश्वास बसत नव्हता.

"होय राजन. ही वस्तुस्थिती आहे." तथागतांनी खात्री दिली.

"जर ही वस्तुस्थिती असेल तर हे श्रमणा, मी तुला वंदन करतो." थोड्या अंतरावर तथागतांनी हस्तनिर्देश केलेला अंगुलीमाल-नव्हे नवभिक्खू बसला होता. प्रसेनजिताने त्यास वंदन करत त्याच्या चरणांवर मस्तक ठेवले.

"हे भदंत, तुम्हाला कसलीही आवश्यकता असेल तर नि:संकोचपणे सांगा. आपली गरज भागवणं माझं कर्तव्य आहे." प्रसेनजिताने नम्रपणे सांगितले.

"मला कसलीही गरज उरलेली नाही. माझ्या सर्व इच्छांचं शमन झालं आहे." अंगुलीमाल तटस्थ स्वरात म्हणाला.

"ठीक आहे, भदंत. तुम्ही आनंदाने इथे वास्तव्य करा. तुमच्या दर्शनाने माझं काम पूर्ण केलं आहे."

पण अंगुलीमालचा बौद्ध भिक्खू संघाने स्वीकार केला असला, तरी श्रावस्तीची प्रजा त्याचा अपराध विसरण्यास तयार नव्हती. अन्य भिक्खूंबरोबर तो भिक्षाटनास गेला. तोवर नगरजन भिक्खूंना आनंदाने भिक्षा घालत असत; पण अंगुलीमाल भिक्खूंसमवेत असल्याने ते भिक्षा घालीनात. काही लोक तर त्याच्यावर शिव्यांचा भडिमार करू लागले. काहींनी त्याच्या अंगावर धूळ उडवली, तर काहींनी त्याला खडे आणि दगडही मारले. तथागतांना हे कळले तेव्हा त्यांनी त्यास काही दिवस विहारातच राहण्यास सांगितले. काही दिवस हा विहार सोडून राजगृह, वैशाली वा उरुवेलाच्या विहारात वास्तव्य करण्याचेही सुचवले.

"भगवंत, आपण आजवर जो उपदेश केला आहे त्याच्याहून हे फार विपरीत आहे," अंगुलीमाल म्हणाला.

"तू म्हणतोस ते खरं आहे," तथागत उत्तरले, "पण प्रत्येक स्थिती भिन्न असते. त्यानुरूप सल्ला द्यावा लागतो. म्हणून मी तुला असं सांगितलं."

"माझ्या देहाचं रक्षण करण्याच्या उद्देशाने हा सल्ला दिला आहे. देह नाशवंत आहे. म्हणून हे भगवंत, उद्यापासून मला अन्य भिक्खूंबरोबर नव्हे, तर एकट्याला भिक्षाटनास जाण्याची अनुमती द्या. मला एकटा पाहून क्रुद्ध नागरिकांनी माझ्यावर भडिमार करावा आणि माझ्या पापांचं थोडंतरी क्षालन व्हावं, असं मला वाटतं."

"तुझी जर ही इच्छा असेल तर हे आयुष्यमान, तू अर्हतपद प्राप्त केलं आहेस. तू खरोखर एकटा भिक्षाटनास जा. नागरिकांच्या मनात तुझ्याबद्दल रोष आणि वैरभावना असल्याने ते तुला मारतील, पीडतील; पण मला खात्री आहे, की त्या मारापासून तू अस्पर्श राहशील."

दुसऱ्या दिवशी अंगुलीमाल खरोखर एकटा भिक्षाटनास गेला. तो श्रावस्ती नगरीच्या गल्लीबोळात पोहोचला. त्याला एकटा पाहून नागरिकांचे रोषावरचे नियंत्रण सुटले. त्यांच्यातील काहींच्या स्वजनांची अंगुलीमालने निर्घृण हत्या केली होती. अंगुलीमाल इतर भिक्खूंबरोबर असता, तर त्या भिक्खूंना इजा होऊ नये, यासाठी ते क्रोधावर नियंत्रण ठेवून जबरदस्त आक्रमण करणार नव्हते. पण सर्वांच्या तावडीत तो एकटा सापडल्याने त्यांच्या अंतरात रोष आणि वैरभावनेस उधाण आले. खूप लोक त्याच्याभोवती एकत्र जमले. त्यांनी यथेच्छ शिवीगाळ करत तोंड सोडले. मग कोणाला दगडफेक करण्याची सुरसुरी आली. साऱ्यांनी त्याचे अनुकरण केले. दगडांचा अक्षरशः वर्षाव सुरू झाला. अंगुलीमाल कोणतीही प्रतिक्रिया न दर्शवता चालत राहिला. त्यामुळे मारणाऱ्यांना अधिक चेव आला. दुरून दगडफेक करून समाधान न झालेले भडक डोक्याचे नागरिक त्याला झोडपून काढण्यासाठी धावून गेले. पण अंगुलीमालच्या मुखातून विरोधाचा एकही शब्द उमटला नाही. त्याचा देह रक्तबंबाळ होणे पुरेसे न वाटलेल्या लोकांनी आपापल्या खिडक्या आणि गवाक्षांतून त्याच्यावर तिखट, मीठ असलेले गरम पाणी फेकले. अंगुलीमाल धडपडत, घसरत, सरकत 'जेतवना'च्या दिशेस जात होता. थेट 'जेतवन विहारा'च्या प्रवेशद्वारापर्यंत सारे त्याला यथेच्छ झोडपत होते.

अंगुलीमालचा देह अत्यंत रक्तबंबाळ झाला होता. असह्य दैहिक वेदना सहन करताना त्याच्या तोंडून हलके कण्हणेही उमटत नव्हते. मुद्रेवर रोष वा क्रोधाची रेषा उमटली नव्हती. जी दुष्कृत्ये केली-करावी लागली त्याच्या तुलनेत नागरिकांनी केलेले शासन कमीच आहे, असे त्यास वाटत होते. नागरिक सूड उगवत नसून शासन करत आहेत; जो अधिकार त्यांना कधीच मिळायला हवा होता तो अधिकार प्राप्त करत आहेत, असे त्याला वाटले.

हात, पाय, मस्तक... देहाच्या सर्व भागांतून अविरत रक्तस्राव चालू होता. काही खोल जखमांतून मांसही लडबडत होते. या विकृत देहावस्थेतही कसाबसा खुरडत तो तथागतांकडे गेला. तथागतांना त्याच्या मुखावर अपार क्षमाभावना आणि करुणा प्रतीत झाली. ते अनायासे बोलू लागले...

"हे अंगुलीमाल, आता तू खऱ्या अर्थाने परत ब्राह्मण बनला आहेस. सहनशीलता आणि क्षमाभावना ज्यांच्या चित्तात असतात, ते खरे ब्राह्मण. अतीतात केलेली कुकर्मे तुला याहीपेक्षा कठोर शासन देण्यास प्रेरित करणारी

आहेत. पण इतक्याच शासनावर तुझी या कर्मांतून मुक्तता होत आहे, हे तुझं सद्भाग्य समज. ढगांआड दडलेला चंद्र जसा ढगांतून मुक्त होतो, तशी तुझी या कुकर्मातून मुक्तता झाली आहे.''

आणि अंगुलीमालने बुद्धचरणांशी शेवटचा श्वास घेतला.

* * *

बौद्ध उपासिकांत मिगारमाता विशाखाचे विशिष्ट स्थान होते. वास्तविक, ती भिक्खूणी नसली तरी व्यावहारिकरीत्या बौद्ध भिक्खू संघात तिला भिक्खूणींहून अधिक अधिकार होते. 'जेतवन विहारा'पाशी भिक्खूणींच्या वास्तव्यासाठी तिने खास 'पूर्वाराम' तयार करवून घेतले होते. तोवर बौद्ध भिक्खू केवळ एक चीवर बाळगत. या परंपरेत तथागतांना सांगून विशाखाने सूट मिळवून दिली. भिक्खूंना तीन चीवर राखण्याची परवानगी मिळाली. बौद्ध भिक्खू संघात तिचे विशिष्ट स्थान निर्माण झाले. ती केव्हाही तथागतांच्या दर्शनास येत असे. तिच्या अलिखित अधिकाराचा आनंद, सारिपुत्र, मोद्गल्यायन आणि महाकाश्यपही स्वीकार करत.

काही वर्षांनंतर विशाखा अनेक पुत्र आणि कन्यांची माता बनली होती. विशाखाला नातवंडेही खूप होती. सर्वांसह विशाखा आनंदाने आणि समाधानपूर्वक शेष जीवन व्यतीत करत होती. भगवान तथागतांच्या सान्निध्याने तिचे जीवन अनोख्या प्रकाशाने उजळून निघाले होते.

पण सुखमय जीवनात अचानक एक दुर्घटना घडली. विशाखास अत्यंत प्रिय असलेल्या एका पौत्रीचे - नातीचे अनपेक्षित निधन झाले. बुद्धवाणी ऐकणे आणि ती आत्मसात करणे यांतील फरकाचा साक्षात्कारी क्षण साकार झाला. तथागतांची उपदेशवाणी असंख्य वेळा विशाखाच्या कर्णसंपुटात उतरली होती. तिच्या मनात त्यांनी घरही केले होते. पण त्यातील एकही वचन मरण पचवताना तिला स्मरेना. मृतदेह घेऊन पुरुष स्मशानात आणि स्त्रिया स्नानासाठी सरोवराच्या किनारी गेल्या. नातीच्या मृत्यूच्या असह्य आघाताने विशाखाची जणू वाचा हिरावली होती. तोवर ती चकार शब्द बोलली नव्हती. स्नान झाल्यावर स्त्रीवृंद घराकडे वळला, तर विशाखा 'जेतवन विहारा'कडे गेली. सामान्य परिस्थितीतही तिला कोणाचे निर्बंध नसत. तिच्या मनावर झालेल्या आघाताची वार्ता सर्वांना कळली होती. तथागतांचे दर्शन दुःखाची तीव्रता निवारू शकेल, हेही साऱ्यांना कळत होते. पण निथळते केस आणि ओल्या, अपुऱ्या वस्त्रांत 'जेतवन विहारा'त तिने प्रवेश केला, तेव्हा सारे चकित झाले. अर्थात, तिला कोणीही अडवले नाही. ती सरळ तथागतांच्या कुटीत शिरली. तिथेच असलेल्या आनंदलाही नवल वाटले; पण तो काही बोलला नाही. ती तथागतांसमोर सरळ उभी राहिली.

दैनंदिन कार्यक्रमानुसार तथागत मांडी घालून ध्यान लावण्यास बसले होते. ते अर्धध्यानस्थ असताना विशाखाने कुटीचा उंबरठा ओलांडला. तिच्या पाठी आनंदनेही.

"हे काय विशाखा?" तथागतांनी विचारले, "अवेळी आणि विपरीत अवस्थेत तू इथे का आलीस?"

"भगवंत," विशाखाच्या तोंडून हुंदका निसटला, "माझ्या अत्यंत प्रिय नातीवर आज मृत्यूने झडप घातली. प्रकृतिक्रमाची उलटापालट करणाऱ्या या घटनेने मी विलक्षण व्यथित झाले आहे."

तथागतांनी क्षणभर खाली बघितले. दुसऱ्याच क्षणी विशाखावर नजर स्थिरावत त्यांनी विचारले,

"विशाखा, या नातीवर तुझं फार प्रेम होतं?"

"होय, भगवंत."

"तुझी इतर सारी नातवंडं तुला इतकीच प्रिय आहेत?"

"होय भगवंत. सारे मला अतिप्रिय आहेत"

त्यांची संख्या वाढली, तर तुला आवडेल?"

"नक्कीच आवडेल, भगवंत."

"मग समज, की श्रावस्तीतली सारी मुलं तुझी नातवंडं आहेत. मग त्यांच्यावर तुझं असंच प्रेम असेल ना?"

"होय भगवंत. तसं घडणं स्वाभाविक आहे. सर्व नातवंडांवर माझं सारखं प्रेम असेल."

"मग मला सांग," तथागत म्हणाले, "श्रावस्तीत रोज साधारण किती लोक मरण पावतात?"

"सात, आठ, कदाचित दहाही असू शकतील." तथागतांच्या प्रश्नाने गोंधळलेली विशाखा उत्तरली.

"आता सांग विशाखा, या आठ-दहा मरणांत एकही बालक नसतं का?"

"यात कोणी बालक असूही शकतं, भगवंत."

"तू जर श्रावस्तीच्या समस्त बालकवर्गाची आजी असलीस तर रोज तुझ्या एक-दोन नातवंडांचं मरण होतं, असं म्हणावं लागेल. मग रोज तुझी अवस्था आजच्यासारखी होईल का?"

विशाखा निरुत्तर झाली.

"विशाखा, तुझं प्रेम तू जसजसं व्यापक करत जाशील, तसतसे मनाचे क्लेश वाढणार आहेत. आज तुझ्या अपत्यांची आणि नातवंडांची संख्या तुझ्या कुटुंबापुरती मर्यादित आहे. त्यांचा विस्तार समग्र नगराइतका झाला तर तुझ्या क्लेशांना पारावार उरणार नाही. तुझे क्लेश प्रेमामुळे उत्पन्न झाले असतील तर प्रेमाचा विस्तार होऊ

देऊ नकोस. त्याचा संकोच होऊ दे. पण मनात सर्वांसाठी करुणा अवश्य असू दे. आप्तांना बघावं तसं तू साऱ्यांकडे करुणेनं बघ. प्रेम क्लेशदायक आहे, तर करुणा मुक्तिदायक.''

विशाखा एकचित्ताने तथागतांचे बोल ऐकत होती. त्यांनी जीवनातील अत्यंत अवघड क्षण ओलांडताना तिला मुक्तीचा नवा विचार दिला. प्रेम आणि पीडा यांतील हा संबंध तोवर तिच्या मनात आला नव्हता.

* * *

किसा गोतमी नावाच्या एका दुःखी स्त्रीचे श्रावस्तीत वास्तव्य होते. काही काळापूर्वी ती विधवा झाली होती. एकुलत्या एका मुलाचे संगोपन करत ती जीवन व्यतीत करत असे.

पण एके दिवशी त्या मुलाचे निधन झाले.

पतीच्या मरणाने धक्का बसला नसेल, असा धक्का तिला या मरणाने बसला. ती दुःखाने वेडीपिशी झाली. पतीचा मृत्यू झाला तेव्हा तिच्या नजरेसमक्ष मुलाच्या संगोपनाचे कार्य होते. मुलाच्या मृत्यूने जीवनाचा अर्थच हिरावून घेतला. मातेसमोर पुत्राच्या मृत्यूची घटना विपरीतच. नियतीने घोर अन्याय केला, असे वाटून ती पेटून उठली आणि तिच्या मनाचा समतोल ढळला. मुलाचे अंतिम संस्कार करण्यासाठी आलेल्या साऱ्यांना तिने हाकलून दिले.

''माझ्या पुत्राचा मृत्यू झालाच नाहीये,'' ती ओरडली, ''तो आत्ता उठेल. जा. इथे क्षणभरही थांबू नका.'' आणि मुलास काखोटीस मारून ती वैद्याकडे गेली.

मुलाचा मृत्यू झाल्याचे वैद्य जाणून होता. त्याला गोतमीचा मानसिक तोल ढासळल्याची जाणीव झाली. मनात करुणा दाटली तरी पुत्रशोकाने सैरभैर झालेल्या मातेच्या दुःखाचे औषध वैद्याकडे नव्हते. त्याने तिला कसेबसे घरी पाठवले. पण ती गावभर, ''बघा ना, माझा मुलगा का स्तब्ध झालाय ते. तो मरण पावला नाहीये. तो मरू शकतच नाही,'' असे असंबद्ध बोलत फिरू लागली.

नगरात साऱ्यांना सहानुभूती वाटली तरी कोणी काही करू शकत नव्हते. गोतमी दारोदार फिरत एका गंभीर वयस्क गृहस्थाकडे गेली. त्याने तिचे बोल आत्मीयतेने ऐकले. तिच्या प्रश्नाचे त्याने नीटसे उत्तर दिले.

''मुली, नगराबाहेरच्या 'जेतवन विहारा'त भगवान तथागत बुद्धांचं वास्तव्य आहे. त्यांना जन्म-मृत्यूचं गूढ उकललं आहे. तू पुत्रास त्यांच्याकडे ने. ते तुला मार्ग दाखवतील.''

बुडणाऱ्या व्यक्तीस काडीचा आधार हवासा वाटतो, तशी ती मुलाचा मृतदेह घेऊन तथागतांकडे गेली. तथागतांनी करुणेच्या भावनेतून तिचे म्हणणे पूर्ण ऐकून

घेतले. मग ते शांत स्वरात म्हणाले, ''तुझ्या मुलास जिवंत करणे शक्य आहेच.''

आनंद तथागतांच्या समीप उभा होता. तो हे ऐकून चकित झाला.

''त्याला पुनरुज्जीवित करण्यात फारशी समस्या नाही; पण त्यासाठी मला थोड्या मोहऱ्या हव्या आहेत.''

अशी आशा तोवर तिला कोणी लावली नव्हती. मेलेल्या मुलावर उपचार होत नाहीत, असेच सारे म्हणाले होते. म्हणून तथागतांचे ऐकून गोतमी रंगात आली. तिच्या मुखावर चैतन्याचा संचार झाला. बुद्ध बोलतच होते, ''तू नगरात जा आणि भल्या गृहस्थाकडून मूठभर मोहरी घेऊन ये.''

''होय भगवंत, मी लगेच जाते.'' मृत बालकास जमिनीवर ठेवत ती तत्परतेने म्हणाली. दुःखमुक्तीचा क्षण जवळ आला आहे, असे तिला वाटले.

''पण त्यासाठी एक अट आहे, ' तथागत म्हणाले, ''ज्या घरात आजवर कधीच मृत्यू झाला नाही, अशा घरचे मोहरीचे दाणे असले पाहिजेत, हे मात्र लक्षात ठेव.''

मथितार्थ समजून न घेता, गोतमी होकार देत घाईने कुटीबाहेर धावली. तोवर हे शांतपणे ऐकत असणाऱ्या आनंदच्याने राहवेना. त्याने लगेच विचारले, ''भगवंत, हे कसं शक्य आहे? ज्या घरात मृत्यू कधी झालाच नाही, असं घर पृथ्वीवर कसं असेल?''

''आनंद, या परमसत्याचा गोतमीस विसर पडला आहे. तिचं विस्मरण दूर करण्यासाठी मी तिला हे सांगितलं आहे. सायंकाळपर्यंत नगरभर भटकून ती थकली, की सत्याची जाणीव तिला आपसूकच होईल. मृत्यू अनिवार्य असल्याची जाणीव जागृत राहणं फार आवश्यक असतं. ज्या कुटुंबात कधीही कोणी मृत्यू पावला नाही, असं घर असू शकत नाही.''

''क्षमा करा भगवंत, पण'', आनंद म्हणाला, ''आपण तिला तसं सांगितलं असतं तर तिला पटलं असतं.''

''आनंद, क्षणभर समज, की त्या मुलास पुनरुज्जीवन मिळालं असतं, तरी तिची व्यथावेदना संपली नसती.''

''का भगवंत?''

''मुलास पुनर्जीवन मिळालं असतं तरीही पाच-दहा वा पंधरा वर्षांनंतर तो मृत्यू पावला असता. तो अमर नव्हता. म्हणजे तेव्हाही गोतमीची अवस्था अशीच झाली असती. दुःखास दूर ढकलल्याने ते नष्ट होत नाही. मी तिला दुःखातून मुक्त होण्याचा कायमचा मार्ग दाखवला आहे.''

खरोखर तसे झाले. संध्याकाळपर्यंत गोतमी मूठभर मोहरीसाठी घरोघर फिरली. प्रत्येक घरात मृत्यू झाल्याचे तिला कळले. कोणाचा नवरा, तर कोणाची

बायको, कोणाची मुले, तर कोणाची सून, जावई, नातवंडे मृत्युमुखी पडली होती. तथागतांची अट पाळून तिला मूठभर मोहरी देऊ शकेल, असे घर श्रावस्तीत कुठेच नव्हते. जातकासाठी मृत्यू अवश्यभावी असल्याची जाणीव झालेली गोतमी सरत्या संध्याकाळी विहारात गेली.

तथागतांच्या चरणांशी दंडवत घालत ती म्हणाली, "भगवंत, जीवनाइतकाच मृत्यू अनिवार्य असल्याचं ज्ञान मला प्राप्त झालं आहे. जन्म आणि मृत्यू एकमेकांपासून वेगळी न होणारी तत्त्वं आहेत."

"तुला मी तेच सांगू इच्छित होतो," बुद्ध म्हणाले, "कोणताही स्वजन दृष्टिआड झाला, की त्याचा मृत्यू झाला असं म्हणू नये. त्याने जीवनाचा एक पाडाव ओलांडला आणि दुसऱ्या यात्रेचा आरंभ केला, असं म्हणणं उचित असतं. आपण सारे जीवनमार्गाचे यात्रेकरू आहोत."

बुद्धांचे वक्तव्य संपले तेव्हा किसा गोतमी स्वस्थ झाली होती.

* * *

कपिलवस्तुच्या शाक्य प्रजेवर कोसल देशाचे अधिपत्य होते. शाक्यांचे गणराज्य आंतरिक स्वातंत्र्य उपभोगत असले तरी बाह्य आक्रमणांपासून त्यांचे रक्षण करण्याची जबाबदारी श्रावस्तीच्या राजावर होती. त्यामुळे शाक्यांना आपले सैन्य राखण्याची फारशी गरज नसे. ही जबाबदारी घेतल्याबद्दल कृतज्ञता व्यक्त करण्याच्या उद्देशाने शाक्य कोसल देशास नियमाने भेटी आणि नजराणे पाठवत. पण हा संबंध स्वामी आणि मांडलिक राजे यांच्यातील संबंधांसारखा नव्हता. कोसलांच्या अधिपत्याखाली असले तरी शाक्यांच्या अंतर्गत वहिवट क्षेत्रात कोसलराज हस्तक्षेप करत नसे. वर्णव्यवस्थेच्या नियमानुसार शाक्य स्वतःस कोसलांहून उच्च मानत-मानू शकत. प्रसेनजितासही शाक्यांच्या गर्वाची जाणीव होती. पण त्याने त्यास कधी हरकत घेतली नव्हती की परिणाम वर्तनात प्रतिबिंबित होऊ दिला नव्हता. शाक्यांकडून नजराणे आणि भेटी येत, तेव्हा शाक्य प्रतिनिधी कोसल सिंहासनापाशी उभे राहून नतमस्तक होत आणि कोसलनरेशास भेटी देत.प्रसेनजितास हे पुरेसे वाटे. प्रसेनजिताने वा त्याच्या पूर्वजांनी शाक्यांच्या कुलाभिमानास कधी नख लावले नव्हते.

कपिलवस्तुच्या 'महानाम' नावाच्या शाक्य सेनापतीची मुलगी अत्यंत सुंदर असल्याचे प्रसेनजिताच्या कानी आले. वरचे वर तिच्या सौंदर्याचे वर्णन ऐकल्यामुळे तो प्रभावित झाला. तिला पट्टराणी करावे, असे त्यास वाटले. सुंदर स्त्रियांच्या संदर्भात त्याने खूप ऐकले होते. शंखिणी, हस्तिनी, चित्रिणी आणि पद्मिनी अशा चार विभागांत त्यांचे वर्गीकरण होते, हे त्यास माहिती होते. शंखिणी, चित्रिणी व हस्तिनी प्रकारच्या स्त्रिया त्याने बघितल्या असल्या तरी पद्मिनी प्रकारात मोडणारी स्त्री

त्याने बघितली नव्हती. अशी स्त्री जलपान करत असताना तिच्या गळ्यातून जल उतरताना दिसू शकण्याइतकी तिची त्वचा नितळ असते, असे त्याने ऐकले होते. ती तांबुलसेवन करत असताना तिचे तोंडच नव्हे, तर गळाही लाल होतो, असेही तो ऐकून होता. शाक्य सेनापती 'महानामा'ची कन्या पद्मिनी असल्याचे त्याला कळले. म्हणून त्याच्या मनात तिच्याविषयी आकर्षण निर्माण झाले. तिला पत्नीस्थान देण्यास तो आतुर होता. पण शाक्यांचा कुलाभिमान जगजाहीर होता. शाक्य खालच्या कुळात कन्या देतील की नाही, ते त्यास कळत नव्हते. कोणत्याही कोसलनरेशाने कधी शाक्यकन्येस मागणी घातली नसल्याने या एकमेव मागणीचा ते विरोध करणार नाहीत, असे त्याला वाटत होते.

प्रसेनजिताचा पुरोहित या संबंधाची मागणी करायला कपिलवस्तुस गेला तेव्हा शुद्धोदन राजा विदेही झाला होता. भद्दीय नावाच्या शाक्य सेनापतीकडे शाक्यांचे अधिपत्य होते. त्याने 'महानाम' आणि इतर ज्येष्ठ शाक्यांना प्रसेनजिताच्या मागणीच्या संदर्भात चर्चा करण्यासाठी बोलावणे धाडले. ही मागणी ऐकून सारे हबकून गेले. तोवर कोणत्याही कोसलनरेशाने प्रवर्तमान वर्णव्यवस्थेवर आघात केला नव्हता. प्रसेनजिताशीही शाक्यांचे वैयक्तिक धोरणावर मैत्रिपूर्ण आणि प्रेमाचे संबंध होते. त्यात कडवटपणा आला नव्हता. तरी ही मागणी पुरवणे शाक्यांना अनुचित वाटले. कोसलराज त्यांचा रक्षक होता. तरी ते त्यास उतरत्या कुळाचाच समजत असत.

पण मागणीचा अस्वीकार करणे, विनाशास निमंत्रण धाडण्याजोगे पाऊल ठरण्याची शक्यता असल्याचे सारे ज्येष्ठ शाक्य जाणून होते. पुष्कळ ऊहापोहानंतर त्यांनी निर्णय घेतल, तो प्रसेनजिताची फसगत करण्याचा निर्णय होता. राजपुरोहित वा खुद्द प्रसेनजित यांनी 'महानामा'च्या कन्येस बघितले नव्हते. म्हणून त्यांनी कपिलवस्तुच्या एखाद्या तरुण आणि सुंदर दासीस 'महानामा'ची कन्या ठरवून पुढे करण्याचे ठरवले. ते जमले तर साप मरेल; पण लाठी तुटणार नाही असा घाट जुळून येईल, असे त्यांना वाटले.

या योजनेनुसार त्यांनी अत्यंत सुंदर दासी पसंत केली. तिला राजपुरोहितासमक्ष सादर करून त्यांनी प्रसेनजिताच्या मागणीचा स्वीकार केला. राजपुरोहितास शाक्यांच्या कुलपरंपरेचा गर्व ठाऊक होताच. ही कन्या खरोखर 'महानामा'ची आहे का, असा प्रश्न त्याला पडलाच. त्याचे निराकरण करण्यासाठी त्याने एक युक्ती राबवली. ही कन्या शाक्य नसेल तर शाक्य ज्येष्ठ तिच्या पंगतीत भोजन घेणार नाहीत, हे त्यांना ठाऊक होते. म्हणून भोजनावेळी त्यांनी सर्व शाक्यांना तिच्यासह भोजन घेण्यांची आग्रही विनंती केली.

शाक्यांपुढे हा दुसरा कसोटीचा प्रसंग उभा ठाकला. परत त्यांनी घाईने चर्चा केली. राजपुरोहितांच्या मनात ही मुलगी शाक्यकन्या नसल्याचा संशय बळावला,

तर प्रसेनजिताच्या संबंधांत कडवटपणा आला असता. त्याचा परिणाम असह्य ठरण्याची शक्यता असणे सर्वांना पटत होते. परिणामाच्या तुलनेत परंपरेत किंचित बदल करून या दासीच्या पंगतीत भोजन घेणे शहाणपणाचे आहे, असे त्यांना वाटले. सर्वनाशास निमंत्रण धाडण्यापेक्षा किंचित अधर्म चालवून घेणे, योग्य असल्याचे सर्वांना पटले. मोठा अधर्म तोंड वासून सारे स्वाहा करण्यास टपला असेल, तर किंचित अधर्म आचरून समस्या संपवावी, असे त्यांनी ठरवले.

शाक्य मंडळी आणि कोसल राजपुरोहित दासीच्या पंगतीत बसले. काही अनुचित घडले नसल्यागत प्रेम आणि आग्रहपूर्वक भोजन झाले. राजपुरोहिताच्या मनातल्या शंकेचे निरसन झाले. 'महानामा'ने स्वकन्या म्हणून जिचा परिचय करून दिला होता ती दासी अत्यंत सुंदर होतीच.

यथावकाश प्रसेनजिताचा त्या दासीबरोबर विवाह झाला.

प्रसेनजितास शाक्यांच्या कुलाभिमानाच्या संदर्भात स्वारस्य नव्हतेच. अंतःपुरात या सुंदरीची भर पडणेच त्याला महत्त्वाचे वाटले. दासी फारच सुंदर असून, ती कामक्रीडेपासून इतर साऱ्या कलांत निपुण होती. तिने राजास संतोष प्रदान केला. राजाने तिचे पट्टराणीचे पद घोषित केले.

कालानुक्रमे पट्टराणीच्या पोटी पुत्र जन्मला. राजपरंपरेनुसार राजाने पुत्रजन्मावेळी संपन्न करतात तो विधी संपन्न करून या पुत्राचे नाव 'विदुदभ' ठेवले. तो अत्यंत लाडाकोडात वाढत असणे स्वाभाविक होते.

प्रसेनजिताच्या या विवाहानंतरही नित्यनेमाने परंपरेनुसार शाक्यांकडून नजराणे आणि भेटी येतच होत्या. पण त्यांनी कधी या दासीची विचारपूस केली नाही. 'विदुदभ' सात वर्षांचा झाला तेव्हा त्यास प्रश्न पडू लागले.

त्यात हा प्रश्नही असल्याने त्याने मातेस तसे विचारले.

"हे माते, माझे सारे मित्र आजोळी जातात. त्यांना तिथून भेटी येतात. मला मात्र कोणी भेटी पाठवत नाही. मला आजोळ नाही का?"

मातेला या प्रश्नाचे उत्तर देणे अवघड वाटले. तिने काहीबाही सांगून वेळ मारून नेली. "पुत्रा, मी तुझ्या मामास निरोप पाठवते. तो तुला भेटी पाठवील."

पण राजपुत्र सोळा वर्षांचा झाला तरी त्याला कोणी काहीही पाठवले नाही. आता त्याने तारुण्यात प्रवेश केला होता. मातेने टाळाटाळीच्या स्वरूपात उत्तर दिले तर त्यास ते पुरेनासे झाले. शिवाय, त्याच्या स्वभावात आता राजवंशी आग्रहही दाटू लागला होता. म्हणून त्याने मातेसमक्ष आग्रही स्वर लावला,

"माते, माझं आजोळ कुठे आहे? मला आजोळी जायचं आहे."

मातेसमक्ष पर्याय उरला नाही. तोवर ती 'महानाम' शाक्याची कन्या असल्याच्या विश्वासास तिने नख लागू दिले नव्हते. पण पुत्र कपिलवस्तुस गेला आणि शाक्यांनी

औचित्यपूर्ण स्वागत केले नाही वा तो 'महानामा'चा नातू असल्याचा स्वीकार केला नाही तर समस्या निर्माण होणार होती. म्हणून 'विदुदभ' कपिलवस्तुस येत असल्याचा निरोप तिने पाठवला. महाराज प्रसेनजिताच्या संमतीने युवराज आजोळी गेला.

कपिलवस्तुच्या शाक्यांनी दंभाचा मुखवटा धारण करण्याचे महत्त्व समजून घेतले. 'विदुदभ' शाक्यांचा भाचा असल्यागत त्याचे भरघोस स्वागत झाले; पण चतुर राजपुत्रास त्या स्वागतात सहृदयता जाणवली नाही. तो तिथे होता ते सारे दिवस आतिथ्याचे नव्हे, तर अभिनयाचा उपभोग घेत असल्यासारखे त्यास वाटत राहिले.

तो श्रावस्तीस परतत असताना शाक्यांनी त्याला भरपूर नजराणे आणि भेटी देण्यात कसर सोडली नाही, की निरोप देताना कपिलवस्तुस परत येण्याचे आमंत्रण देण्यातही कुचराई केली नाही.

कपिलवस्तुची सीमा पार केल्यावर युवराजाला आपला अत्यंत प्रिय चौरंग कपिलवस्तुस विसरल्याची जाणीव अचानक झाली. त्या चौरंगावर इष्टदेवतेची स्थापना करून तो पूजा करत असे. म्हणून पूजेवेळी त्याला तो चौरंग नसल्याचे जाणवले. आपल्या दळास थांबण्याचा आदेश त्याने लगेच दिला. स्वत:च्या अत्यंत विश्वासू अनुचरास त्याने तो चौरंग आणण्यासाठी परत पाठवले.

हा अनुचर तिथे पोहोचला तेव्हा 'विदुदभा'चे वास्तव्य असलेली जागा त्याच्या स्पर्शामुळे अपवित्र झाली, असे समजून तो परिसर आणि त्याने वापरलेल्या सर्व सामग्रीस गंगाजळाने धुऊन शुद्ध करण्याची कार्यवाही चालू होती. नोकरचाकर या कामात मग्न होते. 'विदुदभा'च्या अनुचरास त्यातील एक सेवक समजून महालाचे शुद्धीकरण करणारे त्याच्याशी गप्पा मारू लागले.

"हा 'विदुदभ' दासीपुत्र आहे. तो 'महानामा'चा नातू दूर, शाक्यही नाही. म्हणून त्याच्या स्पर्शाने अपवित्र झालेल्या प्रत्येक वस्तूचं आपण नीट शुद्धीकरण करायला हवं."

"करायलाच हवं ना?" दुसरा नोकर सहमत होत म्हणाला, "कोसल राजाची शक्ती कितीही असली तरी त्याचं कूळ शाक्यांपेक्षा हीन आहे."

"अशा हीन कुळात शाक्य आपली कन्या देणं अशक्यच आहे. म्हणून तर त्यांनी शाक्यकन्या म्हणून दासीला युक्तीने पुढे केली. प्रसेनजिताशी तिचा विवाह लावून देऊन ते या दुःखद प्रसंगातून मुक्त झाले."

'विदुदभा'च्या अनुचराने हा संवाद ऐकला. मग त्याने चौरंगाचा विषयच काढला नाही; कारण तसे केल्यास त्याला तो चौरंग शोधण्याचे कारण आणि स्वत:चा परिचय द्यावा लागला असता. तसे केल्याने तो कक्ष 'पवित्र' करण्यात गुंतलेल्या नोकरांसाठी आणि स्वत:साठीही समस्या निर्माण होईल, असे त्याला जाणवले.

काही न बोलता त्याने कौशल्याने तिथून काढता पाय घेतला.

आणि चौरंग न घेता परत फिरण्याचे कारण सांगताना त्याने स्वामींसमक्ष तिथल्या प्रत्येक क्षणाचे वर्णन सादर केले. ते वर्णन 'विदुदभा'च्या नजरेसमोरचा प्रत्येक पडदा दूर करण्यास समर्थ होते. शाक्यांचे उष्माहीन वर्तनच नव्हे, तर त्यांचा दंभही त्यास जाणवला, नव्हे टोचला. तोवर मातेने आपल्याला सत्यापासून दूर ठेवले याचा आणि शाक्यांनी कुलाभिमानापोटी इतकी वर्षे पित्याचा कसा अपमान केला, याची जाण त्याला अत्यंत दाहक वाटली. तरुण असल्याने त्यास हा दाह सहन होईना. त्याने मनोमन एक गाठ बांधली.

"शाक्यांनो, माझ्या स्पर्शाने जो कक्ष अपवित्र झाला, असं तुम्ही समजलात आणि त्यास गंगाजलाने धूत आहात, तो कक्ष तुमच्या रक्ताने धुण्याची व्यवस्था मी करीन, ही माझी प्रतिज्ञा आहे."

पण या प्रतिज्ञेचे पालन करण्यासाठी महाराज प्रसेनजितास सत्याची जाणीव करून द्यावी लागणार होती. कोसल सेनेच्या बळाविना शाक्यांच्या केसालाही धक्का लावता येणार नव्हता. पिता आपल्या मातेस 'महानाम' शाक्याची कन्या समजतात. पट्टराणीपद भूषवणारी ती दासीही इतकी वर्षे पतीचा गैरमसज दूर न करता पतीची फसवणूक चालू ठेवते. तिचे हे कृत्य पट्टराणीपदाच्या लोभापोटी नव्हे, तर शाक्यांच्या कुलाभिमानाची जपणूक करण्यासाठी असल्याचे त्याला जाणवत होते. तो रागावला असला तरी क्रोधात त्याचा तोल निसटला नव्हता. रहस्यावरून पडदा दूर करणे म्हणजे कोसल राजाच्या समग्र महालास हादरवणे ठरेल, हे त्याला कळत होते. ते रहस्य तसेच ठेवायचे तर पिता शाक्यांवर आक्रमण करण्याची परवानगी देणे शक्य नाही, हेही त्यास कळत होते. कारण इतकी वर्षे ते कपिलवस्तुस श्वशूरगृह समजत होते. हा भ्रम दूर झाला तर वस्तुस्थितीचे दर्शन त्यांच्यासाठी क्लेशकारक ठरेल, असे पुत्रास वाटले. भ्रम दूर न झाल्यास आक्रमणाची परवानगी मिळणार नाही, याची जाणीव असल्याने त्याने पूर्ण विचारांती राज्याचे सुकाणू हाती येईतो आक्रमण न करण्याचा निर्णय घेतला.

पण शाक्यांचा कुलाभिमान नष्ट करण्याची घाई झालेल्या राजकुमारास राज्याचे सुकाणू आपल्या हाती लवकर यावेत,असे नक्की वाटू लागले होते. मनातला सूडाग्नी त्यास सतत अस्वस्थ करत होता.

* * *

शाक्य प्रजा कोसलांच्या अधिपत्याखाली होती, तशीच कोलीय प्रजाही कोसलांच्या अधिपत्याखालीच होती. रोहिणी नदीचा प्रवाह शाक्य आणि कोलीय प्रजेच्या परिसरास वेगळे पाडत असे. ती त्यांची प्राकृतिक सरहद्द होती. अर्थात, रोहिणीजलाचा

लाभ दोन्ही प्रजाजनांना होत असे.

यात एक मेखही होती. दोन्ही प्रदेशांतील प्रजेस रोहिणीजलावर आपलाच अधिकार असावा असे वाटे. दोन्ही प्रजांत रोटीबेटीचा व्यवहार होता. शाक्य राजा शुद्धोदनाचा दोन कोलीय कन्यांशी विवाह झाला होता. प्रजेच्या व्यवहारात सामंजस्य असले तरी रोहिणीजलाच्या प्रश्नी त्यांची मने साफ राहू शकत नसत.

रोहिणी ही बारा महिने प्रवाहित असणारी नदी होती. हिमालयाच्या पायथ्याशी असलेल्या कोणत्याही नदीत कमी पाणी असणे अशक्य असते, पण यास रोहिणी कधीतरी अपवाद ठरत असे. रोहिणीचे उद्‌भवस्थान आणि तिच्या प्रवाहाचा मार्ग असा होता, की ग्रीष्मऋतूत हिम वितळत असे, तेव्हा कधी कधी रोहिणी त्या जलापासून वंचित राहत असे. तसे झाल्यास ग्रीष्माचे दोन-तीन महिने पाण्याची समस्या उद्‌भवत असे. अशा वेळी दोन काठांवरील शेतांच्या मालकांत वाद होत असे. कधी कधी ते उग्र रूप धारण करत.

या वर्षीही असे घडले. शाक्य प्रदेश पर्वतीय उतारावर होता. त्यामुळे वर्षाऋतूत या प्रदेशात पाऊस पडला तरी तो सारा प्रवाह रोहिणीत समाविष्ट होत असे. म्हणून रोहिणीजलावर आपलाच हक्क आहे, असे ते म्हणत. कोलीय प्रजेस हे मंजूर नव्हते. जे जल त्यांच्या भागात वाहते त्यावर त्यांचा हक्क आहे, असे ते म्हणत. फार तर, उभयपक्षांचा जलावर समान अधिकार असणे त्यांना मंजूर असे. यंदाचा उन्हाळा अत्यंत तीव्र स्वरूपाचा होता. पाण्याचे दुर्भिक्ष असल्याने, दोन्ही काठच्या शेतकऱ्यांनी आपापल्या राजांकडे दुसऱ्या राज्याचा शेतकरी रोहिणीचे फार पाणी वापरतो, अशी तक्रार केली. दोन्ही राजांनी आपापल्या सेनापतींना रोहिणीच्या तटावर पाठवले. त्यांनी आपापल्या सैन्यास तटावरील शेतकऱ्यांना संरक्षण देण्याचा आदेश दिला. रोहिणीच्या दोन्ही तटांवर उभयपक्षांचे सैनिक दिसू लागले.

रोहिणीच्या तटांवर युद्धाच्या पूर्वतयारीसारखे वातावरण निर्माण झाले. प्रतिपक्षी सैनिकांत वाद होऊ लागले. प्रसंगी ते उग्र बनून युद्धास तोंड फुटण्याचे भय निर्माण झाले. ते पाहून रोहिणीचे जल हवे असल्यामुळे राजांकडे ज्यांनी तक्रार नेली होती, ते शेतकरी शेतात कामास येईनासे झाले.

श्रावस्तीच्या 'जेतवन विहारा'त वास्तव्य असलेल्या तथागतांना या प्रजेत युद्ध होण्याची शक्यता निर्माण झाल्याचे कळले तेव्हा हा संहार रोखण्यासाठी काही करण्याची गरज असल्याचे त्यांना जाणवले. पूर्वजीवनात पितृसंदर्भात शाक्य त्यांचे स्वजन होते, तर मातृसंदर्भात कोलीय. दोन्ही पक्षांनी सामान्य प्रश्नास मोठे स्वरूप देऊन, शस्त्र उगारून विनाशास निमंत्रण धाडणे हिताचे नव्हते. विनाश रोखण्यासाठी त्यांनी स्वत: रोहिणीच्या तटावर जाण्याचा निर्णय घेतला.

तथागत बुद्ध रोहिणीतटावर पोहोचले तेव्हा उभय पक्षांच्या सैनिकांत चर्चा

उग्र बनली होती. त्यांचे हात शस्त्र उगारण्यासाठी शिवशिवत होते. अचानक तथागतांना तिथे पाहून सारे चमकले. तथागतांचे येणे त्यांना अजिबात अपेक्षित नव्हते. उभय पक्षांच्या मनात तथागतांविषयी आदर होता. म्हणून कोणाचाही आदेश नसताना त्यांनी शस्त्रे म्यान केली. तथागतांनी आधी पितृसंबंधांतील शाक्यांशी संवाद साधणे योग्य ठरवले.

''सैनिकांनो,'' ते म्हणाले, ''तुम्ही इथे का आला आहात?''

''कारण आम्हाला तसा आदेश देण्यात आला आहे.'' सैनिकांच्या म्होरक्याने नम्र स्वरात सांगितले.

''या आदेशाविषयी तुमच्यापाशी विशेष माहिती आहे?'' तथागतांनी विचारले.

''नाही, भगवंत. सैनिकाचा धर्म सेनापतीच्या आदेशाचे पालन करण्याचा आहे. त्यास प्रश्न विचारण्याचा हक्क आम्हाला नाही.''

''तर मग सैनिकांनो, मला तुमच्या सेनापतीशी बोलावं लागेल.'' तथागत म्हणाले.

''जी भदंत. आम्ही त्वरित आपला संदेश सेनापतीस पोहोचवू.'' तथागतांना तत्पर उत्तर मिळाले.

शाक्य सैनिकांशी साधला तसाच संवाद तथागतांनी कोलीय सैनिकांशी साधला. त्या सैनिकांच्या लेखीही जलप्रवाहाचा प्रश्न नसून सेनापतीच्या आदेशाचे पालन करणेच महत्त्वाचे होते. ते त्यांच्या सैनिकधर्माचे अनुशीलन होते. त्यासाठीच उभय पक्षांचे सैनिक मारण्यास नि मरण्यास तत्पर होऊन एकमेकांसमोर उभे राहिले होते.

थोड्याच वेळात दोन्ही पक्षांचे सेनापती तिथे पोहोचले. सेनापती सैनिकांपेक्षाही अधिक चकित होते. युद्धाच्या ठिकाणी तथागत बुद्धांच्या उपस्थितीची कल्पना त्यांनी स्वप्नातही केली नव्हती. दोन्ही पक्षांच्या मनांत तथागतांविषयी आदर होता. म्हणून दोन्ही पक्षांचे सेनापती तथागतांच्या चरणांशी नम्रतेने बसले.

''हे सेनाध्यक्षांनो, शाक्य आणि कोलीय प्रजेत रोटीबेटी व्यवहार आहे, हे तुम्ही जाणता?''

''होय भगवंत. आमच्या कित्येक मुली आम्ही समोर दिल्या आहेत आणि कित्येक सुना त्यांच्याकडून आणल्या आहेत.''

''आता युद्ध झालं तर तुमच्या कित्येक मुली आणि सुना विधवा होतील, याची तुम्हाला जाणीव आहे?''

दोन्ही सेनापती गप्प बसले. दोघांची नजर खाली होती. इतर सैनिकांचेही चेहरे काळवंडले.

''आणि हे सेनाध्यक्षांनो, ज्या नदीच्या पाण्यासाठी तुम्ही परस्परांना मारायला

सज्ज झाला आहात ते पाणी आपल्याला निसर्ग वर्षानुवर्षांपासून देतो आहे. तुम्हाला हे ठाऊक आहे?''

"होय, भगवंत.''

"आणि ज्या सैनिकांची या जळापाई तुम्ही हत्या करणार आहात त्या सैनिकांना तुमच्यापैकी कोणी पुनरुज्जीवन देऊ शकणार आहे का?''

सुई पडली तरी आवाज यावा, अशी शांतता दाटली. सेनाध्यक्षांसह सर्व सैनिकांच्या नजरा खाली वळल्या.

"तर मग मौल्यवान काय आहे?'' बुद्धांनी विचारले, "रोहिणी नदीचे पाणी की सैनिकांचे जीवन? मौल्यवान पदार्थ प्राप्त करण्यासाठी कोणी त्याहून अधिक मौल्यवान पदार्थांचा होम करतात का?''

दोन्ही पक्षांत नीरव शांतता दाटली.

"हे सैनिकांनो, तुमचे स्वजन हे पाणी वापरत असताना विरोधाचा विचार तुमच्या मनात आला कसा? परस्परांची हत्या केल्याने घृणा आणि शत्रुतेशिवाय काय हाती येईल? शिवाय, त्यामुळे उभय पक्षांच्या कित्येक मुली-सुनांना वैधव्य सोसावं लागेल ते वेगळंच. सांगा, असं करणं शहाणपणाचं आहे?''

सेनापतींच्या तोंडून एकही शब्द उमटला नाही. त्यांनी तथागतांच्या चरणी मस्तक टेकले. उभय पक्षांच्या सैनिकांनी आपापली शस्त्रे उलट करून सेनापतींचे अनुसरण सूचित केले.

* * *

श्रावस्तीच्या प्रसेनजिताने राजगृहाच्या बिंबिसार राजाप्रमाणे बौद्ध धर्माचा अंगीकार केला नव्हता. पण त्याच्या मनात तथागतांसाठी अपार आदर होता. त्यांचे श्रावस्तीस वास्तव्य असेल तेव्हा राजकाजातून शक्य तितका अधिक वेळ काढून तथागतांच्या सान्निध्यात राहण्याचा आणि त्यांची उपदेशवाणी ऐकण्याचा प्रयत्न तो करत असे. त्यामुळे 'जेतवन विहारा'त त्याचे वारंवार जाणे होई. बौद्ध संघास तो मोकळ्या हातांनी मदत करत असला तरी त्याने वैदिक परंपरेचे अनुशीलन चालू ठेवले होते. त्यानुसार तो यज्ञ, होमहवन वगैरे कर्मकांडेही करत असे. बौद्ध श्रमणांव्यतिरिक्त वेदानुयायी साधुसंत, महंत, मंदिरांचे पुजारी वगैरेंनाही राज्यातर्फे भरपूर दानधर्म होत असे. अनाथपिंडिकाने 'जेतवन विहारा'ची निर्मिती केल्यावर मिगारमाता विशाखाने भिक्खूणींच्या वास्तव्याची व्यवस्था करण्यासाठी 'पूर्वाराम' बांधला होता. प्रसेनजितानेही भिक्खूंना सोयी पुरवण्याच्या उद्देशाने 'जेतवन विहारा'शी 'राजकाराम' नावाचे निवासस्थान बांधून घेतले होते. ही कामे खर्चाची होती. खर्चाची सतत जबाबदारी पेलल्याने राज्याचे कोशागार वेगाने रिकामे होत होते. 'काळ' नावाचा कर्तृत्ववान महानुभाव

तेव्हा कोशाध्यक्षाच्या पदावर होता. राज्याचा कोश नियमाने आणि वेगाने कमी होणे त्याला न जाणवणे अशक्य होते. असेच चालत राहिले तर बिकट परिस्थिती निर्माण होण्याची वेळ फार दूर नव्हती. या खर्चावर अंकुश ठेवायला हवा वा प्रजेकडून अधिक कर वसूल करण्यास परवानगी हवी, असे त्याला वाटले. त्यास राजाला प्राप्त परिस्थितीची जाणीव करून देण्याची गरज जाणवली. शिवाय, ते करणे हा त्याचा धर्म असल्याने त्याने महाराजांची भेट मागितली.

"महाराज," परिस्थिती विशद करताना तो म्हणाला, "प्रजेवर नवे कर बसवायला हवेत आणि जुन्या करात वाढ करायला हवी आहे."

"का, कोशाध्यक्ष?" राजाने विचारले, "तसं केल्यास प्रजेला कोसलराजा लोभी बनला आहे, असं वाटेल. करात उगीच वाढ का करायची?"

"कारण थोड्याच काळात राज्याच्या तिजोरीचा तळ दिसण्याची वेळ आली आहे. तसं घडू द्यायचं नसेल तर करात वाढ वा खर्चात कपात करणं यांपैकी काही तरी करावं लागेल." कोशाध्यक्ष 'काळ'ने चित्र स्पष्ट केले.

"खर्च कसा कमी होणार, कोशाध्यक्ष?" महाराजांनी विचारले.

"क्षमा करा, महाराज," कोशाध्यक्ष प्राप्त परिस्थितीचे कारण सांगू लागला, "कोसलदेश वैदिक धर्मपरंपरा अनुसरतो. तरी राज्य बौद्ध धर्मावर बेसुमार खर्च करतं. म्हणून खर्चावर अंकुश ठेवायचा नसेल तर कर वाढवणं आलंच."

राजा विचारात पडला. कोशाध्यक्षांचे म्हणणे खोटे नव्हते. मगधांप्रमाणे कोसलदेश बौद्धधर्मी नव्हता. म्हणून वैदिक क्रियाकांडाचे खर्च करावे लागत होते. तथागत बुद्धांविषयी पूज्यभाव असल्याने भिक्खू संघासाठी खर्च होत होता. दुप्पट खर्च पेलणे किती काळ जमणार? ते चालू ठेवायचे असल्यास कोशाध्यक्षांनी सांगितले तशी करवाढ अटळ होती. राजाने त्वरित उत्तर दिले नाही. परिस्थितीची योग्य जाणीव करून देण्याचा कोशाध्यक्षाचा धर्म निभावून 'काळ'ने निरोप घेतला.

प्रसेनजिताच्या मनात वैचारिक घुसळण चालू होती. तथागतांविषयीच्या आदरभावामुळे बौद्ध संघावरील खर्च कमी करण्यास त्याचे मन तयार होत नव्हते, की वत्सल राजाचे मन प्रजेवर कराचा वाढीव बोजा टाकू देत नव्हते. मनोमंथन संपले नसताना तो 'जेतवन विहारा'त तथागतांच्या दर्शनास गेला.

"हे राजा, तू आज विचाराने व्यग्र झालेला दिसतोस." विचारपूस करत तथागत म्हणाले, "राज्यासमक्ष गंभीर समस्या निर्माण झाली आहे का?"

प्रसेनजिताच्या मनात तथागतांविषयी आदर होताच, तो त्यांनी मनीचे भाव वाचल्याने शतगुणित झाला.

"होय भगवंत," तो उत्तरला. "आज कोशाध्यक्षांनी तातडीने भेट घेऊन कोशाच्या परिस्थितीचा अहवाल सादर केला. तो चिंतादायक आहे. कोशाध्यक्षांचं

सांगणं आहे, की या परिस्थितीत करवाढ अटळ आहे. तसं करायचं नसेल तर धार्मिक कामांवर होणाऱ्या खर्चावर कातर चालवावी लागेल. दोन्ही मला रुचत नाही. म्हणून मी विचारात पडलो आहे.''

तथागतांनी त्याचे म्हणणे लक्षपूर्वक ऐकले. कोशाध्यक्षाची खर्चाबाबतची सूचना बौद्ध भिक्खू संघाच्याच खर्चाबाबत आहे, हे जाणवायला त्यांना वेळ लागला नाही. राज्याच्या स्वीकृत धर्मावर, वैदिक धर्मासाठी राज्याने खर्च करायचा असतोच. मंदिराच्या आणि यज्ञयागादी खर्चांना पर्याय नव्हता.

तथागतांच्या आदरापोटी भिक्खू संघावर इतका खर्च का करावा? त्यात कपात करण्यास हरकत नाही, ही कोशाध्यक्षांची गर्भित सूचना होती. तथागतांना तो संकेत लगेच कळला.

''हे राजन,'' ते बोलू लागले, ''जो सल्लागार राजास धर्मावरील खर्चावर नियंत्रण ठेवण्याचा सल्ला देतो तो योग्य सल्ला देत नाही. राजा असो किंवा राज्य, दोन्ही धार्मिक प्रवृत्तीच्या बळावर टिकतात वा उन्नत होतात.''

''होय भगवंत, मला ही जाणीव आहे. म्हणूनच मी द्विधेत अडकलो आहे.''

''द्विधेचं कारणच नाही, राजन. जो कोशाध्यक्ष राजास धार्मिक कार्यावर लागणाऱ्या खर्चावर अंकुश ठेवायचा सल्ला देतो, तो पापमार्गी आहे. त्याच्या सल्ल्यापासून मुक्त व्हायचं तर राजाने खुद्द त्याच्यापासून मुक्त व्हावं.''

''म्हणजे? मला कळलं नाही, भगवंत.'' प्रसेनजित गोंधळला.

''खर्चाच्या इतर स्रोतांवर नियंत्रण आणू शकेल, असा आणि डोळ्यांत धर्मावरचे खर्च खुपत नसतील, असा विचक्षण पुरुष कोशाध्यक्षाच्या पदावर नियुक्त करावा.''

प्रसेनजितास तथागतांच्या म्हणण्याचा आशय कळला. त्याच्या लेखी बुद्धांचा कोणताही विचार आदेश ठरणार होता. त्याने तत्काळ 'काळ'ला कोशाध्यक्षाच्या पदावरून दूर केले.

पण कोशाध्यक्षास पदभ्रष्ट करताना, दूरगामी विचार करता हे पाऊल किती जोखीम उभी करील, याची कल्पना त्याने केली नव्हती.

८ उरुवेला

तथागतांनी श्रावस्तीच्या 'जेतवन विहारा'त चातुर्मास व्यतीत करावा, असे ठरले होते. ते तथागतांना आवडले होते. राजगृह, वैशाली, कपिलवस्तु आणि कौसंबीच्या विहारांतही ते अधूनमधून वास्तव्य करत. राजगृहच्या राजा बिंबिसारने बौद्ध धर्माचा अंगीकार केला होता. त्याच्या मनात तथागतांविषयी अपार आदर होता. तथागतांनी त्याच्या राज्यात काही चातुर्मास व्यतीत केले होते. पण बिंबिसार राजाचा विपरीत मृत्यू झाला तेव्हापासून त्यांचे सारे चातुर्मास श्रावस्तीत व्यतीत होत होते. बाकीचा काळ ते परिव्राजकाच्या स्वरूपात निवडक भिक्खूंसह इतरत्र फिरत. इतर भिक्खूही या काळात विविध प्रवास करत धर्मप्रसाराचे कार्य करत असत.

चातुर्मास संपला. तथागतांनी श्रावस्तीचा निरोप घेऊन उरुवेलास जाण्याचे ठरवले. ती यात्रा सुरू झाली. सावलीसारखा साथ देणारा आनंद आणि दोन्ही धर्मसेनापती सारिपुत्र व मोद्‌गल्यायन यांना तथागतांनी स्वत:बरोबर घेतलं होतं. पूर्वी पारंपरिक रीतीने भिक्खू संघ एकत्र प्रवास करत असत. पण काही वर्षांपासून तथागतांचे स्वास्थ्य त्यांना सहकार्य देत नव्हते. आनंद, सारिपुत्र, मोद्‌गल्यायन यांच्यासारख्या ज्येष्ठ भिक्खूंनीही जीवनाची सात दशके पार केली होती. तेही दुबळे झाले होते. म्हणून आगमनाची पूर्वतयारी करण्यासाठी दोन-चार तरुण भिक्खूंना पुढे पाठवण्यात येत असे. साऱ्यांनी यात्रेचा आरंभ एका वेळी केला तरी तरुण भिक्खू तीन-चार दिवसांत गंतव्यस्थानी पोहोचत. तथागत व इतर वयस्क भिक्खूंना हे अंतर पार करण्यास दहा दिवस लागत.

या वेळी उरुवेलास गेल्यावर ज्या वृक्षाखाली संबोधी अवस्था प्राप्त झाली, त्या वृक्षाखाली तथागत बराच वेळ ध्यानस्थ बसले. हे तेच स्थळ होते जेव्हा संबोधी अवस्थेच्या विरोधात त्यांच्यावर आक्रमण झाले होते. तो एक अद्‌भुत क्षण होता. त्या क्षणी शाक्य मुनी गौतमने या आक्रमणाचा पराभव केला होता. याच वृक्षाखाली सुजाताने त्यांना खिरीचे भोजन दिले होते. अश्वत्थापासून थोड्या अंतरावर वाहात असलेल्या नेरंजरा नदीच्या प्रवाहाकडे तथागत बघत राहिले. आजही नेरंजरेचा प्रवाह

तसाच झुळझुळत होता. पण जल सतत बदलत होते. थोड्या अंतरावरील 'निग्रोधवृक्ष' इतक्या वर्षांनंतरही पूर्वीसारखा दिसत होता. संबोधी अवस्था प्राप्त केल्यावर कितीतरी वेळ ते या वृक्षाखाली चिंतन करत बसले होते. आणि तो 'मुचलिन्द वृक्ष'... त्यास कित्येक नव्या फांद्या फुटलेल्या दिसत होत्या. दुसऱ्या बाजूस विस्तृत बनलेला 'राजायतन वृक्ष' होते. हे वृक्ष त्या 'वैशाखी पौर्णिमे'स जे घडले त्याचे साक्षीदार होते. तथागत ध्यानस्थ अवस्थेत लीन असताना इतर भिक्खूंनी त्या स्थानाचे पावित्र्य लक्षात ठेवून त्यास वंदन केले. वृक्ष आणि नदीच्या प्रवाहापाशी जणू ते संबोधी क्षणांचा वृत्तांत मागत होते. वृक्ष आणि नदीचा प्रवाहच त्या घटनेचे साक्षीदार असल्याने ते आवश्यक तो वृत्तांत सांगत असतील, असे गृहीत धरून साऱ्यांनी ते ऐकण्यासाठी कान टवकारले.

उरुवेलापासून 'राजगृह' दूर नव्हते. बिंबिसाराच्या निधनानंतर अजातशत्रूने तथागतांचे शरण स्वीकारले होते. घडलेल्या पितृहत्येच्या संदर्भात तथागतांपाशी पश्चात्ताप व्यक्त केला होता. तरी तथागतांना 'राजगृहा'त अधिक काळ वास्तव्य रुचत नसे. राजा बिंबिसाराची पत्नी 'क्षेमा' तथागतांच्या भिक्खूणी संघात सामील झाली होती. प्रसंगी, तिच्या आग्रहास वश होऊन ते 'राजगृहा'च्या विहारात काही काळ वास्तव्य करतही.

उरुवेलास काही काळ व्यतीत करून वैशालीस जावे असे तथागतांना वाटत होते. वैशालीस कधी पोचावे, त्यासाठी निश्चित दिवस ठरवला नव्हता. तथागतांची प्रकृती साथ देत नसूनही भिक्षाटनास स्वतः जाण्याचा त्यांचा आग्रह असे. त्यांनी आता भिक्षाटनासाठी फार दूर चालत जाऊ नये, अशी आग्रहपूर्वक विनंती पुत्र राहुलही करत असे. ते कोणाचे ऐकत नसत. तरी आताशा ते जवळच भिक्षेसाठी जात. काही भिक्खू त्यांच्यासोबत असणे चालवून घेत. सारे तथागतांची काळजी घेण्यासाठी संगत करत. राहुल आघाडीवर असे.

प्रातःकाळी नित्यकर्म संपवून तथागत चंक्रमण करत असताना राहुल त्यांच्याकडे पोहोचत असे. निद्रेवेळीही आनंद तथागतांबरोबर असे. राहुल आला की तो प्रातःकर्मे उरकायला जात असे. चातुर्मासासाठी तथागत विशिष्ट विहारात वास्तव्य करत, तेव्हा या क्रमात फेरफार होत असे. अशा वेळी राहुल श्रामणेर भिक्खूंसाठी बुद्धवाणीचा उपदेश सादर करण्याचे काम करत असे.

नित्यक्रमानुसार तथागत चंक्रमण करत होते.आनंदची त्यांच्यावर नजर होती. राहुल आलेला नव्हता, रोजची वेळ उलटली असूनही. पूर्व दिशेस लाल रंगाची उधळण संपून कोवळ्या उन्हाची सुरुवात झाली होती. आनंदला नवल वाटले. राहुलला इतका उशीर होत नसे. राहुलच्या कुटीकडे तो सारखा बघत होता. तिथे हालचालीची चाहूल नव्हती. तथागतांना एकटे सोडून तो राहुलच्या कुटीत जाऊ

शकत नव्हता. म्हणून जवळच्या कुटीतील प्रात:कर्मे संपवलेल्या भिक्खूला तपास करण्यासाठी त्याने राहुलच्या कुटीत पिटाळले.

तपास करण्यासाठी गेलेला भिक्खू बराच वेळ झाला तरी राहुलच्या कुटीबाहेर पडला नाही; पण तो धावतच बाहेर आला. धापा टाकत आनंदपाशी जाऊन भेदरल्या स्वरात तो म्हणाला, "भदंत, राहुल..."

तो का अडखळतोय ते आनंदला कळेना. त्याचा हात धरून आनंदने विचारले, "आयुष्यमान, तू भयभीत का वाटतो आहेस? राहुलच्या कुटीत तुला असं दिसलं तरी काय?"

"जी... जी भदंत... राहुलच्या देहातून चैतन्याने निरोप घेतला आहे."

"का...काय... म्हणतोयस?" आनंदने हबकून विचारले, "तू नीट बघितलंस का?"

"होय, भन्ते. त्याच्या देहाच्या सर्व बाजूंचा वेध घेऊन मी तपास केला. नंतरच सांगतो आहे, की देहातील चैतन्याने निरोप घेतला आहे."

आनंदला ही समस्या बिकट वाटली. तथागतांना ही बातमी अशीच्या अशी देणे त्यास प्रशस्त वाटेना. स्वत: बातमीची सत्यार्थता तपासून घेण्यासाठी भिक्खूला स्वस्थानी बसवून तो राहुलच्या कुटीत गेला.

भिक्खूने सांगितले ते खरे होते. मध्यरात्री निद्रिस्त अवस्थेत राहुलचा प्राण मार्गस्थ झाला होता. आता कुटीत उरले होते निश्चेष्ट कलेवर. क्षणभर आनंद त्या निर्जीव देहाकडे बघत राहिला. मृतदेहाच्या चरणांशी नतमस्तक होऊन त्याने मनोमन प्रार्थना केली. आता ही बातमी तथागतांना देण्याची जबाबदारी त्याची होती.

आनंद मंद गतीने चालत कुटीबाहेर आला. त्याने विमनस्क नजरेने आसपास बघितले. उरुवेलाच्या निवासस्थानी सारे यथावत होते. बहुतेक भिक्खूंनी प्रात:कर्मे उरकली होती. काहींनी एखाद्या वृक्षाखाली ध्यान लावले होते. काल रात्री राहुल झोपण्यासाठी कुटीत गेला तेव्हा जे वातावरण होते तसेच ते आत्ताही होते. आनंदची नजर नेरंजरा नदीच्या प्रवाहाकडे वळली. प्रवाह नेहमीच्या शांतपणे पुढे जात होता. तथागतांना ज्या वृक्षाखाली संबोधी प्राप्त झाली तो वृक्ष... इकडे 'मुचिलिन्द वृक्ष'... समोरचा 'निग्रोध वृक्ष'... 'राजायतन'... सारे अविचल होते. काल या वृक्षांवर जसे पक्षी किलबिलत होते तसे आजही किलबिलत होते.

आनंद विचारांत गुंतला असताना चंक्रमण संपवून तथागत नेहमीच्या स्थानी आसनावर बसले. रोज चंक्रमण समाप्तीवेळी राहुल जिथे उभा असे, तिथे आज आनंद होता. आनंदबरोबर काही भिक्खूही होते. तथागतांना हे दृश्य अगदी अनपेक्षित वाटले.

“आनंद, आज राहुल दिसत नाही?” त्यांनी विचारले, “तू प्रातःकर्मासाठी जाऊ शकला नाहीस?”

“भगवंत,” तथागतांच्या चरणांशी बसत आनंद उत्तरला, “भन्ते, राहुल आता आपल्या सेवेस कधीच उपस्थित राहणार नाही.”

“म्हणजे?” तथागतांनी पृच्छा केली.

“भदंत,” आनंदचा स्वर थरथरला. व्यथा मुद्रेवर उमटू नये, यासाठी त्याला संघर्ष अक्षरश: पेलावा लागत असल्याचे स्पष्ट दिसत होते. तो थरथरत्या स्वरात म्हणाला, “राहुलच्या देहातून चैतन्याने निरोप घेतला.”

तथागतांनी आनंदकडे रोखून बघितले आणि नजर खाली वळवली. डोळे मिटून ते काही पुटपुटले. लगेच ध्यानमग्न अवस्थेत त्यांचा देहदंड स्थिर झाला.

“याला काय म्हणावं, भन्ते?” आनंदच्या जवळ उभा असलेला भिक्खू त्याच्या कानाशी लागला, “पिता बुद्ध, माता यशोधरा आणि पितामही महाप्रजापती विद्यमान असून पुत्र राहुलने डोळे मिटले?”

“पिता, माता, पुत्र वगैरे संबंध आपण निर्माण केले आहेत. आयुष्यमान प्रकृतीने ते निर्माण केलेले नाहीत. प्रकृतीचे नियम आपल्याला कळणारे नाहीत.” आनंद हळूच उत्तरला.

थोड्या वेळातच नेरंजरेच्या काठच्या वृक्षाखाली राहुलच्या मृतदेहावर अंत्यसंस्कार करण्यात आले.

* * *

वैशालीच्या विहारात उरुवेलाहून आलेल्या भिक्खूंनी विमल कौण्डिण्यास तथागत चारेक दिवसांत तिथे पोहोचणार असल्याची माहिती दिली. राहुलच्या मृत्यूनंतर तथागतांनी काही काळ उरुवेलास व्यतीत केला. बहुतांश समय मौनात पसार झाला असला, तरी काही वेळा उपदेशाची अमृतवाणीही तिथे झरली. उरुवेलास असलेले भिक्खू; राहुलच्या मृत्यूने तथागतांना व्यथित केले असेल असे समजून गंभीर मौनात हरवले होते. तरी काही भिक्खू तथागतांना अकारण एकटे वाटू नये, यासाठी प्रापंचिक विचार करून त्यांच्या आसपास असण्याचा प्रयास करत. भिक्खू संघ राहुलच्या मृत्यूचा धक्का अजून पचवू शकलेला नाही आणि आपणही त्यापासून मुक्त नाही, असा त्यांचा समज असल्याचे तथागतांना स्पष्ट जाणवले. त्यासाठी लवकरच उरुवेलाचा निरोप घेणे त्यांना योग्य वाटले. म्हणून त्यांनी वैशालीस जाण्यास प्रस्थान ठेवण्याचा आदेश दिला. तो निरोप सांगायला वैशालीस गेलेल्या दोन भिक्खूंनी विमल कौण्डिण्यास तथागतांच्या आगमनाविषयी माहिती दिली.

विमल कौण्डिण्याचा जन्म वैशालीस झाला होता. त्याचे वास्तव्य बहुतांशी

वैशालीच्या विहारात असे. त्याची माता होती वैशालीची नगरवधू आम्रपाली. वैशालीत विचित्र ठरण्याजोगी एक परंपरा होती. वैशाली हे महाजनसत्ताक राज्य होते. तरी त्यांचे लष्करही बलवान होते. स्वत:चे नगर विशाल असल्याचा अभिमान सूचित करण्यासाठी त्यांनी नगरास 'वैशाली' हे नाव प्रदान केले होते. तथागतांनी चातुर्मासात वैशालीस वास्तव्य केले, तेव्हा त्यांनी सुखी जीवन आणि स्वातंत्र्याची जोपासना करण्यासाठी सात नियम सांगितले गेले. त्या नियमांचे काटेकोरपणे पालन होत असेतो त्यांच्या स्वातंत्र्यास आच येणार नाही, असे ते म्हणाले होते. 'लिच्छवी प्रजे'च्या मनात बुद्धांविषयी अपार आदर होता. ते या नियमांचे अत्यंत कसोशीने पालन करत असत. राजगृहाच्या बिंबिसाराचा मृत्यू झाला. अजातशत्रुच्या मनात 'लिच्छवी प्रजे'विषयी रोष असून तो साम्राज्यवादी असल्याचे ते जाणून होते. वैशालीवर लष्करी विजय मिळवून अधिपत्य प्राप्त करण्याची त्याची इच्छाही लपून राहिली नव्हती. जोवर बुद्धांनी घालून दिलेल्या सात नियमांपैकी एकाचेही उल्लंघन होत नव्हते तोवर त्यांना बाह्य आक्रमणाची काळजी करण्याचे कारण नाही, अशी त्यांची अढळ श्रद्धा होती. म्हणूनच अजातशत्रुने मनात युद्धाची तीव्र खुमखुमी असूनही 'लिच्छवी प्रजे'स डिवचले नव्हते.

पण 'लिच्छवी प्रजे'त एक फार विचित्र परंपरा आजपावेतो सांभाळलेली होती. नगरातील सर्वाधिक सुंदर, चतुर आणि मादक स्त्रीची ते निवड करत. तिला 'नगरवधू'चा दर्जा देत. हे करण्यामागे विशिष्ट उद्देश होता. सुंदर स्त्री प्राप्त करण्यासाठी तरुणांत स्पर्धा उत्पन्न होण्याची शक्यता असते. त्या स्पर्धेपायी असूया आणि द्वेष निर्माण होतो. त्यामुळे तरुणाई आपसांत लढून शक्तीचा अपव्यय करण्याची शक्यता निर्माण होते. सर्वविदित पुरुषसहज वृत्तीवर नियंत्रण ठेवण्याचा उपाय योजणाऱ्या वृद्ध, अनुभवसिद्ध, चतुर लिच्छवींनी ही परंपरा निर्माण केली होती. 'नगरवधू'वर जन्मभर अविवाहित राहण्याचे बंधन असे. त्याच वेळी 'नगरवधू' म्हणून घोषित होताच तिची समृद्धी, सत्ता आणि दबदबा खूप वाढत असे. कोणताही पुरुष मौल्यवान नजराणा देऊन तिचे सान्निध्य प्राप्त करू शकत असे. 'नगरवधू'ने पाळण्याचे काही नीतिनियमही होते. त्यानुसार ती समर्थ, समृद्ध व स्वस्थ असलेल्या पुरुषास नकार देऊ शकत नसे. इतकेच नव्हे, तर त्याचा स्वीकार करून त्याला सुख देताना तिने हातचे राखू नये, असा नियम होता.

कित्येक वर्षांपासून 'आम्रपाली' या स्थानावर अधिष्ठित होती. तिच्या समृद्धी आणि सत्तेत अपरिमित वाढ होणे स्वाभाविक होते. वास्तविक, आता तिने प्रौढावस्था पार केली होती. तरी तिच्या सौंदर्यावर काळाचा ओरखडा उमटला नव्हता. तिला स्वत:ला वाढत्या वयाची आणि सौंदर्याची जाणीव होती. ती कधी कधी मनात क्षोभ उत्पन्न करत असे. विशिष्ट वयात स्त्रीसौंदर्यास नैसर्गिकरीत्या ओहोटी लागते.

आपल्या संदर्भात ते का घडले नाही, हे 'आम्रपाली'स कळत नसे. 'नगरवधू'च्या कारकिर्दीत तिने एका पुत्रास जन्म दिला होता. त्या पुत्राचा पिता कोण, याविषयी नगरात चवीने चर्चा आणि अनुमान करण्यात येत असते, याची जाणीव तिला होती. पण पुत्राचा पिता कुणीही असला, तरी 'आम्रपाली' वा या पुत्रास फरक पडत नव्हता.

तथागत बुद्ध वैशाली विहारात वास्तव्यास असताना, एके दिवशी तारुण्यात प्रवेश केलेला 'विमल' त्यांना शरण गेला. त्याच्या या कृतीने साऱ्या परिस्थितीस भूकंपाचा धक्का दिला. बौद्ध भिक्खू संघात 'विमल' समाविष्ट झाला. नामाभिधान होऊन त्यास 'विमल कौण्डिण्य' अशी ओळख प्राप्त झाली. आता 'नगरवधू' 'आम्रपाली'चा पुत्र ही त्याची ओळख उरली नाही. भिक्खू बनल्यावरही भिक्खू संघाच्या नियमानुसार अधूनमधून तो मातेस भेटत असे. तिला उपदेश करण्यास त्याच्यावर प्रतिबंध नव्हता. 'आम्रपाली' खूपदा त्याच्यासह इतर भिक्खूंना भोजनाचे निमंत्रण देई. कधी त्यांना चीवर वस्त्रांचे दानही देई. बुद्धांचा उपदेश पुत्रमुखातून तिच्या कानी पडत असे. तेव्हा ती आवडीने आणि मनापासून श्रवण करत असे. पण त्यामुळे वर्तमान जीवनाविषयी तिच्या मनात नावड निर्माण होऊ लागली होती. तिला मात्र या असंतोषाची जाणीव झालेली नव्हती.

भिक्षाटनास आलेल्या 'विमल कौण्डिण्या'ने तिला तथागत उरुवेलाहून वैशालीस येणार असल्याचे सांगितले. ते ऐकून ती म्हणाली- नव्हे, तिच्या तोंडून आपोआप शब्द निसटले,

"भन्ते, भगवान तथागत आणि त्यांच्या भिक्खूंचे 'आम्रवना'त वास्तव्य असावे, असे मला वाटते. मी तथागतांना 'आम्रवन' भेट देऊ इच्छिते."

इतर भिक्खूंनाच नव्हे, तर 'विमल कौण्डिण्या'सही हा प्रस्ताव अपेक्षित नव्हता. अर्थात, तो त्याला अयोग्य वाटला नाहीच. तो संमत होताच तिने नगराच्या प्रवेशद्वाराशी असलेल्या या वनाची व्यवस्था करण्यासाठी सेवक धाडले. 'विमल कौण्डिण्य' आणि इतर भिक्खूंच्या देखरेखीखाली 'आम्रपाली'ने स्वत:च्या उपस्थितीत योग्य ती सारी व्यवस्था करून घेतली.

ज्या दिवशी तथागत वैशालीस पोहोचतील अशी अपेक्षा होती, त्याच्या आदल्या रात्री 'विमल कोण्डिण्य' काही भिक्खूंसह 'आम्रपाली विहारा'त वास्तव्यास गेला. तथागतांना विहाराची व्यवस्था बदलल्याचे कळले तरी त्यांनी त्या संदर्भात एकही प्रश्न विचारला नाही. 'आम्रवन' अत्यंत प्रशस्त आणि नीटनेटके होते. आम्रफळांचा ऋतू असल्याने वनात मधुर दरवळ पसरला होता.

रात्रीच्या तिसऱ्या प्रहरी सारे भिक्खू गाढ निद्रेत असताना तथागतांनी डोळे उघडले. आपल्या कुटीभोवती त्यांचे चंक्रमण सुरू झाले. सहज त्यांची नजर आकाशाकडे वळली. शुक्ल पक्षातील चांदण्यांचा दुग्धधवल प्रकाश 'आम्रवना'वर

प्रसन्नतेचे सिंचन करत होता. अनायासे ते एका वृक्षाखाली मांडी घालून बसले.

त्यांचे ध्यान लागण्याच्या बेतात असताना, ध्यानपूर्व अवस्थेत विक्षेप निर्माण झाला. एक स्त्री आपल्याकडे येत असल्याचे त्यांना चंद्रप्रकाशात स्पष्ट जाणवले. या वेळी एकट्या स्त्रीचे येणे अपेक्षित नव्हते. ती स्त्री मात्र वनाशी पूर्ण परिचित असल्यागत विश्वासाने पुढे येत होती. तथागतांच्या चरणांशी बसून ती नतमस्तक झाली आणि तशीच बसून राहिली.

''भगिनी, तू कोण आहेस? या वेळी इथे एकटी कशी आणि का आली आहेस?'' तथागतांनी विचारले.

''भगवंत, मी वैशालीची 'नगरवधू आम्रपाली'. दिवसा आपलं दर्शन घ्यायला यायची मला लाज वाटते. नगरजनांना आणि भिक्खूंनाही मी आपल्या चरणांशी आलेलं कदाचित आवडणार नाही. ते सारे मला अडवतील, असं भय वाटल्याने मी अवेळी आले आहे.''

''तुला असं का वाटतं? तू दिवसा इथे आलीस तर तुला कुणी का अडवावं?''

''कारण... कारण...'' कंठ भरून आल्याने 'आम्रपाली'ने तथागतांच्या चरणी मस्तक ठेवले. तिच्या डोळ्यांत अश्रू दाटले. मान वर न करता ती म्हणाली, ''भगवंत, मी पापी आहे. समजू लागल्यापासून मला पापकर्मच करावं लागलं आहे. आपलं दर्शन घेण्याचा वा उपदेशवाणी ऐकण्याचा हक्क मला नाही.''

''तू केलेली पापं तू जाणतेस का?''

''होय भगवंत. मी माझी पापं जाणते.''

''म्हणजे प्रत्येक पाप करताना तू सतर्क होतीस. जागृत होतीस. जागृतावस्थेत तुझ्याकडून पापाचरण घडलं कसं? पापाचरण ही अविचाराने घडणारी कृती आहे.''

''ते मला कळत नाही भगवंत. मी पापं केली आहेत. आपण मला त्यापासून मुक्ती द्याल अशी माझी श्रद्धा आहे, हेच मी जाणते.''

''ज्या क्षणी तुला तू पापाचरण करत असल्याची जाणीव झाली, त्या क्षणी तू पापमुक्तीकडे आपसूक प्रयाण केलं आहेस. आता तू पापी नाहीस.''

''आपल्या लेखी मी खरोखर निष्पाप असले तर भगवंत, उद्या आपण माझ्या घरी भोजनास या. मी आपणास या 'आम्रवना'ची भेट देते, तिचा स्वीकार करा.''

तथागतांनी ओठ बंद ठेवून मस्तक नमवले. प्रस्तावाचा स्वीकार करण्याची त्यांची ही पद्धत होती.

सकाळी 'लिच्छवी राजप्रासादा'त तथागतांच्या आगमनाची वार्ता पोहोचली. तथागतांचे अभिवादन करण्यासाठी ते लगेच विहारात आले. तथागतांची व्यवस्था

'आम्रपाली'च्या उपवनात केल्याचे कळले आणि त्यांना नवल वाटले. आज तथागत 'आम्रपाली'कडे भोजनास जाणार असल्याचे कळले आणि ते आश्चर्य शतगुणित झाले. 'आम्रपाली' ही 'नगरवधू' म्हणून पतिता. तिच्याकडे तथागतांनी भोजनास जावे, हे नगरश्रेष्ठी वा इतर राजवंशी महानुभावांना अपमानकारक वाटले. 'आम्रपाली'च्या निमंत्रणाऐवजी 'राजमहाला'त भोजनाची व्यवस्था झाली पाहिजे, असे त्यांना वाटले.

"आम्रपाली," सारे तिच्या हवेलीत जाऊन म्हणाले, "तथागत बुद्ध नगराचे अतिथी आहेत. त्यांचा पाहुणचार 'राजमहाला'त होणंच योग्य आहे. तथागतांनी तुझं आमंत्रण स्वीकारलं असलं, तरी तुला आमचं म्हणणं योग्य वाटत असेल तर आमंत्रणात फेरफार केल्याचं आम्ही त्यांना कळवू."

"हे महानुभावांनो, यात आता फेरफार करावा, असं मला वाटत नाही. तथागत आता माझे अतिथी आहेत."

"तू आपला हा अधिकार सोडलास, तर आम्ही तुला एक कोटी सुवर्णमुद्रा देऊ."

"एक कोटी सुवर्णमुद्राच नव्हे, तर मला वैशालीचं राज्य भेट दिलं, तरी मी ही संधी सोडणार नाही." 'आम्रपाली'ने कणखर स्वरात सांगितले.

"आम्रपाली," श्रेष्ठी व राजवंशी लिच्छवी तारसप्तकांत म्हणाले, "तू 'नगरवधू' आहेस, हे लक्षात ठेव."

"तुम्हीच लक्षात ठेवा, की मी 'नगरवधू' नसून तथागत बुद्धांचे शरण प्राप्त केलेली बौद्ध भिक्खूणी आहे."

हे ऐकून सारे स्तब्ध झाले. यावर प्रतिवाद होऊ शकतच नव्हता.

योग्य वेळी तथागत भिक्खू संघासह 'आम्रपाली'च्या हवेलीत भोजनास गेले. भोजन झाल्यावर तिने तथागतांना 'आम्रवन' भेट दिले, त्याचा त्यांनी स्वीकार केला.

* * *

मल्ल प्रदेशाच्या सीमेवर 'मेदालुम्पा' या गावी तथागतांचे वास्तव्य होते. तिथून कोसलांची सीमा जवळच होती. कोसलनरेश प्रसेनजितास तथागत तिथे आल्याचे कळले तेव्हा त्याला त्यांच्या दर्शनाची ओढ लागली. त्याला वाटले, ते इतक्या जवळच असले तर त्यांच्या भेटीस गेलेच पाहिजे. खूपदा तो तथागत राज्याच्या जवळपास असले, तर त्यांच्या दर्शनासाठी राज्याची सीमा ओलांडून जात असे. राजकाजाच्या किचकट कामातून मुक्त होऊन काही काळ तथागतांच्या सहवासात राहण्याची संधी त्याला नेहमी हवीशी वाटत असे. तसे केल्याने मनाची मरगळ दूर होते, आणि राजकाजाच्या किचकट कामात स्वतःस झोकून देण्याची शक्ती प्राप्त होते, असा त्याचा अनुभव होता. या वेळीही किचकट कामात गुदमरणाऱ्या श्वासात

उपदेशवाणीची प्रसन्न ताजी हवा भरून घेण्याच्या उद्देशाने तो तथागतांच्या दर्शनास निघाला

प्रसेनजित 'मेदालुम्पास'ला पोहोचला. हे एक छोटंसं खेडं होतं. सीमेवर येताच प्रसेनजित रथातून उतरला. सत्तेचे प्रतीक ठरणारी तलवार आणि राजमुगुट त्याने बरोबर आलेल्या सेनापती 'कार्यायन' याच्या हाती दिला. ते नवलाचे नव्हते. मंदिर, विहार वा कोणत्याही धार्मिक स्थळी पोहोचले की प्रसेनजित सत्तेची प्रतीके दूर करत असे. रथातून उतरून त्या स्थळी पायी जात असे. आर्यावर्तात बहुतांश राज्यकर्ते या शिस्तीचे पालन करत. त्यानुसार प्रसेनजिताने कमरबंध, तलवार आणि राजमुगुट सेनापती 'कार्यायना'स सोपवला. तो परतेतो त्याची प्रतीक्षा करण्याचा आदेश त्याने सेनापतीस दिला.

कोणत्याही प्रकारची पूर्वसूचना न देता प्रसेनजित तिथे गेल्याने भिक्खू संघाची तारांबळ उडाली. या छोट्या गावी विहार म्हणावे, अशी व्यवस्था झाली नव्हती. हे ग्राम नदीच्या खोऱ्यात नैसर्गिक सौंदर्याने नटले होते. तिथे वेगळ्या व्यवस्थेची गरज नाही, असे कोणालाही वाटे. कोणत्याही प्रकारच्या विशेष व्यवस्थेविना तिथे निवास करणे तथागतांना आवडत असे. म्हणून या वाटेवरून काही भिक्खूंसह जाताना 'मेदलुम्पा'च्या प्रजेच्या आग्रहास मान देऊन तथागत इथे काही काळ थांबले होते. बुद्धांनी या प्रस्तावाचा स्वीकार केल्यावर थोडी कामचलाऊ व्यवस्था केली असली तरी ती विशेष नव्हती. काही भिक्खू तथागतांबरोबर इथे थांबले होते. प्रसेनजित तिथे गेला. तथागतांना वंदन करून तो त्यांच्या सन्मुख बसला.

"हे राजन," तथागतांनी विचारले, "अचानक पूर्वसूचना न देता येण्याचं कारण जाणून घ्यावंसं वाटतं."

"भदंत, राजकाज फार थकवणारं आणि किचकट कार्य आहे. या कामांतून मुक्त होता येत नाही. पण आपण इथे आहात असं कळल्याने, राजकाजातून काही काळासाठी तरी मुक्त होऊन सत्संगाची संधी घ्यावी असं वाटलं. म्हणून आपलं दर्शन आणि उपदेशवाणी प्राप्त करण्यास येणं केलं आहे."

"राजन, अशा प्रकारे किंचित्काल राजकाजातून मुक्ती प्राप्त करणं, हे सत्कार्य आहे."

"हे भगवंत, ज्याचा संग चित्तावर बोजा उत्पन्न करतो, त्याचा त्याग केल्याने जीवनास हलकेपण प्राप्त होतं, असं कोणतं तत्त्व आहे, हे जाणून घेण्याची माझी इच्छा आहे," प्रसेनजिताने सांगितले.

"असत्यवदन हे अशा प्रकारचं तत्त्व आहे, राजन," तथागत उत्तरले, "जो माणूस पावलोपावली खोटं बोलतो तो कोणतंही पाप करण्यास, कचरत नाही.

म्हणून राजन, खोटारड्या माणसांचा संग कधी करू नये.''

''हे मला कसं जमणार, भगवंत? प्रसेनजिताने वस्तुस्थितीकडे बोट दाखवले, ''राज्यात विविध प्रकारचे लोक असतात. त्यांच्या तक्रारींचा निवाडा करावा लागतो. त्यांचं म्हणणं ऐकून घ्यावं लागतं. दोन्ही पक्षांच्या म्हणण्यात किती तथ्य आहे, त्याची शहानिशा करून सारं तपासून घ्यावं लागतं, कधी कधी उभयपक्ष खोटं बोलत असल्याची जाणीव होते आणि मन त्रस्त होतं. तरी त्यांना सोडता येत नाहीच. 'राजा' या नात्याने त्यांचाही प्रतिपाळ करणं माझं परमकर्तव्य आहे.''

''कर्तव्यपालन हा तुझा प्रथमधर्म आहेच, राजन. पण ज्याप्रमाणे पाण्यात राहून कमलपत्र स्वतःस पाण्याचा स्पर्श होऊ देत नाही, त्याप्रमाणे हे राजा, तू अशा खोट्या लोकांना ओळखून त्यांच्याशी वागायला हवं.''

''भदंत, हे सत्य मी समजू शकतो; पण ज्याला जीवनाचं सार म्हणता यावं, असं सर्व उपदेशांचा केंद्रबिंदू ठरणारं आपल्याकडून काही प्राप्त करून घ्यावंसं वाटतं.''

''हे राजन, या उत्तम प्रश्नाचं उत्तर, अगदी सरळ आहे.''

''ते कसं काय, भगवंत?''

''क्षणभर समज, की मी विचारलं, की 'मेदलुम्पा'हून सारनाथला कसं जाता येईल?''

''या प्रश्नाचं उत्तर सोपं आहे, भगवंत. इथून पश्चिम दिशेस गेलं, की राजमार्ग लागेल. त्यावर दक्षिणेस सुमारे पन्नास कोस अंतर चाललं की विशाल सरोवर लागेल. त्या सरोवराच्या पूर्व दिशेस दोन कोस मार्गक्रमण केल्यास सारनाथला पोहोचता येतं.''

''सारनाथला जाण्याचा मार्ग कळल्याने सारनाथास पोहोचता येतं का?'' तथागतांनी विचारले.

''कसं शक्य आहे? ज्ञान प्राप्त केल्यावर त्यानुसार चालायला हवं ना?'' प्रसेनजिताने गोंधळून विचारले.

''तूच तुझ्या प्रश्नाचं उत्तर दिलं आहेस, राजन.'' तथागत हळुवार स्वरात म्हणाले, ''माझा किंवा अन्य कोणाचा उपदेश प्राप्त केल्याने, म्हणजे ज्ञान प्राप्त केल्याने काही होत नसतं. ते ज्ञान जीवनात उतरवण्याचा प्रयत्न करावा लागतो. नाही तर ज्ञान असून नसून सारखं सिद्ध होतं. ज्ञान मिळवून त्यानुसार वर्तन करणं, हाच जीवनाचा साररूप उपदेश आहे.''

तथागत आणि प्रसेनजितात रात्रीचा पहिला प्रहर संपेतो संवाद होत राहिला. दुसऱ्या प्रहरी प्रसेनजितास निरोप देऊन तथागत निद्रेसाठी कुटीत गेले. प्रसेनजित रथ थांबवला होता तिथे गेला; पण तिथे रथ नव्हता. प्रसेनजितास नवल वाटले.

बरोबरच्या सेवकांपैकीही कोणी दिसत नव्हते. रात्रीचा अंधार गडद झाला होता. अशा नीरव आणि एकांत वातावरणात आपण एकाकी असल्याची जाणीव त्याला चकित करणारी आणि किंचित भय दाटवणारीही वाटली.

"महाराज," जवळच्या वृक्षामागून एक मंद स्वर कानी पडला. प्रतिक्षिप्त क्रियेगत प्रसेनजिताचा हात कमरबंधातील तलवारीकडे वळला. लगेच त्याला ते सारे सेनापतीस सुपूर्द केल्याचे स्मरण झाले. राज्यसत्तेची कोणतीही खूण जवळ नसल्याने तो अत्यंत सामान्य माणूस ठरत होता.

"महाराजा," आता तो आवाज निकट आल्याची जाणीव त्याला झाली. सेवक पुढे म्हणाला, "सेनापती कार्यायन आपली राजसत्तेची प्रतीकं घेऊन राजधानीस परतले आहेत. आतापावेतो राजचिन्हं धारण करून राजकुमार विदुदभाने आपणास पदभ्रष्ट केलं असण्याची शक्यता आहे. मी फार काळ इथे थांबणं माझ्यासाठी भयप्रद ठरेल. मी नगरात गेलं पाहिजे. आपण नगरात येण्यापूर्वी सुरक्षेची योग्य व्यवस्था करण्याची गरज निर्माण झाल्याचं आपणास सांगायलाच मी थांबलो होतो." इतके बोलून तो स्वामिभक्त सेवक जणू अंधारात विरघळला.

प्रसेनजित हतप्रभ झाला. यातून सेनापती 'कार्यायना'च्या मदतीने राजकुमार विदुदभाने बंड पुकारले आहे, हेच सिद्ध होत होते. ज्या विश्वासाने राजमुकुट, कमरबंध आणि तलवारीसारखी राजचिन्हे 'कार्यायना'स सुपूर्द करण्यात आली, त्या विश्वासाचा दुरुपयोग केला गेला होता. श्रावस्तीस जाण्यात जोखीम असल्याने त्याला प्रकर्षाने जाणवले. त्याने राजगृहाची वाट वेगाने धरली.

* * *

प्रसेनजित श्रावस्तीचा राजकुमार असताना विद्याभ्यासासाठी पित्याने त्याला तक्षशिलेस पाठवले होते. तिथे 'बंधुला' नावाचा तरुण-तेजस्वी विद्यार्थी त्याचा मित्र बनला होता. त्याचेही जन्मस्थान श्रावस्ती होते. तो अभ्यासातच नव्हे, तर व्यावहारिक जीवनातही हुशार होता. तक्षशिलेच्या वास्तव्यात दोन मित्र खूप निकट आले. अभ्यास संपल्यावर प्रसेनजित युवराज बनला आणि नंतर राजा. त्याने 'बंधुला'स सेनापतीची जागा दिली. तो अत्यंत कुशल सेनापती असल्याचे सिद्ध झाले. कोसलच्या सीमेवर शत्रू डोके वर काढत तेव्हा 'बंधुला'ची लष्करी शक्ती आणि कौशल्यामुळे थोड्याच काळात सारे शांत होत असे.

राज्याच्या अमात्यवृंदांत 'बंधुला'हून ज्येष्ठ असे काही अधिकारी होते. 'बंधुला'स सेनापतीचे स्थान मिळाले ते त्यांना आवडले नाही. प्रसेनजित इतर वेळीही त्याच्या सल्ल्यास जरुरीपेक्षा अधिक महत्त्व देतो, असे त्यांना वाटे. त्यामुळे ते नाराज होते. राज्याचा स्वीकृत धर्म वैदिक परंपरेनुसार होता. तरी प्रसेनजिताने बुद्ध आणि भिक्खू

परिवारास अपार महत्त्व देणेही खूप जणांना पसंत नव्हते. ते कमी होते म्हणून की काय, कोशाची परिस्थिती आणि त्यापाठचे सांगोपांग कारण विशद करणाऱ्या कोशाध्यक्ष 'काळ' यास राजाने पदभ्रष्ट केल्याने, अमात्यवृंदाच्या नापसंतीत अपार भर पडली. असंतोषास कोणी वाचा फोडेल, याच्या योग्य संधीची प्रतीक्षा प्रत्येकास होती.

नेमके त्या वेळी 'बंधुला', त्याचा पुत्र आणि सैन्य सरहद्दीवरच्या कुरबुरी सोडवण्यासाठी सीमेवर गेले होते. या संधीचा फायदा घेऊन असंतुष्ट मंत्रागणाने राजाचे कान भरले.

''महाराज, सीमेवर मोठी आपत्ती निर्माण झालेली नाही. तिकडच्या समर्थकांना एकत्र करून 'बंधुला' तुम्हाला पदभ्रष्ट करण्याचं कारस्थान रचतो आहे. त्याला स्वतःस सिंहासनावर प्रस्थापित व्हायचं आहे.''

प्रसेनजिताचा यावर विश्वास बसला. अतीतात घडलेल्या कित्येक उत्तम घटनांचे त्याने या दृष्टिकोनातून अर्थ लावायला घेतले. जी कामे त्याला आधी जनकल्याणाची वाटली होती, ती या दृष्टिकोनातून विकृत दिसू लागली. प्रसेनजितला सारे 'बंधुला'च्या स्वार्थी कारस्थानांचे द्योतक वाटू लागले. मग त्याला कोसलचे लष्कर 'बंधुला'च्या अखत्यारीत असणे हे अनिष्टास आमंत्रण वाटले. कोशाध्यक्ष 'काळ' शांतपणे पदभ्रष्ट झाला, तसा हा होणार नाही. कारण त्याला लष्कराचे समर्थन लाभेल. मग तो अधिकच समस्या निर्माण करील, असे राजाला वाटले. समस्येचे निराकरण करण्यासाठी म्हणून त्याने 'बंधुला' आणि त्याचा पुत्र यांची हत्या करवली.

'बंधुला'ने कौशल्याने एकत्र बांधलेले लष्कर काही दिवसांतच उद्ध्वस्त होऊ लागल्याचे राजास जाणवले. प्रसंगी कित्येक सुजाण लोक 'बंधुला'ची वाखाणणी करताना त्याच्या आठवणींनी सद्‌गदित होत. ज्या रीतीने त्याचा काटा काढला गेला, त्या रीतीवर नाराजी प्रदर्शित करण्यातही ते कसर सोडत नसत. प्रसेनजितास घाई केल्याची जाणीव झाली होतीच, कारण तपासांती 'बंधुला'ची क्षमता व राज्यनिष्ठा, मित्रनिष्ठा सिद्ध झाली होती. राजास पदभ्रष्ट करण्याचे कोणतेही कारस्थान त्याने मनातही आणले नव्हते. भलत्या अमात्यांवर विश्वास ठेवून मित्रहत्या केल्याचा प्रसेनजितास कितीही पश्चात्ताप झाला तरी त्यामुळे गेलेली व्यक्ती परत येणार नव्हतीच.

'बंधुला'चा धाकटा भाऊ 'कार्यायन' राज्याच्या व्यवस्थापकीय क्षेत्रात उच्च अधिकारी होता. पश्चात्ताप आणि पापक्षालनाच्या इच्छेत हळव्या झालेल्या राजास त्याला सेनापती करावेसे वाटले. तसे केले तर 'बंधुला'च्या हत्येच्या पापाचे किंचित तरी क्षालन होईल, असे त्याला वाटले. म्हणून त्याने 'कार्यायना'च्या हाती कोसलांच्या

सेनापतीपदाची धुरा सुपूर्द केली.

'कार्यायन'ही अत्यंत हुशार होता. त्याने सैन्य पुनर्ग्रथित केले. प्रसेनजित त्याच्या कार्याने खूश झाला. तो त्याच्यावर विश्वसू लागला.

पण राजाने आपला भाऊ आणि पुतण्या यांची अकारण हत्या केली, हे कार्यायन विसरू शकला नव्हता. निर्दोष आप्तांचे रक्त वाहते करणाऱ्या राजाचा सूड उगवण्यासाठी तो तळमळत होता. पण हे काम त्वरेने करता येणार नव्हते. त्यासाठी तो योग्य संधीची प्रतीक्षा करत होता.

अशा वेळी आजोळी जाऊन आलेल्या युवराजाच्या मनात आग धुमसत असल्याचे त्याने अलगद टिपले. सूड उगवण्याची ही अनुपम संधी आहे, असे त्याला वाटले. युवराज विदुदभ कपिलवस्तुचा नाश करू इच्छित होता. या कार्यास प्रसेनजित होकार देणे शक्य नव्हते. म्हणून युवराज असंतुष्ट नि अस्वस्थ असल्याचे 'कार्यायना'ने ओळखले. युवराजाच्या सुडाग्नीस 'कार्यायना'ने त्याच्या इच्छेनुरूप वळवण्याचा घाट घातला. त्याने विदुदभाच्या मनात विचाराचा एक किडा टाकण्याचा निर्णय घेतला आणि तो अमलातही आणला.

"हे युवराज, जोवर आपण कोसल सिंहासनावर आरूढ होत नाही, तोवर आपल्याला वैराग्नीवर नियंत्रण ठेवावं लागेल. त्याच्या शमनासाठी तुम्ही दुसरा विचार करणार असलात तर माझं तुम्हाला पाठबळ असेल, याची खात्री देतो. आज सेनापतीवर राजाचं नियंत्रण आहे. राजाज्ञेविना मी काही करू शकत नाही."

'कार्यायना'ने आडवळणाने जे सांगितले ते युवराजाच्या मनात घर करून बसले. वास्तविक, त्याला राज्यपद ग्रहण करण्याची मुळीच घाई झाली नव्हती. पण कपिलवस्तुचा नाश करण्याची खुमखुमी मात्र चैन पडू देत नव्हती. शाक्यांचा कुलाभिमान त्याच्या डोळ्यांत कुसळागत सलत होता. सेनापती 'कार्यायना'चा सहकार प्राप्त झाला तर हे काम सहज होऊ शकेल, असे त्याला वाटले.

या परिस्थितीत प्रसेनजिताने तथागत बुद्धांचे दर्शन आणि उपदेशवाणी ग्रहण करण्याच्या उद्देशाने 'मेदालुम्पा' गावी जायचे ठरवले. अनायासे सेनापती 'कार्यायन' त्याच्यासोबत होता. 'मेदालुम्पा'च्या सीमेशी रथातून उतरून प्रसेनजिताने राजचिन्हे सेनापतीला सुपूर्द केली. आपण येईतो तिथेच थांबण्याचा आदेश देऊन तो तथागतांच्या भेटीसाठी चालत निघाला.

प्रसेनजित दिसेनासा होताच 'कार्यायना'च्या मनात वीज चमकली. ज्या क्षणाची आपण प्रतीक्षा करत आहोत, तो हाच क्षण असल्याचा साक्षात्कार त्याला झाला. राजचिन्हे जवळ नसलेला राजा सत्ताविहीन समजावा, असे त्याच्या मनाने घेतले. 'विदुदभा'स राजचिन्हे धारण करण्यास सांगितली तर त्याच्या आदेशाने सैन्याच्या

मदतीने प्रसेनजितास अटक आणि हत्याही करता येईल, हे त्याला जाणवले. कपिलवस्तुवर सूड उगवण्यात त्याला व्यक्तिश: स्वारस्य नव्हते, की 'विदुदभा'ला राजगादीवर आरूढ होण्याची घाई झाली नव्हती. पण 'कार्यायन' आणि 'विदुदभ' यांचा सुडाग्नी एक झाला आणि त्याच्या अनपेक्षित परिणामात सारे भस्मीभूत होऊ घातले.

श्रावस्तीस परतलेल्या 'कार्यायना'ने 'विदुदभा'समक्ष राजचिन्हे धरत सूचक नजरेने बघितले. प्रसेनजितास पदभ्रष्ट करण्याची इच्छा वा राज्यारोहण करण्याची घाई झाली नसूनही राजचिन्हांचे दर्शन वैराग्नीस वारा घालणारे ठरले. रोमारोमांत उसळलेला वैराग्नी कपिलवस्तुचा नाश करण्यास आग्रही बनला.

'विदुदभा'ने त्वरित राजचिन्हे धारण केली. नगरात घोषणा करून कपिलवस्तुवर आक्रमण करण्याचा निर्णयही त्याने जाहीर केला. या कार्यात प्रसेनजिताने विघ्न आणू नये, यासाठी त्याने 'कार्यायना'स प्रसेनजितास अटक करण्याचा आदेश दिला.

'कार्यायना'स तेच हवे होते. तो वेगाने 'मेदालुम्पा'च्या सीमेवर पोहोचला तेव्हा रात्रीचा दुसरा प्रहर समाप्त झाला होता. 'कार्यायन' प्रसेनजिताची प्रतीक्षा करत सीमेवर थांबला. पण तिसरा प्रहर उलटला तरी प्रसेनजिताची चाहूल लागेना. प्रसेनजित कुठल्याशा सुरक्षित जागी निघून गेला की काय, असा प्रश्न त्याच्या मनात दाटला. पण कुठलेसे सुरक्षित स्थान म्हणजे कुठे, असा प्रश्न त्याला पडला.

* * *

रात्रीच्या गाढ अंधारात पायी चालत जाणाऱ्या प्रसेनजितासमक्ष पकडले जाण्याचे मोठे भय निर्माण झाले होते. सूर्याची किरणे पृथ्वीस प्रकाशित करण्यापूर्वी कोसल प्रदेशातून बाहेर पडता येणे कठीण होते. पण कोसल प्रदेशात स्वपरिचिय दडवता येणे अशक्य असल्याचेही तो जाणून होता. म्हणून कसेही करून कोसल आणि मगध प्रदेशांच्या सीमा जिथे जोडल्या जातात, तिथे पोहोचण्याची निकड त्याला भासली. षड्यंत्र रचणारा 'कार्यायन' वा पितृद्रोही 'विदुदभ' मगधांच्या प्रदेशात तपास करण्यास येऊ शकणार नव्हते. ही जीवघेणी दौड जिवाच्या कराराने निभावताना गंडक नदीचा विस्तृत प्रवाह विघ्न बनून आडवा आला. प्रवाहाची गतीही भारी होती. पण विचार करण्यात वाया घालवता येण्याजोगा वेळच नव्हता. त्याने स्वत:स नदीच्या प्रवाहात झोकून दिले. थंडगार पाणी शहारा आणणारे असूनही तो सर्व शक्तिनिशी वेगाने पोहू लागला. थोड्या वेळात तो दुसऱ्या किनाऱ्यावर पोहोचलाही, पण थंड पाण्यामुळे त्याची गात्रे आखडली होती. पूर्व दिशा उजळू लागली होती. पकडले जाण्याचे भय कमी झाले होते. गंडक नदीच्या या किनाऱ्यावर मगध राज्य होते.

मगधराजा बिंबिसारच्या मृत्यूने प्रसेनजितास दुःखी केले होते. त्याची बहीण बिंबिसारची पत्नी होती. ती नंतर भिक्खूणी झाल्याचे त्याला ठाऊक होते. मेव्हणा बिंबिसार हयातच नव्हता. अजातशत्रुने पित्याशी केलेल्या वर्तनाच्या विरोधात प्रसेनजिताने त्याच्याशी असलेला संबंध तोडला होता. अजातशत्रुविषयी त्याच्या मनात रोष होताच; तरी विपरीत परिस्थितीत राजगृहास पोहोचणे, हाच पर्याय उरला होता. अजातशत्रु मगधांची राजधानी पाटलीपुत्रास नेण्याच्या विचारात होता. पण अजून तो विचार अमलात आणल्याचे ऐकिवात नव्हते. पण गंडक नदीच्या किनाऱ्यावरून राजगृह गाठणे हा फार मोठा पल्ला होता. प्रसेनजित फार थकला होता. देहात नदीचा गारठा भरून असल्याने तो थरथरत होता. अशा अवस्थेत तो एका वृक्षाचा आधार घेत लवंडला. थोडी विश्रांती घेऊन तो राजगृहाकडे चालू लागला. त्याला प्रचंड भूक लागली; पण काही खायला मिळेल, अशी परिस्थिती आसपास नव्हती. म्हणून थोडा वेळ तो भुईवर आडवा झाला. थकल्या अवस्थेत त्याचा डोळा लागला. पण फार वेळ झोपण्याजोगी परिस्थिती नव्हती.

डोळे उघडले तेव्हा दिवस खूप वर आला होता. राजगृह दूर होते. सूर्यास्त होताच राजधानीतील दुर्गाचे दरवाजे बंद होणे, त्याला कळत होते. रात्रीच्या अंधकारात राजदुर्गात प्रवेश न मिळणे स्वाभाविक होते. दरवाजा बंद होण्यापूर्वी पोहोचले नाही, तर सूर्योदयाची प्रतीक्षा करावी लागणार होती. ते टाळण्यासाठी वेग वाढवण्यासाठी तो प्रयत्नांची पराकाष्ठा करत होता. पायांत प्राण भरून जणू तो जवळपास धावत सुटला.

पण तो कोसलभूमीशी परिचित होता तसा मगधभूमीशी परिचित असणे शक्य नव्हते. मार्गातील गावात ओळखले जाण्याचे भय होतेच. म्हणून तो आडवाटेने जात होता. त्यात त्याची वाट चुकली आणि राजगृहाचे अंतर वास्तविक अंतरापेक्षा वाढले. सूर्य वेगाने अस्तांचली जात होता. शक्ती क्षीण झाली होती. गंडकप्रवाहाने देहात भरलेल्या थंडीची हुडहुडी शमली नव्हती. राजगृहास पोहोचण्यास संध्याकाळ होणे टाळता येईलसे वाटेना. तरी तो धापा टाकत थरथरत्या देहाने चालतच राहिला. तो कसाबसा राजगृहाच्या दुर्गाशी पोहोचला; पण तोवर सूर्याने शेवटचा किरण आकाशात खेचून घेण्याची घटना जुनी झाली होती. राजगृहाच्या दुर्गाचे दरवाजे केव्हाच बंद झाले होते.

चौकीवरच्या पहारेकऱ्यास विनंती करून अपवादात्मक घटनेत दुर्गाचे दार उघडायला सांगता येई. गस्त घालण्याचा भाग म्हणून पहारेकरी बंद दरवाज्याच्या खिडकीतून वरचे वर बाहेर बघत असतो. तसा तो दिसलाही; पण प्रवासात जी अवदशा झाली होती, ती विचारात घेता पहारेकरी आपणास प्रसेनजित समजणार नाही, हे त्याला आरसा न बघताही कळत होते. आता त्याच्याने एकही पाऊल

पुढे टाकवेना. ओरडून आपल्या दशेची कल्पना द्यावी, म्हटले तर पोटात अन्न-पाण्याचा कण नव्हता. कोरड्या कंठात बोलण्याचे त्राण उरले नव्हते. त्याला अशक्तपणा फार जाणवत होता. आपण घेरी येऊन पडणार, असे वाटत असतानाही तो अडखळत्या पावलांनी दुर्गासमोरील वृक्षाकडे गेला. तो वृक्षापर्यंत पोहोचतो न पोहोचतो, तोच त्याच्या देहाचा तोल जाऊन तो बेशुद्ध पडला.

सकाळची कोवळी सूर्यकिरणे पृथ्वी उजळू लागली तेव्हा चौकीदाराने दुर्गाचे महाद्वार उघडले. झाडाखाली मुटकुळे वळून पडलेला वृद्ध त्याला आपसूक दिसला. गरजू वृद्धास मदत करण्याच्या सद्हेतूने तो तिथे गेला. वृद्धास हलवून जागे करण्याचा वा तो वृद्ध कोण, हे जाणून घेण्याचा त्याचा प्रयास यशस्वी झाला नाही. मध्यरात्री केव्हा तरी त्याचे प्राणोत्क्रमण झाले. पार्थिव मागे ठेवून प्रसेनजित अनंतात विलीन झाला होता.

कोसलनरेश प्रसेनजित, भगवान तथागतांचा आदरणीय मित्र आणि मगधनरेश बिंबिसारचा मेव्हणा एका अनोळखी मृतदेहाच्या रूपात झाडाखाली पडला होता.

* * *

तथागत बुद्धांचे वास्तव्य 'मेदालुम्पा' गावीच असताना दोन धक्कादायक बातम्या कळल्या राजा प्रसेनजितास राजगृहाच्या दरवाज्यासमोर दयनीय अवस्थेत मृत्यूने गाठल्याची आणि 'विदुदभ' कपिलवस्तुवर आक्रमण करण्याची तयारी करत असल्याची वार्ता. कोसल सैन्यास कपिलवस्तुकडे कूच करण्याचा आणि शाक्यांचा नाश करण्याचा आदेश देण्यात आला होता.

दोन्ही बातम्या ऐकून तथागत कितीतरी वेळ ध्यानमग्न अवस्थेत बसून राहिले. त्यांच्या मुद्रेवर काळजी वा अस्वस्थतेचा भाव प्रगट झाला नसला, तरी आनंद तथागतांची अवस्था समजू शकत होता. सारिपुत्र व मोद्गल्यायन हे ज्येष्ठ भिक्खू सोबतीस नव्हते. बिंबिसारच्या मृत्यूहूनही प्रसेनजितच्या मृत्यूचे कारण अधिक धक्कादायक होते. पित्यास असा विपरीत मृत्यू आला असूनही 'विदुदभा'ने कपिलवस्तुच्या विनाशासाठी कूच करण्याचा आदेश दिला होता. प्रसेनजितास परत आणणे शक्य नसले, तरी कोसल लष्करास कपिलवस्तुचा विनाश करण्यापासून रोखता आले तर प्रयत्न केला पाहिजे, असे तथागतांना वाटले. कपिलवस्तु हे कोसलांच्या आश्रयाने जगणारे छोटेसे गणराज्य होते. स्वतःचे रक्षण करू शकण्याजोगे लष्कर शाक्यांपाशी नव्हतेच. वैरभावनेने पेटलेला 'विदुदभ' लष्कराच्या बळावर शाक्यांना एका दिवसात चिरडून टाकू शकेल, अशी परिस्थिती होती. तथागतांना वाटले, की रोहिणी तटावर शाक्य आणि कोलीय प्रजेत समजूत साधता आली, तशी समजूत साधण्याचा प्रयत्न केला पाहिजे. 'विदुदभा'चा वैराग्नी शांत झाला आणि शाक्यांचा विनाश रोखता

आला तर बरे, असे त्यास वाटले.

"आनंद," तथागत म्हणाले, "आपण आज-आत्ताच श्रावस्तीहून कपिलवस्तुस जाणाऱ्या राजमार्गावर जायला निघू."

"होय, भगवंत." आनंद उत्तरला, "पण राजमार्गावर कुठे मुक्काम करायचा ते सांगितलंत तर बरं होईल."

"आयुष्यमान," बुद्ध म्हणाले, "श्रावस्तीहून निघालेले 'विदुदभा'चे लष्कर कपिलवस्तुस पोहोचले नसेल. आपण त्यांचा मार्ग रोखण्याचा प्रयत्न करू. 'मेदलुम्पा'पासून राजमार्ग फारसा दूर नाही. प्रयाणाचा आपला उद्देश 'विदुदभा'चा मार्ग रोखून विनाश टाळण्याचा प्रयास करणे असेल."

आनंदला तथागतांचे ते म्हणणे नीट कळले.

तथागत, आनंद तीन-चार भिक्खूंसह राजमार्गावर पोहोचले तेव्हा माध्यान्हीचा सूर्य पूर्ण शक्तिनिशी उष्णता ओतता झाला होता. राजमार्गावरील एका वृक्षाखाली आनंदने आसन अंथरले. तथागत त्यावर बसले. पायी प्रवास करणे नवलाचे नसले तरी ज्या त्वरेने प्रवासास निघणे झाले होते आणि ज्या वेगाने प्रवास केला होता,ती रीत थकवणारी होती. तथागतांचा वृद्ध देह जलद श्वास घेत होता. सुदैवाने, अजून 'विदुदभा'च्या सैन्याने हे स्थान मागे टाकून कपिलवस्तुची दिशा पकडली नव्हती.

श्रावस्तीच्या सीमेवर पोहोचलेल्या लष्करास पुढे कूच करण्याच्या आदेशाची प्रतीक्षा असताना त्यांना अनपेक्षित आदेश मिळाला. 'कार्यायना'च्या गुप्तचरांनी तथागत 'विदुदभा'च्या मार्ग रोखण्यासाठी राजमार्गावर प्रतीक्षा करत असल्याची बातमी दिली. 'विदुदभा'स तथागतांचे महत्त्व कळत होते. त्यांचे जन्मस्थान कपिलवस्तु हे असून ते शाक्यकुळातले आहेत, हे तो जाणून होता. लष्करातील बहुतेक सैनिक आणि सेनानायक तथागतांविषयी आदर बाळगून होते. लष्कर शिस्तीचे महत्त्व समजून असले, तरी लष्करी शिस्तीने तथागतांचा अनादर करण्याची भलावण केली, तर त्यांच्यासाठी धर्मसंकट निर्माण होण्याचे भय होते. म्हणून तथागत राजमार्गावर असेतो कपिलवस्तुवरील आक्रमण रोखण्यात शहाणपण आहे, असे 'विदुदभा'स वाटले.

बराच वेळ उन्हात वेगाने प्रवास केल्याने आणि नंतर एका ठिकाणी बराच काळ बसल्याने तथागतांची पाठ दुखू लागली. आताशा पाठदुखी त्यांची पाठ सोडत नव्हती. त्यासाठी औषध दूरच; पण प्राथमिक सोय म्हणता यावी, असेही काही नव्हते. ज्या वृक्षाखाली ते आसनस्थ होते ते ठिकाण अर्धा दिवस उन्हाची दिशा असणारे होते. आजूबाजूस याहून अधिक सोयीचा वृक्ष उपलब्ध नव्हता. अत्यंत वेदनामय अवस्थेत तथागत 'विदुदभा'ची प्रतीक्षा करत बसले होते. भिक्षाटनास जाण्याचा त्यांचा नित्याचा आग्रहही त्यांनी सोडला होता. दैहिक स्वास्थ्य नीट

नव्हते म्हणून नव्हे, तर भिक्षाटनास गेले असताना नेमके 'विदुदभा'चे लष्कर कपिलवस्तुस गेले तर साऱ्या प्रयत्नांवर पाणी फिरणार होते.

पूर्ण तीन दिवस आणि तीन रात्री तथागत एकाच ठिकाणी बसून कोसल लष्कराची प्रतीक्षा करत होते. पण श्रावस्तीहून येणाऱ्या लष्कराची चाहूलही लागली नाही. कदाचित, 'विदुदभा'ने विचार बदलला असण्याची शक्यता आनंदने व्यक्त केली.

"भगवंत, आपले प्राकृतिक स्वास्थ्य आता फार काळ तग धरू शकेल, असं वाटत नाही. आपण आता कुठेतरी वास्तव्य करण्याची कृपा करावी."

तथागतांचा देह आखडला होता. मस्तकातही असह्य वेदना दाटत होती. कंबर विलक्षण दुखत होती. तीन दिवसांच्या प्रतीक्षेचे फलित हाती आले नव्हते. 'विदुदभा'च्या सैन्याची चाहूल लागत नसल्याने 'विदुदभा'ने विचार बदलला असावा, या शक्यतेवर विश्वसणे त्यांनाही योग्य वाटले.

"आनंद, आता इथे फार वेळ न थांबता आपण वैशालीस जाऊ." ते म्हणाले.

बुद्ध आपल्या भिक्खूंसह राजमार्गावरून निघून वैशालीच्या मार्गास लागले असल्याची वार्ता गुप्तचरांनी 'कार्यायना'स दिली. 'विदुदभा'ने लष्करास कपिलवस्तुस कूच करण्याचा आदेश लगेच दिला. सकाळी श्रावस्तीचा निरोप घेतलेल्या लष्कराने रात्रीच्या अंधारात कपिलवस्तुस वेढा घातला. कपिलवस्तुच्या नागरिकांना 'विदुदभा'च्या मनातील रोषाची तीव्रताच नव्हे, तर रोषाच्या अस्तित्वाचीही जाणीव नव्हती. शाक्यांचा नसला तरी तो कपिलवस्तुचा नातू होताच. अशा वेळी रात्रीच्या अंधारात श्रावस्तीच्या सैन्याचे अनपेक्षित आक्रमण झाल्याने कपिलवस्तुत हाहाकार माजला. तोवर श्रावस्तीने त्यांच्या रक्षकाची भूमिका नेटाने निभावली होती. रक्षक भक्षक बनेल, असा विचार त्यांनी स्वप्नातही केला नव्हता. वृद्ध, स्त्रिया आणि बालके असहाय्य अवस्थेत आश्रयासाठी सैरावैरा धावत सुटले. 'विदुदभा'च्या वैराग्नीने शाक्यांची निर्घृण कत्तल आरंभली. राजप्रासादाच्या ज्या दालनात त्याच्या वास्तव्याची व्यवस्था केली होती आणि जे दालन त्याच्या वास्तव्यामुळे अपवित्र झाले, असे समजून त्याने निरोप घेताच गंगाजलाने धुण्यात आले, ते शाक्यांच्या रक्ताने धुतले जाऊ लागलेले पाहून त्याला आनंदाच्या उकळ्या फुटत होत्या. विकृत आनंदाने त्याचा थयथयाट चालू होता.

यशोधरेने तिच्या दालनात ध्यान धरले होते. सुमारे पन्नास वर्षांपूर्वी राजकुमार सिद्धार्थने राजमहालाचा त्याग केला, त्या क्षणापासून ती संन्यस्त जीवन जगत होती. राजकुमार सिद्धार्थने तथागताच्या रूपात तिची पुन्हा भेट घेतली, तेव्हाही यशोधरा व्रतस्थ अवस्थेपासून चलित झाली नव्हती. पुत्र राहुल आणि राजकुमार नंद बौद्ध भिक्खू बनले तेव्हा वा माता महाप्रजापतींनी भिक्खूणीचे जीवन स्वीकारले, तेव्हाही

यशोधरा अचल होती. शुद्धोदनराजा कालवश झाल्यापासून तिने स्वत:चे जीवन एका दासीसह राजप्रासादाच्या या दालनापुरते सीमित केले होते. दिवसातून एकदा ती अत्यंत साधे भोजन घेत असे. गादीवर झोपणे तिने कधीच सोडले होते. राजेशाही वस्त्रांच्या जागी ती पांढरे वस्त्रच धारण करत असे. देहावर कोणतेही आभूषण नसे. कपिलवस्तु नगरीवर आक्रमण झाले तेव्हा ती ध्यानमग्न होती.

"राणीमा," दासी घाबरल्या स्वरात घाईने आत शिरत म्हणाली, "आता आपण दालनाबाहेर सत्वर पडलं पाहिजे. कोसल सैनिकांनी शाक्यांची कत्तल आरंभली आहे."

"का? शाक्यांनी कोसल नरेशाचा काय अपराध केला आहे?"

"ते मला ठाऊक नाही. आता क्षणभरही इथे थांबण्यात जोखीम आहे. सारे शाक्य सुरक्षित ठिकाणी पोहोचण्याची धडपड करत आहेत. आपण त्यांच्याबरोबर पळ काढला पाहिजे."

जीवनाच्या आठव्या दशकांत वाटचाल करणाऱ्या यशोधरेने दासीस नवल वाटावे, असे स्मित केले. मग कित्येक वर्षांनंतर तिने आदेशात्मक स्वर लावला.

"हे भगिनी, तू सुरक्षित जागी निघून जा. या भिंतींनी गेली पन्नास वर्षं माझं रक्षण केलं आहे. त्यांचा मी त्याग करणार नाही. या भिंती कोसलसेनेपासून माझं रक्षण करू शकल्या नाहीत तर माझं जीवन समाप्त झालं आहे, असं मी समजेन. जा बाई, जा. माझा तुला आशीर्वाद आहे. तुझं कल्याण असो."

यापुढचे शब्द दासी ऐकू शकली नाही; कारण चहूकडे भयानक भोसकाभोसकी आणि आक्रंदनाचा कोलाहल दाटला होता. त्यात काहीही ऐकू येणे शक्य नव्हते.

भयभीत दासीने पाठ फिरवली आणि क्षणार्धात ती नाहीशी झाली. दासीची भयव्याप्त अवस्था आणि समस्त परिस्थितीकडे यशोधरा क्षणभर बघत राहिली. दुसऱ्याच क्षणी तिने दालनाच्या मध्यभागी स्वत:साठी आसन मांडले. त्यावर ती मांडी घालून ताठ बसली. आजूबाजूस नीरव शांतता असल्यागत शांत मनाने तिने डोळे मिटले. तत्क्षणी बाह्य जगाचा आणि तिचा उरलासुरला संबंधही तुटला! तिच्या रोमारोमांत एक विरळ प्रकाश प्रगटला. प्रत्येक श्वासात तिला अनोखे माधुर्य जाणवू लागले. समस्त अस्तित्वास वेढा घालणारे आभेचे वर्तुळ निर्माण होते न् होते तोच यशोधरा कोणीही चलित करू शकणार नाही, अशा समाधिवस्थेस पोहोचली. आता ती युवराज सिद्धार्थची पत्नी नव्हती, राहुलची माता नव्हती किंवा राजा शुद्धोदनाची राजलक्ष्मी नव्हती.

श्रावस्तीचे सैनिक त्वेषाने यशोधरेच्या दालनात धावले, तेव्हा का कोणास ठाऊक, त्यांना त्यांचा सारा आवेश गळून पडल्याची जाणीव झाली. समाधिवस्थेतील यशोधरेचे अस्तित्व असूनही त्या दालनात उद्ध्वस्त करण्याजोगे काहीही नसल्याचे

त्यांना जाणवले आणि ते पुढच्या दालनाकडे धावले.

* * *

सूर्याचा पहिला किरण हिमालयाच्या शिखरांवरून उतरून कपिलवस्तु नगरात शिरला तेव्हा कपिलवस्तु प्रेतांचे नगर बनले होते. मोठमोठ्या इमारतींतून आगीचे लोळ उठत होते. ज्यांना जमले ते शाक्य नगरातून परांगदा झाले होते. ज्यांना तसे करणे जमवता आले नव्हते ते श्रावस्तीच्या सैनिकांच्या शस्त्राचे बळी ठरले होते.

त्यांचे मृतदेह वा तुटलेल्या अवयवांचा रस्तोरस्ती खच पडला होता. चहूकडे पुरुष, स्त्रिया, वृद्ध आणि तरुणांची प्रेते वा तुटलेले अवयव पसरले होते.

तथागत वैशालीस पोहोचले, तेव्हा दोन बातम्या त्यांच्या प्रतीक्षेत होत्या- 'विदुदभा'ने कपिलवस्तु नगरीचा पूर्ण विध्वंस केल्याची बातमी आणि गेली पन्नास वर्षे यशोधरेचे ज्या दालनात वास्तव्य होते, त्या दालनात तिने समाधिमृत्यू स्वीकारल्याची बातमी.

दोन्ही बातम्या ऐकताना तथागतांच्या हृदयाच्या कंपनात अजिबात फरक पडला नाही, शाक्यांचा संहार टाळण्यासाठी त्यांनी केलेला प्रयत्न वाया गेला होता. यशोधरेने कधी तथागतांची भेट घेतली नव्हती. भिक्खू संघाच्या परिभाषेनुसार ती भिक्खूणी बनली नव्हती; पण ती भिक्खूणींहून कमीही ठरत नव्हती. श्रावस्तीचे सैनिक तिला स्पर्श करू शकले नव्हते. तिने स्वतःच समाधियोगाच्या मदतीने स्वतःच्या दैहिक चैतन्यास अनंतात विलीन केले. ही वार्ता ऐकून तथागतांच्या मुद्रेवर अनाकलनीय अशा सौख्याचा भाव उमटला.

वैशालीच्या 'आम्रवना'त वास्तव्य करणाऱ्या तथागतांची प्रकृती दिवसेंदिवस ढासळत होती. पस्तीस वर्षांच्या वयास उरुवेलाच्या अश्वत्थाखाली त्यांना संबोधी ज्ञान प्राप्त झाले होते. हे ज्ञान ते गेली पंचेचाळीस वर्षे समाजात उधळत होते. किती लोकांना त्यांनी मनःशांतीचा लाभ करवला होता, ते सांगणे अवघड होते. जोवर माणसाला मनोरथांपासून मुक्तता मिळत नाही तोवर मनःशांती त्याच्यापासून दूर राहणार, मानवाने या सत्याचा अंगीकार केला, तर तो परमशांती प्राप्त करू शकेल, तसे घडत नाही, तोवर एकट्या-दुकट्या बुद्धाच्या अस्तित्वाचा काही प्रभाव पडणार नाही, हे त्यांना जाणवत होते.

"भगवंत, बुद्धत्वाची प्राप्ती ही केवळ आपली व्यक्तिगत अशी अनोखी सिद्धी आहे." एकदा सारिपुत्राने त्यांना सांगितले होते, "सामान्य माणसासाठी ती प्राप्त करणं अशक्य आहे.

सारिपुत्रासारख्या धम्म सेनापतीच्या मुखी हा विचार आलेला पाहून भगवंत

क्षणभर स्तब्ध झाल; पण निरुत्तर होणे त्यांना पसंत नव्हते.

"सारिपुत्रा, अतीतात किती बुद्ध होऊन गेले, हे तू जाणतोस?"

"जी नाही, भगवंत. अतीताविषयी माझ्याजवळ माहिती नाही."

"आणि भविष्यात किती बुद्ध होणार आहेत, हे तू खात्रीपूर्वक सांगू शकतोस?"

"नाही भगवंत. कळिकाळाविषयी काहीही खात्रीपूर्वक सांगता येत नसते."

"तर मग सारिपुत्रा, आत्ता जे म्हणालास ते पुन्हा कधी म्हणू नकोस. अतीतात कित्येक बुद्ध होऊन गेले आणि भविष्यात कित्येक बुद्ध होणार आहेत, याची जाणीव बाळग."

सुमारे अर्ध्या शतकानंतर जीवनयात्रेचा अंत समीप आलेला दिसत असताना तथागतांना वाटले, की ज्या प्रश्नप्रदेशात त्यांनी प्रवेश केला, त्या प्रश्नांच्या पलीकडे ते पोहोचले होते. तरीही मानवजातीसमक्ष असलेले प्रश्न जसेच्या तसे उभे होते. बुद्ध बनल्यानंतर यशोधरेची भेट घेतली, तेव्हा तिने हेच सांगितले होते.

"–तर मग भगवंत, आपल्याला संबोधी प्राप्त झाल्यामुळे आता कुणी मृत्यू पावणार नाही? कुणी जरेने ग्रस्त होणार नाही? की कोणाचा देह कष्टणार नाही?"

तथागतांनी डोळे मिटले. आजही लाखो नव्हे, तर कोट्यवधी लोक या प्रश्नांच्या गुंत्यात गुंतत आहेत. या प्रश्नांतून मुक्त होण्याचा मार्ग आपल्याला सापडला आहे आणि तो आपण समग्र मानवजातीस दाखवला आहे. पण तो मार्ग स्वीकारणाऱ्यांची संख्या किती? ती इतकी कमी का आहे? हा मार्ग एकमेव असल्याची खात्री देणे पटत असून, तो केवळ एक विकल्प का बनत आहे? सारे नीट समजत असूनही कपिलवस्तुचा विनाश रोखला गेलाच नाही.

सारिपुत्र आणि मोद्‌गल्यायन प्रवासातून परतले नव्हते. मोद्‌गल्यायन एकांतप्रिय होता. तो मधूनच केव्हातरी अरण्याच्या एकांतात ध्यान लावून बसत असे. सारिपुत्र त्याच्या जन्मग्रामी गेला होता. 'नालक' गावात अजून त्याच्या मातेचे वास्तव्य होते. या मातेच्या मनात अजूनही; पुत्र भिक्खू झाला, या घटनेचा असंतोष असल्याचे तथागत जाणून होते. सारिपुत्राने त्याच्या इतर भावांनाही भिक्खू संघात सामावून घेतले. म्हणून मातेच्या मनातील असंतोष द्विगुणित झाला होता. मातेच्या मनातील असंतोषाचे निवारण करण्याच्या हेतूने भिक्खूणी बनण्यास तिला प्रेरित करायला सारिपुत्र अधूनमधून 'नालक' गावी जाई. तसा तो आताही गेला होता.

एका मातेच्या दृष्टिकोनातून विचार करता, सारिपुत्राच्या मातेचा विचार अत्यंत सहज आणि प्राकृतिक होता. सारिपुत्र त्याच्या भावांना बौद्ध भिक्खू होण्यास प्रेरणा देऊन थांबला नाही. त्याने बहिणींनाही तथागतांचा उपदेश ऐकण्याच्या भरीस घातले आणि भिक्खूणी होण्याची प्रेरणा दिली - नव्हे, त्यांना भिक्खूणी बनवले. वृद्ध मातेस

पुत्रांचाच नव्हे, तर कन्यांचाही आधार राहू न देणाऱ्या तथागतांसाठी ती म्हातारी खूप अपशब्द वापरत असे. सारिपुत्रास हे ठाऊक होते. आपल्या मातेचा विचार मोहवशतेचे प्रतीक आहे, हे तो जाणून होता. मोह दूर करून तिनेही बुद्धांचे शरण स्वीकारावे, यासाठी तो प्रयत्नशील होता. या मार्गानेच मातेस कल्याणमार्ग प्राप्त होईल, अशी खात्री त्याला वाटे. माता सातत्याने अपशब्द उच्चारत असूनही तो प्रयत्न थांबवत नव्हता. वारंवार 'नालक' गावी जाऊन तो मातेची विनवणी करत असे.

सुमारे ऐंशी वर्षांच्या वयास पोहोचलेला सारिपुत्र भिक्षेसाठी मातेच्या घरी जाई. त्याची माता अत्यंत वृद्ध असणे स्वाभाविक होते. आपल्या वृद्ध पुत्रास भाकरीच्या तुकड्यांसाठी रोज वणवण फिरावे लागते, हे तिला सहन होत नसे. पुत्राच्या भिक्षापात्रात भिक्षा घालताना तिचे डोळे भरून येत. सारिपुत्रास याचा अर्थ कळत असे. भूतपूर्व घराच्या ओट्यावर बसून तो मातेस नम्र स्वरात समजावत राही,

"माते फक्त एकदाच तू रोष गिळून माझं ऐक. तथागतांचं शरण प्राप्त कर. बाकीचं आयुष्य भिक्खू संघात व्यतीत केलंस तर तुला मन:शांती लाभेल."

तिला ते पटत नसे.

पण तीन दिवस उलटले तरी सारिपुत्र भिक्षेसाठी घरी गेला नाही. तो भिक्षेस येण्याची वेळ झाली, की धूसर बनलेल्या नजरेस ताण देत ही वृद्धा घराच्या दारात उभी राहून दूरवरचा मार्ग न्याहाळत असे. तिसऱ्या दिवशी मात्र तिला धीर निघेना. काठीच्या आधाराने ती बौद्ध भिक्खूंचा पाडाव होता, तिथे गेली.

सारिपुत्रास अतिसाराचा त्रास होत होता. तीन दिवसांपासून त्याच्या पोटात अन्नाचा कण नव्हता. तो अगदी क्षीण झाला होता. पूर्वाश्रमात त्याचा धाकटा भाऊ असलेला चुंद त्याची शुश्रूषा करत होता. सारिपुत्राने डोळे उघडून मातेकडे बघितले. त्या नजरेत वा चेहऱ्यावर वेदनेचा मागमूस नव्हता. प्रसन्न मनाने त्याने मातेचा हात हाती घेतला.

"बेटा," शोकाकूल मातेच्या तोंडून जेमतेम एक शब्द उमटला आणि तिचे डोळे भरून आले.

सारिपुत्र फार अशक्त झाला होता. तो बोलू शकला नाही. त्याचे फक्त ओठ हलले. आजूबाजूस उभे असलेले भिक्खू सारिपुत्राच्या अतिसाराची तीव्रता जाणून होते. सारिपुत्र यातून वाचणार नाही, हे त्यांना स्पष्ट दिसत होते.

"माते," चुंद म्हणाला, "धम्म सेनापती सारिपुत्र आपला निरोप घेत आहेत. त्याच्या कल्याणयात्रेसाठी तू आशीर्वाद द्यायला हवा. तुझा रोष आता तरी तू शांत कर."

"पुत्रा," इतके बोलतानाही मातेच्या देहात थरथर दाटली. प्रयत्नांची पराकाष्ठा करून ती म्हणाली, "मी वचन देते, की या क्षणापासून मी तथागतांचं शरण

स्वीकारलं आहे. तुझ्या इच्छेनुसार मी भिक्खू संघात दाखल होत आहे.''

सारिपुत्राने डोळे उघडून मातेकडे बघितले. त्याच्या म्लान मुद्रेवर तृप्त भाव उमटला. ओठही किंचित फडफडले आणि त्याने लगेच मान टाकली.

माता रूपसारींचा पुत्र उपतिष्य उरला नव्हताच. आता धम्म सेनापती सारिपुत्राचेही चैतन्य ब्रह्मांडात विलीन झाले.

सारिपुत्राची अंत्यक्रिया केल्यावर चुंद त्याचे भिक्षापात्र, चीवर आणि अस्थी घेऊन वैशालीस तथागतांच्या भेटीस गेला. कार्तिकी पौर्णिमेचा चंद्र पूर्ण शक्तिनिशी प्रकाशत असताना तो वैशालीच्या 'आम्रवना'त पोहोचला. त्याने आनंदला सारिपुत्राने देह ठेवल्याची वार्ता सांगितली. ती ऐकून आनंद अत्यंत व्यथित झाला. राहुल, यशोधरा, प्रसेनजित अशा लगोलग तीन मृत्यूंची वेदना तथागतांनी मुखावर उमटू दिली नसली, तरी सारिपुत्राचा चिरविरह त्यांना पीडादायक वाटेल, ही जाणीव आनंदला दुखावत होती. अंतरात दुःख दडपून तो तथागतांपाशी गेला. सारिपुत्राचे अवशेष त्याने तथागतांसमोर ठेवले. तिथे शाब्दिक अभिव्यक्तीची गरज संपली होती. तथागतांना सारे उमजले. त्यांनी उजवा हात सारिपुत्राच्या अस्थींवर ठेवला आणि त्याच हाताने त्यांनी स्वतःच्या कपाळास स्पर्श केला.

* * *

राजगृहाजवळच्या एका टेकडीवर मोद्‌गल्यायन ध्यानमग्न अवस्थेत बसला होता. त्याच्या बरोबरचे दोन भिक्खू भिक्षाटन संपले, की या टेकडीवरच वास्तव्य करत. चातुर्मास संपला की सारे भिक्खू यात्रा सुरू करत विविध ठिकाणी वास्तव्यासाठी जात. त्याप्रमाणे यंदा न जाण्याचा निर्णय त्याने घेतला होता. कालक्रमानुसार त्याला वार्धक्य ग्रासू लागले होतेच. जन्मतारखेचा विचार केला तर तो तथागतांहून ज्येष्ठ होता. भिक्खू संघात जे ऋद्धिबल* धारण करत त्या भिक्खूंत मोद्‌गल्यायनाचे नाव अग्रभागी होते. पण ऋद्धिबलाचा प्रयोग करून कोणाला प्रभावित न करण्याची तथागतांची आज्ञा होती. तरी मोद्‌गल्यायनाचा अन्य संप्रदायांच्या श्रमणांशी - प्रामुख्याने निर्ग्रंथांशी मतभेद झाला तर तो ऋद्धिबलाच्या जोरावर त्यांनाच नव्हे, तर ग्रामजनांनाही चकित करत असे. शास्त्रोक्त विवादातही तो त्यांची थट्टामस्करी करत असे. त्यांच्या प्रत्येक प्रश्नाचे त्याच्याजवळ योग्य उत्तर असे. ते देऊन त्यांनी मांडलेल्या मुद्यांची - प्रश्नांची चेष्टा तो करत असे. म्हणून त्याचा विरोध करण्याचे सामर्थ्य नसलेले आजीवक श्रमण ग्रामजनांच्या नजरेतून उतरत. ते मोद्‌गल्यायनावर नाराज होत. ज्ञानात त्याला हरवणे शक्य नसल्याने त्याला खडे मारून त्रास देण्याचा प्रयत्न त्यांनी करून पाहिला. पण सहा फुटी ताम्रवर्णी देहाच्या मोद्‌गल्यायनास त्रस्त करणे त्यांना जमले नाही.

राजगृहाजवळच्या टेकडीवर मोद्गल्यायन एकांतवासात असल्याचे कळताच त्याच्याकडून पराभूत झालेल्या सर्व आजीवकांना चेव आला. त्यांनी त्यास मारपीट करण्याचे व शक्य झाल्यास त्याची हत्या करण्याचे षड्यंत्र रचले. अहिंसेचे पुजारी म्हणवणारे साधकही या षड्यंत्रात सामील झाले. मोद्गल्यायनावर सरळ आक्रमण करण्याचे सामर्थ्य कोणात नव्हतेच. म्हणून त्यांनी भाडोत्री लोकांची मदत घेण्याचे ठरवले. राजगृहात अशा उद्योगांवर गुजराण करणाऱ्या गुंडांशी त्यांनी संपर्क साधला. कृष्णपक्षातील काळोख्या रात्रीचा फायदा घेऊन या मारेकऱ्यांनी मोद्गल्यायनावर आक्रमण केले.

अशा आक्रमणाची मोद्गल्यायनाने कल्पनाही केली नव्हती. इतकेच नव्हे, तर आता चित्तवृत्ती अंतर्मुख करून त्याने बाह्य सृष्टीशी असलेला संपर्क अगदी कमी केला होता. देह केवळ शेष जीवन व्यतीत करण्याचे माध्यम म्हणूनच उरला होता.

असे असले तरी ते माध्यमही मारेकऱ्यांच्या आक्रमणाने घायाळ झालेच. तरी त्याने अजिबात प्रतिकार केला नाही. प्रहारांमुळे त्याचा देह छिन्नभिन्न होत राहिला. मारणारे थकले तरी मोद्गल्यायनाने तोंडून ब्रही काढला नाही. गात्रांतील शक्ती नष्ट होऊन त्याचा देहदंड धरणीवर कोसळला, तेव्हा तो मेला आहे, असे समजून त्याला रक्तबंबाळ अवस्थेत सोडून सारे मारेकरी पळून गेले.

पण मोद्गल्यायन जिवंत होता. त्याचा श्वास चालू होता. रात्री थोड्या अंतरावर झोपण्यास गेलेले त्याचे सोयरे प्रातःकाळी परतले तेव्हा मोद्गल्यायनाची स्थिती पाहून ते हबकले. जवळ जाऊन बघितले तर त्याचा श्वास चालू असल्याचे जाणवले. पण ढोरमारामुळे त्याची बहुतेक गात्रे विपरीत बनली होती. त्याही अवस्थेत भिक्खूंची चाहूल लागून मोद्गल्यायनाने डोळे उघडले. अत्यंत क्षीण स्वरात तो पुटपुटला,

"भिक्खूंनो, माझा शेवटचा श्वास भगवान तथागतांच्या सान्निध्यात घेतला जाईल, असं करा."

त्याच्या मनातील तथागतांच्या दर्शनाची इच्छा ओळखून भिक्खूंनी त्यास एका मजबूत चीवर वस्त्रावर ठेवले. त्या वस्त्राची टोके सांभाळून उचलून त्यांनी आपापल्या खांद्यावर धारण केली. झोळीत बालकास उचलावे, तसे ते त्याला चीवर वस्त्राच्या झोळीत घेऊन चालू लागले.

वैशालीच्या 'आम्रवना'वर सारिपुत्राच्या निधनाची गडद सावली अजून होती. कार्तिकी पौर्णिमेस सारिपुत्राच्या निधनाची वार्ता पोहोचली होती, तर कार्तिकी अमावास्येस मोद्गल्यायनाच्या मृतप्राय देहासह भिक्खू 'आम्रवना'त पोहोचले. त्यांनी खांद्यावरून उतरवून चीवर झोळी तथागतांसमक्ष ठेवली. मोद्गल्यायनाची अवस्था

पाहून आनंदच्या तोंडून किंकाळी निसटायची; पण त्याने ओठ महत्प्रयासाने घट्ट दाबून धरले. तरी डोळे विस्फारले गेलेच.

मोद्गल्यायनाचा श्वास चालू होता. तथागतांच्या चरणांशी पोहोचल्याची जाणीव होताच त्याने डोळे उघडले. वंदन करण्याच्या उद्देशाने त्याने हात आणि मस्तक हलवण्याचा प्रयत्न केला. पराकाष्ठेचा प्रयत्न केला तरी कोणतेही अंग हलू शकले नाही. उलट, त्या प्रयत्नांमुळे थांबलेला रक्तस्राव पुन्हा सुरू झाला. तथागतांच्या चरणाशी रक्ताचे थारोळे साचले. तथागतांनी उजवा हात त्याच्या मस्तकावर ठेवला.

शेवटचा श्वास घेताना मोद्गल्यायनाच्या देहात किंचित थरथर दाटली न् दाटली, तोच त्याने मान टाकली.

* * *

श्रावस्तीस चातुर्मास संपवून तथागत राजगृहाच्या 'वेळुवना'त पोहोचले होते. 'वेळुवना'त आता त्यांच्याशी संवाद साधण्यास बिंबिसार येणार नव्हता. अजातशत्रुच्या मनातील तथागतांविषयीच्या नापसंतीची जागा सद्भाव आणि आदराने घेतली होती. तो कधीमधी 'वेळुवना'त तथागतांच्या दर्शनास येई. पण तथागतांचा अपराधी असल्याची भावना त्याच्या मनातून दूर होत नसल्याने तो पित्यासारख्या पारदर्शक मनाने तथागतांना सामोरा जाऊ शकत नसे.

श्रावस्तीच्या जेतवनात चातुर्मास व्यतीत करणे हीसुद्धा जणू एक रूढी बनली होती. त्या रूढीस अनुसरून तथागतांनी श्रावस्तीस चातुर्मास पूर्ण केला; पण लगेच त्यांनी राजगृहाची वाट धरली. राजगृहास येऊन अजून फार काळ लोटला नव्हता. वातावरणातील थंडीही कमी झाली नव्हती. तरी त्यांनी वैशालीस जाण्याचा निर्णय घेतला. आनंद, अनिरुद्ध आणि इतर काही भिक्खूंसह त्यांनी वैशालीची दिशा घेतली. थोड्याच काळात ते वैशालीच्या 'आम्रवना'त पोहोचले.

आता त्यांची प्रकृती अगदी तोळामासा झाली होती. कंबर दुखण्याची समस्या तर बरीच जुनी होती, पण मागे श्रावस्तीच्या राजमार्गावरून कपिलवस्तुचा विद्ध्वंस करण्यास जाणाऱ्या 'विदुदभा'स रोखण्यासाठी त्यांनी तीन दिवस, तीन रात्री राजमार्गावर स्थिरासनात व्यतीत केल्या होत्या. दिवसादरम्यान कडक उन्हाच्या झळा लागत असल्याने तेव्हा मस्तकशुळाची समस्या त्यांच्या पाठी लागली ती कायमचीच. तरी या दोन्ही प्रकारच्या वेदनांना भीक न घालता स्वस्थ मनाने भिक्खू संघासमक्ष ते उपदेश-प्रवचन करत.

वैशालीच्या 'आम्रवना'त आल्यापासून त्याची प्रकृती अधिक बिघडली होती. तरी स्वत:च भिक्षेस जाण्याचा त्यांचा आग्रह असे. त्यांचे भिक्षाटनाचे कष्ट निवारण्यासाठी

आनंदने खूप प्रयत्न केले होते; पण तथागतांनी तिकडे दुर्लक्ष केले होते. आता त्यांच्याने चंक्रमणही होत नसे. भिक्खूंचे उद्‌बोधन करताना बराच वेळ बसायचे झाल्यास त्यांना लोडाचा आधार गरजेचा भासे. राजकुमार सिद्धार्थने कपिलवस्तुच्या राजप्रासादातून महाभिनिष्क्रमण केल्याची घटना आता अर्धे शतक जुनी झाली होती

"आनंद," एके दिवशी तथागतांनी क्षीण स्वरात सांगितले, "आता तथागतांचा देह तीन महिन्यांहून अधिक तग धरणार नाही. तीन महिन्यांनंतर तो परिनिर्वाण पावेल."

आनंद हे ऐकून स्तब्ध झाला. त्याला आधीपासून तथागतांच्या प्रकृतीची काळजी पोखरत होती. त्यात स्वतः तथागतांनी स्वनिर्वाणाच्या संदर्भात सांगितले ते ऐकून तो अत्यंत अस्वस्थ झाला.

"भगवंत, "तो पुटपुटला, "आपणच सांगितलं होतं, की समग्र विश्वात धर्माचा प्रसार होईतो आपण या विश्वात राहू इच्छिता."

"होय आनंद, मी असं म्हणालो होतो. पण बंधू, आता वेळ संपत आली आहे. आता फार झालं."

तथागतांच्या शब्दांवर प्रतिवाद करावा, असे आनंदपाशी काहीही नव्हते. त्याने तथागतांच्या कृश देहाकडे बघितले आणि त्याची नजर लगेच खाली झुकली.

आनंद अजूनही अर्हत झाला नव्हता. सर्वसामान्य मानवास ज्या भावभावना आणि संवेदना असतात त्या साऱ्या त्याच्या ठायी अजूनही जागृत होत्या. अर्हतपद वा बुद्धत्व प्राप्त केले, तरी माणूस स्वतःच्या रचनेपासून वा संयोजनापासून कसा मुक्त होतो, हे त्याला कळत नसे. आता धम्मसेनापती सारिपुत्राचे अस्तित्व उरले नव्हते. मोद्‌गल्यायनासारख्या प्रकांड अर्हताची हत्या झाली होती. मोद्‌गल्यायनाच्या छिन्नविच्छिन्न देहास तथागतांच्या चरणांशी ठेवण्यात आले, तेव्हा आनंद तिथे होताच. त्या वेळी तथागतांच्या मुद्रेवर उमटलेली शून्यता त्याला आठवली. पुत्र राहुलने अनपेक्षितपणे निरोप घेतला तेव्हाही अशी शून्यता त्यानी बघितली नव्हती.

आनंदच्या चित्तात तरंग उमटू लागले.

गेल्या चातुर्मासात श्रावस्तीच्या वास्तव्यातही तथागतांनी; वर्षाकाळ केव्हा संपन्न होईल, असा विचित्र प्रश्न विचारला होता. श्रावस्तीत प्रसेनजिताचे अस्तित्व उरले नव्हते. कोसल देशाचे नेतृत्व 'विदुदभा'च्या हाती होते. त्याच्या मनात बुद्ध वा भिक्खू संघास जागा नव्हती. संघाच्या व्यवहारात त्याचा विक्षेपही नसे. प्रसेनजिताच्या काळात जो उत्कट भाव होता तो उरला नव्हता. राजगृहाच्या दुर्गाच्या दरवाजापाशी अनोळखी, अपरिचित, अनाथ अवस्थेत प्रसेनजिताने शेवटचा श्वास घेतला, ही घटना आनंदने प्रत्यक्ष बघितली नव्हती. पण त्या दृश्याची कल्पना करणे तो टाळू

शकत नसे. ती कल्पनाही त्याला हादरवत असे. त्यामुळे त्याच्या समग्र अस्तित्वात प्रकंप उत्पन्न होत असे. बुद्धत्व प्राप्त केले असूनही तथागत या प्रसंगाची कल्पना करू न शकणे शक्य नव्हते. तथागतांचे हृदय चित्कारत असेल का, हा प्रश्न त्याला व्यथित करत असे.

प्रसेनजितच का? आनंदचे वैचारिक संक्रमण पुढे धावत सुटले. श्रावस्तीत आता अनाथपिंडिक तरी कुठे होता? तथागतांना 'जेतवना'ची भेट देण्यासाठी अठरा कोटी सुवर्णमुद्रा अंथरणारा अनाथपिंडिक महाकाळाच्या उदरात विलीन होणे स्वाभाविक तर होते, पण दानी वृत्ती आणि औदार्याने जीवनाच्या शेवटच्या काळात त्याच्या वाट्याला अत्यंत दयनीय स्थिती आली होती. कोट्यवधी सुवर्णमुद्रा दूरच, अंगणी आलेल्या अतिथीस भोजन देणेही त्याला दुष्कर ठरू लागले होते. विविध प्रकारच्या शारीरिक व्याधींची पीडा भोगणाऱ्या अनाथपिंडिकाने शेवटचा श्वास घेतला तेव्हा त्याच्या ओठांवर एकच वाक्य होते, ''नमो तस्स भगवतो अर्हतो ।'' अनाथपिंडिकाला तथागतांच्या दर्शनाची तीव्र इच्छा होती; पण तो मोह आहे. तथागत म्हणजे देह नव्हे. त्यांनी उपदेशलेला धर्म म्हणजे तथागत, हा तथागतांचा संदेश प्राप्त होताच तो शांत झाला होता. त्याचे चैतन्य विराम पावले.

आता श्रावस्तीत विशाखाही नव्हती. मिगारमाता विशाखाने 'जेतवना'त विशिष्ट स्थान प्राप्त करून नश्वर देह सोडला होता.

हे सारे कमी होते म्हणून की काय, कपिलवस्तुचा विनाश तथागतांच्या नजरेसमक्ष झाला. राहुलमाता यशोधरेचे; कपिलवस्तुचा विनाश झाला तेव्हा कपिलवस्तुत वास्तव्य होते. तिने योगसमाधी घेतल्याचे ऐकिवात असले, तरी तिला प्रत्यक्ष बघणारे कोणी भेटले नव्हते. बस, कपिलवस्तुचा विनाश झाला आणि राहुलमाता चैतन्यात विलीन झाली, इतकीच वार्ता.

आणि आता तथागत, ते देहरूपाने तीन महिनेच राहणार असल्याचे सांगत होते.

'तथागत कसे श्वसतात?' आनंद विचारांच्या गर्तेत गढून गेला होता. प्रसेनजिताहून अधिक करुण स्थितीत बिंबिसारने देह सोडला. ज्या प्रदेशावर त्याचे अधिराज्य होते तिथल्या कारागृहात भूक आणि तहानेने तडफडत त्याने प्राण सोडला. या स्थितीस कारण बनला होता, त्याच्याच पिंडाचा हिस्सा ठरावा असा पुत्र. 'वेळुवना'त वास्तव्य असताना तथागतांना ही वार्ता कळली तेव्हा त्यांनी मुद्रेवर भाव उमटू दिले नसले, तरी त्यांच्या आजच्या वाक्यात आनंदला जणू त्या वेळचा आक्रोश ऐकू आला आणि बिंबिसारास निरोप दिला, त्याहूनही अधिक कठीण असलेले राहुलचे निधन कसे विसरणार?

''आनंद,'' आनंदचा विचारप्रवास तोडत तथागत म्हणाले, ''भन्ते, वैशाली

आणि आसपासच्या भिक्खूंना लवकरात लवकर 'आम्रवना'त एकत्र कर. तथागतांनी निरोप घेताना अंतिम उपदेश करण्याचं कर्तव्य पार पाडलं नाही, असं व्हायला नको.''

तथागतांच्या आज्ञेनुसार आनंदने वैशालीच्या आसपास असलेल्या सर्व भिक्खूंना निरोप पाठवला. तथागत केवळ तीन महिने आपल्यात असणार आहेत, हे कळल्याने भिक्खूवर्ग व्यथित झाला. निरोप मिळताच साऱ्यांनी वैशालीच्या 'आम्रवना'कडे धाव घेतली. भिक्खूसभा भरली.

''भिक्खूंनो, मी जीवनभर तुम्हाला धर्माची शिकवण दिली. त्याचं अनुसरण करा. प्रसार करा. मी जीवनाची चार आर्यसत्यं शिकवली, त्यांचं कधी विस्मरण होऊ देऊ नका. तथागतांच्या अनुपस्थितीत त्यांनी शिकवलेला धर्मच तथागत असेल. तथागतांच्या अनुपस्थितीत कोणताही भिक्खू , 'मला तथागतांनी असं असं सांगितलं...' असं म्हणाला, तरी त्या विधानाची सत्यता पारखून घ्या. तथागतांनी शिकवलेल्या धर्माशी ते विधान सुसंगत वाटलं तरच त्याचा स्वीकार करा.''

सुई पडली तरी आवाज यावा, अशा परमशांत वातावरणात भिक्खू संघ तथागतांच्या अमृतवाणीचे रसपान करत होता. सभा संपल्यावर सारे न बोलता विखुरले.

''आनंद,'' काही दिवसांनी तथागत म्हणाले, ''आता आपण भांड ग्रामची दिशा घेऊ. वैशालीबरोबरचा आपला ऋणानुबंध आता संपत आहे.''

आनंदने न बोलता मानेने होकार दिला.

संध्याकाळी तथागत, आनंद, अनिरुद्ध यांनी तीन-चार भिक्खूंसह वैशालीच्या 'आम्रवना'चा निरोप घेतला. 'आम्रवना'च्या उंच भागावर पोहोचल्यावर तथागत किंचित थबकले. उताराकडे बघत सर्व दिशांना मान वळवून त्यांनी जणू वैशालीचे दर्शन घेतले. आनंदकडे वळून ते हळुवार स्वरात म्हणाले, ''आनंद, हे वैशालीचं शेवटचं दर्शन आहे. आता वैशालीशी आपला संबंध खरोखर संपला आहे.''

इतके बोलून तथागतांनी पाय उचलला. आनंदचे नेत्र पाणावले.

सारे भांडग्रामास पोहोचले तेव्हा दिवस अस्तांचली गेला होता.

वैशाली ते भांडग्राम हा प्रवास फार नव्हता. तरी तथागतांना खूप थकवा आला. इतर भिक्खूंना ते जाणवू नये, यासाठी ते प्रयत्नशील होते. पण तरी आनंदला ते जाणवलेच. त्यामुळे त्याच्या अंत:करणास वेदनाही होत होत्या. पण या वेदनेस वाचा फोडता येत नव्हती. ओठ शिवून वावरण्यास पर्याय नव्हता. आता भांडग्रामच्या विहारात राहणे भाग होते. कारण यापुढे प्रवास करणे तथागतांच्या प्रकृतीस झेपणे शक्य दिसत नव्हते.

* * *

काही दिवस भांडग्रामात राहून तथागतांनी पुन्हा प्रवास आरंभला. प्रकृती सुधारली नव्हतीच. आनंदने त्यांना काही दिवस अजून विश्रांती घेण्याचे सुचवले. पण शेवटच्या दिवसांत जमेल तितक्या अधिक ठिकाणी फिरून जास्तीत जास्त भिक्खूंना साररूप उपदेश देण्याचा त्यांचा निश्चय होता. त्यानुसार ते हस्तिग्राम, आम्रग्राम, जंबुग्राम... मजल-दरमजल करत प्रत्येक ठिकाणी आसपासच्या भिक्खूंना एकत्र करून भिक्खूसभा घेत होते. साररूप उपदेशाचे कथन करत होते.

"भिक्खूंनो, तुमच्या मनात काही संदेह असला तर वा मनात प्रश्न असेल तर त्याचं निराकरण करून घेण्याची ही शेवटची संधी आहे. तथागतांनी त्यांच्या जीवनात गुपित असं काही ठेवलेलं नाही. जे होतं त्याची तुमच्यावर उधळण केली आहे. माझ्या परिनिर्वाणानंतर तुम्ही कोणत्याही मूर्तीस पूजास्थान देऊ नका. कधी तुमच्या मनात प्रेरणा जन्मली, तर लुंबिनी, उरुवेला आणि सारनाथाची यात्रा करा."

इतर भिक्खू सारउपदेश ऐकून निघून जात; पण आनंद सतत त्यांच्याबरोबर होता. तो हेच सतत ऐकत होता. तीन महिन्यांचा कालावधी आणि तथागतांच्या परिनिर्वाणाची घडी त्यास ठाऊक होती. त्यामुळे दिवसांची वजाबाकी मनात सतत होत असल्याने त्याला तथागतांचे कथन सहन होत नसे. एकदा सभा संपली, तेव्हा सारे असह्य होऊन तो सर्वांच्या नकळत एका वृक्षामागे लपून अश्रू ढाळू लागला.

रात्रंदिवस सावलीसारखी साथ देणारा आनंद दिसत नसल्याची तथागतांनी लगेच नोंद घेतली. त्यांनी इतर भिक्खूंना विचारले. या भिक्खूंनी आनंदला वृक्षापाशी बघितले होते. म्हणून त्यांनी ते तथागतांना सांगितले. आनंदला स्वतःपाशी बसवून तथागत हळुवार स्वरात लगेच बोलू लागले.

"आनंद, प्रत्येक प्रिय वस्तूचा वियोग आपल्याला सोसावा लागतो, हे तुला ठाऊक नाही का? ज्याचा जन्म झाला आहे त्या प्रत्येकाचे निर्वाण अटळ आहे, हे मी तुला समजावलं नाही का?"

आनंदपाशी तथागतांच्या प्रश्नांचे उत्तर नव्हते. न बोलता त्याने डोळे पुसले.

ग्रीष्म ऋतू आता मध्यावर पोहोचला होता. मध्यान्ही उष्ण वाऱ्याच्या झळा तीव्र बनत. आकाशातून जणू आग बरसत असे. फार कमी वेळ चालणे जमत असे. पण तथागतांचा प्रवासाचा आग्रह होता. ते 'पावानगरी'स पोहोचले तेव्हा रात्र झाली होती. आनंदने लगेच शयनाची व्यवस्था केली आणि तथागत झोपी गेले.

'पावानगरी'च्या चुंद नावाच्या लोहारास तथागतांच्या आगमनाची वार्ता कळली, तेव्हा तो फार खूश झाला. औपचारिकरीत्या तो श्रमण वा उपासक बनला नसला

तरी त्याचे तथागतांवर अत्यंत आदरयुक्त प्रेम होते. ते जेव्हा 'पावानगरी'हून जात असत त्या प्रत्येक वेळी चुंद नियमाने त्यांच्या दर्शनाची आणि उपदेशवाणी श्रवण करण्याची प्रयत्नपूर्वक संधी घेत असे. या वेळी तथागत 'पावानगरी'च्या सीमेवर रात्री मुक्कामास असल्याचे त्याला कळले आणि सारी कामे टाकून तो तिकडे पळत सुटला. यापूर्वीही नेहमीच चुंदला त्यांना भोजनास बोलवावेसे वाटत असे. पण सामाजिक दर्जा विचारात घेऊन तो संकोचापोटी ते टाळत असे. या वेळी मात्र संकोचास दूर सारून कुणी उपासक त्यांना निमंत्रित करण्यापूर्वी आपण त्यांना भोजनास बोलवावे, ही त्याची इच्छा तीव्र बनली. पूर्वीपासून मनात असलेली इच्छा तथागत नक्की पूर्ण करतील, असेही त्यास वाटले.

झाले तसेच. चुंदने त्यांचे दर्शन घेऊन भोजनासाठी त्यांना निमंत्रित करताच त्यांनी होकार दिला. चुंदला खूप आनंद झाला. तथागतांची सोय सांभाळण्यासाठी तो घरी जाताच कामाला लागला. दुर्लभ असा 'सुकर मधव' नावाचा पदार्थ रांधण्याची त्याने पत्नीस सूचना दिली. 'सुकर मधव' हा पदार्थ चुंदसारख्यांच्या परिवारात अत्यंत दुर्लभ समजला जात असे. चुंदच्या पत्नीने तो बनवण्यासाठी घाईने सामग्री जमवली आणि पतीच्या इच्छेनुसार तिने 'सुकर मधव' रांधला.

यथावकाश तथागत भोजनासाठी आले. चुंद लोहाराने त्याच्या छोट्याशा घरात अत्यंत आनंद आणि उत्साहाने त्यांचे स्वागत केले. बरेच दिवस आजारी असल्याने तथागत अशक्त झाले होते. चुंदने त्यांचे पान वाढले आणि ते जेवतील याची प्रतीक्षा करत तो जवळ उभा राहिला.

तथागतांनी जेवण्यास सुरुवात केली. पहिल्याच घासात त्यांना 'सुकर मधव'साठी वापरलेल्या वस्तू शुद्ध वा स्वच्छ नसल्याची जाणीव झाली. घाईने जमवलेल्या सामग्रीत काही अशुद्धी होती. तो खाणे व खाल्ल्यावर पचवणे-दोन्ही फार कठीण होते. भिक्षापात्रात मिळेल त्याचा कधीही अस्वीकार न करण्याची त्यांची शिकवण होती. त्याचे त्यांनाच स्मरण झाले. पात्रात वाढण्यात आलेला पदार्थ अखाद्य असल्याचे त्यांना जाणवले. पण न खाण्याने चुंदला वाईट वाटले असते. भिक्खूंनाही आपण आपल्याच वचनास प्रामाणिक नाही, असे वाटण्याचे भय होते. सारासार विचार करून तथागतांनी घास तोंडातच ठेवला आणि तो पदार्थ संपवलाही.

भोजनानंतर मात्र त्यांनी सांगितले, "चुंद, हा पदार्थ तू इतर कोणाला वाढू नकोस. इतरांना तो पचणार नाही. उरलेला सारा पदार्थ तू जलात ओतून दे वा जमिनीत खड्डा खोदून त्यात गाडून टाक."

तथागतांचे बोल ऐकून चुंदला नवल वाटले. इतरांसाठी त्याने तोच पदार्थ करायला सांगितले होते. तोही तथागतांचा प्रसाद म्हणून त्यांच्यातून उरलेले खाणार होता. या आदेशापाठचा उद्देश कळला नाही तरी त्याने विनंती केली,

"भगवंत, आपल्या सांगण्याप्रमाणे मी इतर भिक्खूंसाठी नवा पदार्थ करण्याची व्यवस्था करतो. पण आपण खाल्लेला पदार्थ उरला आहे, त्याचं प्रसाद म्हणून मला सेवन करू द्या."

"नाही," तथागत म्हणाले, "तो कोणालाही पचणार नाही. मी सांगितलं तसं तू त्याचं विसर्जनच कर."

तथागतांचा कणखर विरोध जाणवून चुंदने वाद घातला नाही. इतर भिक्खूंसाठी दुसरा पदार्थ करण्याची त्याने पत्नीस सूचना दिली आणि उरलेला 'सुकर मधव' त्याने जमिनीत गाडला.

पण तथागतांना पोटात पडलेला अखाद्य पदार्थ छळू लागला. त्यांच्या पोटात तीव्र वेदना सुरू झाली. त्यांच्याने तिथे बसवेना. तरी धर्मोपदेशकाच्या परंपरेनुसार भोजनोत्तर उपदेश देण्याचे कामही त्यांनी केले,

"हे चुंद, तुझी उन्नती व्हावी यासाठी मी तुला सात नियम सांगतो. ते तू लक्ष देऊन ऐक. तुझी श्रद्धा कधी डगमगू देऊ नकोस. पापकर्मांपासून सदैव दूर राहा. लोकापवादाचं भय कधीही बाळगू नकोस. जमेल तितक्या विद्येचा संचय कर. सत्कर्म करण्यास सदैव तत्पर अस. कोणतंही कर्म करताना स्मृती जागृत ठेव. प्रज्ञावान होण्याचा प्रयत्न शेवटच्या श्वासापर्यंत कर."

मुक्कामी पोहोचेतो पोटातील वेदना खूपच वाढली आणि अतिसाराचा त्रास सुरू झाला. तथागत दिवस-रात्र तळमळत होते. सकाळी थोडे बरे वाटताच ते म्हणाले, "आनंद, आता आपण कुशीनाराची दिशा घेऊ. राजकुमार सिद्धार्थने अभिनिष्क्रमण केल्यावर मल्ल प्रदेशातच प्रथम विसावा घेतला होता. अंतिम श्वासही मल्ल प्रदेशातच घ्यायचा आहे."

आनंदला ते म्हणणे कळत होते. त्यांनी सांगितलेला तीन महिन्यांचा काळ आता संपत आला होता. त्याने वाद घातला नाही. पण अशा प्रकृतीत त्यांना प्रवास कसा झेपेल, अशी काळजी त्याला वाटली. कुशीनाराच्या मार्गावर 'ककुत्था' आणि 'हिरण्यवती' अशा दोन नद्या होत्या. तथागत त्या कशा पार करतील, हा प्रश्न सामान्य नव्हता.

तरी तथागतांच्या आदेशानुसार भिक्खू संघ कुशीनारास जाण्यास निघाला. सुदैवाने 'ककुत्था' नदीचे पाणी ओसरले होते. त्यामुळे नदी पार करण्यास फार कष्ट पडले नाहीत. तरी तथागत थकलेच.

"आनंद, मी फार थकलो आहे," ते क्षीण स्वरात म्हणाले, "मला विश्रांतीची गरज आहे. इथे शालवृक्षाशी विश्रांतीची व्यवस्था कर."

आनंदने दोन विशाल शालवृक्षांच्या मधोमध तथागतांसाठी गवताची पथारी केली. तथागत अनिमिष नजरेने त्या शालवृक्षाकडे बघत म्हणाले, "आनंद,

तथागतांचा जन्म अशा दोन शालवृक्षांच्या मधोमध झाला. आता परिनिर्वाणही शालवृक्षांच्या साक्षीने झाले तर त्यात औचित्य असेल."

आनंद स्तब्ध होऊन बघत राहिला. त्याच्या मुद्रेवर अपार वेदना हिंदकळू लागली. तो बोलू शकला नाही.

"आनंद," तथागतच म्हणाले, "माझा गळा कोरडा पडतोय. मला पाणी प्यायचं आहे. शयनापूर्वी स्नानही करायचं आहे. थोडं पाणी प्यायला दे. मग आपण 'ककुत्था' नदीच्या प्रवाहात स्नानाला जाऊ."

आनंद ऐकतच राहिला. या परिस्थितीत तथागतांना स्नान करायचे होते. न बोलता त्याने त्यांच्यासमोर जलपात्र धरले. पाणी पिऊन ते हळूहळू 'ककुत्था' नदीकडे चालू लागले. आनंदचे त्यांच्याकडे लक्ष होतेच. स्नान करून त्यांनी आनंदने केलेल्या पथारीवर देह पसरला.

बुद्ध अजून निद्रावश झालेले नव्हते. ते जागे असतानाच तिथून जात असलेल्या 'पक्कुस' नावाच्या यात्रिकाची त्यांच्यावर नजर पडली. तथागतांना गवताच्या पथारीवर झोपलेलं पाहून तो जवळ गेला. नम्रतेने वंदन करून तो त्यांच्या चरणांशी बसला. थोडा वेळ शांतपणे बसल्यावर त्याने सामानातून दोन सुवर्णरंगी वस्त्रे बाहेर काढली. ती बुद्धचरणी ठेवून तो परत मार्गस्थ झाला.

आनंदने एक वस्त्र उलगडून ते बुद्धांवर पांघरले. तोवर श्रमित भासणारा बुद्धदेह क्षणार्धात सुवर्णरंगी झाल्याचे त्याला जाणवले. चकित झालेला आनंद अनिमिष नेत्रांनी हे आक्रित बघत राहिला.

"आनंद," बुद्ध म्हणाले, "तुला आश्चर्य वाटतं आहे? हा देह पूर्वीही एकदा सुवर्णरंगी झाला होता. संबोधी प्राप्त झाली त्या क्षणी तथागतांचा देह सुवर्णमय कांतीने झळाळून उठला होता. आता परिनिर्वाणाचा क्षण समीप येत आहे, तेव्हाही तो सुवर्णवर्णी बनला आहे. आता निरोप घेण्याचा क्षण अगदी निकट आला आहे."

आनंदला काही बोलणे सुचेना.

"आनंद," थोड्या वेळाने बुद्ध म्हणाले, "चुंद लोहाराकडे भोजन घेतल्यावर तथागतांना अतिसार झाला आणि त्यांचं परिनिर्वाण झालं, या लोकापवादापासून चुंदचं रक्षण करण्यासाठी तू त्याला सांग, 'हे चुंद, तथागतांच्या लेखी तू दिलेलं भोजन संबोधी प्राप्त होण्यापूर्वी सुजाताने दिलेल्या खिरीच्या भोजनाहून कमी महत्त्वाचं नव्हतं. ते पवित्रही होतं. त्या दिवशी वैशाखी पौर्णिमा होती आणि आजही आहे,' चुंदच्या मनात कुतर्क उत्पन्न होण्यापूर्वीच तू त्यांचा नाश कर."

तथागतांनी शालवृक्षांच्या मधून पृथ्वीवर झरणाऱ्या चांदण्यांकडे बघितले. पौर्णिमेचा चंद्र सोळा कलांनी झगमगत होता. तथागतांनी डोळे मिटले. त्यांना

विश्रांती लाभावी, या उद्देशाने आनंद तिथून दूर सरकला.

त्याच वेळी 'सुभद्र' नावाचा यात्रिक तथागतांच्या दर्शनासाठी तिथे पोहोचला. तो कुशीनाराहून 'पावानगरी'स जात होता. त्याला तथागत इथे असल्याचे कळल्याने दर्शन घेण्यासाठी तो आला होता.

"भन्ते, मला तथागतांचं दर्शन घेऊ द्या," त्याने आनंदला सांगितले, "मला त्यांच्याजवळून माझ्या काही शंकांचं निरसन करून घ्यायचं आहे."

"बंधू," आनंदने त्यास सांगण्याचा प्रयत्न केला, "तथागतांची प्रकृती ठीक नाही. ते विश्रांती घेत आहेत. तू दुरून त्यांचं दर्शन घे आणि पुढे जा."

झोपण्याच्या तयारीत असलेल्या तथागतांनी हा संवाद ऐकला आणि त्यांनी डोळे उघडले. क्षीण स्वरात त्यांनी साद घातली,

"आनंद, तो जिज्ञासू आहे. ज्ञानाच्या शोधात निघालेला यात्रिक आहे. तथागतांच्या निर्वाणापूर्वी एखाद्या अतिरिक्त व्यक्तीचे शंकानिरसन होत असेल तर तू त्यास रोखू नकोस. त्याला माझ्याकडे पाठव."

आनंदने 'सुभद्र'ला बुद्धांपाशी नेले. 'सुभद्र' आदराने नतमस्तक झाला आणि तथागतांच्या चरणांशी बसला.

"हे भगवंत, मी विविध संप्रदायांच्या धर्मभास्करांकडे गेलेलो आहे; पण माझ्या चित्तास कुणी परितृप्त करू शकलं नाही. तशा उपदेशाची मला आपल्याकडून आशा आहे."

"हे आयुष्मान," बुद्ध म्हणाले, "तुझ्या चित्तात असेल ते, वा विविध संप्रदायांच्या धर्मभास्करांनी तुला काय सांगितलं ते मला ठाऊक नाही. पण मी सांगतो ते लक्षपूर्वक ऐक. ज्या चार आर्यसत्यांचा उपदेश मी सतत करत असे त्या सत्यांचं अनुसरण तू केलंस तर तुझ्या मनातील संदेह शमतील आणि नवे संदेह जन्मणार नाहीत. या सत्यांचं अनुसरण करणाऱ्या अर्हतांच्या जीवनाचं निरीक्षण तू केलंस तरी तुला मार्गदर्शन लाभेल."

"पण भगवंत, कोणता श्रमण परिपूर्ण आहे, हे मी कसं ओळखू?"

क्षणभर तथागत मौनात हरवले. मग ते हळव्या स्वरात बोलू लागले,

"हे आयुष्यमान, प्रव्रज्या ग्रहण केल्यापासून माझा श्रमणांच्यात वावर आहे. पण तुला सत्य सांगतो, की धर्माचं पूर्णत: अनुसरण करणारा एकही श्रमण माझ्या पाहण्यात आला नाही. जो मार्ग शोधायचा, तो तुझा तुलाच शोधावा लागेल."

"माझ्या मार्गाचा मला शोध घेता यावा यासाठी हे भगवंत, मला प्रव्रज्या द्या."

आनंदकडे बघत तथागत म्हणाले, "आनंद, सुभद्रला प्रव्रजित कर." आणि

'सुभद्र'कडे बघत ते म्हणाले, "ण्हि भिक्खू."

* * *

रात्रीच्या पहिल्या प्रहरात शाल वृक्षांच्या फांद्यांतून चंद्र चांदणे पसरू लागला. तथागत म्हणाले, "आनंद, कुशीनाराच्या प्रजेस संदेश दे, की तथागत चौथ्या प्रहराचा उदय होताच निर्वाण पावतील."

आनंद चमकला. अनिरुद्धकडे वळून तो म्हणाला, "भन्ते. तथागतांच्या आज्ञेचं अनुसरण तू करायचंस."

कुशानाराची मल्ल प्रजा तेव्हा संथागारात जमली होती. रात्रीचा भोजनसमारोह संपवून सारे आनंद-प्रमोदात मग्न होते. अशा वेळी तथागतांचा संदेश तिथे पोहोचला. थोड्याच वेळात सारे जण तथागत पहुडले होते तिथे पोहोचले. साऱ्यांनी त्यांना वंदन केले. शोकग्रस्त मुद्रेने ते तथागतांकडे बघत होते. सर्वांवर नजर फिरवत तथागत म्हणाले, "हे आवुस, धर्माच्या संदर्भात काही संदेह असेल तर विचारण्याची ही शेवटची संधी आहे."

हवेच्या वहनाव्यतिरिक्त वातावरणात परमशांतता व्यापली होती.

"भगवंत," एका भिक्खूने विचारले, "आपल्या अनुपस्थितीत संघाचा शास्ता कोण असेल?"

"संघास तथागत वा इतर शास्त्याची गरज नाही. तथागतांनी आजवर उपदेश केलेला धर्मच त्यांच्या अनुपस्थितीत शास्ता असेल. धर्माचं पालन करा. तथागतांचा देह उरला नाही, याचा शोक करू नका. सदैव जागृत राहून वर्तन करा आणि स्वमार्गावर स्वप्रकाश बनून जगा."

इतके सांगून बुद्धांनी डोळे मिटले. जमलेल्या सर्वांनी मस्तक झुकवून हात जोडले. आता बोलण्यासारखे वा विचारण्याजोगे कोणाजवळ काही उरले नव्हते. दोन भिक्खू तथागतांच्या देहास वारा घालत होते. तथागतांनी त्यांना थांबवण्याच्या आदेशाचा संकेत केला.

रात्रीच्या शांततेसही गती होती. रात्र पुढे सरकत होती. आनंदचे डोळे पाझरत होते. जमलेले सारे काष्ठवत बसले होते. तिसरा प्रहर संपत आला तेव्हा वैशाखी पुनवेचा चंद्र शाल वृक्षांच्या वर उठून दुग्धधवल चांदण्यांनी बुद्धदेह प्रकाशित करू लागला. पहिल्या प्रहरी 'पक्कुस'ने दिलेल्या सुवर्णमय पांघरुणाखाली तशाच सुवर्णतेजाने झळाळणाऱ्या तथागतांच्या देहावरील सुवर्णकांती क्षणार्धात काळवंडली. तिथे जमलेल्या सर्वांनी ही सुवर्णकांती अंतर्धान पावण्याचा सोहळा प्रत्यक्ष पाहिला आणि त्यांच्या मुखातून चित्कार उमटला. फक्त अनिरुद्ध या चित्कारापासून मुक्त होता. रडणाऱ्या भिक्खूंना उद्देशून तो बोलू लागला,

"हे भिक्खूंनो, काही क्षणांपूर्वीच तुम्हाला तथागतांनी रुदन न करण्याचा आदेश दिला. जर काही क्षणांपूर्वीचा आदेश आपण विसरणार असलो तर आपल्याला त्यांनी जीवनभर उपदेश केला तो अमलात कसा आणू शकू? शांत व्हा भिक्खूंनो, शांत व्हा. भगवानांनी आपल्याला सतत शिकवलं आहे, की प्रत्येक प्रियजनाचा वियोग अपरिहार्य आहे."

सारे भिक्खू शांत झाले.

आठ दशकांपूर्वी दोन शाल वृक्षांच्या मध्ये जन्मलेला कपिलवस्तुचा राजकुमार संबोधी ज्ञान प्राप्त करून, पाच दशके ते ज्ञान आर्यावर्तात उधळून, तशाच शाल वृक्षांच्या मधोमध भगवान तथागत बुद्ध स्वरूपात महानिर्वाण पावले होते.

* * *

बुद्धांच्या पार्थिवाचा अंत्यसंस्कार करण्यासाठी भिक्खू आणि मल्ल प्रजेने तयारी आरंभली. कोलीय, शाक्य, कोसल देशाचे प्रजाजन; तसेच मगध आणि वैशालीच्या प्रजेस तथागतांचे अंत्यदर्शन घेता यावे, यासाठी सर्वत्र संदेश रवाना झाले. बुद्धांचा निश्चेतन देह तेल लावून 'पक्कुस'ने दिलेल्या सुवर्णरंगी वस्त्रात गुंडाळून शाल वृक्षांखालून उचलून चंदनकाष्ठाच्या चितेवर ठेवण्यात आला. संदेश प्राप्त होताच व्यथित प्रजाजनांचे लोट आक्रोश करत तिथे धावले. सारा समूह व्यथित असूनही सर्वांची एकच मागणी होती,

"तथागत शाक्य मुनी होते. आमचं कूळ आणि परिवार या शाक्यमुनींच्या जन्माच्या यशाचा गौरव प्राप्त करू शकेल असं करा. त्यांच्या अग्निसंस्कारांची संधी शाक्यांना द्यायलाच हवी." कपिलवस्तुच्या शाक्यांनी आग्रही स्वरात मागणी केली,

"होय, तथागतांचा जन्म शाक्यांच्या कुळात झाला, हे खरं असलं तरी त्यांना उरुवेलात संबोधी ज्ञान प्राप्त झालं. उरुवेला हा 'लिच्छवी प्रदेशा'चा भाग आहे. म्हणून तथागतांचा अंत्यसंस्कार करण्याचा हक्क वैशालीच्या 'लिच्छवी प्रजे'स आहे," असा 'लिच्छवी महानुभाव' आग्रह धरू लागले.

मगधचा राजा बिंबिसारने तथागतांना 'वेळुवन' समर्पित करून वास्तव्यासाठी विहाराची व्यवस्था केली नसती तर बौद्ध भिक्खू संघाचा इतका विकास होणे अशक्य होते. म्हणून 'तथागतांच्या अंत्येष्टिसंस्कारांचा अधिकार 'राजगृहा'हून आलेल्या मगधांचा आहे,' या मागणीतही आग्रह होताच.

श्रावस्तीच्या नगरश्रेष्ठी अनाथपिंडिकाने आणि राजा प्रसेनजिताने भगवानांचा सत्कार केला नसता तर त्यांच्या अमृतवाणीचा आर्यावर्तात प्रसार होणे शक्य नव्हते. म्हणून 'तथागतांच्या पार्थिवावर आमचाच हक्क आहे-' कोसल देशीय प्रजा निर्धाराने हक्क मागत होती.

"तुम्ही लक्षात ठेवायला हवं, की तथागतांची माता कोलीयकुमारी होती. पुत्राचं यश मातेस जातं. म्हणून तथागतांची माता ज्या प्रदेशाची होती त्या प्रजेस अंत्यसंस्कार करू देण्यातच औचित्य आहे," कोलीय प्रजेने आग्रही स्वरात मागणी केली.

या वादविवाद आणि स्पर्धात्मक चर्चेत चंदनकाष्ठावरील तथागतांचा निश्चेष्ट देह सात दिवस अंत्येष्टिसंस्कारांविना पडून होता.

आनंद आणि अनिरुद्ध उपस्थित होते; पण चहूकडून एकत्रित झालेल्या समूहाच्या कोलाहलात त्यांचे म्हणणे कोणी ऐकत नव्हते. लवकर अग्निदाह देण्याची गरज त्यांना जाणवली, तरी जनसमूह तसे करू देत नव्हता. सारिपुत्र आणि मोद्गल्यायनानंतर ज्येष्ठ ठरणारे महाकाश्यप उपस्थित नव्हते. इतर भिक्खूंच्या संगतीत ते धर्मप्रसारासाठी भ्रमण करत होते. तथागतांच्या महानिर्वाणानंतर तिसऱ्या दिवशी त्यांना ही वार्ता कळली. कुशीनाराहून प्रवास करत आलेल्या एका आजीवकाने महाकाश्यपास हे सांगितले. ते क्षणभर स्तब्ध झाले. पण लगेच स्वस्थ होऊन त्यांनी सहयात्री भिक्खूंना आदेश दिला,

"भिक्खूंनो, आपण त्वरित तथागतांच्या अंतिम दर्शनासाठी जायचं आहे."

"तथागत निर्वाण पावले?" भिक्खूवृंदातून एक उंच स्वर उसळला, "हे भिक्खूंनो, जे घडलं त्यासाठी शोक करू नका. हा मुक्तीचा क्षण आहे. तथागत; सातत्याने आपल्याला हे केलं पाहिजे आणि ते करता कामा नये, असे कष्टप्रद आदेश देत. आज त्या कष्टप्रद आदेशांपासून आपण मुक्त झालो आहोत."

भिक्खूंनी मान खाली घातली. महाकाश्यपांनी या भिक्खूकडे बघितले आणि ते विचारांच्या गर्तेत कोसळले.

महाकाश्यप कुशीनारास पोहोचले तेव्हा परिनिर्वाणाचा सातवा दिवस उजाडला होता. अजून बुद्धदेह चंदन काष्ठांवरच विराजमान होता. अंत्येष्टिसंस्कार करण्याच्या दावेदारांच्या चर्चेतून काही निष्पन्न झालेच नव्हते. महाकाश्यप आलेले पाहून सर्वांनी आदराने मार्ग करून दिला. त्यांच्या मुद्रेवर परमशांती विलसत होती. ते धीरगंभीरपणे चितेकडे गेले. बुद्धचरणांस स्पर्श करून त्यांनी वंदन केले. बुद्धांचे पार्थिव असलेल्या चितेस त्यांनी तीन प्रदक्षिणा घातल्या.

सारे जण डोळे विस्फारून त्यांच्याकडे बघत होते. त्यांच्यासमोर बोलण्याचे भान त्यांना उरले नाही. तोवर घसा फाडून हक्काचा दावा करणारे सारे दावेदार महाकाश्यपांचे दर्शन होताच मूक बनले होते. हे पाहून द्रोण नावाचा ब्राह्मण विचारात पडला.

महाकाश्यपांनी तिसरी प्रदक्षिणा संपवताच त्यांना वंदन करून द्रोणाने नम्र स्वरात प्रार्थना केली,

"हे भन्ते, आपणच तथागतांच्या पार्थिवाचा अग्निसंस्कार करा. नंतर देहाची

राख आणि अस्थी उरतील, त्यांचं या सर्व दावेदारांत सारखं वितरण करा. मग आपापल्या प्रदेशात तथागतांचं पवित्र स्मरण जपण्यासाठी ते त्यावर स्तुपाची निर्मिती करू शकतील.''

द्रोणाच्या प्रस्तावास होकार सूचित केल्यागत साऱ्यांनी केवळ मस्तक नमवले. द्रोणानेच पुढे होऊन ज्वलंत काष्ठ महाकाश्यपांच्या हाती दिले. महाकाश्यपांनी ते बुद्धचरणी अर्पण केले. क्षणार्धात अग्नी प्रज्वलित झाला. वातावरणात अनोखा सुगंध दरवळला. महाकाश्यप, आनंद, अनिरुद्ध आणि इतर भिक्खूंनी एका स्वरात उद्घोष केला, ''नमो तस्स भगवतो अर्हतो.''

एकावन्न वर्षांपूर्वी कपिलवस्तुच्या राजप्रासादात प्रगट झालेल्या प्रश्नांचा प्रदेश आता समाप्त झाला होता. राजकुमार सिद्धार्थ, शाक्यमुनी गौतम आणि तथागत बुद्ध आता प्रश्नप्रदेश पार करून गेले होते.

■

तळटीप

* ऋद्धिबळ : चमत्कार करण्याचे सामर्थ्य.

तथागत गौतम बुद्ध

वसंत गायकवाड

"हे कालामांनो! तुम्ही स्वतःला असे विचारा की, कोणता सिद्धान्त हा उत्कट इच्छा, द्वेष, भ्रम आणि हिंसा शिकवितो? हे सिद्धान्त तृष्णा, द्वेष, मूढता आणि हिंसा यांना सहायक नाहीत ना?"

"हे कालामांनो! हे एवढेच पुरेसे नाही. आणखीही पुढे जाऊन तुम्ही आणि पाहिले पाहिजे की, हा सिद्धान्त मनुष्याला मनोविकारांचा कैदी बनवत नाही ना? हा सिद्धान्त मनुष्याला इंद्रियाधीन बनवीत नाही ना? त्याला हिंसेला प्रवृत्त करणारा नाही ना? त्याला सजीव प्राण्यांची हत्या करण्यासाठी घेऊन जात नाही ना? त्याला जे दिले नाही ते जबरदस्तीने घेण्यासाठी चोरी करण्याला प्रेरणा देत नाही ना? कामेच्छापूर्तीसाठी मिथ्याचार शिकविणारे नाहीत ना? म्हणजे कामेच्छापूर्तीसाठी दुसऱ्याच्या पत्नीमागे जाण्यास, असत्य भाषण करण्यास आणि अशासारखी दुसऱ्यांना दुःख देणारी कृत्ये आचरणात आणण्याचे शिकवीत नाही ना?"

"हे बुद्ध! तर मग आम्ही नेमके काय करावे?"

"हे कालामांनो! अंतिमतः, तुम्ही त्या सिद्धान्ताबाबत स्वतःला हा प्रश्न विचारला पाहिजे की, या सिद्धान्ताचा परिणाम वाईट, अहितामध्ये आणि दुःखात तर होणार नाही ना?"